ஓவியம்: நாகராஜன்

மேக்நாட் சாகா

ஒரு புரட்சிகர விஞ்ஞானியின் கதை

மேக்நாட் சாகா

ஒரு புரட்சிகர விஞ்ஞானியின் கதை

தேவிகாபுரம் சிவா

பாரதி புத்தகாலயம்

MEGHNAD SAHA - ORU PURATCHIKARA VIGNANIYIN KATHAI (in Tamil)
DEVIKAPURAM SIVA
First Published: December, 2015

Published by

BHARATHI PUTHAKALAYAM
7, Elango Salai, Teynampet, Chennai - 600 018
Email: thamizhbooks@gmail.com
www.thamizhbooks.com

மேநாட் சாகா – ஒரு புரட்சிகர விஞ்ஞானியின் கதை
தேவிகாபுரம் சிவா
முதல் பதிப்பு: டிசம்பர், 2015

வெளியீடு:

பாரதி புத்தகாலயம்

7, இளங்கோ சாலை, தேனாம்பேட்டை, சென்னை - 600 018.
தொலைபேசி : 044 24332424, 24356935 விற்பனை: 24332924

முகப்பு ஓவியம்: செ. இளஞ்செழியன்

அச்சு: கணபதி எண்டர்பிரைசஸ், சென்னை - 600 005.

இருளின் மீது பாயுது வெளிச்சம்!

அழகிய பெரியவன்

உலக மக்களின் இயங்கியலும், வளர்ச்சியும் கூட்டுத்தன்மையுடையன. இவற்றை மானுட வரலாறு மிகத் தெளிவாகச் சொல்கிறது. சனத்திரளில் உள்ள பல்வேறு இன, பிரதேச மக்களின் பங்களிப்புகளே இன்று இயங்கும் புள்ளியில் உலகைக் கொணர்ந்து நிறுத்தியிருக்கிறது. வரலாறு நெடுகிலும் பன்முகத் தன்மையின் குரல்கள் நம் செவிகளுக்கேற்ற 'டெசிபலில்' ஒலித்துக்கொண்டேதானிருக்கின்றன. ஆயினும் இந்த உண்மைகளுக்கு ஆதிக்க சக்திகளிடம் எவ்வித மதிப்பும் இருப்பதில்லை. தூய்மைவாதம், இனவாதம், சாதியவாதம், குழுவாதம் பேசுகிற மூளைவாதம் கொண்ட மனிதக்கூட்டம் எதையும் தன்னிலையிலிருந்துதான் பார்க்கிறது. அக்கூட்டம் எப்போதும் சாளரங்களுக்கு வெளியே தன் பார்வையை வீசுவதில்லை.

ஆதிக்கக் குரல் எழுப்பும் முழக்கங்களாக, 'எல்லாம் எம்மால்', 'எல்லாம் எமக்கு', 'எல்லாம் எம்மிடமிருந்து' என மூன்றை வரையறுக்கலாம். இம்முழக்கங்களை விரித்துப் பார்க்கிறபோது எண்ணற்ற பொருள்களை நம்மால் பெறமுடியும். எல்லாம் எம்மால் என்ற எண்ணம் போலி வரலாறுகளை உற்பத்தி செய்துகொண்டேயிருக்கும். எல்லாம் எம்மிடமிருந்து என்ற எண்ணம் உண்மை வராலாற்றின் மீது இருள் பாய்ச்சும். குழிதோண்டிப் புதைக்கும்.

இந்திய ஆதிக்கச் சாதிகளால் அவ்வாறு வரலாற்றில் குழி தோண்டிப் புதைக்கப்பட்ட உண்மைகள் ஏராளம். புதையுண்ட அவ்வுண்மைகளில் ஒன்றுதான் 'மேக்நாட் சாகா'. ஆனால் புதைக்கப்படும் இவ்வுண்மைகள் அவ்வளவு எளிதில் மக்கிப் போய்விடுவதில்லை. விதைகளைப் போன்று அவை காத்திருந்து சாதகமான சூழலில் முளைக்கின்றன. இது ஒடுக்கப்பட்டோர் வரலாறு மேற்கொள்ளும் ஒருவகையான 'ஹைபர்னேசன்' (கோடையுறக்கம்).

இங்கு சாதகமான சூழல் என்று நான் சொல்வது, உண்மையின் மீது நாட்டமும், வரலாற்றின் மீது பற்றும், ஒடுக்கப்பட்டோரின் பாற்பட்ட நியாய உணர்வும் கொண்ட மனிதர்களையோ,

காலச்சூழலையோ குறிக்கும். நானக்சந்த் ராட்டு, வசந்த் மூன், தனஞ்செய் கீர் போன்றோரால் அம்பேத்கரின் பல பரிமாணங்கள் வெளிப்பட்டதைப் போன்று. ஞான அலாய்சியஸ், அன்பு பொன்னோவியம், வள்ளிநாயகம் போன்றோரால் அயோத்திதாசப் பண்டிதர் உள்ளிட்ட பல தலித் ஆளுமைகள் வெளிப்பட்டதைப் போன்று. மாபெரும் இந்திய அறிவியல் ஆளுமைகளில் ஒருவராகவும், ஒடுக்கப்பட்ட மக்களிடமிருந்து உருவாகி வந்த அறிவுஜீவியாகவும் எழுந்து நிற்கிறார் மேக்நாட் சாகா. இந்த ஆளுமையை தோழர் தேவிகாபுரம் சிவா அற்புதமாகத் தமிழுக்குக் கொண்டுவந்திருக்கிறார். என்னைப் பொறுத்தவரையில் இந்த நூல் தமிழுக்கு முக்கிய வரவு.

படிநிலைப்படுத்தப்பட்ட சாதிய அமைப்புக்குள், கீழ்நிலையிலிருக்கும் சாதி ஒன்றுக்கு தொண்டூழியம் செய்வது ஒன்றே வேலை. இது மனுவின் விதி. இந்து சனாதன தரும விதி. தன் நிலத்தில் வேலை செய்யும் அடிமை ஒருவன், மாடுமேய்ப்பதை விட்டுவிட்டுப் படித்துக்கொண்டிருப்பானானால் அதை ஒருபோதும் விரும்பமாட்டான் எஜமானன். இந்தியாவில் அதுதான் நடந்தது. அதுவே நடக்கிறது. தனக்கு விதிக்கப்பட்ட தொண்டூழியத்தையும் மீறி ஒடுக்கப்பட்டோர் செயல்படுவதை ஆதிக்கச் சாதியினர் ஏற்பதில்லை. ஒடுக்கப்பட்டோரின் சாதனைகளையும், அவர்தம் அறிவாற்றலையும் அவர்கள் பொருட்படுத்துவதில்லை. அப்படி இல்லையெனில் அம்பேத்கரின் உருவப்படம் தொண்ணூறுகளுக்குப் பிறகு நாடாளுமன்றத்தின் மையமண்டபத்தில் இடம்பெற்றிருக்காது; எல்லாருக்கும் கடைசியாய் அவருக்கு பாரத ரத்னா பட்டம் வந்து சேர்ந்திருக்காது. தேச நிர்மாணப் பணியில் ஒடுக்கப்பட்டோரின் பங்களிப்புக்கு இணை சொல்ல வேறு எவருடையதும் இல்லை! இது கண்கூடான உண்மை. அப்பங்களிப்பை அங்கீகரிக்கவோ, அதற்கு உதவவோ இங்கு யாருக்கும் மனமில்லை. காலம் காலமாய் இவ்வாறு ஒடுக்கப்பட்ட மக்களுக்கு இழைக்கப்பட்டுவரும் துரோகத்தை சாகாவின் வாழ்க்கையினூடே அப்பட்டமாய்த் தோலுரிக்கிறது இந்நூல்.

ஒருங்கிணைந்த இந்தியாவிலிருந்த டாக்காவில் 1893இல் பிறந்தவர் மேக்நாட் சாகா. சாகா என்பது அவரின் சாதிப் பெயர். சாகா சாதி அன்றைய இந்தியாவில் ஒரு தீண்டப்படாத சாதி. மேக்நாட் சிமுலியாவிலும், டாக்காவிலும், கல்கத்தாவிலும் கல்வி பயின்றிருக்கிறார். 1915 வரையில் நீடித்த பயிலும் காலத்தில் அவர் அனுபவித்த வறுமையும், துன்பமும், சாதியக் கொடுமைகளும் எண்ணற்றவை. கல்லூரி விடுதியில் அவர் அனுபவித்த சாதிய

ஒடுக்குமுறைகளும், புறக்கணிப்புகளும் அன்றைய இந்தியாவின் சாதிய கோரமுகத்தைக் காட்டுகின்றன. இப்படித் துன்பத்தில் உழன்று படித்து உருவான மேக்நாட் எனும் ஒடுக்கப்பட்டவர்தான், கேம்பிரிட்ஜில் படித்த இந்திய முதற்சாதி சீமான் வீட்டுப் பிள்ளையான நேருவை தன் அறிவு தீட்சண்யத்தால் பாதித்திருக்கிறார்! ஒடுக்கப்பட்டோரின் அழுத்தமான வெளிப்பாட்டுக்கு இது மிகச் சிறந்த ஓர் எடுத்துக்காட்டு.

மேக்நாட்டின் அறிவியல் பங்களிப்பை இந்நூல் மிகத் தெளிவாக ஆதாரங்களுடன் நிறுவுகிறது. அவர் தன் இடையறாத ஆய்வின் மூலம் உருவாக்கிய 'வெப்ப அயனியாக்கக் கோட்பாடும் சமன்பாடும்' வானியலின் பல்வேறு புதிர்களை விடுவிக்க உதவுவதாக இருக்கின்றன. என்பதும் அவை நவீன வானியற்பியலின் அடிப்படையாக அமைந்துள்ளன என்பதும் நம்மை வியப்பில் ஆழ்த்துகிறது. இன்னொரு கோட்பாடான 'தெரிவுசெய் கதிர் வீச்சு அழுத்தம்' ஒரு கோட்பாட்டு அறிவியலாளராக இவரது மேதைமைக்குச் சான்றாக விளங்குகிறது.

நிறமாலையியல், வெப்பவியல், அயனிமண்டல கதிர் வீச்சு ஆய்வு, அணுக்கரு இயற்பியல் என இயற்பியலின் பல்வேறு துறைகளில் சாகாவின் ஆய்வுகள் விரிந்துள்ளன. வெப்ப அயனியாக்கச் சமன்பாடு நவீன வானியற்பியல் ஆய்வில் பெரும் பாய்ச்சலை உண்டாக்கியிருக்கிறது. அதனால்தான் சாகா, நவீன வானியலின் தந்தை.

ஆனால் இந்தியாவில் வேறு கதை. ஆரியபட்டாவும், சந்திரசேகரும்தான் இங்கே வானியலுக்குப் பங்களித்தவர்கள்! அயனியாக்கச் சமன்பாட்டுக்காகவும் தெரிவுசெய் கதிர்வீச்சு அழுத்தக் கோட்பாட்டுக்காகவும் சாகாவுக்கு நோபல் பரிசு வழங்கப்பட்டிருக்க வேண்டும். மேற்குலகிலும் கதை வேறுதான். வெள்ளைத்தோலர்களைப் பொறுத்தமட்டில், கருப்பர்களும், காலனியாதிக்க நாட்டினரும் அறிவிலிகள்! ஆக இந்தியாவின் சாதியமும், மேற்குலகின் நிறவெறியும் சாகாவைப் பலிவாங்கிவிட்டன.

சாகாவின் வாழ்க்கை முழுதுமே சாதியமும், நிறவெறியும் பின்தொடர்ந்து அவரின் முயற்சிகளைக் கருவறுத்திருக்கிறது. ஆய்வுகளை அங்கீகரிக்க மறுத்திருக்கின்றன. அவரின் உழைப்பைத் திருடியிருக்கின்றன. அவர் போலியானவர் என ஏசியிருக்கின்றன. அவர்மீது சேற்றை வாரி இறைத்திருக்கின்றன. நிதியாதாரங்களை அடைத்தும், செயல்பட முடியாதபடி முட்டுக்கட்டைகளை உருவாக்கியும் சோர்வடைய வைத்திருக்கின்றன. ஆனாலும் சாகா வீழ்ந்துவிடவில்லை. அவர் தேடிச் சோறு நிதம் தின்னும் வேடிக்கை

மனிதர் அல்லர். இந்த அற்புதமான வாழ்க்கை வரலாற்று நூல் நமக்குச் சொல்லித்தரும் பாடம் இதுவே என நான் கருதுகிறேன்.

சாகாவுக்கு எதிராக கடைசி வரை துரோகமிழைத்த சி.வி.ராமன், சாகாவை வேண்டுமென்றே சுயநலன்களுக்காகப் புறக்கணித்த நேரு, ஆய்வுப்புலத்திலும் கல்விப்புலத்திலும் சாகாவைவிட அனுபவம் குறைந்த ஆனால் கொல்லைப்புறவழியாக இந்திய அணு ஆய்வுத் துறைக்குத் தலைவராக சாகாவை வீழ்த்திவிட்டு வந்த ஹோமி பாபா என வரலாற்றின் புழுதிபடிந்த பக்கங்களைத் தூசு தட்டுகிறது இந்நூல். அதிர்ச்சியூட்டும் உண்மைகள்!

அடிப்படையில் அறிவியல் ஆய்வாளரான சாகா ஒரு சாதிய எதிர்ப்பாளராக, ஏகாதிபத்திய எதிர்ப்பாளராக, பகுத்தறிவாளராக, ஏதிலிகளின் காவலராக, ஏழைகளின் உரிமைகளுக்காகக் குரல் கொடுப்பவராக, மக்கள் உரிமைகளுக்காகச் செயல்படும் மனிதராக விளங்கியிருப்பது அறிவியலுக்கும் மக்களுக்குமான பாதை சமைப்பதாயிருக்கிறது. உழைப்பும், உற்பத்தியும் மக்களுக்கே, கலை இலக்கியம் மக்களுக்கே என்பதைப் போல அறிவியலும் மக்களுக்கே என்ற தத்துவத்தை சாகாவின் வாழ்க்கை சொல்கிறது. இக்கூற்றுக்கு ஆதாரமாக, அணுக் கொள்கையை வெளிப்படையாக்கவேண்டும் என அவர் இடையறாது நாடாளுமன்றத்திலே போராடிய வரலாற்றுப் பதிவு நம்மெதிரில் நிற்கிறது.

சாகாவின் பன்முகப் பரிமாணங்களை இந்நூல் அழகாக வெளிப்படுத்தியிருக்கிறது. தாய்மொழிவழிக் கல்வி, மொழிவாரி மாநிலங்களின் அவசியம், பல்நோக்கு ஆற்றுப் பள்ளத்தாக்குத் திட்ட ஆணையம், தேசிய நாட்காட்டி சீரமைப்பு, அகதிகள் மறுவாழ்வு போன்ற செயல்பாடுகளில் அழுத்தமாகத் தமது முத்திரையை அவர் பதித்திருக்கிறார். திட்டக்குழு, நவீன தொழில் வளர்ச்சி ஆகியவற்றுக்கு முன்னோடி அவர்.

பல்கலைக்கழகங்களே அடிப்படை அறிவியல் ஆராய்ச்சிகளுக்கான சரியான இடங்கள் என சாகா வலியுறுத்துவதன் நோக்கத்தை விவாதப் பொருளாக்க வேண்டுமென நான் நினைக்கிறேன். இந்திய பல்கலைக்கழகங்கள் மற்றும் அவற்றின் ஆய்வுக்கூடநிலைகள் ஆகியவற்றைக் குறித்து அறிந்தவர்களுக்கு இதன் முக்கியத்துவம் விளங்கும்.

மாணவர்களுக்கு அறிவியலைச் சொல்லித் தருவதற்கான சிறந்த ஊடகம் அவர்தம் தாய்மொழியே என மாபெரும் அறிவியல் மேதையான சாகா வலியுறுத்துவது தாய்மொழிவழிக் கல்விக்கான முன்னெடுப்புகளுக்கு வலிமை சேர்க்கும். ஒடுக்கப்பட்ட மக்களை கல்லாமை, இல்லாமை, நோய்மை ஆகியவற்றில் இருந்து மீட்க

அறிவியலை ஆயுதமாக்கவேண்டும் எனும் சாகாவின் கருத்தும் அதற்கான அவரது செயல்பாடுகளும் ஒடுக்கப்பட்டோருக்கான அரசியல் செயல்பாடுகளுடன் ஒருங்கிணைக்கப்பட வேண்டியவை.

ஒடுக்கப்பட்டோர் இலக்கியம் அறிமுகமானபோது மறைக்கப்பட்ட வரலாறுகளை வெளிக்கொணர்வது அதன் மிக முக்கிய பிரகடனங்களில் ஒன்றாகச் சொல்லப்பட்டது. தோழர் சிவா அப்பிரகடனத்துக்கு வலுவாக நியாயம் செய்திருக்கிறார் என்று சொல்ல விரும்புகிறேன்.

ஒவ்வொரு பக்கத்திலும் அவரின் உழைப்பு தெரிகிறது. புரிந்துகொள்வதற்கு சற்றே கடினமான இயற்பியல் கோட்பாடுகளையும், அறிவியல் செய்திகளையும் அழகான எளிய தமிழில் கொடுத்திருக்கிறார்.

இந்நூலை வாசிப்பதும் பிறருக்கு வாசிக்கத் தருவதும் அவரவர் அளவில் எல்லா ஆதிக்கக் கருத்தியலுக்கும் எதிர் செயல்பாடாக அமையும். இந்நூலின் ஆற்றல் மேலும் இதுபோன்ற மறைக்கப்பட்ட ஆளுமைகளை வெளிக்கொணரும்.

முன்னுரை

மனிதம் ததும்பும் மகத்தான வரலாறு மேக்நாட் சாகாவுடையது. வங்கமண் தந்த வண்ணமயமான ஆளுமை சாகா. 'விஞ்ஞானி' என்ற ஒற்றைச் சொல்லுக்குள் மட்டுமே அகப்பட்டுவிடாத விரிவும் செறிவும் கொண்ட விரிவுறு வெளியாக அவரது ஆளுமை பிரம்மாண்டம் காட்டி நிற்கிறது. விடுதலை வீரர், சோசலிச செயல்பாட்டாளர், வரலாற்று ஆய்வாளர், கல்வியாளர், பொருளாதார நிபுணர், நிறுவன கட்டமைப்பாளர், உலக அமைதிப் போராளி, சமூக புரட்சியாளர், தொல்பொருள் ஆய்வாளர், மனித உரிமைப் போராளி, நாடாளுமன்றவாதி என அவரது ஆளுமை விரிந்து நிற்கிறது..

உண்மையில் இந்தியா உலக அறிவியலுக்கு குறிப்பாக இயற்பியலுக்கு அளித்த முதல் நேரடி பங்களிப்பு சாகாவின் வெப்ப அயனியாக்கக் கோட்பாடும், அது குறித்த அவர் பெயரிலான அயனியாக்கச் சமன்பாடுமேயாகும். ஃபில் மேக் என அழைக்கப்படும் 'ஃபிலாசாபிகல் மேகசின்' எனும் ஆய்விதழில் 1920ஆம் ஆண்டு வெளிவந்த 'சூரிய நிறமண்டலத்தில் அயனியாக்கம்' என்ற ஆய்வுக் கட்டுரை மேற்கண்ட வெப்ப அயனியாக்கக் கோட்பாட்டையும், அவரது சமன்பாட்டையும் கொண்டிருந்தது. நூற்றாண்டுகளாகத் தேங்கிக் கிடந்த வானியற்பியல் ஆய்வுகளுக்கு இவை புது வழிகாட்டிட நவீன வானியற்பியல் பிறந்தது. ஆம், நவீன வானியற்பியலின் தந்தை சாகாவே. இச்சாதனை நிகழ்த்தப்பட்டபோது சாகாவின் வயது 27 மட்டுமே.

சாகாவின் சாதனைக்கான பாதை அனிச்சம் பரப்பப்பட்ட மென்மலர்ப் பாதையாக இருக்கவில்லை. அது நெருஞ்சி முட்களால் நிரப்பப்பட்டதாகவே இருந்தது. தீண்டாமைக்குட்பட்ட ஒடுக்கப்பட்ட சாதியில் ஓர் எளிய பெட்டிக்கடைக்காரரின் மகனாகப் பிறந்த சாகாவை வறுமையும், சாதிய ஒதுக்கலும் வைராக்கியமான இளைஞராகவும், சமத்துவ சிந்தனையாளராகவும் ஆக்கின. அவரது சமகாலத்து இந்திய விஞ்ஞானிகள் ஆய்வுக்கூடங்களில் முடங்கிக் கிடந்தபோது தன் ஆசிரியர் பி.சி.ராயின் தாக்கத்தால் ஊக்கமடைந்து மக்கள் பிரச்சினைகளோடு தன்னை இணைத்துக் கொண்டார் அவர்.

சொந்த நாட்டின் ஆதிக்க சாதியினர் ஒடுக்கப்பட்ட மக்களிடம் காட்டிய வன்மம் மிக்க தீண்டாமை அணுகுமுறையையும், காலனி ஆட்சியாளர்கள் வெளிப்படுத்திய இனவெறியையும் ஒரு சேரக் கண்டு வளர்ந்தவர் சாகா. சாகாவின் அரசியல், சமூக

நிலைப்பாடுகளைக் கட்டமைப்பதில் இவை முக்கிய பங்காற்றின. காலனிய ஆட்சியாளர்களை எதிர்த்த விதத்திலும் ஜனநாயக வகுப்பினர் எனத் தான்அழைத்த பெரும்பான்மை ஒடுக்கப்பட்ட மக்களின் தோழனாகத் தன்னை அடையாளப்படுத்திக் கொண்ட விதத்திலும் அவர் தன் காலத்தின் பிற அறிவியலாளர்களிடம் இருந்து மாறுபட்டு நின்றார்.

இந்த நாடு சாகாவுக்கான அங்கீகாரத்தை இன்றுவரை அளிக்கவில்லை. அதை நம்மால் புரிந்துகொள்ளவும் முடிகிறது. இந்தியச் சமூகம்போல் இந்தியாவின் அறிவியல் கட்டமைப்பும் சாதிமயமாகித்தான் கிடக்கிறது . இந்தியா விடுதலை அடைந்து நேரு தலைமையில் அமைக்கப்பட்ட அரசு, அரசின் அனைத்து அறிவியல் கட்டமைப்புகளில் இருந்தும் சாகாவைத் திட்டமிட்டு ஓரங்கட்டி வைத்தது. சாகாவின் ஒடுக்கப்பட்ட மக்கள் சார்பே அதற்கான காரணம் என அபாசூர் போன்ற ஆய்வாளர்கள் கருதுகின்றனர். இந்தியாவில் அறிவியல் புலங்களில் கூட சாகாவை அவருக்குரிய பெருமைகளோடு அறிந்தவர்கள் குறைவே. அறிவியல் மேதைகளை அறிமுகப்படுத்தும் பணி, பள்ளி பாடத்திட்டங்களில் இருந்தே தொடங்கப்பட வேண்டும். இங்கு சி.வி.ராமன், ஜகதீஸ் சந்திர போஸ் போன்ற சிலரைத் தவிர்த்து சாகா உட்பட பல அறிவியல் மேதைகள் பற்றி மாணவர்களுக்குச் சொல்லித் தரப்படுவதில்லை.

பின்தங்கிய சூழ்நிலையில் இருந்து கல்வி கற்க வரும் மாணவர்களிடம் சாகாவைக் கொண்டுபோய் சேர்த்தால் அவர்கள் எதிர்மறை சூழல்களை வென்று எப்படிச் சாதிப்பது என்பதற்கான பாடத்தை அவரது வாழ்க்கையில் இருந்து கற்றுக் கொள்வர்.

சாகாவின் மாபெரும் அறிவியல் பங்களிப்புகளான வெப்ப அயனியாக்கக் கோட்பாடும் சமன்பாடும் இந்தப் பேரண்டம் தோன்றிய சில வினாடிகளில் என்ன நிகழ்ந்தது? அது எப்படி இருந்தது? என்ற ஆராய்ச்சியில் அடிப்படையான பங்காற்றுகின்றன என அறிவியலாளர் ஜே.வி.நர்லிகர் ஒரு கட்டுரையில் குறிப்பிட்டுள்ளார் . இந்தியாவின் முதல் ஏவுகணை முயற்சியில் ஏற்பட்ட இடர்பாடுகளை சாகா கோட்பாடே தீர்த்து வைத்ததாக அப்துல் கலாம் தெரிவித்துள்ளார். "அடிப்படை இயற்பியல் கோட்பாடு ஒன்று தவிர்க்க இயலாத வகையில் எதிர்பாராத ஆய்வுத் தளங்களிலும் பயன் அளிக்கின்றன. சாகா சமன்பாடு இதற்கு ஓர் உதாரணம்" என்று நர்லிகர் கட்டுரை குறிப்பிடுகிறது. சாகாவின் தெரிவுசெய் கதிர்வீச்சு அழுத்தக் கோட்பாடு, ஒரு கோட்பாட்டு அறிவியலாளனின் 'மாத்தி யோசி'க்கும் அற்புத ஆற்றலுக்கான சான்று. விண்மீன்களின் இயற்பியல் பண்புகளைப் புரிந்துகொள்வதில் இதுவும் முக்கியப் பங்காற்றுகிறது. உலக அளவில் 'ஆய்வுக்கூட வானியற்பியல்' (Laboratory Astrophysics) பெரும் துறையாக வளர்ந்து நிற்கிறது. அரிய பெரிய வானியல் ஆய்வுக்

கருவிகள் ஏதும் இல்லாமல் நுட்பமான வானியற்பியல் ஆய்வுகளைச் செய்து காட்டமுடியும் என்பதற்கான இத்துறையின் முன்னோடி சாகாதான். சாகா சமன்பாட்டின் இன்னொரு வடிவமான சாகா லாங்மியூர் சமன்பாடு (Saha-Langmuire equation) அணுத்துகள் முடுக்கிகள் (Particle Accelerators) நிறை நிறமாலை மானிகள் (Mass Spectrometers) ஆகியவற்றை வடிவமைப்பதில் முக்கிய வழிகாட்டியாக உள்ளது. பிளாஸ்மா இயற்பியல் (Plasma Physics) ஆராய்ச்சிகளிலும் வெப்ப அயனியாக்கக் கோட்பாடு முக்கியப் பங்காற்றுகிறது.

வெப்ப அயனியாக்கக் கோட்பாடு மட்டுமின்றி சாகா, வளிமண்டல அடுக்கான அயனிமண்டல (ionosphere) ஆய்விலும் குறிப்பிடத்தக்க சாதனைகளை நிகழ்த்தினார். இன்றைய வானொலி, தொலைக்காட்சி மற்றும் விண்வெளி தகவல் தொடர்பு தொழில்நுட்ப வளர்ச்சியில் இந்த ஆய்வுகளுக்கு முக்கிய பங்கு உள்ளது .

அணு ஆற்றல் குறித்த விஷயங்களில் சாகா முன்னோடி ஆய்வாளர் ஆவார். 1931இல் அணுக்கருத் துகள் நியூட்ரான் கண்டுபிடிக்கப்பட்டது. 1932இல் ஜேம்ஸ் சாட்விக் அதை உறுதிப்படுத்தினார். அணு இயற்பியலில் அடுத்து நடந்த வளர்ச்சிகளை சாகா எல்லையற்ற உற்சாகத்தோடு கொண்டாடியதோடு தன் ஆய்வுத் துறையையும் நிறமாலையியலில் இருந்து அணுக்கரு இயற்பியலுக்கு மாற்றிக் கொண்டார். வெப்ப அயனியாக்கக் கோட்பாட்டின் தர்க்கரீதியான விளைவுதான் அணுக்கரு இணைவு (nuclear fusion) வினைகள். இதை உலக அறிவியல் அறியும் முன்பே சாகாவின் கட்டுரை ஒன்று தெரிவித்துள்ளது. காந்த தனி துருவத்தின் (Magnetic Monopole) துருவ வலிமை (pole strength) பற்றி பால் டிராக் இன் சூத்திரத்தை மேம்படுத்தியதன் மூலம் துருவ வலிமை பற்றிய டிராக்-சாகா சூத்திரம் உருவானது. கல்கத்தா பல்கலைக்கழகத்தில் துகள் முடுக்கியான சைக்ளோட்ரானை அமைக்கவும் அணுக்கரு இயற்பியல் ஆய்வு நிறுவனம் ஒன்றை அமைக்கவும் அவர் எடுத்துக் கொண்ட இமாலய முயற்சிகள் இந்திய இயற்பியல் வரலாற்றின் தனித்துவமான பக்கங்களை அலங்கரிக்கின்றன.

தேவையான நூல்களும் தகவல்களும் கிடைப்பதில் இருந்த சிரமமும், என் சொந்த வாழ்வின் நெருக்கடிகளும் புத்தகம் எழுதி முடிப்பதிலும் வெளியிடுவதிலும் கால தாமதத்தைச் செய்துவிட்டன. எனினும் ஒரு மகத்தான விஞ்ஞானிக்கும், தமிழ் வாழ்க்கை வரலாற்று இலக்கியத்திற்கும் ஒரு சிறு பங்களிப்பையாவது நான் இதன்மூலம் செய்துள்ளதாகக் கருதுகிறேன். ஒரு வாசகனின் பார்வையில் நின்று கடினமான இயற்பியல் கருத்துகளையும் இதில் இயன்றவரை எளிமையாக எழுத முயன்றுள்ளேன். கால வரிசைப்படி எழுதுவதில் தனி கவனம் செலுத்தியுள்ளேன். மேக்நாட் சாகாவின் வாழ்க்கை வரலாறு தமிழில் வெளிவருவது இதுவே முதல் முறை. மேக்நாட்

சாகா ஆய்வுக்கூடங்களில் மட்டுமே முடங்கிப் போனவர் அல்லர். அவர் சமூகம், அறிவியல், அரசியல் எனப் பல தளங்களில் தன் ஆளுமையைப் பதித்தவர். அவரது வாழ்க்கை வரலாற்றை வாசிப்பது என்பது அவர் வாழ்ந்த 62 ஆண்டுகால இந்திய வரலாற்றையும், இந்தியாவின் அறிவியல் குறிப்பாக இயற்பியல் வரலாற்றையும் வாசிப்பதாக இருக்க முடியும். அதைத்தான் நான் ஓரளவு முயன்றுள்ளேன்.

ஜவகர்லால் நேருவின் அறிவியல் சிந்தனைகளில் சாகாவின் தாக்கம் அதிகம். குறிப்பாக விடுதலைக்கு முன் சாகா நேருவுக்கு எழுதிய பல கடிதங்களில் அறிவியலின் சமூகப் பயன்பாட்டைத் தொடர்ந்து வலியுறுத்தியிருக்கிறார். சாகா நடத்திய 'சயின்ஸ் அண்ட் கல்ச்சர்' இதழை நேரு தொடர்ந்து வாசித்து வந்தார். சாகாவால் செல்வாக்கு செலுத்தப்பட்ட விடுதலைக்கு முந்தைய நேருவின் அறிவியல் பார்வை, விடுதலைக்குப் பின் அதிகார அரசியலின் விதிகளுக்கு உட்பட்டு திசைமாறியது. கோடிக்கணக்கான எளிய மக்களின் வாழ்க்கையை மேம்படுத்துவதற்கானதாக அல்லாமல் சில முதலாளிகளின் வணிக நோக்கத்தை வலுப்படுத்தும் ஒன்றாக இந்த நாட்டு அறிவியல் மாறியதை சாகா தன் வாழ்நாளிலேயே கண்டார். 1956இல் அவரது மறைவுக்குப் பின் அறிவியலை ஜனநாயகப்படுத்துவதற்கான அவரது முன்னெடுப்புகளைத் தொடர ஆள் இல்லாமல் போய்விட்டது. மக்களின் கல்லாமை, இல்லாமை, நோய்மை ஆகியவற்றை நீக்குவதற்கான கருவியாகச் சாகா அறிவியலை முன்மொழிந்தார். அதை வாழ்நாள் முழுதும் வலியுறுத்தினார். அந்த வகையில் இந்தியாவில் 'மக்கள் அறிவியல்' என்ற கோட்பாட்டை முன்வைத்த முன்னோடி அவர். அவரது பிறந்த நாளான அக்டோபர் 6ஐ 'மக்கள் அறிவியல் தினமாகக் ' கொண்டாடுவதன் மூலம் மட்டுமே அவருக்குப் பெருமை சேர்க்க முடியும். அந்த நாளை எளிய மக்களின் வாழ்வை மேம்படுத்த அறிவியலை எப்படிப் பயன்படுத்த வேண்டும் எனச் சிந்திப்பதற்கும் விவாதிப்பதற்குமான தேசிய தினமாகக் கடைப்பிடிக்கலாம்.

இன்று தேசிய தினங்கள் என அறியப்படும் பெரும்பான்மை தினங்கள் உயர்சாதி தலைவர்களின், அறிஞர்களின் வாழ்க்கையோடு தொடர்புடைய தினங்களாக மட்டுமே உள்ளன. இவற்றின்மூலம் தேச நிர்மாணத்தில் ஒரு குறிப்பிட்ட பிரிவினர் மட்டுமே பங்கெடுத்தனர் என்பது போன்ற பொய்மை நிலைநாட்டப்படுகிறது. இந்தியாவின் முதல் பிரதமர், முதல் குடியரசுத் தலைவர் என எல்லா 'முதல்'உம் குறிப்பிட்ட பிரிவினராக இருப்பது தற்செயல் அல்ல. அவைபோல் எல்லா தேசிய தினங்களும் குறிப்பிட்ட பிரிவினரின் பிறந்த நாள், நினைவு நாள் என இருப்பதும் தற்செயல் அல்ல. அதிகாரம் தொடர்பான அரசியல் சதி அதில் அடங்கியுள்ளது. சி.வி.ராமன் 'ராமன் விளைவை' கண்டுபிடித்த பிப்ரவரி 28 'தேசிய அறிவியல் தினமாக'க் கடைப்பிடிக்கப்படுகிறது. ஆனால் ராமன்

விளைவு கண்டுபிடிப்பதற்கு முன்பாகவே சாகாவின் 'வெப்ப அயனியாக்கக் கோட்பாடு' நவீன வானியற்பியலின் தந்தையாக அவரை உயர்த்தியிருந்தது. சாகாவின் அறிவியல் சாதனை ராமன் போன்றோரின் அறிவியல் சாதனைக்கு எந்த நிலையிலும் குறைவானதல்ல. மாறாக அறிவியலின் சமூக செயல்பாட்டையும் தேச கட்டுமானத்தில் அதன் முக்கியத்துவத்தையும் வலியுறுத்தி செயல்பட்ட வகையில் சாகாவின் அறிவியல் பார்வைகள் கவனத்துக்குரியவை. சாகா சாதாரண பொறியியல் பணிகளில் கூட மக்கள் பங்கேற்பை வலியுறுத்தியவர். பங்கேற்பு ஜனநாயகம் (participatory democracy) என்னும் உயரிய கருத்தாக்கத்தை முன்வைத்த மிகச் சிறந்த ஜனநாயகவாதி அவர்.

எண்பதுகளின் இறுதியில் இளம் அறிவியல் பட்டப்படிப்பில் இயற்பியல் படித்தபோது மேக்நாட் சாகா என்ற பெயர் எனக்கு அறிமுகமானது. 'அவர் ஓர் அணு விஞ்ஞானி. அவர் ஹோமி பாபாவுக்கு முன்பே அணு ஆராய்ச்சி செய்தவர்' என்ற அளவில் தெரிந்திருந்தது. அதன்பின் குடிமைப் பணி தேர்வுகளுக்காகப் படித்துக் கொண்டிருந்தபோது 1993-94இல் சாகா நூற்றாண்டு பிறந்த நாளை முன்னிட்டு சில செய்திகளைப் பொது அறிவு தாள் சார்ந்து அறிந்துகொள்ள நேர்ந்தது. சாகாவின் ஒடுக்கப்பட்ட பின்னணியும் அவர் அதன் காரணமாகவே ஓரங்கட்டப்பட்டார் என்ற செய்தியும் அவர்மீது ஓர் ஆர்வத்தை உருவாக்கியது. ஆனால் பெரிதாகத் தேடல் எதுவும் எழவில்லை. மாணவர்களுக்காக நான் ஏற்கெனவே எழுதி வெளிவந்திருந்த அறிவியல் மேதைகளின் வாழ்க்கை வரலாற்றுக் கட்டுரைகளைத் தொகுத்து நூலாக வெளியிடும் ஆர்வத்தில் இருந்தபோது அதில் சாகா குறித்த கட்டுரையைப் புதிதாக சேர்க்க நினைத்தேன். அதற்காக 2013 ஜனவரி புத்தகக் கண்காட்சியில் சாகா குறித்த ஓர் ஆங்கில நூலை வாங்கினேன். அதன்பின் சாகாவின் வாழ்க்கை வரலாற்றை எழுதி சிறிய நூலாக கொண்டுவரும் ஆர்வத்தில் நூல்களைத் தேடத் தொடங்கினேன். நவயானா பதிப்பகத்தின் வெளியீடாக அபாசூர் எழுதிய 2012இல் வெளிவந்த 'Dispersed Radiance' நூல் பற்றியும், அதன் உள்ளடக்கம் பற்றியும் இணையத்தில் வந்திருந்த சில செய்திகள் மிகுந்த ஆர்வத்தை ஊட்டின. இருபதாம் நூற்றாண்டின் முதல் பாதியின் இந்திய இயற்பியல் வரலாற்றினை எடுத்துக் கொண்டு அதில் சாதி, தேசியம், பால் பாகுபாடு போன்றவை எவ்வாறு செயல்பட்டுள்ளன என்பது குறித்து நுண் வரலாற்றை முன்வைக்கும் இந்த நூல் சாகாவின் வாழ்க்கை வரலாற்றைப் பற்றி புது வெளிச்சம் காட்டியது. சாகா வாழ்க்கை வரலாற்றை எழுதுவதற்கான திசைவழியை முடிவு செய்ய இந்த நூல் உதவியது. மேற்கொண்டு தேவையான முக்கிய நூல்களை அடைய தோழர் அழகிய பெரியவன் அறிவுரைப்படி மறைந்த 'கல்கத்தா' சு.கிருஷ்ணமூர்த்தி அவர்களை நாடினேன். அந்த முதுபெரும் எழுத்தாளரின் பேருதவியின் மூலம் முக்கிய நூல்கள்

கிடைக்கப் பெற்றேன். தன் தளர்ந்த வயதிலும் தளராத தமிழ் ஆர்வம் இந்தச் சாதாரண எழுத்தாளனையும் மதித்து அவரை உதவி செய்ய வைத்துள்ளது. அவரது இறுதி காலத்தில் அவரது நட்பில் நானும் இருந்தேன் என்பது எனக்குப் பெருமை. நினைவில் வாழும் அவருக்கு என் முதல் நன்றி. அவர் மூலம் அறிமுகமான மேக்நாட் சாகா வாழ்க்கை வரலாற்று ஆசிரியர்களில் முக்கியமானவரான திருமதி ஏனாக்ஷி சட்டர்ஜியின் மூலம் பெற்ற தகவல்கள், நூல், ஆலோசனைகள் போன்றவை என்னுடைய பணிக்குத் துணை நின்றன. எப்போது தொலைபேசியில் அழைத்தாலும் மிகுந்த ஈடுபாட்டோடு எனக்குத் தகவல்கள் அளித்துவரும் பெருந்தகை அவர். அவருக்கு நான் நன்றி சொல்ல கடமைப்பட்டுள்ளேன்.

தோழர் அழகிய பெரியவன் ஒடுக்கப்பட்டவர்களின் வரலாற்றை உயிர்த்தெழச் செய்வதற்கான எந்த ஒரு முயற்சிக்கும் ஓடிவந்து உதவிக்கரம் நீட்டுபவர். என்னுடைய இந்தச் சிறிய முயற்சிக்கு அவர் செய்த உதவியும் ஊக்கமும் பெரிது. திரு.சு.கிருஷ்ணமூர்த்தியின் அறிமுகம், தேவையான ஆலோசனைகள், இந்நூலுக்கான அற்புதமான அணிந்துரை என அவரது உதவி என்றென்றும் நன்றிக்குரியவை.

மாணவர்களுக்கான என்னுடைய முந்தைய நூல்கள் நான்கு, எழுத்தாளர் தோழர் யூமா வாசுகியின் உதவியால்தான் வெளிவந்தன. இந்த நூலைக் கொண்டுவருவதிலும் அவர் பெரும் உற்சாகத்தை அளித்தார். ‘தொடர்ந்து எழுதுங்கள் சிவகுமார்’ எனும் சொற்களைத்தான் அவர் என்னிடம் அடிக்கடி கூறுவார். அவரது அன்பும் ஆதரவும் என் பலம். அவருக்கும் என் நன்றிகள்.

தோழர் பெருமாள்முருகனுக்கும் எனக்குமான நட்புக் காலம் கால் நூற்றாண்டுக்கும் அதிகம். இந்த நூலின் கணினி அச்சுப் பிரதியைப் படித்துவிட்டு ‘மிகச் சிறப்பாக வந்துள்ளது. தமிழுக்கு முக்கிய வரவாக இருக்கும்‘ என்று வாழ்த்தினார். அவருடைய வார்த்தைகள் எனக்குத் தனிப்பட்ட முறையில் மிக முக்கியமானது. அவருக்கு நன்றி.

“இந்த நூல் தமிழுக்கு முக்கியம், எப்போது முடிப்பீர்கள்? நான் தங்குவதற்கு ஏற்பாடு செய்கிறேன்; வெளியூர் சென்று தங்கி அமைதியான சூழலில் எழுதி முடியுங்கள் தோழர்!” எனத் தோழமை காட்டியவர் கவிஞர் குட்டிரேவதி. தோழருக்கு என் நன்றி! “என்ன புத்தகம் வேண்டும் நான் உதவி செய்கிறேன்” எனத் தோழமை காட்டிய இதழியலாளர் கவிதா முரளிதரன் அவர்களுக்கும் நன்றி.

என் சிறு வயது முதல் என் அறிவுச் சாளரங்களில் ஒன்றாகவும் அன்பு நண்பராகவும் இருப்பவர் ஆழி செந்தில்நாதன். அவர் இந்த நூல் வெளிவர நிறைய உதவிகளைச் செய்தார். அவருக்கும் அவர் துணைவியார் திலகவதி, நண்பர் முத்துராமன், பத்திரிகையாளர் சிவந்தன் ஆகியோருக்கும் நன்றிகள் பல.

தனது கல்கத்தா தொடர்பைப் பயன்படுத்தி தேவையான நூல்கள் பெற்றுத் தர முயற்சி எடுத்துக்கொண்டார். நண்பர் ஆர்.ராஜசேகர் ஐபி.எஸ். நண்பர் ஜான் சாலமன் எனது மோசமான கையெழுத்தைப் புரிந்துகொண்டு கணினியில் தட்டச்சு செய்து தந்தார். சோதனையான நேரத்தில் உதவிய நட்பு உள்ளங்கள் வழக்கறிஞர் அழகுராஜா, என்.வி.பத்மநாபன், அருள்ஜோதி அரசன், ஜான் பீட்டர், வாசுநாதன், வழக்கறிஞர் தர்மராஜ், போரூர் செல்வம், சத்வாஜி ராவ், ஜகந்நாதன், 'மித்ரபூமி' சரவணன், ஜவகர், அருட்செல்வன் கோயில் பணியாளர்கள் ரகுநாதன், பாலு, வரதராஜன், குப்புசாமி ஆகியோர். இக்கால கட்டத்தில் மூத்த அலுவலராக மட்டுமின்றி என் நலன் மீது அக்கறை கொண்ட சகோதரியாகவும் இருந்து கனிவு காட்டியதுடன் இந்த நூலை எழுதத் தூண்டியவண்ணம் இருந்தவர் திருமதி மா.கவிதா. இவர்களுக்கு என் நன்றி.

மூத்த நண்பராக என் மீது பேரன்பு கொண்டவர் தென்னம்பட்டு ஏகாம்பரம். இப்புத்தகத்தை முழுமையாகப் பிழைத்திருத்தம் செய்து தந்து வாழ்த்திய அப்பெருந்தகைக்கு என் நன்றி.

சவாலான கடந்த மூன்று ஆண்டுகளில் என்னைச் சிதைந்து விடாமல் பாதுகாத்ததுடன் "சார், இன்று என்ன படித்தீர்கள், சாகா எத்தனை பக்கம் எழுதினீர்கள்?" எனக் கேட்டுக் கேட்டு படிக்கவும் எழுதவும் வைத்தவர் செல்வி என். கௌரி. மாணவியாக மட்டும் இன்றி ஆசிரியையாக, தோழியாக என் மீதான அவரது அக்கறை மிகப் பெரிது. அதன் பரிமாணம் நன்றி என்ற ஒற்றைச் சொல்லால் சமப்படுத்த முடியாதது. மரபு கருதி கௌரிக்கு எனது நன்றி!

சாகா குறித்த என் கட்டுரை ஒன்றை தான் ஆசிரியராக இருந்த வலைஇதழில் வெளியிட்ட அன்புத் தோழர் வளர்மதிக்கு என் நன்றி!

என் வாழ்வின் சோதனையான காலக்கட்டத்தில் துணை நின்ற திரு. த. உதயசந்திரன் இ.ஆ.ப., திரு.சி. ராஜேந்திரன் இ.ஆ.ப., திரு. த. ஆபிரகாம் இ.ஆ.ப., குடியாத்தம் நேஷனல் பள்ளி தாளாளர் திரு. சிவகுமார், என் ஆசிரியை திருமதி. திலகவதி, ஊர்த் தோழர் தா. ரங்கநாதன் டாக்டர் ராஜமாணிக்கம், திருமதி. வான்மதி திருமதி. கனகவல்லி ஆகியோருக்கும், அட்டைப்படத்திற்கான சாகாவின் ஓவியத்தைச் சிறப்பாக வரைந்து கொடுத்த ஓவியர் செ. இளஞ்செழியனுக்கும், கன்னிமரா கார்த்திக்கும், நூலை வெளியிட இசைந்த பாரதி புத்தகாலயத்திற்கும் தோழர் நாகராஜன், தோழர் ப.கு. ராஜன் மற்றும் பதிப்பக ஊழியர்களுக்கும் நன்றிகள் பல.

30.11.2015

தேவிகாபுரம் சிவா

devikapuramsiva@gmail.com

பொருளடக்கம்

1

அழுமூஞ்சி சிறுவன்

இன்று வங்கதேசம் என்று அழைக்கப்படும் அன்றைய கிழக்கு வங்காளத்தில் டாக்கா நகரில் இருந்து வடக்கே நாற்பத்தைந்து கிலோமீட்டர் தொலைவில் அமைந்தது சியரத்தாலி என்ற சிற்றூர். பானசி நதியின் கரையோரத்தில் அமைந்த இவ்வூர் அக்காலத்தில் பலியாதி முஸ்லிம் நவாப்புகளின் வரிவசூல் எல்லையில் அமைந்திருந்தது. ஆங்கிலேயரின் நிலச் சீர்திருத்த முறையில் ஜமீன்தாரி முறை நிர்வாகத்தில் இவ்வூரும் அதைச் சுற்றி உள்ள பகுதிகளும் அடங்கி இருந்தன.

ஆங்கிலேயரின் காலனி ஆதிக்கத் தாக்கத்திற்கு அதிகம் ஆளான பகுதிகளில் கிழக்கு வங்காளம் முக்கியமானது. காலனிய தாக்கங்களில் கல்வி வளர்ச்சி முக்கியமான ஒன்று. ஒட்டுமொத்த வங்காளத்தில் கல்கத்தாவை மையமாகக் கொண்ட மேற்கு வங்கத்தைவிட டாக்காவை மையமாகக் கொண்ட கிழக்கு வங்கத்தில் ஆங்கிலேயக் கல்வி முறை கூடுதலாக வளர்ந்திருந்த காலம் அது. கிறுத்தவ சமய நிறுவனங்களின் கல்விப் பணி தீவிரப்பட்டு இருந்த இடங்களில் டாக்கா நகரமும் அதைச் சுற்றிலும் உள்ள பகுதிகளும் முக்கியமானவை. இதன் காரணமாக அப்பகுதி பெரும் மாற்றங்களைக் கண்டுவந்தது.

டாக்கா முஸ்லிம் பகுதியாக இருந்தாலும் அக்காலத்தில் சியரத்தாலி கிராமமும் அதைச் சுற்றி உள்ள ஊர்களும் சாகா என்ற ஒடுக்கப்பட்ட வணிக சாதியினரின் குடியிருப்புப் பகுதிகளாக பெரிதும் இருந்தன. இந்த சாகா சாதியைக் குறித்து பத்தொன்பதாம் நூற்றாண்டு ஆங்கிலேய ஆய்வுக் குறிப்பு கீழ்க்கண்டவாறு தெரிவிக்கிறது.

> சாகா (சாதி) வங்காளத்திலேயே மிகுந்த தொழில் முனைப்பும் வளமும் மிக்க சாதி. இச்சாதியில் அதிக எண்ணிக்கையில் துணி வணிகர்கள், உப்பு வணிகர்கள், மர வணிகர்கள், வட்டித் தொழில் செய்பவர்கள் போன்றோர் அடங்கி உள்ளனர்..... பிற்காலத்தில் இவர்கள் நிலை மேம்பாடு அடைந்தது எனினும் இந்துக்கள் பார்வையில் இவர்கள் இன்னும்கூட இழிந்தவர்களாகவே உள்ளனர். இவர்களுக்குக் கீழ் வேலை செய்யும் புயுன்மலி சாதியார் கூட இவர்களது உணவைத்

> தொட்டுவிடக்கூடாது. (மலம் அள்ளும்) சண்டாளன் சாதியார் இவர்களது மலத்தைத் தொட்டால் தம் சாதியை இழந்துவிடுவர்.[1]

இத்தகு சாகா சாதியினர் சன்ரிஸ் சாதியினரின் துணைச் சாதியினர் ஆவர். சன்ரிஸ் சாதியினர் பரம்பரை பரம்பரையாக மது காய்ச்சி விற்கும் பிரிவினர். இத்தகு பிரிவினரை தாழ்ந்தவர்களாகப் பார்க்கும் இந்து தர்மத்தைப் பற்றி நாம் அறிந்ததே. தமிழ்நாட்டில் கள் இறக்கும் தொழில் புரிந்த சாணார்களின் நிலையை ஒத்தது இது.

விடுதலைக்குப் பிறகு உருவாக்கப்பட்ட இந்திய அரசியல் அமைப்புச் சட்டத்தில் சன்ரிஸ் பிரிவு சாதிகள் பெரும்பாலும் தாழ்த்தப்பட்ட வகுப்பினர் பட்டியலில் சேர்க்கப்பட்டன. சாகா சாதியைப் பொறுத்தவரை அதில் உள்ளவர்கள் சமூக ரீதியாக தாழ்வாக மதிக்கப்பட்டாலும் கல்வி மற்றும் பொருளாதார மேம்பாட்டைக் கருத்தில் கொண்டோ என்னவோ பட்டியலில் இடம்பெறவில்லை.

தீண்டாமையை அனுபவித்து வந்த சன்ரிஸ் சாதியினர் (சாகா சாதி உட்பட) பிற்காலத்தில் பிராமண புரோகிதர்களுக்குத் தாராளமாக வாரி வழங்கித் தம்மை சுத்தச் சூத்திரர்களாகவோ, இரு பிறப்பாளர்களாகவோ சமஸ்கிருதமயமாக்கிக் கொள்ள முயன்றனர்.[2] வணிகத் தொழிலில் ஈடுபடும் சாதியினர் பற்று வரவைக் குறித்து வைக்கவும், கணக்குகளைப் பேணவும் குறைந்தபட்ச அளவுக்கேனும் கல்வி அவசியம் எனக் கருதுவது இயற்கை. சாகா சாதியினரும் இதற்கு விதிவிலக்கல்ல.

தீண்டாமைக்கு உட்பட்ட சாகா சாதியில்தான் 1893ஆம் ஆண்டு அக்டோபர் ஆறாம் நாள் சியரத்தாலி கிராமத்தில் ஜெகந்நாத் சாகா, புவனேஸ்வரி தேவி இணையருக்கு ஐந்தாவது குழந்தையாக மேக்நாட் சாகா பிறந்தார்.

மேக்நாட் சாகா பிறந்தபோது அவருக்கு இரண்டு அண்ணன்களும் இரண்டு அக்காள்களும் இருந்தனர். அதன் பிறகு சாகாவிற்கு ஒரு தங்கையும் இரண்டு தம்பிகளும் பிறந்தனர். அக்கிராமத்திலேயே பலியாதி அங்காடிப் பகுதியில் ஒரு சிறிய மளிகைக்கடை நடத்தி வந்தார் ஜெகந்நாத் சாகா.

மேக்நாட் சாகா பிறந்த இரவில் வங்காளத்தைப் பெரும் புயல் ஒன்று அலைக்கழித்துக் கொண்டிருந்தது. இடியும் மின்னலும் அடை மழையும் இயல்பு வாழ்வை வெள்ளத்தில் மிதக்க விட்டிருந்தன. வேயப்பட்ட கூரைவீடு வீசும் புயலில் நாசம் அடையுமோ என்ற அச்சம் சூழ்ந்த அந்த இரவில், ஓர் ஆண்குழந்தை பிறந்தது.

எனவே, மேகங்களின் தலைவன் (இந்திரன்) என்ற பொருள்படும் மேக்நாத் (Meghnath) எனும் பெயரை அக்குழந்தைக்கு அதன் பாட்டி சூட்டி மகிழ்ந்தார். அன்று மழை வெள்ளமும் மகிழ்ச்சி வெள்ளமும் அவ்வீட்டை ஒருங்கே சூழ்ந்து கொண்டன. மேக்நாத், தான் வளர்ந்த பிறகு பிற்காலத்தில் தன் குடும்பத்தினர் வைத்த மேக்நாத் (Meganath) என்ற பெயரை மேக்நாட் (Meghnad) என்று மாற்றிக் கொண்டார். வங்காளத்தில் Meghnath என்ற பெயர் இந்து கடவுள்களின் வரிசையில் இடம்பெறும் இந்திரனைக் குறிக்கும். அதே சமயம் Meghnad என்பது ராமாயணத்தில் ராவணனின் மகனும், ராம லட்சுமணர்களை எதிர்த்துத் தீரமுடன் சாகும்வரை போரிட்டவனுமான இந்திரஜித்தைக் குறிக்கும். முந்தையது சமயச் சார்பானது பிந்தியது சமயச் சார்பற்றது. முன்னது வேத இலக்கியங்களின் 'போற்றுதலுக்கு' உரியது. பின்னது இதிகாச நாயகர்களை எதிர்த்த எதிர் மரபுக்காரனின் பெயர் என்பதால் 'தூற்றுதலுக்கு' உரியது. பொதுவாக வங்காளத்தில் இளைஞர்கள் தம் குடும்பத்தினர் வைத்த பெயரை மாற்றி வைத்துக்கொள்ளும் நடைமுறை ஏதும் இல்லை. எனவே சாகா தனக்குத் தானே செய்து கொண்ட பெயர் மாற்றம் சாகாவைப் புரிந்து கொள்வதில் முக்கியமான ஒன்று. (இது குறித்து தனிக் கட்டுரை இணைப்பு '2'இல் பார்க்க.)

ஜகந்நாத் சாகாவின் வருமானம் தனது எட்டுப் பிள்ளைகளையும் நோயாளி மனைவியையும் பராமரிக்க மட்டுமே போதுமானதாக இருந்தது. வசதி பெரிதாக இல்லை எனினும் சாகாவின் குழந்தைப் பருவம் உற்சாகம் நிறைந்ததாகவே இருந்தது. பானசி ஆற்றில் வெள்ளம் கரைபுரளச் சியரத்தாலியும் அதைச் சுற்றி உள்ள கிராமங்களும் மழைக்காலங்களில் வெள்ளக்காடாக ஆகிவிடுவது ஆண்டுதோறுமான ஒரு நிகழ்வு. அங்குள்ள மக்கள் அடுத்த வீட்டுக்குப் போகவேண்டுமானால்கூட தோணியோ, படகோ கொண்டுதான் போக முடியும். இந்த நிலையில் நீச்சல் ஒரு தேவையான திறன். அங்கு பிறக்கும் குழந்தைகள் ஒழுங்காக நடக்க கற்றுக் கொள்ளும் முன்பே நீந்தக் கற்றுக் கொள்வர் எனக் கூறுவதுண்டு. சிறுவன் மேக்நாட்டும் இதற்கு விதிவிலக்கல்ல. மேக்நாட் சிறுவயதிலேயே சிறப்பாக நீந்தவும் தோணி இயக்கவும் கற்றுக்கொண்டுவிட்டான். ஆரோக்கியமும் புத்திக்கூர்மையும் நிறைந்த குழந்தையாக அவன் விளங்கினான்.

மேக்நாட்டின் தந்தை ஜெகந்நாத் சாகாவைப் பொறுத்தவரை கல்வி என்பது ஆரம்பக் கல்வி மட்டுமே. பிள்ளைகளின் எதிர்காலம் கல்வி வளர்ச்சி பற்றியெல்லாம் கவலைப்படும் அளவில் அவரது விழிப்புணர்வு இல்லை. அவரது சமூக பொருளாதார நிலை

அதற்கெல்லாம் இடம் கொடுக்கவும் இல்லை. தன் மளிகைக் கடையில் கூடமாட இருந்து கணக்கு வழக்கு தெரிந்து கொள்ளும் அளவுக்கு ஆண்பிள்ளைகள் படித்தால் போதும் என்பது அவரது எண்ணம். பெண்பிள்ளைகள் பற்றிச் சொல்லவே வேண்டியதில்லை.

அந்த வீட்டில் மூத்த மகனான ஜெய்நாத், மேக்நாட்டைவிட பதின்மூன்று ஆண்டுகள் மூத்தவர். அவர் மெட்ரிகுலேஷன் தேர்வில் தோல்வி அடைந்ததால் உள்ளூர் சணல் நார் நூற்பாலை ஒன்றில் இருபது ரூபாய் மாத ஊதியத்திற்கு வேலையில் சேர்ந்துவிட்டார். மூத்த மகனின் கல்வித் தோல்வி 'நம்ம வீட்டுக்கு பெரிய படிப்பெல்லாம் வேண்டியதில்லை' என்கிற எண்ணத்தை ஜெகந்நாத் சாகாவுக்கு வலுப்படுத்திவிட்டது. இதனால் அடுத்த மகன் பிஜோய்நாத்தும் பள்ளியில் இருந்து நிறுத்தப்பட்டு தந்தைக்கு உதவியாகக் கடைவேலையைப் பார்க்க வைக்கப்பட்டார்.

இத்தகு சூழ்நிலையில்தான் மேக்நாட் தன் ஏழாவது வயதில் உள்ளூரில் உள்ள கிராமத் தொடக்கப் பள்ளியில் சேர்க்கப்பட்டார். பள்ளியில் நன்றாகப் படித்ததால் விரைவிலேயே அங்கு அவருக்குப் பாடம் சொல்லித் தந்த சசிபூஷன் சக்ரவர்த்தி, ஜதீன் சக்ரவர்த்தி ஆகிய இரு ஆசிரியப் பெருமக்களின் அன்புக்கும் கவனிப்புக்கும் உரியவரானார். சிறுவன் மேக்நாட் சாகாவின் வியத்தகு நினைவாற்றலும், படிப்பின் மீதான அக்கறையும் இந்த ஆசிரியர்களை மிகவும் கவர்ந்தன. கற்றதை மறப்பது என்பது அந்தச் சிறுவன் அறியாத ஒன்றாக இருந்தது.

சிறுவனின் எளிய குடும்பப் பின்னணியையும் அவன் வெளிப்படுத்திய கற்றுக் கொள்வதற்கான வேட்கையையும் இணைத்துப் பார்த்து அந்த ஆசிரியர்கள் அச்சிறுவன் மீது வியப்பும் அக்கறையும் கொண்டிருப்பார்கள் எனலாம். ஏற்கெனவே மற்ற மகன்களைப் பெரிதாகப் படிக்க வைக்காத இச்சிறுவனின் தந்தையார் இந்த அற்புதக் குழந்தையையாவது வீணடிக்காமல் மேற்கொண்டு படிக்க வைக்க வேண்டுமே என்று கவலைப்பட்டனர் அந்த ஆசிரியர்கள்.

வீட்டில் முன்னுதாரணம் எனச் சொல்லக்கூடிய வகையில் யாரும் இல்லை என்றாலும், சிறுவன் சாகா தன்னளவில் ஓர் ஒழுங்குமுறையான சிறுவனாக விளங்கினான். சிறுவன் சாகாவுக்கு பிடித்த விஷயம் படிப்பு மட்டும்தான். பொழுது விடிவதற்கு முன்பே அதிகாலையில் எழுந்து படிக்கத் தொடங்கிவிடுவது அச்சிறுவனின் வழக்கம். குழந்தை தூங்கட்டுமே என்ற அன்பினாலோ, கவனக்குறைவினாலோ அவன் அன்னை என்றேனும் ஒருநாள்

எழுப்பத் தவறிவிட்டால் அவ்வளவுதான், 'ஏன் எழுப்பவில்லை என் படிப்பு வீணாகிவிட்டது' என்று பெரிய ஆரவாரமும் ஆர்ப்பாட்டமும் அவன் நடத்திவிடுவான்.

படிப்புக்குத் தேவையான சிலேட், பலப்பம், பென்சில், பேனா, நோட்டு புத்தகங்கள் இவை மட்டுமே அவன் விரும்பிக் கேட்கும் பொருட்கள். குழந்தைகளுக்கு உரிய விருப்பங்களான தின்பண்டங்கள், விளையாட்டு பொம்மைகள் போன்றவற்றைப் பெற்றோரிடம் கேட்டதே இல்லை அவன். ஆனால் பலப்பம் வேண்டும் பென்சில் வேண்டும் எனப் படிப்பதற்கான ஏதாவது ஒரு பொருளைக் கேட்டு அவன் எந்நேரமும் அழுது கொண்டே இருப்பான். பொருளாதார சூழ்நிலை காரணமாக அவனுக்கு அப்பொருட்கள் கேட்ட உடனே கிடைத்துவிடவில்லை. எனவே அச்சிறுவனின் அழுகைச் சத்தம் படிப்புக்கான ஏதேனும் ஒரு பொருளுக்காக எப்போதும் கேட்டுக் கொண்டே இருந்தது. இதனால் அக்கம் பக்கத்து வீட்டுக்காரர்கள் அவனைக் 'கன்டுனா' என்றே அழைப்பர்.[3] 'கன்டுனா' என்றால் வங்காள மொழியில் 'அழுமூஞ்சிப் பையன்' என்று பொருள்!

சாகாவின் கல்வித் தாகம் அந்தக் குடும்பத்தலைவரின் மனோபாவத்திற்கு முற்றிலும் முரணாக இருந்தது. ஜகந்நாத், பையன் நன்றாகப் படிப்பதை ஒரு பொருட்டாக எடுத்துக் கொள்ளவில்லை. மகனைப் பற்றிய ஆசிரியர்கள் கூறும் புகழ் மொழிகள் கூட அவருக்கு எரிச்சலையே ஊட்டியிருக்க வேண்டும். சாகாவின் தந்தை மகனைப் பார்த்து 'படித்தது போதும் என்னுடன் ஒத்தாசையாக வா! கடைக்குத் தேவையான பொருட்களை சந்தைக்குப்போய் வாங்கி வரலாம்' என்று அழைத்துச் சென்றுவிடுவார். சாகா கடையிலும் போய் தந்தைக்கு உதவி செய்ய வேண்டியிருந்தது. ஒரு கையில் குடையை விரித்துப் பிடித்துக் கொண்டு, மறுகையில் தந்தைக்குச் சாப்பாடு மூட்டையை ஏந்திக்கொண்டு தோளில் புத்தகப்பையைத் தொங்கவிட்டுக்கொண்டு சிறுவன் சாகா கடைக்குச் செல்லும் காட்சி பலரும் காணும் அன்றாட நிகழ்வு.

ஆனால் அச்சிறுவனுக்குப் பள்ளிக்கூடம் அளித்த மகிழ்ச்சியை பலசரக்குக்கடை அளிக்கவேயில்லை. விட்டால் போதும் என்று கடையை விட்டு வீட்டுக்கு வந்து புத்தகத்தை விரித்து வாய்விட்டுப் படிக்கத் தொடங்கிவிடுவான். கடையை மூடிவிட்டு வீட்டுக்கு வந்து உண்டு ஓய்வெடுக்கும் தந்தைக்கு தன் மகன் வாய்விட்டு படித்துக் கொண்டிருப்பது தூக்கத்தைக் கெடுக்கும் செயல்! எனவே, பல நேரங்களில் அவர் அவனைக் கம்பெடுத்து விளாசிவிடுவது வழக்கம். இத்தகு சூழ்நிலையில்தான் சாகா ஆரம்பக் கல்வியை நிறைவு செய்தார். அடுத்து இடைநிலைக் கல்விக்கான போராட்டம்.

தாய்மொழிக் கல்வி ஆரம்பக் கல்வியில் மட்டுமே. இனி ஆங்கிலவழிக் கல்வி.

சாகா ஆரம்பக் கல்வியை முடித்த நிலையில் மேற்கொண்டு படிக்க வைப்பதில் அவர் தந்தைக்கு விருப்பம் இல்லை. ஏதோ எழுதப் படிக்கவும், கூட்டல் கழித்தல் கணக்குப் போடவும் கற்றுக் கொண்டாயிற்று. கடைவேலை பார்க்க இது போதும் என்பது அவரது முடிவு. தந்தையின் முடிவு சாகாவால் ஏற்றுக் கொள்ள முடியாததாக இருந்தது. ஓர் அறிவாளிக் குழந்தையின் அழகான கல்விக் கனவு அற்பமாக கலைந்து போவதை அவனது பள்ளி ஆசிரியர்களும் விரும்பவில்லை. அவர்கள் அக்குடும்பத்தாரிடம் அச்சிறுவனைப் படிக்க வைக்க வலியுறுத்தினர்.

மேற்கொண்டு படிப்பதற்கான சாகாவின் வேட்கையும், அவருடைய ஆசிரியர்களின் வேண்டுகோளும் அவர் தந்தையைவிட அவர் தனயன் ஜெய்நாத்தின் மனத்தைத் தொட்டன. ஏற்கெனவே படிப்பைப் பாதியில் விட்டுவிட்ட ஜெய்நாத் தன்னால் இயலாததைத் தன் தம்பியாவது செய்யட்டுமே என எண்ணினார். ஜெய்நாத்தின் முயற்சியால் சிமுலியாவில் வாழ்ந்த ஆயுர்வேத மருத்துவர் ஒருவர் மேக்நாட்டின் படிப்புக்கு உதவ முன்வந்தார். அவர் பெயர் அனந்த குமார் தாஸ். அவரும் அவர் மனைவியும் தங்கள் வீட்டில் சிறுவன் சாகா தங்க இடம் கொடுத்ததால், அவ்வூரில் உள்ள இடைநிலைப் பள்ளியில் சேர முடிந்தது.

இந்த ஆதிக்கச்சாதி மருத்துவரும் அவர் மனைவியும் ‘பெருந்தன்மையோடு’ மேக்நாட்டை தங்கள் வீட்டில் அனுமதித்துப் படிப்புக்கு உதவினாலும் தாழ்த்தப்பட்ட சாதியைச் சேர்ந்த சிறுவன் என்பதால் அவனுக்குச் சாப்பிடத் தனித் தட்டு ஒதுக்கியதோடு அதை அவனே கழுவி வைத்துக்கொள்ளச் செய்தனர். அது மட்டும் அல்லாமல் வீட்டை மெழுகுவது, மாடு கன்றுகளைப் பராமரிப்பது போன்ற வேலைகளையும் மேக்நாட் செய்யவேண்டி இருந்தது. சாதியத்தின் அளவுகோல் மனிதாபிமானத்திற்குக் கூட எல்லை வகுத்துவிடுகிறது!

சிறுவன் மேக்நாட் தான் தொடர்ந்து படிக்க வேண்டும் என்ற இலட்சியத்திற்காக இதை ஏற்று அந்த வீட்டில் தங்கிப் படித்தார். ஆனால் அனந்தகுமார் தாஸ் இந்த உதவியைச் செய்ய முன்வராமல் இருந்திருந்தால் மேக்நாட்டின் கல்விக் கனவு என்னவாகி இருக்கும் எனக் கணிக்க இயலாது. இந்த உதவிக்காக சாகா மாபெரும் விஞ்ஞானியாக பேராசிரியராக விளங்கிய காலத்தில் அனந்தகுமார் தாஸின் வயதான மனைவிக்குத் தொடர்ந்து மாதந்தோறும் உதவித்தொகை அனுப்பி நன்றி பாராட்டினார்.

தடைகளைக் கடந்து கல்வியைத் தொடர்வது சாகாவுக்குப் பெருத்த உற்சாகத்தை அளித்தது. பத்து வயதுச் சிறுவனான அவருக்குப் புதிய பள்ளியும் புதிய சூழலும் பிடித்துப் போயின. அவர் படித்த பள்ளியில் அற்புதமான ஆசிரியர்கள் இருந்தனர். வாழ்நாள் முழுதும் திகட்டாத தேனாகக் கணிதம் அவருக்கு இனித்தது. அத்தகு கணித ஆர்வத்துக்கான அடிப்படையைச் சிமுலியா இடைநிலைப் பள்ளியில் கணிதப்பாடம் நடத்திய பிரசன்னகுமார் சக்கரவர்த்தி என்ற ஆசிரியர் அமைத்துக் கொடுத்தார். அறிவியல் மேதை சத்தியேந்திரநாத் போசுக்கு அவரது பள்ளிப் பருவத்தில் உபேந்திர பக்ஷி என்ற கணித ஆசிரியர் பெரும் தூண்டுகோலாக அமைந்திருந்தார். அதுபோல் மேக்நாட் சாகாவுக்கு பிரசன்னகுமார் சக்கரவர்த்தி தூண்டுகோலாக விளங்கினார்.[4] பிற்காலத்தில் சாகா இக்கணித ஆசிரியரைப் பற்றி எழுத நேர்ந்தபோது தனக்குக் கணிதம் போதிப்பதில் இவ்வாசிரியர் காட்டிய தனிப்பட்ட அக்கறையை நன்றியோடு குறிப்பிட்டார். அதுவே தான் கணிதத்தில் சிறந்து விளங்க அடிப்படையாக அமைந்தது என்றும் எழுதினார்.

சாகாவின் சிமுலியா காலம் அவர் எதிர்காலத்தில் கடுமையான சூழல்களை எதிர்கொள்வதற்கான ஒரு முன்னோட்டமான பயிற்சிக் காலமாக இருந்தது. அவர் வார இறுதியில் அனந்தகுமார் வீட்டில் இருந்து சியரத்தாலியில் உள்ள தன் வீட்டிற்கு வந்துவிடுவார். அப்படி வரும்போது பத்துக் கிலோமீட்டர் தொலைவையும் பத்து வயது சின்னப்பையன் சாகா செருப்பணியாத கால்களோடு நடந்தே வந்துவிடுவார். பெரும்பாலும் அந்த நடைபாதை சேறும் நீரும் நிறைந்ததாகவே இருக்கும். மழைக்காலங்களில் தானே தோணியை ஓட்டிக்கொண்டு ஊருக்கு வந்துவிடுவார். இந்தச் சிரமங்கள் அவரது கல்வியை எந்த விதத்திலும் பாதிக்காமல் பார்த்துக் கொண்டார். சிறப்பாகப் படித்து இடைநிலைக் கல்வித் தேர்வில் மாவட்டத்தில் முதல் மதிப்பெண் பெற்று வெற்றி பெற்றார். அப்போது சாகாவின் வயது பன்னிரண்டு.

இடைநிலைக் கல்வியில் மாவட்டத்தில் முதல் மாணவனாகத் தேர்ச்சி பெற்றதால் மேற்கொண்டு படிப்பதற்கு மாதம் நான்கு ரூபாய் உதவித்தொகையாக அவருக்குக் கிடைத்தது. அதைக் கொண்டு டாக்கா கல்லூரிப் பள்ளியில் சேர்ந்தார் (1905). அந்த உதவித்தொகை அந்த எளிய கிராமத்துச் சிறுவனுக்கு நகரத்து வாசல்களைத் திறந்துவிட்டது. புதிய மனிதர்கள்; புதிய சூழல்; புதிய அனுபவங்கள்!

2

வெள்ளையரை எதிர்த்த பள்ளிச்சிறுவன்

கற்பதற்கான பெரும்பசி கொண்ட அந்தச் சிறுவனுக்கு அதற்கான விஷயங்கள் டாக்காவில் நிறையவே இருந்தன. பிற்காலத்தில் சாகாவைப் போலவே அறிஞர் பெருமக்களாக விளங்கிய நிகில் ரஞ்சன் சென், சுரேந்திர குமார் ராய் ஆகியோர் இங்கு சாகாவின் வகுப்புத் தோழர்களாக விளங்கினர்.[5]

இடைநிலைப் பள்ளித் தேர்வில் மாவட்டத்தில் முதலாவதாக வந்ததால் கிடைத்த உதவித்தொகை நான்கு ரூபாய், அண்ணன் ஜெய்நாத் தனது மிகச்சிறிய மாதச் சம்பளம் இருபது ரூபாயில் இருந்து மாதந்தோறும் அனுப்பிய தொகை ஐந்து ரூபாய், சாதிச் சங்கமான 'பூர்வ வங்க வைசிய சமிதி' (Purba Banga Baisya Samity) மாதந்தோறும் வழங்கிய உதவித்தொகை இரண்டு ரூபாய் ஆக பதினோரு ரூபாய் அவருக்கு டாக்காவில் தங்கிப் படிக்க மாதந்தோறும் கிடைத்தது. அக்காலத்தில் சாகாவைப் போன்ற மற்ற மாணவர்களுக்கு ஒரு மாதத்திற்கு தலை பதினைந்து ரூபாய் தேவைப்பட்டது. ஆனால் சாகாவின் சூழ்நிலை பதினோரு ரூபாய்க்குள் தன் செலவைக் கட்டுப்படுத்திப் படிக்க வேண்டிய நிலையில் இருந்தது. இந்த வறுமையில் அவரால் ஒரு ஜோடி செருப்பு வாங்கி அணிய முடிந்ததே இல்லை. டாக்கா கல்லூரிப் பள்ளியில் செருப்பு அணியாத வெறுங்கால் மாணவனாக (barefoot boy) சாகாவை அனைவரும் அறிவர்.

அன்றைய காலக்கட்டத்தில் (1905), ஓரளவு ஆரோக்கியமான சூழலில் தங்குவதற்கும் சாப்பிடுவதற்கும் மட்டுமே ஒரு மாணவனுக்கு சராசரியாக பத்து ரூபாய் அவசியம். அது மட்டுமில்லாமல் கல்விக் கட்டணம், திண்பண்டம், காபி டீ, இதர செலவுகள் என மேற்கொண்டு மாதத்திற்கு ஐந்து அல்லது ஆறு ரூபாய் தேவை. சாகாவின் சூழல் இந்த அளவுக்குக் கூட இல்லை. எனவே அச்சிறுவன் தொடக்கத்தில் டாக்காவில் அர்மானிதோலா பகுதியில் ஒரு பாழடைந்த வீட்டில் அறை எடுத்துத் தங்க வேண்டி இருந்தது. அதன் பிறகு நல்கோலா என்ற பகுதியில் ஒரு வழக்கறிஞர் வீட்டில் தங்க வாய்ப்பு கிடைத்தது.

சாகாவின் டாக்கா பள்ளி மாணவ வாழ்க்கை எளிமையானதாக இருந்தாலும் அமைதியாகவே தொடங்கியது. ஆனால் இந்த அமைதி நீண்ட நாட்கள் நீடிக்கவில்லை. சாகா டாக்கா கல்லூரிப் பள்ளியில் சேர்ந்த அதே 1905ஆம் ஆண்டில் நவீன இந்திய வரலாற்றில் மிக முக்கிய நிகழ்வான வங்கப் பிரிவினை நடந்தது. இந்திய வைஸ்ராய் கர்சன் பிரபு வங்காளத்தைக் கிழக்கு வங்காளம், மேற்கு வங்காளம் என இரண்டாகப் பிரிப்பதாக அறிவித்தார். நிர்வாக சீர்திருத்த நடவடிக்கை என்று காலனிய வைஸ்ராய் விளக்கமளித்தாலும் அது வளர்ந்து வந்த தேசிய எழுச்சியை இந்து முஸ்லிம் பிரிவினை உணர்வைத் தூண்டிக் கெடுப்பதற்கானதே எனத் தேசத் தலைவர்களும் மாணவர்களும் கருதினர். பிரிவினைக்கு எதிரான கிளர்ச்சி வங்காளம் முழுவதும் வெடித்தது.

வங்கப் பிரிவினைக்கு எதிரான இயக்கம் இந்திய அளவில் சுதேசி இயக்கமாகப் பரிணமித்தது. அந்நியத் துணிகள் கொளுத்தப்பட்டன. இங்கிலாந்து தொழிற்சாலைகளில் உருவாகி இந்தியாவில் இறக்குமதி செய்யப்பட்ட அனைத்துப் பொருட்களையும் மக்கள் புறக்கணித்தனர். சுதேசிப் பொருட்களையே வாங்கினர். வங்காளத்தில் பிபின் சந்திரபால், மராட்டியத்தில் பாலகங்காதர திலகர், பாஞ்சாலத்தில் லாலாலஜபதி ராய், தமிழ்நாட்டில் வ.உ.சிதம்பரனார் என உறுதியான தலைவர்கள் கிளர்ச்சிக்குத் தலைமை தாங்கினர். மாணவர்கள் வகுப்புகளைப் புறக்கணித்தனர்.

டாக்கா நகரமும் இதற்கு விதிவிலக்கல்ல. அங்கும் வங்கப் பிரிவினைக்கு எதிராக மக்கள் வீதியில் இறங்கிப் போராடினர். கல்லூரி மாணவர்கள் கல்வி நிறுவனங்களை விட்டு வெளியேறிக் கிளர்ச்சியில் இறங்கினர். கிளர்ச்சி பள்ளிகளையும் விட்டு வைக்கவில்லை. டாக்கா கல்லூரிப் பள்ளியிலும் மாணவர்கள் கொதிப்பேறி நின்றனர். பன்னிரண்டு வயது மாணவர் சாகாவும் போராடத் துணிந்தார்.

இந்தச் சூழ்நிலையில் வங்காள ஆளுநர் சர் பாம்ஃபீல்டு ஃபுல்லர் டாக்கா கல்லூரிப் பள்ளிக்கு வருகை புரிந்தார். ஆளுநரின் வருகையை எதிர்த்து அன்று தேசப்பற்றுள்ள மாணவர்கள் ஆர்ப்பாட்டத்தில் இறங்கினர். வகுப்புகளைப் புறக்கணித்தனர். ஆர்ப்பாட்டத்தில் ஈடுபட்ட மாணவர்களில் பதின்பருவத்தைத் தொடாத மேக்நாட் சாகாவும் ஒருவர். பள்ளி நிர்வாகம் போராட்டத்தில் கலந்து கொண்ட அனைத்து மாணவர்கள் மீதும் கடும் நடவடிக்கை எடுத்து ஆளுநருக்குத் தன் விசுவாசத்தை உறுதி செய்தது. கிளர்ச்சிக்கார மாணவர்கள் பள்ளியை விட்டு வெளியேற்றப்பட்டனர். சாகாவும் வெளியேற்றப்பட்டார். அவரது கல்வி உதவித்தொகையும் பறிக்கப்பட்டது. அவரது நடத்தைச் சான்றிதழில் அவரது நடத்தை 'திருப்தியற்றது' எனக் குறிக்கப்பட்டது.

சமூக ஒடுக்குமுறையிலும், பொருளாதார நிறைவின்மையிலும் வளர்ந்து, தடைகளைக் கடந்து, தன் அறிவாற்றலாலும் கல்வி வேட்கையினாலும் மேல் நோக்கி வந்துகொண்டிருந்த ஒரு கிராமத்துப் பெட்டிக்கடைக்காரரின் மகனான இந்த ஏழைச் சிறுவனுக்கு அவன் மிகவும் விரும்பிய கல்வியைத் தொடர முடியாமல் பள்ளியை விட்டுத் துரத்தப்பட்ட கணத்தில் மனநிலை என்னவாக இருந்திருக்கும்? சாகாவின் ஒட்டுமொத்த வாழ்க்கையில் அவர் உறுதிகாட்டிய காலனிய எதிர்ப்பு, ஏகாதிபத்திய எதிர்ப்பு ஆகியவற்றைக் கருத்தில் கொண்டால் ஆளுநர் வருகையை எதிர்த்துக் கிளர்ச்சியில் பங்கேற்றதற்கோ அதன் காரணமாகப் பள்ளியைவிட்டு வெளியேற்றப்பட்டதற்கோ வருத்தப்பட்டிருக்கமாட்டார் என்றே அனுமானிக்க வேண்டியுள்ளது. ஆனால் அடுத்து என்ன என்பது குறித்த மிரட்சி அச்சிறுவனுக்கு இருந்திருக்கும் என நம்பலாம்.

சாகாவின் அப்போதைய மனநிலை எதுவாக இருந்தாலும் இந்த நிகழ்வு அரசு ஆவணங்களில் பதிவாகிவிட்டதால் பிற்காலத்தில் அவர் சிவில் சர்வீஸ் தேர்வுகள் எழுத அனுமதி மறுக்கப்பட்டதற்கும் லண்டன் ராயல் கழகத்தில் உறுப்பினராக அங்கீகரிக்கப்படுவது இரண்டு ஆண்டுகள் தள்ளிப் போனதற்கும் முக்கிய காரணமாக அமைந்தது.

சிறுவனின் கல்வி வாழ்வில் ஏற்பட்ட இந்த நெருக்கடியான சமயத்தில் தேசிய உணர்வு உள்ள தனியார் பள்ளி ஒன்று அவனைச் சேர்த்துக் கொள்ள முன்வந்தது. கிஷோரி லால் ஜூப்ளி உயர்நிலைப் பள்ளி என்ற அந்தப் பள்ளி சாகாவிற்குப் படிக்க வாய்ப்பு அளித்ததோடு கல்வி உதவித் தொகைக்கும் ஏற்பாடு செய்து தந்தது. இதனால் சாகா மீண்டும் ஊக்கத்தோடு தன் படிப்பைத் தொடர்ந்தார்.

சாகாவின் நடத்தை திருப்திகரமாக இல்லை என்று கூறி வெளியேற்றிய அதே டாக்கா கல்லூரிப் பள்ளி முப்பது ஆண்டுகள் கழித்து சாகா மகத்தான விஞ்ஞானியாக நவீன வானியற்பியலின் தந்தையாகப் பிரபலமடைந்த பிறகு தன் பழைய மாணவர் என்ற வகையில் அவரை விருந்தினராக அழைத்துப் பெருமைப்பட்டுக் கொண்டது.

சிமுலியாவில் படித்தபோது வார விடுமுறையில் செருப்பணியாத கால்களோடு தன் சொந்த ஊருக்கு நடந்தே போய் விடுவார் எனப் பார்த்தோம். ஆனால் டாக்காவில் படித்தபோது இது சாத்தியப்படவில்லை. வாரந்தோறும் ஊருக்குச் சென்றுவருவது பொருட்செலவு கொண்டது என்பதோடு படிப்பையும் பாதிக்கும் என்பதைச் சாகா உணர்ந்ததால் அப்பழக்கத்தைக் கைவிட்டார்.

அதன் பிறகு கோடை விடுமுறை நாட்கள் மற்றும் சரஸ்வதி பூஜை விடுமுறை நாட்களில் மட்டுமே ஊருக்குச் சென்று வந்தார். 'பழக்கமாகிவிட்டது; வழக்கமாகிவிட்டது' என்ற பலவீனங்கள் எதுவுமே சாகாவிடம் சிறுவயதிலேயே இருந்ததில்லை. பகுத்தறிவின் துணை கொண்டே அனைத்தையும் பார்க்கும் நடைமுறை அவரிடம் எப்போதும் இருந்தது. ஒருமுறை ஊருக்குச் சென்றிருந்தபோது ஒரு வழிபாட்டு நிகழ்ச்சியில் சாகா தாழ்த்தப்பட்ட சாதியைச் சேர்ந்த சிறுவன் என்பதால் சரஸ்வதி தேவியை வழிபட அனுமதி மறுத்து ஒரு பார்ப்பன அர்ச்சகன் விரட்டியடித்தான். கல்வியில் சிறந்து விளங்கிய சரஸ்வதி தேவியின் அருட்பார்வையை முற்றிலும் பெற்றுத் துலங்கிய சிறுவன் சாகாவுக்கு சரஸ்வதியை வழிபடும் உரிமை கிடைக்கவில்லை! ஒரு சாதியச் சமூகத்தின் கொடுங்கோன்மையை மேக்நாட் சாகா நேரடியாக உணர்ந்த முதல் தருணம் அது எனலாம். சாதியத்தின் வேர்கள் வைதீக இந்து மதத்திலும் கடவுள் நம்பிக்கையிலும் உள்ளது என்பதைப் புரிந்து கொண்ட முதல் தருணமும் அதுதான். பிற்காலத்தில் சாதிக் கொடுமையையும் தீண்டாமையையும் சாகா எதிர்த்து நிற்க முதல் வித்து அன்று விதைக்கப்பட்டது.

விடுமுறைக்காக ஊருக்குச் சென்றிருந்த நாட்களில் வீட்டில் பொறுப்புணர்வோடும் புத்திசாலித்தனத்தோடும் நடந்து கொண்டார் சாகா. தன் தந்தை மகிழத் தக்க வகையில் அவரோடு காலை வேளையில் மாடு கன்றுகளைக் குளிப்பாட்டினார். பிற்பகல் கடைத் தெருவுக்குச் சென்று தம் மளிகைக் கடைக்குத் தேவையான மளிகைப் பொருட்கள், காய்கறிகள் போன்றவற்றைக் கொள்முதல் செய்து வந்தார். மாலைவேளையில் தன் தம்பிகளுக்குப் பாடம் சொல்லிக் கொடுத்தார்.

நேரம் கிடைக்கும் போது பொழுதுபோக்குகளில் ஈடுபடுவதையும் அவர் தவறவிடவில்லை. அந்த ஊர்க் குழந்தைகளின் விருப்பமான பொழுதுபோக்குகளான நீச்சல், படகுப்போட்டி போன்றவற்றில் சாகாவும் பங்கெடுத்துக் கொண்டார். இவை பொழுதுபோக்குகளுக்காக மட்டுமல்லாமல் சிறுவனின் உடலையும் உள்ளத்தையும் திடப்படுத்தும் ஆரோக்கியமான விளையாட்டுகளாகவும் அமைந்திருந்தன. இவை எல்லாவற்றிற்கும் அப்பாற்பட்டு அறிவுத் தேடல் என்பது அவரது முதன்மை ஆர்வமாக விளங்கியது.

சாகா இடைநிலைப் பள்ளிக் காலத்தில் இருந்தே கணிதத்தின் மீது ஆர்வத்தை வளர்த்துக் கொண்டு வந்தார். கணிதம் அவரது முதன்மை விருப்பமாக இருந்தது. அவர் விரும்பிப் படித்த பாட நூல்களில் கணிதத்திற்கு அடுத்து இரண்டாவது இடம்

எப்போதுமே வரலாற்றுக்குத்தான். இது ஒரு வியப்பான விஷயம். பொதுவாக கணிதம், அறிவியல் போன்றவற்றில் ஆர்வம் உள்ள மாணவர்களுக்கு வரலாறு பிடிக்காத ஒன்றாகவோ குறைந்த ஆர்வமுள்ள ஒன்றாகவோ இருப்பது இயல்பு. ஆனால் சாகா தன் வாழ்நாள் முழுவதும் வரலாற்றை விரும்பிக் கற்றார். பள்ளிப் பருவத்திலேயே அத்தகு ஆர்வம் அவருக்கு வந்துவிட்டது.

சிறு வயது முதல் அவர் சந்தித்த சமூக சாதிய ஒடுக்குமுறை, தேசத்தின் அடிமை நிலை போன்றவற்றைக் குறித்த சிந்தனை ஓட்டமும் கோபமும் இருந்ததால் அவையே வரலாற்றின் மீதான ஆர்வமாக ஆகி இருக்கலாம். ஆய்வாளர் அபாசூரும் சுதேசி இயக்கத்தில் அவர் கொண்ட ஈடுபாடு வரலாறு, இலக்கியம் ஆகியவற்றில் தீவிர ஆர்வத்தை அவருக்கு உருவாக்கியது என்கிறார்.[6]

சாகாவின் வரலாற்று ஆர்வமும், புத்தகங்களைப் படிப்பதற்கான ஆர்வமும் வீரதீர சாகசக் கதைகளைப் படிப்பதிலேயே தொடங்கின. இளம்பருவத்தில் சாகசங்களை விரும்பாத மனம் ஏதேனும் இருக்க முடியுமா? சாதிக்க முடியாததைச் சாதித்துக் காட்ட முயல்வதையே சாகா தன் வாழ்க்கையாக வரித்துக் கொண்டவர். அவருக்கு சாகசக் கதைகளில் ஆர்வம் உண்டானது வியப்புக்குரிய ஒன்றல்ல. அவர் டோட் என்பவர் எழுதிய ராஜஸ்தான் என்ற நூலை விரும்பிப் படித்தார். ரஜபுதன வீரர்களின் கதைகளும் மராட்டிய சிவாஜி போன்றோரின் கதைகளும் அவர்களின் வீர சாகசங்களும் சிறுவன் சாகாவை மிகவும் கவர்ந்தன. ரவீந்திரநாத் தாகூரின் ‘கதா ஓ காகினி’ சாகாவைக் கொள்ளை கொண்ட ஒரு நூல். இதுவும் மேற்சொன்ன ரஜபுதன, மராட்டிய வீரர்களின் சாகசங்களை விவரிக்கும் நூலே. இவை எல்லாவற்றையும்விட சிறுவன் சாகாவின் சிந்தனையில் பெருந்தாக்கத்தை ஏற்படுத்திய நூல் மைக்கேல் மதுசூதன் தத்தா என்பார் எழுதிய ‘மேக்நாட் வத்’ என்ற நூலாகும்.[7] ‘மேக்நாட் வத்’ என்றால் ‘மேக்நாட் வதம்’ என்பது பொருள். இது ஒரு இதிகாச செய்யுள் நூல். (பார்க்க பின் இணைப்பு ‘2’ தனிக்கட்டுரை)

முடியாதது எதுவுமில்லை என்ற எளிய நேர்மறை மனோபாவம் சாகாவைச் சிறு வயது முதலே வழிநடத்தியது. அறிவைத் தேடுவதிலும் கண்டடைவதிலும் சாகா கொண்டிருந்த பேரார்வம் அவரது நேர்மறைச் சிந்தனைகளுக்கான நிலைக்களனாக விளங்கியது. இப்பண்பு கிஷோரி லால் பள்ளியில் படித்த காலத்தில் டாக்கா ஞானஸ்நான சமயப் பரப்புக் குழு (பாப்டிஸ்ட் மிஷனரி) நடத்திய பைபிள் வகுப்பில் சேர வைத்தது. எதைச் செய்தாலும் அதை ஈடுபாட்டுடனும் திருத்தமாகவும் செய்வது சாகாவின் இயல்பு. இவ்வகுப்புகளைத் தொடர்ந்து வங்காளம் முழுமைக்குமான

மாணவர்களுக்கு நடத்தப்பட்ட பைபிள் தேர்வில் சாகா பங்கெடுத்துக் கொண்டார். இத்தேர்வு கல்லூரி மாணவர்களையும் உள்ளடக்கியது. தேர்வில் ஒட்டுமொத்தப் பள்ளி கல்லூரி மாணவர்களில் சாகாவே முதலிடம் பிடித்து வெற்றி பெற்றார்.

பைபிள் தேர்வில் முதலாவதாக வந்ததற்காகச் சிறுவன் சாகாவிற்கு நூறு ரூபாய் ரொக்கமும் ஓர் அழகிய பைபிள் நூலும் பரிசாகக் கிடைத்தது. நூறு ரூபாய் என்பது சாகாவின் ஒன்பது மாத செலவுத் தொகை என்பதால் அவர் நிறையவே மகிழ்ந்திருப்பார் எனலாம். சாகா பைபிள் நூலில் மட்டுமல்ல பிற்காலத்தில் அனைத்து மத நூல்களிலும் ஆழமான அறிவை வளர்த்துக் கொண்டார். குறிப்பாக ஆரிய வேதங்களே அறிவு அனைத்திற்கும் தாய் என்ற பார்ப்பனர்களின் வாதத்தை முறியடிக்கச் சமஸ்கிருதத்தை நன்கு கற்று வேதங்கள் உட்படச் சமஸ்கிருத இலக்கியங்களை விரிவாகப் படித்து அவற்றைக் கடுமையாக விமர்சனம் செய்தார். ஓர் அறிவியல்பூர்வ கடவுள் மறுப்பாளராகச் சாகா இறுதிவரை வாழ்ந்தார்.

3

டாக்கா கல்லூரி மாணவர்

போராட்ட குணத்திற்குப் பரிசாக அரசுப் பள்ளியை விட்டு வெளியேற்றப்பட்டுத் தனியார் பள்ளி ஒன்றில் படிக்க நேர்ந்த சாகா சிறப்பாகப் படித்து 1909ஆம் ஆண்டு நடந்த பொது நுழைவுத் தேர்வில் (இன்றைய பத்தாம் வகுப்பு பொதுத்தேர்வு போன்றது) கிழக்கு வங்காளத்திலேயே முதலாவதாக வந்து வெற்றி பெற்றார். இதன் மூலம் டாக்கா அரசுக் கல்லூரியில் ஐ.எஸ்.சி என்று சொல்லக்கூடிய இடைநிலை அறிவியல் வகுப்பில் சேர்ந்தார்.

1909 முதல் 1911 வரையிலான இக்கல்லூரி வாழ்க்கை சாகா எதிர்காலத்தில் மகத்தான விஞ்ஞானியாக வருவதற்கான மிகச்சிறந்த அடித்தளத்தை அமைத்துக் கொடுத்தது. இக்கல்லூரியின் சிறப்பான கல்விச் சூழல் சாகாவின் மொழித்திறன், அறிவியல் மேம்பாடு, கணித ஆற்றல் போன்றவற்றில் நேர்மறையான மாற்றங்களை உருவாக்கியது.

சாகாவிற்கு வகுப்பு நடத்திய இக்கல்லூரிப் பேராசிரியர்கள் சிலர் அவரிடம் பெரும் தாக்கத்தை உருவாக்கினர். அதில் மிக முக்கியமானவர் பேராசிரியர் நாகேந்திரநாத் சென். இப்பேராசிரியர் அப்போதுதான் வேதியியல் ஆராய்ச்சியில் முனைவர் பட்டம் பெற்று வியன்னாவில் இருந்து திரும்பி இருந்தார். இவர் ஜெர்மன் மொழியை நன்கு கற்றறிந்தவர். அன்றைய கால கட்டத்தில் மிகப்பெரும் அறிவியலாளர்கள் ஜெர்மன் நாட்டவர்களாக இருந்தனர். அறிவியலின் மூலமுதல் ஆய்வுக் கட்டுரைகள் ஜெர்மன் மொழியிலேயே அதிகம் வெளிவந்தன. எனவே, அறிவியலுக்கான நிச்சயமான கடவுச்சீட்டாக ஜெர்மன் மொழி அக்காலத்தில் விளங்கியது.[8] இதை உணர்ந்திருந்ததால் சாகா ஜெர்மன் மொழியையும் ஒரு மொழிப்பாடமாகத் தேர்வு செய்து படித்தார். அக்கல்லூரியில் ஜெர்மன் சொல்லித்தரத் தனிப்பட்ட ஆசிரியர் ஏற்பாடு எதுவும் இருக்கவில்லை. பேராசிரியர் நாகேந்திரநாத் சென்னிடம் சாகா தனிப்பட்ட முறையில் ஜெர்மன் கற்றுக் கொண்டார். அதே சமயத்தில் அக்காலத்து எல்லா இந்து மாணவர்களையும் போல் சாகா சமஸ்கிருதத்தையும் கற்றுக்கொண்டார்.

நாகேந்திரநாத் சென் தவிர பி.என். தாஸ் இயற்பியல் பாடத்தையும், என்.பி.கோஷ் மற்றும் கே.பி.பாசு ஆகியோர் கணிதத்தையும், ஹரிதாஸ் சாகா மற்றும் ஈ.சி.வாட்சன் ஆகியோர் வேதியியல் பாடத்தையும் நடத்தினர். கல்லூரி முதல்வர் டபிள்யு.ஜே.ஆர்ச் பால்டு ஆங்கிலப் பேராசிரியர் பணியையும் செய்து வந்தார். பேராசிரியர் பிரபோத் சந்திர சென் குப்தா இந்து வானியல், கணிதம், காலவரிசையியல் (Chronology) போன்றவற்றில் நிபுணராக இருந்தார். சாகாவின் வானியல் ஆர்வம் இவரிடமிருந்தே தொடங்கியது. பிற்காலத்தில் சாகா இந்திய நாள்காட்டிச் சீர்திருத்தத்தைச் செய்து முடித்ததற்கு இவரிடம் கற்ற காலவரிசையியல் உதவிகரமாக இருந்திருக்க வேண்டும். கணிதம் சாகாவின் விருப்பமான பாடமாக விளங்கியதை ஏற்கெனவே பார்த்தோம். இப்போது அதை மேலும் ஊக்கப்படுத்தும் பணியை பேராசிரியர் கே.பி.பாசு செய்தார்.

ஜெர்மன் மொழியை ஒரு பாடமாகத் தேர்வு செய்தது சாகாவிற்கு உடனடி நோக்கில் சற்று பாதகமாகவே அமைந்தது. 1911இல் நடந்த இடைநிலை அறிவியல் தேர்வில் (ஐ.எஸ்சி) கணிதத்திலும், வேதியியலிலும் பல்கலைக்கழக அளவில் சாகா முதலிடம் பெற்றாலும் ஒட்டுமொத்த மதிப்பெண்களில் பல்கலைக்கழக அளவில் அவருக்கு மூன்றாவது இடமே கிடைத்தது. ஜெர்மன் மொழியைக் கற்றுத்தரக் கல்லூரியில் ஏற்பாடு இல்லாததால் சாகாவிற்கு அதில் சற்று மதிப்பெண் குறைந்துவிட்டது. கல்லூரியில் வேறு எந்த மாணவனும் ஜெர்மன் மொழிப்பாடத்தைத் தேர்வு செய்யவில்லை என்பதும் குறிப்பிடத்தக்கது.[9]

இப்போது சாகா இன்னொரு புதிய உலகத்தைப் பார்ப்பதற்கான நேரம் வந்துவிட்டது. ஆம். சாகா பி.எஸ்சி. படிக்கக் கல்கத்தாவை நோக்கிப் பயணப்பட வேண்டும். தங்கள் கல்லூரியின் அறிவாளி மாணவனைத் தக்கவைத்துக் கொள்ள முடியாமல் கல்கத்தா பல்கலைக்கழகத்திற்கு அனுப்பி வைப்பதில் கல்லூரி முதல்வர் டபிள்யு.ஜே.ஆர்ச் பால்டுக்கு நிறையவே வருத்தம். ஆனால் கல்கத்தா மாநிலக் கல்லூரியோ தனக்குப் பெருமை சேர்க்கப் போகும் மாணவன் மேக்நாட் சாகாவுக்காக மகிழ்ச்சியோடு காத்திருந்தது.

4

கிராம வாழ்வின் தாக்கம்

மேக்நாட் சாகா சியரத்தாலியை, சிமுலியாவைக் கடந்து டாக்காவின் நகர வாழ்க்கைக்கு அறிமுகமானதில் இருந்து அவரது எஞ்சிய வாழ்வு கல்கத்தா, அங்கிருந்து அலகாபாத், மீண்டும் கல்கத்தா என நகர வாழ்வாகவே இருந்துவிட்டது. உலக அளவில் அங்கீகாரம் பெற்ற அறிவியல் மேதை, மக்கள் செல்வாக்கு மிக்க நாடாளுமன்ற உறுப்பினர் என அவர் தன் தகுதியையும் ஆளுமையையும் உயர்த்திக் கொண்டார். அந்த வகையில் ஐரோப்பிய நாடுகள், அமெரிக்க ஐக்கிய நாடுகள், சோவியத் ரஷ்யா என அவர் ஏராளமான நாடுகளுக்குச் சென்று வந்தார். உலக வாழ்வைத் தரிசனம் செய்தார். டாக்கா, கல்கத்தா, அலகாபாத் மட்டும் அல்லாது டெல்லி, பம்பாய் (மும்பை) என அவரது நகரத் தொடர்புகள் வலிமையானவை. ஆனால் இவை எதுவுமே அவருக்கும் அவரது கிராமத்திற்குமான உறுதியான பிணைப்பைப் பாதிக்கவில்லை.

அவருக்கும் அவரது சொந்த ஊருக்கும் சொந்த பந்தங்களுக்குமானப் பிணைப்புறுதி அபாரமானது. இதை முக்கியமான ஒன்றாக அவரது வரலாற்று ஆசிரியர்கள் அனைவருமே பதிவு செய்கின்றனர். அவர் வரித்துக் கொண்ட எளிமை, கிராம வாழ்வின் வெளிப்பாடே. இசை, நடனம் என அக்காலத்து மேட்டுக்குடியினர் போற்றி ரசித்த நுண்கலைகளில் ஆர்வமற்ற மனநிலை, பேச்சு, உடை போன்றவற்றில் அவரது நவநாகரிகம் அற்ற வெளிப்பாடு போன்றவற்றில் மட்டும் அல்லாது அவரது ஒடுக்கப்பட்ட மக்கள் சார்பிலும் இளம் வயது கிராம வாழ்வின் தாக்கம் வெளிப்பட்டது.

வெள்ளக்கட்டுப்பாடு, அணைத்திட்டங்கள், தொழில்மயமாக்கம், தேசியத் திட்டமிடல், சாதி எதிர்ப்பு, நாள்காட்டி சீர்திருத்தம், தாய்மொழியில் அறிவியல் கல்வி, மொழிவாரி மாநில ஆதரவு, கம்யூனிச ஆதரவு, அகதிகள் மறுவாழ்வுப் பணி என அவரது விரிந்த சமூகப் பொருளாதார அரசியல் செயல்பாடுகளுக்கும் சிந்தனைகளுக்கும் அவரது இளமைப் பருவ கிராம வாழ்வின் அனுபவங்களே வித்துக்களாக அமைந்தன.

பள்ளிப் பருவத்தில் நல்ல உடை வேண்டும் என்றோ செருப்பு வேண்டுமென்றோ பெற்றோரிடம் சாகா கோரிக்கை வைத்ததில்லை. மாறாக எழுதுபொருட்களாகிய சிலேட், பென்சில், நோட்டுப் புத்தகம், போன்றவற்றைக் கேட்டு அழுதுகொண்டே இருக்கும் சிறுவனாக - அழுமூஞ்சிச் சிறுவனாக அவர் இருந்தார். செருப்பு அணியாத கால்களோடு சேற்றிலும் சகதியிலும் நடந்து பள்ளி சென்ற அனுபவம் அவரது வசதியான பிற்கால வாழ்விலும் மறக்க முடியாததாகவே அவருக்கு இருந்தது. அதனால் தன் பிள்ளைகள் விலை உயர்ந்த ஷூக்களைக் கோரியபோது 'எதற்கு? உங்கள் வயதில் அது இல்லாமலேயே நான் சிறப்பாகச் செய்தேன்' என்று பதில் அளித்தார்.

சிறு வயதில் தன் கிராமத்தில் ஒருமுறை சரஸ்வதி பூஜை கொண்டாடப்பட்ட வேளையில் தாழ்த்தப்பட்ட சாதி பையன் என்பதால் பார்ப்பன அர்ச்சகரால் அவமானப்படுத்தப்பட்டு அடாவடியாக விரட்டப்பட்டார். தான் வாழ்ந்த சாதி சமூகம் பற்றி அன்று எழுந்த கேள்வி அவரைப் பிற்காலத்தில் சாதி எதிர்ப்பாளராக, கடவுள் மறுப்பாளராக மாற்றியது. அன்று முதல் வழிபாடு, சடங்குகள் போன்றவற்றின் மீதான வெறுப்பு அவரிடம் வளர ஆரம்பித்தது.

சாகாவின் ஆளுமை உருவாக்கத்தில் அவரின் மூத்த சகோதரரான ஜெய்நாத்தின் பங்கு முக்கியமானது. சாகாவின் பள்ளிக் கல்வி தொடர்வதற்காக அந்த எளிய மனிதர் தன் குறைந்த ஊதியத்தில் குறிப்பிட்ட பகுதியைத் தவறாமல் தந்து உதவியதைச் சாகா மறந்ததே இல்லை. அதே போல் தன் வீட்டில் தங்கவைத்துப் படிக்க உதவி செய்த சிமுலியா மருத்துவரின் குடும்பமும் அவரது நன்றிக்குரியதாக இறுதிவரை இருந்தது. பிற்காலத்தில் அதற்கான கைம்மாறு செய்வதை அவர் கடமையாகவே கடைப்பிடித்தார். அலகாபாத்தில் அவர் மாணவர்களும் சொந்த பந்தங்களும் வந்து தங்க வசதியாகப் பெரிய வீட்டைக் கட்டிவைத்தார். அங்கு அவரது மாணவர்கள் எத்தனை நாட்கள் வேண்டுமானாலும் வந்து தங்கிப் படிக்கலாம். சாகா அச்சமயங்களில் மனைவியிடம் 'இந்தப் பையன்கள் இங்கு வந்து தங்க அனுமதி! நான் மாணவனாக இருந்தபோது தங்க இடம் தேவைப்பட்டபோது நான் இப்படித்தான் தங்கிப் படித்தேன்' என்று அறிவுறுத்தினார்.

சிறுவயது முதலே பெற்றோரிடம் மதிப்பும் மரியாதையும் கொண்டவராகவே சாகா விளங்கினார். அவையத்து முந்தியிருக்க அவர் தந்தை பெரிதாக கடமை எதையும் ஆற்றவில்லை என்றாலும்

மகன் தந்தைக்கு ஆற்ற வேண்டிய கடமைகளைச் சாகா என்றுமே தவறியதில்லை. சிறுவயதில் தந்தையின் வேலைகளைப் பகிர்ந்து கொண்டதோடு மட்டுமின்றிக் கல்கத்தா பல்கலைக்கழகத்தில் தனக்கு விரிவுரையாளர் வேலை கிடைத்ததும் பெற்றோரைத் தன்னிடம் அழைத்து வந்து தன் பராமரிப்பில் வைத்துக் கொண்டார்.

சாகா தன் தாயார் மீது அளவற்ற பற்று வைத்திருந்தார். ஒருமுறை சாகா தேர்வுக்கான கட்டணம் கட்டப் பணம் இன்றித் தவித்தபோது அந்த அருமைத் தாய் தன் கை வளையல்களை அடகு வைத்துக் காசு கொடுத்தார். பிற்காலத்தில் சாகா தன் தாயாருக்கு நன்றி பாராட்டும் வகையில் தன் சொந்த ஊரான சியரத்தாலியில் தாயாரின் பெயரில் மகளிர் பள்ளி ஒன்றைக் கட்டி நடத்தினார். 1947இல் இந்தியா-பாகிஸ்தான் பிரிவினையில் கிழக்கு பாகிஸ்தான் உருவானபோது அந்தப் புதிய அரசு அப்பள்ளியை எடுத்துக்கொண்டது.

சாகா அலகாபாத்திலும் கல்கத்தாவிலும் வாழ்ந்த காலத்தில் அவரது ஊர்க்காரர்கள் எப்போதும் அவர் வீட்டுக்கு வந்து தங்கி இருப்பது வழக்கம். இதை ஏற்கும் வகையில் தன் குடும்பத்தாரின் மனநிலையைச் சாகா தயார் செய்து வைத்திருந்தார். நாட்டு விடுதலையும் பிரிவினையும் அகதிகள் பிரச்சினையைக் கொண்டு வந்தது. சாகா கிழக்கு வங்காளத்தைச் சேர்ந்தவர். பிரிவினையில் அது கிழக்கு பாகிஸ்தானாக மாறியது. அங்கிருந்த சாகாவின் சொந்த பந்தங்கள் உட்பட பல லட்சம் பேர் ஊரையும் உடைமைகளையும் விட்டு அகதிகளாக இந்தியா வந்தனர். ஒரு வகையில் சாகாவும் அகதியாக்கப்பட்டார். இப்படி இந்தியா வந்த அகதிகளின் மறுவாழ்விற்காகச் சாகா அரும்பாடு பட்டார்.

சாகா சிறுவயதிலேயே தன் ஊரில் ஆற்றுவெள்ளத்தின் கட்டுக்கடங்கா ஆற்றலைக் கண்டவர். வெள்ளத்தால் துடைத்தெறியப்பட்ட எளிய மனிதர்களின் துயர் நிறைந்த வாழ்வைக் கண்டு கலங்கியவர். கல்லூரிக் காலத்தில் வெள்ளநிவாரணப் பணிகளில் தன்னை இணைத்துக்கொண்டவர். இந்த அனுபவம் ஆற்றைக் கட்டுப்படுத்தி அதன் வியத்தகு ஆற்றலைக் கொண்டு மக்கள் வாழ்வை எப்படி வளமாக்குவது என்ற சிந்தனையை அவருக்குள் விதைத்தது.. இதனால்தான் அவர் ஆற்றுப் பள்ளத்தாக்குத் திட்டங்களின் ஆசானாகப் பின்னர் விளங்க முடிந்தது.

பழைமைப் பற்றும் மூடநம்பிக்கைகளும், அதில் புரையோடிப் போயிருந்த பஞ்சாங்க நம்பிக்கையும் அறிவியல் அடிப்படையிலான நாள்காட்டி உருவாக்கத்தில் அவரை ஈடுபடுத்தின. இன்று இந்திய அரசாங்கம் கடைப்பிடிக்கும் அலுவல்பூர்வ சக ஆண்டு நாள்காட்டி முறை சாகா உருவாக்கியதே ஆகும் (சக ஆண்டில் உள்ள 'சக' சாகாவைக் குறிக்கவில்லை).

சாகா தன் இறுதிக்காலம் வரை சிறுவயது நட்புகளையும் தொடர்புகளையும் உறவுகளையும் கைவிடாமல் வாழ்ந்தவர். “பி.சி.ராய் மற்றும் ஜெ.சி.போஸ் உட்பட நமது மகத்தான மனிதர்கள் பலர் கிராமங்களில் இருந்து வந்தவர்களே. சாகாவின் ஒட்டுமொத்த ஆளுமையில் அவரது சிறுவயது அனுபவங்கள் பின்னிப் பிணைந்துள்ளதைப் போல மற்றவர்கள் வாழ்க்கையில் அதை உணர முடியவில்லை.”

5
மாநிலக் கல்லூரி மாணவர்

இடைநிலை அறிவியல் கல்வியை டாக்காவில் நிறைவு செய்த சாகா 1911ஆம் ஆண்டு கல்கத்தாவில் உள்ள புகழ் பெற்ற மாநிலக் கல்லூரியில் கணிதப் பாடத்தில் பி.எஸ்சி ஹானர்ஸ் பட்டப்படிப்பில் சேர்ந்தார். சாகாவைப் போலவே பிற்காலத்தில் புகழ் பெற்று விளங்கிய பலரை அக்கல்லூரி அன்று தன் மாணவர்களாகப் பெற்றிருந்தது.

சத்தியேந்திரநாத் போஸ், நிகில் ரஞ்சன் சென், ஜனன் சந்திர கோஷ், ஜே.என். முகர்ஜி, சைலேந்திரநாத் கோஷ், அமரேஷ் சந்திர சக்கரவர்த்தி, சுரேந்திரநாத் முகர்ஜி போன்றோர் சாகாவுடன் ஒரே ஆண்டில் சேர்ந்தார்கள், பிரசாந்த சந்திர மகலனோபிஸ், நீல் ரத்தன் தார் ஆகியோர் சாகாவிற்கு மூத்த மாணவர்கள். இவர்கள் அனைவரையும் விட மிக முக்கியமான மாணவர் ஒருவர் இவர்களுக்கு இளையவராக வந்து சேர்ந்தார். பிற்காலத்தில் நேதாஜி என மக்களால் போற்றப்பட்ட விடுதலை வீரர் நேதாஜி சுபாஷ் சந்திர போஸ்தான் அவர். சாகாவை விட நேதாஜி நான்கு ஆண்டுகள் இளையவர். ஆனாலும் சுபாஷ் சந்திர போஸ் சாகாவின் உள்ளம் கவர்ந்த தலைவராகவும் நண்பராகவும் பிற்காலத்தில் விளங்கினார்.

அறிவொளி வீசும் விண்மீன்களாக விளங்கிய மாணவர்களை உருவாக்கிய ஆசிரியர்கள் எப்படிப்பட்டவர்களாக இருந்திருப்பார்கள்? ஆம் கல்கத்தா மாநிலக் கல்லூரி அன்று ஜே.சி.போஸ் எனும் ஜகதீஸ் சந்திர போஸ், பி.சி.ராய் எனும் பிரபுல்ல சந்திர ராய், டி.என்.மல்லிக் போன்ற அற்புதமான பேராசிரியப் பெருமக்களைக் கொண்டிருந்தது. ஜெ.சி.போஸ் இம்மாணவர்களுக்கு இயற்பியல் பாடம் நடத்தினார். பி.சி. ராய் வேதியியல் பேராசிரியராக விளங்கினார். டி.என்.மல்லிக் கணிதப் பேராசிரியராக விளங்கினார்.

அக்கல்லூரியில் பேராசிரியர்கள் எத்தனை பேர் இருந்தாலும் ஒற்றைச் சூரியனாய் நின்று, அங்கு பயின்ற அனைத்து மாணவர்களையும் தன் அன்பாலும் ஆளுமையாலும் வழி நடத்தியவர் ஆச்சார்யா பி.சி.ராய். இந்தியாவில் வேதியியல் ஆராய்ச்சிகளின் முன்னோடியும்

வேதித் தொழில் துறையின் முன்னோடியுமான இவர் மெர்குரஸ் நைட்ரைட் [Mercurous Nitrite,$Hg_2(NO_2)_2$] என்கிற தொழில்துறை முக்கியத்துவம் மிக்க வேதிச் சேர்மத்தைக் கண்டுபிடித்தவர். ஆனால் இந்தப் பெருமைகளுக்கெல்லாம் அப்பாற்பட்டு அவரது நாட்டுப்பற்றும் சுதேசித் தொழில்துறை உருவாக்கத்திற்கான அவரது முன்னெடுப்புகளும் நவீன இந்தியாவை உருவாக்கிய மகத்தான ஆளுமைகளில் ஒருவராக அவரை ஆக்கின.

மாணவர்கள் வகுப்பறைக்கு வெளியே, மக்கள் பிரச்சினைகளோடும் தம்மை இணைத்துக் கொள்ள வேண்டும் என்பதை பி.சி.ராய். வலியுறுத்தினார். பி.சி.ராயின் இந்தச் சித்தாந்தம் மேகநாட் சாகாவிற்கு நிறையவே பிடித்துப் போனது. பள்ளிப் பருவத்திலேயே வங்கப் பிரிவினையை எதிர்த்துப் பள்ளியை விட்டு வெளியேற்றப்பட்ட சாகாவிற்கு பி.சி.ராயின் ஏகாதிபத்திய எதிர்ப்புக் கருத்துக்கள் நெருக்கமாக இருந்தது வியப்பான ஒன்று அல்ல.

தாமோதர் நதியை வங்காளத்தின் துயரம் என்பர். இது ஆண்டுதோறும் மழைக்காலத்தில் வெள்ளப் பெருக்கெடுத்துக் கரைகளை உடைத்துக் கொண்டு உயிர்களையும் உடைமைகளையும் துடைத்து எறிந்துவிட்டுச் செல்வதோடு கொள்ளை நோய்களையும் கொடுத்துச் செல்வது வழக்கமான ஒன்று. 1913ஆம் ஆண்டு அத்தகு பெரும் வெள்ளச் சேதம் தாமோதர் நதியால் வங்காளத்தில் ஏற்பட்டது. பி.சி.ராய் தன் மாணவர்கள் அனைவரையும் உடன் அழைத்துச் சென்று வெள்ள நிவாரணப் பணியில் ஈடுபட்டார். தன் கிராம வாழ்வில் ஆற்றின் வெள்ளப் பெருக்கையும் அதன் கட்டற்ற பாய்ச்சலையும் பார்த்து வளர்ந்தவர் சாகா. இப்போது தன் ஆசிரியர் வழிகாட்டுதலில் நேரடியாக வெள்ளநிவாரணத்தில் ஈடுபடுத்திக் கொள்ளும் வாய்ப்பு.

துயர் ஏதுமின்றி வளர்ந்த ராஜகுமாரனான கௌதமனுக்குத் தான் பார்த்த எளியவர்களின் துன்பம் ஞானத்தைப் போதித்தது. ஆனால் சாகா எளியவர்களில் ஒருவராக வளர்ந்தவர். ஞானத்தின் தரிசனத்தை அவரது சொந்த வாழ்வே அவருக்குச் சாத்தியமாக்கியிருந்தது. எனவே எளியவர்களோடு தன்னை அடையாளப்படுத்திக் கொள்வதும் எளியவர்களுக்காகச் சிந்திப்பதும் அவருக்கு இயல்பானவையாகவே இருந்தன. அந்த வகையில் வெள்ள நிவாரணப் பணிகளில் மாணவன் சாகாவின் ஈடுபாடு அவரது இதயத்திற்கு நெருக்கமான ஒன்றாகவே அமைந்தது.

ஆனால் கட்டற்ற பேராற்றலுடன் கங்குகரை உடைத்தெறிந்து காடுகழனி துடைத்தழித்துச் சீறிப்பாயும் பெரும் புனலின் வலிமையையும் அதன் நாசகார விளைவுகளையும் சாகா அப்போதுதான்

நேரடியாகக் கண்டறிந்தார். ஆற்றின் கட்டுப்படுத்தப்படாத இயக்க ஆற்றலை அணை கட்டி அதன் அழிவு சக்தியை ஆக்க சக்தியாக ஆக்கவேண்டியதன் அவசியம் பற்றிச் சாகா அன்று சிந்தித்தார். பிற்காலத்தில் இந்தியாவில் ஆற்றுப் பள்ளத்தாக்குத் திட்டங்களைச் சாகா வகுத்துக் கொடுக்க இந்த வெள்ள நிவாரணப் பணிகளின் போது பெற்ற அனுபவங்களே அடிப்படையாக அமைந்தன.

சாகா இதற்கிடையில் பி.எஸ்சி கணிதத்தில் ஹானர்ஸ் படிப்பை முடித்துப் பட்டம் பெற்றார். பல்கலைக்கழக அளவில் சாகா இரண்டாவதாக வர, சத்தியேந்திரநாத் போஸ் முதலிடத்தைப் பிடித்தார். தொடர்ந்து இருவரும் எம்.எஸ்சியில் கலப்புக் கணிதத்தைப் (Mixed Mathematics) பாடமாகப் படித்தனர். இதிலும் பல்கலைக்கழக அளவில் சாகா இரண்டாவது இடம் பிடித்து தேர்ச்சி பெற்றார். சத்தியேந்திரநாத் போஸ் முதலிடத்தைத் தக்க வைத்துக் கொண்டார்.

எளிய கிராமத்து மாணவரான சாகாவிற்குப் பல்கலைக்கழக அளவில் இரண்டாம் இடம் பிடித்து தேர்ச்சி பெற்றது வாய்ப்புகளுக்கான திறவுகோலாக அமைந்தது. ஆனால் இதற்கான பாதை கடினமான ஒன்றே. இடைநிலை அறிவியல் கல்வியில் அவரது சிறப்பான கல்விச் செயல்பாட்டிற்காகக் கிடைத்த உதவித்தொகையை மட்டும் கல்லூரிப் படிப்பிற்காக அவர் நம்பி இருந்தார். ஒரு கல்லூரி மாணவராகச் சாகா கடைப்பிடித்த அதிகபட்ச எளிமையையும் மீறி பணப் பற்றாக்குறையை அவர் எதிர்கொண்டார். வறுமை அவருக்குப் புதிதல்ல என்பதால் அதை எதிர்கொள்ளும் நெஞ்சுரமும் அவருக்கு இருந்தது.

1911 முதல் 1913 வரை கொல்கத்தா ஈடன் இந்து விடுதியில் சாகா உணவருந்தினார். மாணவர் விடுதிகளில் குறிப்பிட்ட உணவுத் திட்டப்படி பொது உணவு சமைக்கப்பட்டு அது பார்ப்பன மற்றும் பார்ப்பனரல்லாத மாணவர்களால் பகிர்ந்து கொள்ளப்படும். அதற்கான செலவும் அவ்வாறே பகிர்ந்து கொள்ளப்படும். சாகா தாழ்த்தப்பட்ட சாதி மாணவர் என்பதால் அவரோடு சேர்ந்து உணவருந்துவதால் தாங்கள் தீட்டுப்பட நேர்வதாகச் சொல்லி அதனால் அவரோடு அமர்ந்து உணவருந்த மறுத்துப் பார்ப்பன மாணவர்கள் தகராறு செய்தனர்.

அதே விடுதியில் வேறொரு சமயம் சரஸ்வதி பூஜை நாளில் சரஸ்வதி தேவி வழிபாட்டில் சாகா கலந்து கொள்வதைத் தடுத்து அம்மாணவர்கள் அவமானப்படுத்தினர். சாகா அங்கு படித்த ஆதிக்கச்சாதி மாணவர்களைவிட நன்றாகப் படிக்கக் கூடியவர். கடந்த காலங்களில் தன் கல்வித் திறமையை நிரூபித்துக் கல்வி

உதவித்தொகையையும் பரிசுகளையும் பெற்று தகுதி அடிப்படையில் படிக்க வந்தவர். அவரை அவமானப்படுத்திய பார்ப்பன மாணவர்கள் தகுதி என்பது பிறப்பால் வருவது என நம்பியவர்கள். கல்விக் கடவுளான சரஸ்வதி தேவியின் அருள் அவர்களைவிடவும் சாகாவிற்கு அதிகமாகவே இருந்தது! ஆனாலும் சாகா சரஸ்வதியை வழிபட அனுமதி மறுக்கப்பட்டார்!

சாகா எம்.எஸ்சி படித்த போதும் அதே விடுதியில் உணவு அருந்த வேண்டி இருந்தது. இக்கால கட்டத்திலும் விடுதியில் சாகாவுடன் சேர்ந்து உணவருந்த பார்ப்பன மாணவர்கள் எதிர்ப்பு தெரிவித்தனர்.

சாகா அநீதியை இந்த முறை தீவிரமாக எதிர்த்தார். சில ஆதிக்கச்சாதி மாணவர்களும் சாகாவிற்கு ஆதரவு தெரிவித்தனர். நிலைமை சகிக்க முடியாமல் போன போது சாகாவும் ஜனன் சந்திர கோஷ் போன்ற அவரது சில நண்பர்களும் விடுதியை விட்டு வெளியேறி எண் 110, கல்லூரி சாலை என்ற முகவரியில் தமக்கான மெஸ் ஒன்றை தாமே அமைத்துக் கொண்டனர். நீல் ரத்தன் தாரும் பூபன் கோஷும் பிறகு வந்து இணைந்து கொண்டனர்.

வெளியில் மெஸ் அமைத்துத் தங்கியது சாகாவிற்கு ஒருவகையில் வசதியாகவே இருந்தது. அவர் தன் தம்பியைத் தன்னுடைய ஊரில் இருந்து அழைத்து வந்து தன்னுடன் தங்க வைத்து படிக்க வைத்தார். சாகாவின் கல்வி உதவித்தொகை அவருக்கே போதாக்குறையாக இருந்தது. இதில் தம்பியையும் பராமரிக்க வேண்டும். இது ஒரு புதிய சவால். ஆனால் சாகா முயன்றால் முடியாதது எதுவும் இல்லை என்ற நம்பிக்கையுடையவர். அவர் கூடுதல் செலவைச் சமாளிக்க மாணவர்களின் வீடுகளுக்குச் சென்று தனிப்பயிற்சி (டியூஷன்) அளிப்பது என முடிவு செய்தார்.

சாகா பள்ளிப் பருவத்திலேயே தன் தம்பிகளுக்கு மாலையில் பாடம் சொல்லித் தருவதை வழக்கமாகக் கொண்டவர். அது அவருக்கு விருப்பமான ஒன்றும்கூட. இந்த மனோபாவம் மிகச் சிறப்பாக பாடம் நடத்தும் தனிப்பயிற்சி ஆசிரியராக, பிற்காலத்தில் தலைசிறந்த பேராசிரியராக அவர் விளங்கியதற்கான அடிப்படையாகவும் அமைந்தது. ஆனால் மாணவப் பருவத்தில் தனிப்பயிற்சி எடுப்பது அவ்வளவு எளிதானதாக இல்லை.

சாகா தினந்தோறும் காலையும் மாலையும் கல்கத்தாவின் ஒரு கோடியில் இருந்து மறுகோடிக்கு சைக்கிள் மிதித்துச் சென்று மாணவர்கள் சிலருக்கு வீட்டு டியூஷன் நடத்தினார். மழையில் நனைந்த வண்ணம் வெள்ளம் புரளும் சாலைகளில்

வைராக்கியத்துடன் மிதிக்கட்டைகளை அழுத்த அவரது மிதிவண்டி நாள்தோறும் ஓடியவண்ணம் இருந்தது அந்த நாட்களில்.

கல்லூரிக் காலத்தில் சாகாவை அவரது நண்பர்கள் 'எய்ஜின்ஷப்டென்' (Eigenschaften) என்று அழைப்பது வழக்கம். ஜெர்மன் மொழிச் சொல்லான இதற்குப் 'பண்பு', 'இயல்பு', அல்லது 'குணம்' போன்ற பொருள்களை அகராதி காட்டும். ஆனால் சாகாவை 'வெல்லப்பட முடியாதவன்' என்ற பொருளில் இவ்வாறு அவரது நண்பர்கள் அழைத்தனர். சாகாவின் ஜெர்மன் மொழிப் புலமை அவரை மற்ற மாணவர்களைவிட ஒரு படி உயர்வாக இருக்கச் செய்ததால் இப்பெயர் அவருக்குச் சூட்டப்பட்டதாம்.

பேராசிரியர் டாக்டர் ஜனன் சந்திர கோஷ் நவீன இயல்வேதியியல் துறைக்கு பெரும் பங்களிப்பைச் செய்தவர். இவர் மாநிலக் கல்லூரியில் சாகாவின் வகுப்புத் தோழரும் விடுதித் தோழரும் கூட. அவர் சாகாவின் வெல்லப்பட முடியாத ஆளுமை பற்றி கீழ்க்கண்டவாறு விவரிக்கின்றார்.

> "ஈடன் இந்து விடுதியில் அவரை (சாகாவை) முதன் முதலில் சந்தித்த போது அவர் ஒரு பட்டை தீட்டப்படாத வைரம் என்றே சிந்தித்தேன். அவரது இதயம் முடிவு செய்துவிட்டால் எந்த ஒரு செயலைச் செய்து முடிப்பதும் அவருக்குப் பெரிய கடினமான விஷயம் அல்ல. யாதொரு வறுமைச் சூழலும் பெரிதும் கொடுமையானதல்ல, எந்த ஒரு லட்சியத்தை நிறைவேற்றி முடிப்பதும் பெரும் சிரமமானதல்ல. மாநிலக் கல்லூரியில் சேர்ந்து பி.எஸ்சி படித்த மாணவர்களிலேயே இடைநிலை அறிவியல் தேர்வில் ஜெர்மன் மொழியை ஒரு கூடுதல் பாடமாக எடுத்துப் படித்திருந்த மாணவர் இவர் மட்டுமே. நான் ஒரு முறை வெல்லற்கரிய அந்த அறிவே அவரது 'எய்ஜின்ஷப்டென்' (Eigenschaften) என்று சொன்னேன். அதன்பிறகு அவர், அவரது நெருங்கிய நட்பு வட்டாரத்தில் எய்ஜின்ஷப்டென் என்றே அழைக்கப்பட்டார்." [10]

வெல்லற்கரிய அறிவும் எளிமையும் கல்லூரிக் காலத்தில் சாகாவின் அடையாளங்களாக இருந்தன. எளிய வாழ்க்கை, உயரிய சிந்தனை என்பது சாகாவின் வாழ்க்கை முறையாக இருந்தது. பி.சி.ராயுடனும் பி.சி.ராயின் மாணவர்களுடனும் சாகா கொண்டிருந்த நெருக்கமான உறவு அதற்குக் காரணமாக இருக்க வேண்டும் என்கிறார் சாகாவின் பள்ளி, கல்லூரித் தோழரும் பிற்காலத்தில் கணித நிபுணராக விளங்கியவருமான நிகில் ரஞ்சன் சென்.[11]

சாகா பள்ளிப் பருவத்தில் இருந்தே விடுதலை இயக்கத்தில் ஈடுபாடு

கொண்டவராக இருந்தார் எனப் பார்த்தோம்.. வங்கப் பிரிவினையை எதிர்த்ததற்காக பள்ளியைவிட்டு வெளியேற்றப்பட்டதையும் பார்த்தோம். இந்த உணர்வும் சமூக அக்கறையும் கல்லூரி காலத்தில் அவரிடம் மேலும் உறுதிப்பட்டன.

மாநிலக் கல்லூரி முன்னாள் மாணவரும் கல்கத்தாவின் பிரபல வழக்கறிஞருமான டாக்டர் ராஜேந்திர பிரசாத் ஈடன் இந்து விடுதி விழாக்களுக்கு அவ்வப்போது வந்து செல்வது வழக்கம். விடுதலை உணர்வு மிக்க சாகாவிற்கும் ராஜேந்திர பிரசாத்திற்கும் இக்காலத்தில் ஏற்பட்ட தொடர்பு பிற்காலத்திலும் நீடித்தது.

சாகாவின் கல்லூரிக் காலத்தில் இந்திய தேசிய காங்கிரஸ் தலைமை வகித்த விடுதலை இயக்கம் மட்டுமின்றி ஆங்கிலேயர்களை ஆயுதப் போராட்டத்தின் மூலம் தூக்கி எறிய வேண்டும் எனக் கருதிய புரட்சி இயக்கங்களும் செயல்பட்டு வந்தன. கல்லூரிகளிலும், கல்லூரி விடுதிகளிலும் மாணவர்களிடையே புரட்சியாளர்களின் செல்வாக்கும் செயல்பாடுகளும் இருந்தன.

சாகாவின் இயல்பு புரட்சிகர இயக்கங்களுடனான தொடர்புக்கு உகந்ததாக இருந்தது. அவர் இக்காலக்கட்டத்தில் புரட்சியாளர்களான புலின் தாஸ், பாகா ஜதீன் போன்றவர்களுடன் தொடர்பை ஏற்படுத்திக் கொண்டார். புலின் தாஸுடனான இவரது தொடர்பு டாக்கா கல்லூரி நாட்களிலிருந்தே இருந்தது என்கின்றனர் சட்டர்ஜி & சட்டர்ஜி. [12]

1911இல் சாகா கல்கத்தாவிற்கு வந்த பிறகு புரட்சியாளர்களுடன் முறையான தொடர்பை ஏற்படுத்திக் கொண்டார். (அபாசூர்). புலின்தாஸ் தலைமையிலான ‘டாக்கா அனுசீலன் சமிதி’ என்ற இயக்கத்தில் உறுப்பினராக தன்னை இணைத்துக் கொண்டார் என்கின்றனர் சட்டர்ஜி & சட்டர்ஜி. ஆய்வாளர் அபாசூர் புலின்தாஸ் இயக்கத்தில் சாகா இணைந்தார் என்பதற்கு ஆதாரம் இல்லை என்கிறார். ஆனால் புலின் தாஸுடன் தொடர்பு இருந்ததை அவரும் ஏற்கிறார். [13]

இந்த அமைப்பின் உறுப்பினர்களுக்குக் கத்திச் சண்டை, உடற்பயிற்சி போன்றவை இரகசியமாகச் சொல்லித் தரப்பட்டன. இந்துயிசத்திற்கு உண்மையாக இருப்பேன் என்று கொடிமீது சத்தியம் செய்து உறுதி ஏற்கும் நடைமுறையும் இதில் உண்டு. இதே காலத்தில் ‘பாகா ஜதீன்’ என்ற பட்டப் பெயரால் அழைக்கப்பட்ட ஜதீந்திரநாத் முகர்ஜியின் கல்கத்தா அனுசீலன் சமிதியோடும் சாகா நெருக்கத்தை உருவாக்கிக் கொண்டார்.

‘பாக்’ என்றால் வங்காளியில் புலி என்று பொருள். ஜதீந்திர நாத்

முகர்ஜி ஒரு சமயம் புலி ஒன்றுடன் சண்டையிட்டுத் தன் குத்து வாளால் அதைக் குத்திக் கொன்றார் எனச் சொல்லப்படுகிறது. இதனால் அவர் அன்று முதல் பாகா ஜதீன் என அழைக்கப்பட்டார். இவர் தன் அமைப்பை 1908இல் தொடங்கினார் இந்த அமைப்பு ஜுகாந்தர் கட்சி (Jugantar Party) என்றும் அழைக்கப்பட்டது.

ஜதீன் ஒவ்வொரு முறையும் கல்கத்தா வரும்போது மேக்நாட் சாகா தங்கிப் பயின்ற 110, கல்லூரிச் சாலை மெஸ்ஸில் உணவருந்துவதும் சாகா உட்பட்ட மாணவர்களுடன் தங்குவதும் வழக்கமாக இருந்தது.

ஜதீனின் கல்கத்தா அனுசீலன் சமிதி இக்காலக்கட்டத்தில் தன் மதவெறி சார்ந்த கருத்துக்கள் பலவற்றைக் கைவிட்டு இருந்தது. இந்த அமைப்பின் முழு சுதந்திரத்துக்காக உயிரையும் கொடுக்கத் துணியும் நாயக சாகசமும், வரலாறு, பண்பாடு, அறிவியல், நாட்டுப்புற மரபு போன்றவற்றில் இந்த அமைப்பு ஆர்வத்தைப் போற்றி வளர்த்ததும் சாகா மற்றும் அவர் நண்பர்கள் உட்பட படித்த இளம் தலைமுறையினரை ஈர்த்தது என்பார் சுமித் சர்க்கார்.[14]

சாகா போன்ற மாணவர்ளுடன் கல்லூரி சாலை மாணவர் மெஸ்ஸில் தங்கி இருந்தபோதுதான் ஜெர்மனியின் ஆயுத உதவியோடு வங்காளத்தில் புரட்சி செய்வது குறித்து திட்டமிட்டார் ஜதீன். பிறகு 1915இல் பாலசூரில் போலீசுடனான துப்பாக்கிச் சண்டையில் ஜதீன் கொல்லப்பட்டார். சாகாவின் புரட்சித் தோழரான பாகா ஜதீன் சாகாவை அரசியலில் இருந்து ஒதுங்கி இருக்குமாறும் நாட்டைக் கட்டமைக்கும் பணி அவசரம் குறைந்த விஷயமல்ல என்றும் கேட்டுக்கொண்டார் என்றும், ஆனால் புரட்சியின் கனல் தொடர்ந்து கனன்றது என்றும் குறிப்பிடுகிறார் ஆண்டர்சன்.[15]

சாகா புலின் தாஸ், பாகா ஜதீன் தவிர மற்றொரு புரட்சித் தலைவரான சைலேஷ் கோஷ் என்பவருடனும் தொடர்பு வைத்திருந்தார் எனத் தெரிய வருகிறது. புரட்சி இயக்கங்களுடனான சாகாவின் தொடர்பு அவர் கல்கத்தா பல்கலைக்கழக அறிவியல் கல்லூரியில் விரிவுரையாளராக இருந்தபோதும் தொடர்ந்தது. 1921இல் அவரது முதல் ஐரோப்பிய பயணத்தின் போது ஜெர்மனியில் இருந்த இந்திய புரட்சியாளர்களோடு சாகா சந்திப்பு நிகழ்த்தியதுடன் அவர்களின் ரகசியக் குறிப்புக் காப்பாளராகவும் (Keeper of The Secret Code) செயல்பட்டுள்ளார். (இது குறித்து பிறகுப் பார்ப்போம்).

சாகா தன் கல்லூரியில் படித்த போர்க்குணம் மிக்க சில மாணவர்களோடு மிகுந்த நட்பு பாராட்டினார். அவர்களில் சுபாஷ் சந்திர போஸ் முக்கியமானவர். சுபாஷ் சாகாவைவிட நான்கு வயது இளையவர். மிகச்சிறந்த மாணவர் தலைவர். அவரது ஆளுமை வயது வித்தியாசத்தையும் மீறி சாகாவையும் ஆட்கொண்டது.

சுபாஷ் பற்றிய மதிப்புமிக்க பதிவுகளை சாகாவின் மனத்தில் விதைத்த நிகழ்வு ஒன்று மாநிலக் கல்லூரியில் 1916 ஜனவரி 10இல் நடந்தது. சாகா அப்போது கல்லூரிப் படிப்பை முடித்து ஆராய்ச்சிப் படிப்புக்கான வேலைகளில் இருந்தார். இந்திய விடுதலை வரலாற்றில் ஆட்டன் சம்பவம் என்று இது வர்ணிக்கப்படுகிறது. ஈ.எஃப். ஆட்டன் (E.F. Oaten) என்பவர் வரலாற்றுப் பேராசிரியராக மாநிலக் கல்லூரியில் பணிபுரிந்து வந்தார். கிரிக்கெட் விளையாட்டில் திறமையும் ஆங்கிலேயன் என்ற வெள்ளை அகம்பாவமும் நிறையவே கொண்டவர் இவர். 'காட்டுமிராண்டி இந்தியர்களை நாகரிகப்படுத்துவதே பிரிட்டிஷாரின் நோக்கம்' என்று ஆட்டன் அப்போது திமிராகக் கருத்து வெளியிட்டிருந்தார். இதனால் மாணவர்கள் அவர்மீது கடும் கோபத்தில் இருந்தனர்.

ஒருநாள் ஆட்டன் பாடம் நடத்திக் கொண்டிருந்த வகுப்பறைக்கு வெளியே நடைக்கூடத்தில் மாணவர்கள் சிலர் பேசிக்கொண்டிருந்தனர். அந்தப் பேச்சுச் சத்தம், தான் வகுப்பு எடுப்பதைப் பாதிப்பதாகக் கூறி ஆட்டன் அம் மாணவர்களைக் கடுமையாகக் கண்டித்ததோடு நிர்வாகத்திடம் கூறி அபராதம் விதிக்கப் போவதாகவும் எச்சரித்தார். கம்பைக் காட்டி விரட்டவும் மிரட்டவும் செய்தார். மாணவர்கள் முந்திக்கொண்டு 18 வயதே ஆன மாணவர் தலைவர் சுபாஷ் சந்திர போஸ் தலைமையில் பேராசிரியர் ஆட்டன் மிரட்டுவதாக முதல்வரிடம் புகார் தெரிவித்தனர்.

முதல்வர், அரசு கல்வித் தேர்வாணையத்தில் ஓர் உறுப்பினரான செல்வாக்கு மிக்க ஆட்டனைப் பகைத்துக் கொள்ள விரும்பாமல் ஆட்டன் பக்கம் பரிந்து பேசியதுடன், ஆட்டன் பிரச்சினையை மாணவர்களே தீர்த்துக் கொள்ளுமாறு அறிவுரை கூறி அனுப்பிவிட்டார். முதல்வரின் பொறுப்பற்ற இந்தப் பதில் மாணவர்களைக் கோபப்படுத்தியது. அதிருப்தியடைந்த மாணவர்கள் சுபாஷ் சந்திர போஸ் தலைமையில் போராட்டத்தில் குதித்தனர்.

மாணவர் தலைவர் சுபாஷ் மறுநாள் கல்லூரி வேலை நிறுத்தத்தை அறிவித்தார். மாணவர்கள் அவர் தலைமையில் வகுப்புகளையும் புறக்கணித்தனர். கல்லூரி வேலை நிறுத்தம் முழு வெற்றி அடைந்தது. இப்படியொரு வேலை நிறுத்தம் மாநிலக் கல்லூரியிலும் சரி, கல்கத்தாவின் மற்ற கல்லூரிகளிலும் சரி அதுவரை நடந்தது கிடையாது. எரிச்சல் அடைந்த கல்லூரி நிர்வாகம் பதிலுக்கு வேலைநிறுத்தத்தில் ஈடுபட்ட மாணவர்கள் ஒவ்வொருவருக்கும் ரூபாய் ஐந்து அபராதம் விதித்தது. ஆட்டன் தன் வகுப்பைப் புறக்கணித்த மாணவர்கள் பன்னிரண்டு பேரில் பத்து பேரை வகுப்பில் இருந்து நீக்கினார்.

இந்தப் பிரச்சினைகள் ஒருவாறு அடங்கி ஒரு மாதம் ஆனநிலையில் மீண்டும் ஒரு பிரச்சினை வெடித்தது. பிப்ரவரி 15ஆம் தேதி ஆட்டன், பி.எஸ்சி வேதியியல் முதலாம் ஆண்டு மாணவனை அடித்ததாகப் புகார் எழுந்தது. இதனால் பேராசிரியர் ஆட்டன் மீது கோபமடைந்த சில மாணவர்கள் அவரை ஒரு சந்தர்ப்பத்தில் கல்லூரியில் படிக்கட்டில் இருந்து கீழே தள்ளிவிட்டு நையப் புடைத்தனர். கல்லூரி நிர்வாகம் சுபாஷ் சந்திர போஸே மாணவர்களைத் தூண்டி ஆட்டனை அடிக்க வைத்தார் எனக் குற்றம் சுமத்தியது. இது குறித்த விசாரணையில் எந்த ஒரு மாணவர் பெயரையும் சொல்லி காட்டிக் கொடுக்க சுபாஷ் மறுத்துவிட்டார். எனவே அவர் மட்டுமே குற்றவாளி என முடிவானது. நிர்வாகம் அவரைக் கல்லூரியை விட்டு வெறியேற்றியது. மாநிலக் கல்லூரியில் மட்டும் அல்ல, கல்கத்தா பல்கலைக்கழகத்தின் கீழ் இருந்த எந்தக் கல்லூரியிலும் மீண்டும் சேர்ந்து பயில சுபாஷுக்கு தடை விதிக்கப்பட்டது. இந்த நிகழ்ச்சியை ஆர்வத்தோடு கவனித்து வந்த சாகா இளம் மாணவர் தலைவர் சுபாஷ் சந்திர போஸ் வெளிப்படுத்திய தலைமைப் பண்புகளால் பெரிதும் வசீகரிக்கப்பட்டார். அவர் மீது சாகா கொண்ட அன்பும் நட்பும் பிற்காலத்தில் மேலும் வளர்ந்து உறுதிப்பட்டது. அந்தப் பதினெட்டு வயது பதின்பருவ மாணவர் பிற்காலத்தில் கோடிக்கணக்கான மக்களின் மகத்தான தலைவர் நேதாஜியாக உயர்ந்தார். அகில இந்திய காங்கிரஸின் தலைவராக, இந்திய தேசிய ராணுவத்தின் தலைமைத் தளபதியாக விளங்கிய காலத்தில் சாகாவுக்கும் ஆதர்ச தலைவராக நேதாஜியே விளங்கினார்.

இதற்கிடையில் 1915இல் எம்.எஸ்சி முடித்த சாகா தன் குடும்பத்தின் வறிய பொருளாதார சூழ்நிலையை மாற்ற வேண்டி அரசாங்க வேலைக்குப் போவது என முடிவு செய்தார். அக்காலத்தில் கல்லூரி பட்டப்படிப்பு முடித்த மாணவர்கள் அரசு வேலைக்குப் போவதாக இருந்தால் இந்தியக் குடிமைப்பணி (ஐ.சி.எஸ்) அல்லது இந்திய நிதித்துறைப் பணி (ஐ.எஃப்.எஸ்) ஆகிய இரண்டில் ஏதாவது ஒன்றில் சேர விரும்புவர். சாகா இரண்டாவதைத் தேர்வு செய்தார்; விண்ணப்பமும் செய்தார்.

பல்கலைக்கழக அளவில் இரண்டாம் இடம் பெற்றிருந்த திறமையான விண்ணப்பதாரரான அவருக்கு சாதாரணமாக அத்தேர்வில் வெற்றி பெறுவது எளிதாகவே இருந்திருக்கும். ஆனால் அவர் வங்கப் பிரிவினையை எதிர்த்து பள்ளி நாட்களில் போராட்டத்தில் ஈடுபட்டு பள்ளியை விட்டு வெளியேற்றப்பட்டவர் என்பது அரசுஆவணங்களில் பதிவாகி இருந்தது. பயங்கரவாத அமைப்புகள் என ஆங்கிலேயரின் ஆவணங்கள் விவரிக்கும்

அக்காலத்து புரட்சி இயக்கங்களுடனான சாகாவின் தொடர்புகளும் பதிவாகி இருந்தன. எனவே அவரது விண்ணப்பம் காலனிய அரசுக்கு விசுவாசமற்றவர் என்ற காரணத்துக்காக நிராகரிக்கப்பட்டது. பேராசிரியர் எஸ்.கே.மித்ராவின் வார்த்தைகளில் சொல்லப்போனால் 'இது உண்மையில் தீமையில் ஒரு நன்மை'. இந்த நாடு ஒரு தகுதியான நிதித்துறை அதிகாரியை இழந்துவிட்டாலும் நிச்சயமாக அற்புதமான விஞ்ஞானி ஒருவரைப் பெற்றது. [16]

அரசு வேலை என்பது கனவாகிப் போன நிலையில் சாகா பயன்பாட்டுக் கணிதத்திலும் (applied mathematics), இயற்பியலிலும் (physics) ஆராய்ச்சி செய்வது என முடிவு செய்தார்.

6

பல்கலைக்கழக அறிவியல் கல்லூரி விரிவுரையாளர்

இதற்கிடையில் கல்கத்தா பல்கலைக்கழகத்தின் கீழ் புதிதாக ஓர் அறிவியல் கல்லூரி அசுதோஷ் முகர்ஜி முயற்சியால் 1916இல் தொடங்கப்பட்டது. அசுதோஷ் முகர்ஜி 1906 முதல் 1914 வரை கல்கத்தா பல்கலைக்கழகத்தின் துணைவேந்தராக இருந்தவர். பல்கலைக்கழகத்தில் பொறுப்பில் இருந்தாலும் இல்லாவிட்டாலும் அதன் விவகாரங்களில் முதன்மையான செல்வாக்கு கொண்டிருந்தவர் இவர். இவரது முயற்சியால் மேக்நாட் சாகாவும், சத்தியேந்திரநாத் போஸும் இக்கல்லூரிக்கான கணித விரிவுரையாளர்களாக 1916இல் சேர்ந்தனர். சேர்ந்த சிறிது காலத்திலேயே கணிதத் துறை தலைவர் பேரா. கணேஷ் பிரசாத்துடன் முரண்பாடு வரவே அசுதோஷ் முகர்ஜி இவர்கள் இருவரையும் இயற்பியல் துறைக்கு மாற்றிவிட்டார்.

பி.எஸ்சியில் ஒரு பாடமாக மட்டுமே இயற்பியலைப் படித்திருந்த சாகா, சத்தியன் போஸ் இருவருக்குமே இயற்பியல் விரிவுரையாளர் வேலை ஒரு சவாலாகவே இருந்தது. இருவருமே அந்தச் சவாலை தங்கள் கடின உழைப்பாலும், அர்ப்பணிப்பாலும் வெற்றிகரமாக எதிர்கொண்டனர். அக்கம் பக்கத்து கல்லூரிகளில் இருந்தெல்லாம் இயற்பியல் ஆய்வுக்கூடத்திற்கான ஆய்வுக் கருவிகளைப் பெற்று ஒரு சுமாரான ஆய்வுக்கூடத்தை அமைத்தனர். சாகா நீர்நிலையியல் (Hydrostatics), புவியமைப்பு (Figure of Earth), நிறமாலையியல் (Spectroscopy), வெப்ப இயக்கவியல் (Thermodynamics) ஆகிய பாடங்களை நடத்தினார். இரவு முழுவதும் நூல்களைப் படித்து அடுத்த நாள் பாடங்களைத் தயார் செய்வது, கூடவே தன் சொந்த ஆய்வுகளைச் செய்வது என சாகாவின் இளம் விரிவுரையாளர் வாழ்க்கை அமைந்தது.

1917இல் சாகாவின் முதல் ஆய்வுக் கட்டுரை 'மாக்ஸ்வெல் அழுத்தங்கள் குறித்து' (On Maxwell's stresses) லண்டனிலிருந்து வெளிவரும் புகழ்பெற்ற ஆய்விதழான Phill. Mag எனப்படும் ஃபிலாசபிகல் மேகஸினில் வெளிவந்தது. இதைத் தொடர்ந்து 1917க்கும் 1920க்கும் இடையில் ஏராளமான ஆய்வுக் கட்டுரைகளை

சாகா வெளியிட்டார். குறிப்பாக ஃபில் மேக் இதழில் வெளிவந்த சூரிய நிற மண்டலத்தில் அயனியாக்கம் (ionisation in the solar cromosphere, 1920), 'சூரிய தனிமங்கள் குறித்து' (On Elements in The Sun, 1920) 'வாயுக்களின் கதிர்வீச்சு வெப்பநிலை பிரச்சினைகள் குறித்து' (On The Problems of Temperature Radiation of Gases 1921) ஆகிய கட்டுரைகளும் லண்டன் ராயல் கழக இதழில் வெளிவந்த 'உடுநிறமாலையின் இயற்பியல் கோட்பாடு' (On a Physical Theory of Stellar Spectra,1921) என்ற கட்டுரையும் மேக்நாட் சாகா எனும் இளம் ஆய்வாளரை சிறந்த அறிவியலாளராக உலகுக்கு அறிமுகப்படுத்தின. குறிப்பாக 'சூரிய நிறமண்டலத்தில் அயனியாக்கம்' கட்டுரை சாகாவின் புகழ்பெற்ற 'வெப்ப அயனியாக்கக் கோட்பாட்டையும்' 'சாகா சமன்பாட்டையும்' உள்ளடக்கி இருந்தது.

இதற்கிடையில் சாகா 1918இல் ராதாராணி என்ற பெண்ணை மணந்தார். வசதியான குடும்பத்தைச் சேர்ந்த அப்பெண்ணை அவர் தந்தை சாகாவுக்குத் திருமணம் செய்து தர ஆர்வத்தோடு முன்வந்தாலும் ராதாராணியின் பாட்டி 'ஏழைப் பையனுக்கு ' தன் பேத்தியைத் திருமணம் செய்து வைப்பதற்கு எதிர்ப்பு தெரிவித்து திருமணத்தில் கலந்து கொள்ளவில்லை. சாதிக்குள்ளும் வர்க்கம் இருப்பதை சாகாவுக்கு இந்த நிகழ்ச்சி புரிய வைத்ததாக சட்டர்ஜி & சட்டர்ஜி குறிப்பிடுகின்றனர். இதே ஆண்டு 'கதிர்வீச்சு அழுத்தம் மற்றும் மின்காந்தக் கோட்பாடு' குறித்த ஆய்வுக்காக சாகாவுக்கு கல்கத்தா பல்கலைக்கழகம் முனைவர் பட்டம் வழங்கியது.[17]

முனைவர் பட்டத்திற்கான சாகாவின் ஆய்வுக் கட்டுரையின் தகுதியை உணர்ந்த அசுதோஷ் முகர்ஜி அதை உடனடியாக வெளிநாட்டு பேராசிரியர்களுக்கு அனுப்பி அவர்களிடம் மதிப்பிடச் சொன்னதாகவும் அதன் மூலம் கல்கத்தா பல்கலைக்கழகத்தின் நற்பெயரை உயர்த்தக் கருதியதாகவும் சொல்லப்படுவதுண்டு.[18] இந்தக் கட்டுரையை பேராசிரியர் ஓ.டபிள்யூ.ரிச்சர்ட்சன், டாக்டர். போர்ட்டர், டாக்டர். என்.ஆர்.காம்பெல் ஆகியோர் மதிப்பீடு செய்தனர். இதில் பேராசிரியர் ரிச்சர்ட்சன் 1928இல் நோபல் பரிசு பெற்றார் என்பது குறிப்பிடத்தக்கது.

அறிவியலுக்கு இன்னொரு முக்கியமான பங்களிப்பையும் சாகா இக்காலக் கட்டத்தில் செய்தார். ஐன்ஸ்டீன் 1916ஆம் ஆண்டு தனது பொதுச் சார்பியல் கோட்பாட்டை வெளியிட்டார். பொதுச் சார்பியல் கோட்பாட்டின்படி ஈர்ப்பு விசை (gravity) என்பது ஒரு விசையே அல்ல. அது வெளிகால (space-time) கட்டமைப்பில் நிறையுள்ள பொருள் ஏற்படுத்தும் குலைவு (distortion) அல்லது வளைவு (curvatures) ஆகும். ஐன்ஸ்டீன் கருத்துப்படி வெளியும்

காலமும் தனித்தனியானவை அல்ல. பிரபஞ்சத்தின் நாற்பரிமாண அமைப்பில் அவை இணைந்தே உள்ளன. அதாவது வெளி என்கிற முப்பரிமாண அமைப்பும் காலம் என்கிற நான்காவது பரிமாணமும் இணைந்து நெய்யப்பட்ட நாற்பரிமாண ரப்பர் துணிபோல் வெளி காலம் தொடர்கிறது. பிரபஞ்சத்தில் பொருள்களின் நிறைக்கு ஏற்ப வெளிகாலத்தில் அவை உருவாக்கும் குலைவு அதிகமாகவோ குறைவாகவோ அமைகிறது. சூரியன் பூமியைவிட மிகமிகப் பெரியது. எனவே வெளிகாலத்தில் பூமியைவிட சூரியன் உருவாக்கும் குலைவும் அதற்கேற்ப அதிகம். இந்த நிலையில் கோள்கள் தங்களது பாதையில் சூரியனைச் சுற்றிவருவது சூரியனின் ஈர்ப்பு விசையால் அல்ல. மாறாக சூரியனின் வெளிக்காலம் வளைந்து உள்ளதால் வேறு வழியின்றி கோள்கள் நீள்வட்டப் பாதையில் சூரியனைச் சுற்றி வருகின்றன. இதன்படி நிறையுள்ள பொருள் எதுவாக இருந்தாலும் சூரியனைக் கடக்கும்போது சூரியனை நோக்கி வளைந்துதான் நகரமுடியும். ஒளிக்கும் (light) நிறை உண்டு. அப்படியானால் ஒளி சூரியனைக் கடக்கும்போது வளையுமா? “ஆம், வளையும்!” என்றார் ஐன்ஸ்டீன். இதன்படி ஒளி சூரியனைக் கடக்கும்போது சூரியனின் ஈர்ப்பு விசையில் (அதாவது வளைந்த வெளிக்காலத்தில்) அது மடங்கும் அல்லது வளையும் என்று ஐன்ஸ்டீன் கூறி இருந்தார். ஆனால் இதனை உடனே நிரூபணம் செய்ய இயலவில்லை. ஒரு நட்சத்திரத்தின் ஒளி சூரியனைக் கடக்கும்போது அந்த ஒளி சூரியனின் ஈர்ப்பு புலத்தில் வளைய வேண்டும். இதைப் பூமியில் இருந்து ஆய்வு செய்ய வேண்டும் என்றால் இரவில் செய்ய முடியாது. ஏன் எனில் இரவில் சூரியனைக் காணமுடியாது. ஆக பகலில்தான் முடியும். பகலில் சூரிய ஒளியில் நட்சத்திரங்களின் ஒளி சூரியனைக் கடப்பதைக் கண்டறிய முடியாது. எனவே சூரிய கிரகண நாளில் மட்டுமே இது சாத்தியம்.

1919ஆம் ஆண்டு மே 29ஆம் நாள் புகழ்பெற்ற வானவியல் விஞ்ஞானி சர் ஆர்தர் எடிங்டன் ஆப்பிரிக்காவில் உள்ள கயானாவில் சூரிய கிரகண தினத்தன்று ஆய்வு செய்த போது சூரியனைக் கடந்த விண்மீன் ஒன்றின் ஒளி வளைவதைக் கண்டார். நவம்பரில் இந்த உண்மை வெளியிடப்பட்டது. அதாவது ஐன்ஸ்டீனின் பொதுச் சார்பியல் கோட்பாடு உறுதிப்படுத்தப்பட்டது. இச்செய்தி உலகெங்கும் செய்தித்தாள்களில் முக்கிய செய்தியாக வெளியிடப்பட்டது. அந்த வகையில் கல்கத்தாவில் இருந்து வெளிவரும் ஸ்டேட்ஸ்மேன் செய்தித்தாளுக்கு ராய்ட்டர் செய்தி நிறுவனத்திடமிருந்து தந்தி ஒன்று வந்தது. எடிங்டன் பொதுச் சார்பியல் கோட்பாட்டை உறுதிப்படுத்திய செய்திதான் அது. அந்தத் தந்தி செய்தியில்

உள்ள அறிவியல் கருத்துகள் செய்தித்தாள் அலுவலகத்தில் உள்ளவர்களுக்குப் புரியாததால் கல்கத்தா பல்கலைக்கழக இயற்பியல் துறையின் விரிவுரையாளரான மேக்நாட் சாகாவை அணுகினர். சாகா அன்றே அந்தத் தந்திச் செய்தியை ஒரு சிறு விளக்கக் கட்டுரையாக்கித் தர, அடுத்த நாள் அது வெளிவந்தது.

ஐன்ஸ்டீன் பொதுச் சார்பியல் கோட்பாட்டைத் தன் தாய்மொழியான ஜெர்மன் மொழியில் வெளியிட்டிருந்தார். அதன் ஆங்கில மொழியாக்கம் கூட அவர் வெளியிட்டு மூன்று ஆண்டுகள் ஆகியும் வெளிவரவில்லை. மேக்நாட் தன் தெளிந்த ஜெர்மன் மொழிப் புலமையின் துணையோடும் தன் நண்பரும் மற்றொரு இயற்பியல் விரிவுரையாளருமான சத்தியன் போஸின் உதவியோடும் பொதுச் சார்பியல் கோட்பாட்டையும் அது குறித்த பின்னகோவை எனும் அறிவியலின் முக்கியமான விளக்க உரையையும் ஜெர்மனியில் இருந்து ஆங்கிலத்தில் மொழிபெயர்த்திட அதே ஆண்டில் (1919) கல்கத்தா பல்கலைக்கழக இயற்பியல் துறை மூலம் புத்தகமாக வெளியிடப்பட்டது. இதற்கான முன்னுரையை சாகா, சத்தியன் போஸ் ஆகியோரின் மூத்த மாணவரும் பிற்காலத்தில் புள்ளியியல் நிபுணராக விளங்கியவருமான பி.சி.மகலநோபிஸ் எழுதி இருந்தார். உலக அளவில் ஐன்ஸ்டீன் சார்பியல் கோட்பாட்டின் முதல் ஆங்கில மொழிபெயர்ப்பு இதுவே ஆகும்.

பின்னாளில் பிரிட்டனில் நடந்த ஐன்ஸ்டீன் நூற்றாண்டு விழாவில் பொதுச் சார்பியல் கோட்பாட்டின் முதல் மொழிபெயர்ப்பு ஜப்பானிய மொழியில் வெளிவந்ததாக தெரிவிக்கப்பட்டபோது விழாவில் கலந்துகொண்ட நோபல் விஞ்ஞானி சந்திரசேகர் அதை மறுத்து முதல் மொழிபெயர்ப்பு சாகாவின் ஆங்கில மொழிபெயர்ப்பே எனத் தெளிவுபடுத்தினார் என்பது குறிப்பிடத்தக்கது.

சாகா 1917இல் விண்மீன்களின் வளிமண்டலத்தில் நடைபெறும் தெரிவுசெய் கதிர்வீச்சு அழுத்தம் என்பது குறித்தும் புரட்சிகரமான தன் கருத்தை உருவாக்கினார். இது குறித்து ஆய்வுக் கட்டுரையை சிகாகோ பல்கலைக்கழகத்தின் எர்க் வானியல் ஆய்வு நிலையத்தின் (Yerkes Observatory) சார்பாக வெளிவரும் ஆய்விதழான ஆஸ்ட்ரோபிஸிகல் ஜர்னல் (Astrophysical journal) இதழுக்கு அனுப்பி வைத்தார் (1917). அந்த இதழின் ஆசிரியர் எட்வின் ஃப்ரோஸ்ட் சாகாவின் கட்டுரை அதிக பக்கங்களைக் கொண்டதாக இருந்ததைக் காரணம் காட்டி அதை வெளியிட வேண்டுமானால் அச்சு செலவுக்கு குறிப்பிட்ட தொகையை இதழுக்கு தரவேண்டும் என்றார். அவ்வாறு கேட்கப்பட்ட தொகை சாகாவின் மாத சம்பளம் போல் 10 மடங்கு இருந்தது. சாகா அத்தொகையை தர

முடியாததால் அது வெளிவரவில்லை. சகா 'கதிர்வீச்சு அழுத்தம் மற்றும் கற்றைக் கோட்பாடு குறித்து ஒரு முதற்கட்டக் குறிப்புரை '(On Radiation Pressure and the Quantum Theory: A Preliminary Note) என்ற தலைப்பில் அந்தப் பெரிய கட்டுரையின் சாரத்தை மட்டும் சிறிய குறிப்பாக எழுதி அதே இதழுக்கு அனுப்பினார். அது 1919இல் வெளிவந்தது.

சாகா, மேற்கண்ட பெரிய கட்டுரையைச் சற்று மாற்றம் செய்து 'தெரிவுசெய் கதிர்வீச்சு அழுத்தம் மற்றும் சூரிய வளிமண்டலத்தில் கதிர்வீச்சு சமநிலை குறித்து' (On Selective Radiation Pressure and the Radiative Equilibrium of the Solar Atmosphere) என்ற பெயரில் 1920இல் கல்கத்தா பல்கலைக்கழக அறிவியல் இதழில் வெளியிட்டார். உலக அளவிலான ஆய்விதழில் வெளிவராததால் அதன் நிபுணத்துவம் அறிவியலாளர்களிடையில் சென்று சேரவில்லை.

ஆனால் ஆஸ்ட்ரோபிசிகல் ஜர்னலில் வெளிவந்த சிறு குறிப்பைப் படித்த பிரிட்டன் அறிவியலாளர் ஈ.ஏ.மில்ன் உடனடியாக அதைத் தன் ஆய்வுப்பொருளாகக் கொண்டு ஆய்வு செய்து தன் கட்டுரையை நேச்சர் இதழில் வெளியிட்டுவிட்டார். இக்காரணத்தால் 'தெரிவு செய் கதிர்வீச்சு அழுத்தம்' எனும் கோட்பாட்டை உருவாக்கியவர் சாகா என்பதை அறியாமல் மேலை அறிவியல் உலகம் அதை மில்ன் பெயரால் குறிப்பிடத் தொடங்கியது. இத்தனைக்கும் மில்ன் தன் கட்டுரையின் அடிக்குறிப்பில் 'இந்தப் பத்திகள் அசலாக சாகா முன்வைத்த குறிப்புகளில் இருந்து உருவாக்கப்பட்டவை' எனக் குறிப்பிட்டிருந்தார்.

சாகாவின் கருத்துகளின் அடிப்படையில் தங்கள் ஆய்வுகளை அமைத்துக் கொண்ட ஈ.ஏ.மில்ன், ஆர்.எச்.ஃபௌலர் ஆகியோர் சாகாவுக்கு முன்னதாகவே லண்டன் ராயல் கழகத்தின் உறுப்பினர்களாக்கப்பட்டனர் என்பது குறிப்பிடத்தக்கது. பிறகு 1936ஆம் ஆண்டு சாகா, யெர்க் வானியல் ஆய்வுக்கூடத்திற்குச் சென்றிருந்தபோது பிரசுரிக்கப்படாத அவரது அசல் கட்டுரையை பேராசிரியர் வில்லியம் டபிள்யு மார்கன் சாகாவிடம் காட்டினார்.

'தெரிவுசெய் கதிர்வீச்சு அழுத்த' கோட்பாட்டிற்கான உரிமையும் பெருமையும் தனக்குக் கிடைக்காமல் போனது குறித்த வலியை சாகா தன் இதயத்தில் இறுதிக்காலம் வரை கொண்டிருந்தார். பிற்காலத்தில் சாகாவின் சாதனைகளைக் குறைத்து எழுதியும் பேசியும் பிளாஸ்கட் போன்ற பிரிட்டன் பேராசிரியர்கள் தங்கள் இனவெறியைக் காட்டிக் கொண்டனர். இதற்கான விளக்கங்களை பேராசிரியர் பிளாஸ்கட்டுக்கு சாகா 1946இல் விரிவான கடிதமாக எழுதினார். இக்கடிதம் எழுதப்பட்டது கூட டாக்டர் டிவோர்கின்

போன்ற அறிவியல் வரலாற்றாய்வாளர்கள் மூலம் 1983இல்தான் தெரியவந்தது.

இளம் விரிவுரையாளரான சாகா இக்காலக்கட்டத்தில் மாணவர்களுக்கு மிகச் சிறப்பாக பாடம் நடத்தி அவர்களின் மதிப்புக்குரியவராக விளங்கினார். தனது மாணவப் பருவத்தில் 'வெல்லற்கரியவராக' (Eigenscheften) விளங்கிய சாகா தன் மாணவர்களும் அவ்வாறு விளங்க வேண்டும் என விரும்பினார். புதிதாக உருவாக்கப்பட்ட அக்கல்லூரியின் ஆய்வக வசதிகள் போதுமானதல்ல. நூலக வசதியும் குறைவுதான். எனினும் சாகா அப்போது இருந்த வசதிகளுக்கு உட்பட்டு மாணவர்களுக்கு சிறந்த கல்வி அளித்தார்.

அவரது கற்பித்தல் பணிகளுக்கு இடையே ஆய்வுப் பணிகளும் சிறப்பாக இருந்தன. எனினும் அவரது சமூக ஆர்வமும் நாட்டுப்பற்றும் குறைந்துவிடவில்லை. அவர் தன் பதின்பருவத்தில் ஏற்படுத்திக் கொண்ட பிரிட்டிஷ் அரசுக்கு எதிரான புரட்சிகர இயக்கங்களுடனான தொடர்பைத் தொடர்ந்து வைத்திருந்தார். தீரம் மிக்க இளம் தலைவர் சுபாஷ் சந்திர போஸின் மீது சாகா மிகுந்த அக்கறை காட்டினார். டாக்டர் ராஜேந்திர பிரசாத் போன்ற தலைவர்களின் நட்பும் அவருக்கு இருந்தது.

தனது சொந்த வாழ்வனுபவங்களின் ஊடாகவும் சமூக அக்கறையின் காரணமாகவும் சாகா இந்திய சாதிய சமூக அமைப்பின் மீது வெறுப்பும் கோபமும் கொண்டிருந்தார். இது கல்கத்தா பல்கலைக்கழக நிர்வாகத்தைச் சீர்படுத்துவதற்கான 1917ஆம் ஆண்டு 'சேட்லர் ஆணையம்' விசாரணையில் பங்கு பெற்று சாகா கூறிய கருத்துக்களில் தெளிவாக வெளிப்பட்டது. இங்கிலாந்து லீட்ஸ் பல்கலைக்கழக துணைவேந்தர் எம்.எ.சேட்லர் தலைமையிலான இந்த ஆணையம் கல்லூரிப் பேராசிரியர்கள், விரிவுரையாளர்கள் உட்பட பல தரப்பினரிடம் சீர்திருத்தம் தொடர்பாகக் கருத்தைப் பதிவு செய்தது. மேக்நாட் சாகாவும் ஆணையத்திடம் தன் கருத்தை அளித்தார்.

குறிப்பிட்ட வகுப்பாருக்கு தங்கும் வசதி (விடுதி வசதி) ஏற்பாடு பற்றிய கேள்விக்கு சாகா ஒடுக்கப்பட்ட வகுப்பு மாணவர்களுக்குத் தனி விடுதி கூடாது என்றும் அவர்கள் பொது விடுதியில் சேர்த்துக்கொள்ளப்பட்டு உயர்சாதி மாணவர்களுக்குச் சமமாக நடத்தப்பட வேண்டும் என்றும் பதில் அளித்தார். அப்போது இருந்த கல்லூரி விடுதிகள் உயர்சாதி மாணவர்களின் தனியுரிமையாக இருந்ததையும் விளக்கி மக்களின் பொதுப்பணத்தில் நடைபெறும் விடுதிகளில் ஏற்றத்தாழ்வுகள் கூடாது என்று தெளிவுபடத்

தன் கருத்தை முன்வைத்தார். அவர் தாழ்த்தப்பட்ட மக்களைக் குறிக்க தன் பதிலில் 'ஜனநாயக வகுப்பினர்' என்ற சொல்லைப் பயன்படுத்தினார். அந்த வகையில் அந்த வகுப்புக்கு ஓர் அரசியல் வலிமையைத் தர முயற்சி செய்தார் எனக் கருதுகிறார் அபாசூர். சாகா சேட்லர் ஆணையத்திடம் அளித்த பதிலில்,

> "தங்கும் விடுதி முறை கடைப்பிடிக்கப்படுவதாக இருந்தால் ஜனநாயக வகுப்பு மாணவர்கள் (வழக்கமாகவும், சில சமயங்களில் நேர்மைக்குப் புறம்பாகவும் தாழ்த்தப்பட்டவர்கள் என அழைக்கப்படும் வகுப்பினரைக் குறிக்க இந்தச் சொல்லைப் பயன்படுத்துகிறேன் - சாகா) சேர்த்துக் கொள்ளப்படும்போது முறையான கவனம் கொள்ளப்பட வேண்டும் என நான் நினைக்கிறேன். தற்காலத்தில் கல்லூரிகளோடு இணைந்த விடுதிகள் மேட்டுக்குடி (Aristocratic) வகுப்பினரான பிராமணர்கள், காயஸ்தாக்கள், வைத்தியர்கள், நபசாக்குகள் போன்ற வகுப்பினரின் முற்றுரிமையாக உள்ளது என்பது நிரந்தரமான ஒரு குற்றச்சாட்டாகும். ஒன்று ஜனநாயக வகுப்பினர் சேர்த்துக்கொள்ளப்படுவதில்லை அல்லது அப்படியே சேர்த்துக்கொள்ளப்பட்டாலும் கூட, அவர்கள் அனுமதிக்கப்படுவது அவர்களின் உரிமையின்பாற்பட்டதாக அல்லாமல் ஏதோ கருணையின் பாற்பட்ட விஷயமாக உள்ளது. பழைமைவாத மாணவன் எவனாவது ஒருவன் இந்த மாணவனோடு (தாழ்த்தப்பட்ட மாணவனோடு நூல் ஆசிரியர்) ஒரே அறைவில் தங்குவது குறித்தோ அல்லது ஒரே உணவுக்கூடத்தில் சேர்ந்து உணவு அருந்துவது குறித்தோ ஆட்சேபம் தெரிவித்தால் இந்த அதிர்ஷ்டங்கெட்ட மாணவன் வேறு இடத்திற்கு வெளியேறும்படியோ அல்லது உணவைச் சொந்த அறைக்குக் கொண்டுபோய் உண்ணும்படியோ கேட்டுக்கொள்ளப்படுவான். இப்படிப்பட்ட விஷயங்கள் உண்மையாகவே நடந்துள்ளன. இவற்றைப் பற்றிய பல சந்தர்ப்பங்களை இதை எழுதுபவர் அறிவார்."
>
> "தற்போது ஜனநாயக வகுப்பைச் சேர்ந்தவர்கள் பொதுமக்கள் பணத்தைச் செலவு செய்து கட்டப்பட்டுள்ள இந்த விடுதியைப் பொறுத்தமட்டிலாவது மற்ற வகுப்பாருக்கு சமமான உரிமை தமக்கும் உள்ளது என நினைக்கின்றனர். அவர்கள் தாங்கள் சுதந்திரமாக விடுதிகளில் சேர்த்துக் கொள்ளப்படவேண்டும், தங்கள் சுயமரியாதைக்கும், மதிப்புக்கும் உகந்த முறையில் அங்குத் தங்கியிருக்க அனுமதிக்கப்பட வேண்டும் என்று எதிர்பார்க்கிறார்கள். இவர்களுக்கு என்று தனி விடுதிகள்

திறப்பது சரியாக வராது. அப்படித் திறப்பதாக இருந்தால் குறிப்பிட்ட வகுப்பாரின் பயன்பாட்டுக்கு எனத் தனித்தனியாக குறைந்பட்சம் 25 வகுப்புவாரி விடுதிகளைத் திறக்க வேண்டிவரும்” [19] என்று பதில் அளித்தார்.

மேற்கண்ட சாகாவின் பதில்களில் ஒடுக்கப்பட்ட மக்களின் சார்பாக தெளிவும் சமரசமற்றதுமான ஆதரவுக் குரல் ஒலிப்பதை அறிய முடிகிறது. சேட்லர் குழுவின் முன் சாகா அளித்த இன்னொரு பதிலில் மாணவர்களுக்கு அறிவியலைத் தாய்மொழியில்தான் சொல்லித்தர வேண்டும் எனத் தெளிவுடடத் தெரிவித்தார். [20] தனது கல்விப்பணி, ஆய்வுப்பணி ஆகியவற்றுக்கு இடையிலும் ஒடுக்கப்பட்டவர்களுக்காக குரல் கொடுக்கும் வாய்ப்பை சாகா தவறவிட விரும்பவில்லை என்பதையே அவர் பதில்கள் காட்டுகின்றன.

கோட்பாட்டியல் ரீதியிலான தன் ஆய்வு முடிவுகளுக்கு ஆய்வுக்கூட பரிசோதனைகள் மூலமான உறுதிப்படுத்தல்களைச் செய்துபார்த்துவிட வேண்டும் என சாகா விரும்பினார். ஆனால் இந்தியாவில் அதற்கான வசதிகள் இல்லை என்பதையும் அவர் அறிவார். ஓர் இளம் அறிவியலாளராகத் தன் ஆய்வுகள் மூலம் தான் அடைந்திருந்த உற்சாகத்தையும் கருத்துகளையும் மேலை நாடுகளின் புகழ் பெற்ற ஆய்வாளர்களுடன் பகிர்ந்து கொள்ள வேண்டும் என்றும் சாகா விரும்பினார். அமெரிக்க ஐரோப்பிய நாடுகளின் ஆய்வுக்கூடங்களைப் பார்வையிட வேண்டும் என்றும் தன் ஆய்வு முடிவுகளுக்கான அங்கீகாரத்தைக் கோரவேண்டும் என்றும் சாகா விரும்பினார். இக்காரணங்களுக்காக அமெரிக்க ஐரோப்பிய நாடுகளுக்கான சுற்றுப்பயணத்திற்கான வாய்ப்பை எதிர்பார்த்து இருந்தார்.

சாகாவின் ஆய்வுக் கட்டுரைகளுக்காக அவருக்கு 1919இல் பிரேம் சந்த் ராய் சந்த் ஆய்வு உதவித்தொகையும், 1920இல் கிரிஃபித் பரிசுத் தொகையும் கிடைத்தன. இவை அல்லாமல் பிரம்மோ கல்வி சங்கத்தின் உதவித்தொகையும் கிடைத்தது. இவற்றைக் கொண்டு சாகா மேலை நாடுகளுக்கான இரண்டு ஆண்டு சுற்றுப்பயணத்தைத் தொடங்கினார். அவருக்குக் கிடைத்த உதவித் தொகை போதுமானதல்ல எனினும் துணிவோடு 1919 செப்டம்பர் மாதம் லண்டன் கிளம்பினார். அவர் பயணம் செய்த கப்பலில் அவருடன் அவரது அன்புக்குரிய ஆசிரியர் பி.சி.ராய், பேராசிரியர் என்.கே.சிதான்தா, டாக்டர் பி.எஸ்.குப்தா, பேராசிரியர் கே.சி.மேத்தா, டாக்டர் ஜீவராய் மேத்தா ஆகியோரும் பயணம் செய்தனர்.

7

ஐரோப்பிய ஆய்வுக் கூடங்களில் சாகா

சாகா லண்டன் சென்றதும் தனது வகுப்புத் தோழர்களான ஜே.என்.முகர்ஜி, ஜே.சி.கோஷ், ஸ்நேகமாயி தத்தா ஆகியோரைச் சந்தித்தார். சாகா கையில் வைத்திருந்த பணம் அவர் விரும்பியபடி கேம்பிரிட்ஜ் பல்கலைக் கழகத்திலோ, ஆக்ஸ்போர்டு பல்கலைக் கழகத்திலோ தங்கி ஆய்வு மேற்கொள்ள போதுமானதாக இல்லை. அவரது நண்பர் ஸ்நேகமாயி தத்தா லண்டன் இம்பீரியல் கல்லூரியில் பேராசிரியர் ஆல்ஃபிரட் ஃபௌலரிடம் ஆய்வு உதவிகள் கோர அறிவுரை கூறினார். ஆல்ஃபிரட் பௌலர் புகழ் பெற்ற நிறமாலையியல் விஞ்ஞானி பேராசிரியர் நார்மன் லாக்கியரின் கீழ் ஆய்வு மேற்கொண்டவர். தன்னளவில் மிகச்சிறந்த அறிவியலாளர். அவர் சாகாவை தன் இம்பீரியல் கல்லூரி ஆய்வுக் கூடத்தைப் பயன்படுத்திக் கொள்ள சம்மதித்தார். தொடக்கத்தில் சற்று விலகி இருந்த ஃபௌலர், ஃபில்மேக் இதழில் வெளிவந்த சாகாவின் ‘சூரிய நிறமண்டலத்தில் வெப்ப அயனியாக்கம்’ கட்டுரையின் முக்கியத்துவத்தை உணர்ந்து சாகாவிடம் நிறையவே ஆர்வம் காட்டினார்.

லண்டன் இம்பீரியல் கல்லூரியில் சாகா முதன்முதலாக எஸ்.எஸ்.பட்னாகரைச் சந்தித்தார். பட்னாகரும் சாகாவும் இந்திய அறிவியலில் அசைக்க முடியாத ஆளுமைகளாகப் பிறகு விளங்கினர். பட்னாகரின் ஆற்றலையும் உறுதியான மனநிலையையும் கண்டு ‘நீராவிக் கப்பல் பட்னாகர்’ (Steamship Bhatnagar) என்று சாகா அவரைச் செல்லமாக அழைத்தார். பட்னாகர் அதே கல்லூரியில் டாக்டர் டொன்னானின் கீழ் (Doctor Donnan) ஆய்வு மாணவராக இணைந்தார்.

ஆல்பிரட் ஃபௌலரின் ஆய்வுக்கூடத்தில் சாகா இருந்த காலம் அவருக்கான பெருமிதங்களில் ஒன்றாக இருந்தது. பிற்காலத்தில் அதை அவர் நன்றியோடு குறிப்பிட்டார். சாகாவின் ஆய்வுகளை அறிந்து கொண்ட ஃபௌலர், சாகா குறித்து அதிகம் ஆர்வம்

காட்டியதோடு சாகாவின் ‘உடுநிறமாலையின் ஹார்வர்டு வகைப்பாடு குறித்து’(On The Harvard Classification of Stellar spectra) கட்டுரையை மேம்படுத்த நிறைய ஆலோசனைகள் கூறினார். சாகா உடனே நேர்மையாக ஃபில்மேக் இதழில் இருந்து அதைத் திரும்பப் பெற்று அதன் அடிப்படை கருத்தை மாற்றாமல் ஃபௌளலர் அளித்த புதிய புள்ளிவிவரங்கள், தகவல்களைக் கொண்டு மீண்டும் அதை ‘உடுநிறமாலையின் இயற்பியல் கோட்பாடு குறித்து’ (On a Physical Theory of Stellar Spectra) என்ற பெயரில் திருத்தி எழுதினார். அது லண்டன் ராயல் கழக இதழில் 1921 இல் வெளிவந்தது.

பில்மேக் இதழில் 1919 முதல் 1921 வரை வெளிவந்த ‘சூரிய நிறமண்டலத்தில் அயனியாக்கம்’, ‘சூரியனின் தனிமங்கள்’, ‘வாயுக்களின் வெப்ப கதிர்வீச்சுப் பிரச்சினைகள் ’ஆகிய கட்டுரைகளும், மேற்கண்ட லண்டன் ராயல் கழக இதழில் வெளிவந்த ‘உடுநிறமாலையின் இயற்பியல் கோட்பாடு குறித்த’ கட்டுரையும் அவரை உலக வானியற்பியல் வரலாற்றில் உன்னதமான இடத்தில் கொண்டு போய் வைத்தன. நவீன வானியற்பியல் இக்கட்டுரைகளின் மூலக் கோட்பாடான வெப்ப அயனியாக்கம் மற்றும் சாகா சமன்பாடு ஆகியவற்றில் இருந்துதான் பிறந்தது. எனவேதான் சாகா நவீன வானியற்பியலின் தந்தை எனப் போற்றப்படுகிறார்.

சாகா தன் கோட்பாடு தொடர்பான ஆய்வக பரிசோதனைகளைச் செய்ய ஃபௌளலரின் ஆய்வுக்கூடத்திலும் போதிய வசதிகள் இல்லை என்பதை அறிந்தார். குறிப்பாக அதிஉயர் வெப்பநிலையில் தனிமங்களை அயனியாக்கம் செய்து நிறமாலை ஆய்வுகள் செய்ய வேண்டி இருந்தது. சாகா கேம்பிரிட்ஜில் இருந்த அறிவியலாளர் ஜே.ஜே.தாம்சனின் கேவண்டிஷ் ஆய்வுக்கூடத்தில் ஆய்வுகளைச் செய்து பார்க்க விரும்பி அவரை அணுகினார். தாம்சன் உயர் வெப்பநிலை ஆய்வு வசதிகள் கேவண்டிஷில் இல்லை என்று தெரிவித்தார். இத்தகு வசதிகள் ஜெர்மனியில் நோபல் பரிசு பெற்ற அறிவியலாளர் வால்டர் நெர்ஸ்ட்டின் ஆய்வகத்தில்தான் உள்ளது என்றும் எனவே அங்கு முயற்சி செய்யுமாறும் ஃபௌளலர் சாகாவை வழிப்படுத்தினார். சாகாவின் பிரிட்டிஷ் எதிர்ப்பு உணர்வும் ஜெர்மனியின் அசலான தொழில்நுட்ப வளர்ச்சியின் மீது அவருக்கு இருந்த மதிப்பும் அவரை விருப்பத்தோடு ஜெர்மன் செல்ல வைத்தது. 1921 பிப்ரவரி மாதம் பெர்லினில் உள்ள நெர்ஸ்டின் ஆய்வகத்தில் தன் ஆய்வுப்பணிகளை சாகா தொடங்கினார்.

நெர்ஸ்டின் அனுமதி கிடைக்க அறிவியலாளர் ஜான் எகர்ட் சாகாவுக்கு உதவினார். அச்சமயத்தில் ஜெர்மனிக்கும் பிரிட்டிஷ் அரசுக்கும் பகை நீடித்திருந்தது. முதல் உலகப் போரின் சூடு தணியாமல்

இருந்த காலம் அது. பிரிட்டனின் அறிவியலாளர்களையோ பிரிட்டனின் காலனி நாடுகளைச் சேர்ந்த அறிவியலாளர்களையோ ஜெர்மன் அறிவியலாளர்கள் சேர்த்துக் கொள்ள தயக்கம் காட்டிய நிலை இருந்தது. ஆனாலும் சாகாவை சேர்த்துக் கொள்ள நெர்ஸ்ட் சிறிதும் தயங்கவில்லை. சாகாவின் பிரிட்டிஷ் எதிர்ப்புப் பின்னணி இந்தச் சாதகமான வரவேற்பைப் பெற்றுத் தந்தது.

சாகா ஜெர்மனியில் இருந்த காலத்தில் ஐன்ஸ்டீன், பிளாங்க், சாமர்ஃபீல்டு போன்ற மகத்தான அறிவியலாளர்களுடன் நட்பை ஏற்படுத்திக் கொண்டார். சாகாவின் வெப்ப அயனியாக்கக் கோட்பாடும், சமன்பாடும் ஐரோப்பிய அறிவியல் உலகில் பெரும் தாக்கத்தை ஏற்படுத்தி இருந்ததால் சாகாவை அனைவரும் அறிந்திருந்தனர். ஜெர்மன் அறிவியலாளர்களுடன் பழக சாகாவின் ஜெர்மன் மொழி அறிவு பெருந் துணையாக இருந்தது.

பெர்லின் நகரம் ஐரோப்பாவின் அரசியல் பண்பாட்டு மையமாகத் திகழ்ந்து கொண்டிருந்தது. தீவிர பிரிட்டிஷ் எதிர்ப்பு உணர்வும், தீவிர கம்யூனிச ஆதரவு உணர்வும் பெர்லினின் அரசியல் அடையாளங்களாக இருந்தன. சாகாவிற்கும் இந்தச் சூழல் நிறைவானதாக இருந்தது.

ஜெர்மனியின் அறிவியலாளர்களில் ஆர்னால்ட் சாமர்ஃபீல்ட் தனித்துவமானவர். இந்தியாவின் பி.சி.ராய் போல அவரும் மாணவர்கள் மீது அக்கறை கொண்டவர். அவரைப் போலவே அவரது மாணவர்களும் அறிவியல் அற்புதங்களை நிகழ்த்திக் காட்டினர். அணு இயற்பியல் குறித்த அவரது பாடநூல் அணு இயற்பியலின் வேத நூலாக கருதப்படுகிறது. மூனிச் பல்கலைக்கழகத்தில் பேராசிரியராக இருந்த அவர் சாகாவின் உடுநிறமாலையின் இயற்பியல் கோட்பாடு கட்டுரையைப் படித்துவிட்டு 1921 ஏப்ரல் 18இல் சூரிய நிறமாலை வரிகள் குறித்த "உங்கள் ஆய்வுக் கட்டுரை மிகவும் ஆர்வமூட்டக்கூடியதாக உள்ளது. உங்களுக்கு ஜெர்மன் மொழி நன்றாகத் தெரியும் எனில் உங்களை இதுகுறித்து ஒரு விரிவுரையாற்ற அழைக்கலாமா?" என்று கேட்டு எழுதினார். சாகாவும் மகிழ்ச்சியோடு மூனிச் செல்ல ஒப்புக்கொண்டாலும் தன் ஜெர்மன் உச்சரிப்பு சிறப்பாக இருக்காது என்றும் தெரிவித்தார். எனினும் சாகா மாணவர்கள் மற்றும் அறிவியலாளர்கள் இடையில் தன் வெப்ப அயனியாக்க கோட்பாடு குறித்து விரிவுரையாற்றினார்.[21]

அப்போது கவி. ரவீந்திரநாத் தாகூர் மூனிச்சில் இருந்தார். சாமர்ஃபீல்ட் சாகாவை ரவீந்திரருக்கு முதன்முதலாக அறிமுகப்படுத்தினார். தாகூர் சாகாவை சாந்தி நிகேதனுக்கு வருகை தருமாறு அழைத்தார். சாமர்ஃபீல்ட் சாகாவின் பெருமையைத்

தாகூருக்கு எடுத்துக் கூறியது போல தாகூரின் இந்தப் பயணத்தின் போது ஐன்ஸ்டீன், சத்தியேந்திரநாத் போஸின் அறிவுக்கூர்மை குறித்து தாகூரிடம் கூறினார். சாமர்ஃபீல்டு, தாகூர் ஆகியோருடன் சாகா ஏற்படுத்திக்கொண்ட இந்த நட்பு, பிற்காலத்தில் சாகாவின் வாழ்வில் உன்னதமான நிலையை அடைந்தது. சாகாவின் ஜெர்மன் பயணம் அறிவியல் ஆராய்ச்சி, அறிஞர்களின் சந்திப்புகள் ஆகியவற்றோடு மட்டும் இருந்துவிடவில்லை. அவர் பிரிட்டிஷ் எதிர்ப்பு புரட்சி அரசியலுக்கான கடமைகளையும் அங்கு ஆற்றவேண்டி இருந்தது. இங்குதான் சாகா முதன்முதலாக வங்காளப் புரட்சி இயக்கமான ஜுகாந்தர் கட்சியின் தலைவர்களில் ஒருவரும் பின்னர் இந்திய கம்யூனிஸ்ட் கட்சியை நிறுவியவர்களில் ஒருவருமான நரேந்திரநாத் பட்டாச்சாரியா எனும் இயற்பெயர் கொண்ட எம்.என்.ராயைச் சந்தித்தார். பெர்லினில் இந்தச் சந்திப்பு நடந்தது. 1919இல் ரஷ்ய கம்யூனிஸ்ட தலைவர் ட்ராட்ஸ்கி, எம்.என்.ராயை மெக்ஸிகோவில் கம்யூனிஸ்ட் கட்சி தொடங்கக் கேட்டுக்கொண்டார் என்பது குறிப்பிடத்தக்கது.

அன்றைய நாளில் வங்காளத்தைச் சேர்ந்த குறிப்பாக கிழக்கு வங்காளத்தைச் சேர்ந்த புரட்சிகர இயக்கங்களின் சர்வதேச தொடர்பு மையமாக பெர்லின் நகரம் விளங்கியது. ‘எதிரிக்கு எதிரி நண்பன்’ என்பதற்கு ஏற்ப பிரிட்டிஷ் சாம்ராஜ்ஜியத்தின் எதிரி நாடான ஜெர்மனியை வங்காளப் புரட்சியாளர்கள் நட்பு தேசமாய் பார்த்தனர். ஜெர்மனியர்களும் பிரிட்டனுக்கான இரங்கற்பா இந்தியாவில்தான் பாடப்பட உள்ளது என நம்பினர். எனவே இந்தியப் புரட்சியாளர்கள் விரும்பிய சர்வதேச தளமாக பெர்லின் விளங்கியதில் வியப்பேதும் இல்லை. ஜெர்மன் மொழி கற்றுக்கொள்வதில் இருந்த ஆர்வம், ஜெர்மன் அறிவியல் மீது கொண்ட ஆர்வம், ஜெர்மன் அறிவியலாளர்களின் மீது கொண்ட மரியாதை போன்றவற்றுக்கான உளவியல் ரீதியான அடிப்படையை சாகாவின் விடுதலை உணர்விலும் பிரிட்டிஷ் எதிர்ப்பிலும் அடையாளம் காண முடிகிறது.

சாகா எம்.என்.ராயை ஜெர்மனியில் சந்தித்ததோடு மேலும் இந்தியப் புரட்சியாளர்கள் பலரையும் சந்தித்து உள்ளார். அவர் கல்கத்தாவில் உள்ள ஜுகாந்தர் கட்சிக்கான தகவல் காப்பாளராகவும் செயல்பட்டுள்ளார். ஜுகாந்தர் கட்சியின் தலைவராக இருந்து 1915இல் வீரமரணமடைந்த ஜதீன் தாஸ் எனும் பாகா ஜதீன், சாகாவின் நண்பர் என்பதை ஏற்கெனவே பார்த்தோம். பிரிட்டிஷ் காலனிய அரசு புரட்சிகர இயக்கங்களை ஈவு இரக்கமற்ற முறையில் நசுக்கியும், அவர்களின் செயல்பாட்டைத்

தீவிரக் கண்காணிப்புக்கு உட்படுத்தியும் வந்த நிலையில் தகவல்கள் ரகசியமாகப் பரிமாறிக்கொள்ளப்பட வேண்டியதிருந்தது. அதற்கு அப்பழுக்கற்ற நாட்டுப்பற்றும் தீரமும் உடைய ரகசியத் தகவல் காப்பாளர்கள் தேவை. சாகா சந்தேகத்திற்கிடமின்றி மகத்தான விடுதலை உணர்வாளர். ஏகாதிபத்திய எதிர்ப்பாளர்.

இக்காலக்கட்டத்தில் புரட்சியில் ஈடுபட்டிருந்தவர்கள் விடுதலைக்குப் பிறகு அளித்த பேட்டிகளில் சாகாவின் பங்களிப்பு பற்றிக் குறிப்பிட்டிருப்பதை ஆண்டர்சன் தன் நூலில் குறிப்பிடுகின்றார். பி.கே.தத் எனும் பட்டுகேஷ்வர் தத், கௌதம் சட்டோபாத்யாயாவுக்கு அளித்த நேர்காணல் ஒன்றில் சாகா பெர்லினில் இருந்தபோது தங்கள் ஜுகாந்தர் கட்சியின் ரகசியத் தகவல் காப்பாளராக இருந்ததையும், எம்.என்.ராயின் இயக்கத்தைச் சேர்ந்த நளினி குப்தா பெர்லினில் இருந்து கல்கத்தா வந்து சாகாவைச் சந்தித்ததையும் கூறியுள்ளார். நளினி குப்தா அக்காலத்தில் புரட்சிகர இயக்கங்களுக்கு மிகவும் தேவைப்பட்டார். ஏன் எனில் அவர் முதலாம் உலகப் போரின் போது இங்கிலாந்தில் தங்கி வெடிகுண்டுகள் தயாரிக்கக் கற்று வைத்திருந்தார். சாகாவும் நளினி குப்தாவும் கல்கத்தாவில் உள்ள வெலிங்டன் சதுக்கத்தில் இருந்த ஆதரவாளர் ஒருவருக்குச் சொந்தமான பல் மருத்துவமனையில் உட்கார்ந்து தகவல் பரிமாறிக் கொண்டனர். [22]

பிற்காலத்தில் ஜுகாந்தர் கட்சியைச் சேர்ந்த பெரும்பான்மையானவர்கள் கம்யூனிஸ்ட் இயக்கங்களில் இணைந்தனர் என்பதும், நளினி குப்தா வங்காள தொழிலாளர் விவசாயிகள் கட்சியை (Bengal Workers and Peasants Party) ஆரம்பித்தார் என்பதும் குறிப்பிடத்தக்கது. சாகாவும் கம்யூனிச ஆதரவாளராகவும் உலக அளவில் சோவியத் ரஷ்யாவின் ஆதரவாளராகவும் ஆனார். அனுசீலன் சமிதி மற்றும் ஜுகாந்தர் கட்சி ஆகியவற்றில் உறுப்பினர்களாக இருந்தவர்களால் ஆரம்பிக்கப்பட்ட புரட்சிகர சோசலிச கட்சியின் (RSP) வேட்பாளராகவே 1951 பொதுத்தேர்தலில் வடமேற்கு கல்கத்தா தொகுதியில் நின்று பெரும் வெற்றி பெற்றார்.

பேராசிரியர் நெர்ஸ்ட்டின் ஆய்வகத்தில் சாகா மேற்கொண்ட தீவிர ஆய்வுகள், முடிவுகள் எட்டப்படாமலே நின்று போயின. அதற்குள் கல்கத்தா பல்கலைக்கழகத்தில் ஏற்படுத்தப்பட்ட புதிய பேராசிரியர் பதவியில் வந்து இணையுமாறு அசுதோஷ் முகர்ஜி, சாகாவைக் கேட்டுக் கொண்டார். சாகா, தன் ஆய்வு தொடர்பான மூலப் பிரதியை (manuscript) நெர்ஸ்டின் ஆய்வகத்திலேயே விட்டுவிட்டு கல்கத்தா கிளம்பினார். பின்னர் அந்த ஆய்வு விவரங்களை ஒரு கட்டுரையாக வெளியிட்டார்.

சாகா இந்த ஐரோப்பிய பயணத்தில் ஸ்விட்சர்லாந்தில் ஒரு மாதம் தங்கி இருந்தார். பின் ஆக்ஸ்போர்டில் நடைபெற்ற பேரரசு பல்கலைக்கழகங்களின் மாநாட்டில் (Imperial university conference) கல்கத்தா பல்கலைக்கழகம் சார்பாகக் கலந்து கொள்ள இங்கிலாந்து சென்றார். பின்னர் மீண்டும் கேம்பிரிட்ஜ் சென்ற சாகா, பேராசிரியர் ஆர்தர் எடிங்டனின் அழைப்பை ஏற்று அவர் வீட்டுக்கு விருந்தினராகச் சென்றார். கேம்பிரிட்ஜில் பரிணாமக் கோட்பாட்டியல் மேதை சார்லஸ் டார்வினின் பேரனும், வானியற்பியலாளருமான பேராசிரியர் சி.ஜே.டார்வினை சந்தித்தார்.

அசுதோஷ் முகர்ஜி புதிய கைரா பேராசிரியர் பதவியில் சேர அழைத்ததை அடுத்து சாகா, தன் பெர்லின் ஆய்வுகளை முடித்துக் கொள்ள வேண்டி இருந்தாலும் ஒட்டுமொத்தமாகப் பார்த்தால் இந்த ஐரோப்பிய பயணம் சாகாவிற்கு வெற்றிப் பயணமேயாகும். தீண்டாமை, வறுமை ஆகிய நெருப்பாறுகளில் எதிர்நீச்சல் போட்டவண்ணம் உலக அறிவியலாளர்களில் ஒருவர் என்ற உன்னத நிலையை எட்டிப் பிடித்த சாகாவுக்கு இந்தப் பயணம் ஐரோப்பிய அறிவியலாளர்களின் நேரடித் தொடர்பையும் ஐரோப்பிய ஆய்வுக்கூடங்களில் நடைபெறும் ஆய்வுகள் குறித்த நேரடிப் பார்வையையும் பெற்றுத் தந்தது.

சாகாவின் அறிவியல் ஆய்வுகளைப் பொறுத்தவரை கூட 1920-21 ஆண்டுகள் வெற்றிகரமான ஆண்டுகளே. இக்காலக்கட்டத்தில் சாகாவின் 11 ஆய்வுக் கட்டுரைகள் உலக அளவிலான ஆய்விதழ்களில் வெளிவந்தன. அவற்றில் ‘சூரிய நிறமண்டலத்தில் அயனியாக்கம்’, ‘உடுநிறமாலையின் இயற்பியல் கோட்பாடு’ ஆகிய இரண்டு ஆய்வுக் கட்டுரைகளும் நவீன வான் இயற்பியலின் திசைவழியைத் தீர்மானிப்பவையாக இருந்தன.

சாகா மீண்டும் கல்கத்தா திரும்பி கைரா பேராசிரியர் பதவியில் இணைந்ததில் தொடங்கி அவரது வாழ்வையும் பணியையும் பின் தொடர்வதற்கு முன் சாகாவின் அறிவியல் குறித்தும் வானியற்பியல் வரலாற்றில் அதற்கான இடம் குறித்தும் சுருக்கமாக இங்குப் பார்ப்போம்.

8

சாகாவின் அறிவியல்

ஆர்தர் ஸ்டேன்லி எடிங்டன் போன்ற வானியற்பியல் மேதைகள் வெப்ப அயனியாக்கக் கோட்பாட்டை அறிவியலின் திருப்புமுனை கண்டுபிடிப்புகளில் ஒன்றாகக் குறிப்பிட்டுள்ளனர். இதற்குக் காரணங்கள் இருந்தன. நவீன வானியற்பியலில் சாகாவின் வெப்ப அயனியாக்க கோட்பாட்டின் முக்கியத்துவத்தை உணர அவர் அதைக் கண்டுபிடிப்பது வரையிலான வானியற்பியலின் வரலாற்றைச் சுருக்கமாக அறிவது அவசியம்.

1609ஆம் ஆண்டு கலிலியோவின் தொலைநோக்கி வானத்தை நோக்கி உயர்ந்த கணத்தில், நவீன வானியற்பியலுக்கான கதவுகள் படபடவெனத் திறந்தன. சக்தி குறைந்த இரண்டு கண்களால் பார்த்ததை விட சக்தி மிகுந்த ராட்சத ஒற்றைக் கண்ணான தொலைநோக்கியில் பார்த்தபோது வான்பொருட்களின் உருப்பெருக்கப்பட்ட பிம்பங்களைப் பார்க்க முடிந்தது. நிலவின் மேடுபள்ளங்களையும், கதிரவப்புள்ளிகளையும் கலிலியோ பார்த்தார். அன்று முதல் வானம் மனிதனுக்கு வசப்படத் தொடங்கியது.

1666இல் நியூட்டன் நிறப்பிரிகை சோதனையைச் செய்து பார்த்து சூரிய ஒளி ஏழு நிறங்களின் கூட்டொளி எனக் கண்டார். நிறப்பிரிகையால் உருவாகும் வண்ணவரிசை 'நிறமாலை' என்றும் அது இடைவெளி இல்லாமல் தொடர்ச்சியாக இருந்ததால் 'தொடர்நிறமாலை' என்றும். சூரியனின் ஒளியில் இருந்து கிடைக்கும் நிறமாலை 'சூரிய நிறமாலை' என்றும் நிறமாலை தொடர்பான படிப்பு 'நிறமாலையியல்' என்றும் அழைக்கப்படலாயின.

நியூட்டன் 1668இல் எதிரொளிப்பு வகைத் தொலைநோக்கியைக் கண்டுபிடித்தார். இதனால் ஒளிச்சிதறலால் கட்புலப் பகுதியில் வண்ண வளையங்கள் உருவாவது தடுக்கப்பட்டு தெளிவான நிறமாலைகள் பெறப்பட்டன.

நியூட்டன் காலத்திலேயே சூரியனில் இருந்து வரும் ஒளியையும் விண்மீன்களின் ஒளியையும் பகுத்து நிறப்பிரிகை செய்து ஆயும் நிறமாலை இயல் உருவாகிவிட்டாலும் அடுத்த ஒரு நூற்றாண்டுக்கும் மேலாக இத்துறையில் பெரிய வளர்ச்சிகள் ஏதும் நடந்து விடவில்லை,

பிரஞ்சு தத்துவ ஞானியும், சமூகவியலின் தந்தையுமான ஆகஸ்டே கோம்தே கூட விண்பொருட்களை விளங்கிக் கொள்வதற்கான விவேகம் மனிதனுக்குச் சாத்தியமல்ல என்றே கருதினார். 1835இல் அவர் தனது நேர்காட்சித் தத்துவம் (The Positive philosophy) குறித்த விரிவுரை ஒன்றில் வானத்து விண்மீன்களின் வேதிக் கட்டமைப்பை மனிதனால் அறியவே இயலாது என்று கூறினார். அவர்,

> 'அவற்றின் (விண்மீன்களின்) வடிவம், தூரம், அளவு, இயக்கம் ஆகியவற்றை அறுதியிடுவதற்கான வாய்ப்பு உள்ளது புரிகிறது; ஆனால் அவற்றின் வேதிக் கட்டுமானம், கனிமக் கட்டமைப்பு இவற்றுக்கும் மேலாக விண்மீன்களின் வெளிப்பரப்பில் உயிருள்ள உருவங்கள் வாழ்ந்து வருகின்றனவா என்பவற்றைக் குறித்து நம்மால் ஒருபோதும் அறிய இயலாது' [23]

என்றும் கூறினார். அவர் மேலும்,

> 'விண்மீன்களின் உண்மையான சராசரி வெப்பநிலை நம்மால் அறிந்து கொள்ள முடியாததாகவே இருக்கும் என்ற கருத்தில் நான் உறுதியாக இருக்கிறேன்' [24]

என்று தெரிவித்தார்.

ஆனால் அவர் காலத்திலேயே ஜெர்மன் நாட்டைச் சேர்ந்த சாதாரண மூக்குக் கண்ணாடி தயாரிப்பாளர் ஜோசப் ஃபிரானாபர் விண்மீன்களின் வேதிக் கட்டமைப்பை அறிந்து கொள்ளவும் புரிந்துகொள்ளவும் உதவக்கூடிய முக்கியமான ஆய்வுக் கருத்துகளை வெளியிட்டிருந்தார். இந்த விவரம் கோம்தேவுக்குத் தெரியாது. 1814இல் ஃபிரானாஃபர் சூரிய ஒளியின் நிறப்பிரிகை தொடர்பான நியூட்டனின் சோதனையைக் கவனத்தோடும் திரும்பத் திரும்பவும் செய்து பார்த்து நிறமாலையில் வண்ண வரிகளுக்கு இடையில் இருள் வரிகளும் ஏராளமாக இருப்பதைக் கண்டார். அவை ஃபிரானாஃபர் இருள் வரிகள் எனப்படுகின்றன. இத்தகைய 600க்கும் மேற்பட்ட இருள்வரிகளை ஃபிரானாஃபர் பதிவு செய்தார். முக்கியமான வரிகளின் அதிர்வெண்ணையும் (frequency) கணக்கிட்டு குறித்து வைத்தார். ஆனால் இவை என்ன சொல்கின்றன என அவருக்குத் தெரியவில்லை.

ஃபிரானாஃபரின் ஆய்வுக்குப் பிறகு பலரும் தனிமங்களை ஆய்வகத்திலேயே பல்வேறு வெப்பநிலைகளில் சூடாக்கி நிறமாலை ஆய்வுகள் செய்து அவற்றின் முடிவுகளை ஃபிரானாஃபர் வரிகளோடு பொருத்திப் பார்த்தனர். அவ்வகையில் வில்லியம் டோல்போட், ஜான் ஷெர்ஷல், காஸ்டாவ் கிர்காஃப், ராபர்ட் புன்சன் போன்றோர் முக்கியமானவர்கள். இவர்களில் கிரிகாஃப் மற்றும் புன்ஸன் (G.R.Kirchoff and Robert Bunsen) ஆகியோரின்

பங்களிப்பு மிக முக்கியமானது. 1859ஆம் ஆண்டு தனிமங்களை அவற்றின் செஞ்சூட்டு நிலைக்கு சூடுபடுத்தும்போது அவை தமக்கான தனிப்பட்ட வரிநிறமாலைகளை உருவாக்குகின்றன என இவர்கள் கண்டனர்.

உதாரணமாக சோடியத்தை செஞ்சூட்டு நிலைக்குக் கொண்டுபோய் ஆராய்ந்தபோது நிறமாலையின் மஞ்சள்வரிகளில் D1ம் D2ம் எடுப்பான வரிகளாக இருப்பது தெரிய வந்தது. இப்படிப்பட்ட ஆய்வக ஆய்வுகளில் கிடைத்த தகவல்களை கிர்காஃப் சூரிய நிறமாலையில் உள்ள ஃபிரானாஃபர் இருள்வரிகளுக்குப் பொருத்தி விளக்கம் அளித்தார். அதன்படி சூரிய நிறமாலையில் கிடைக்கும் ஃபிரானாஃபர் இருள்வரிகள் உட்கவர் நிறமாலை வரிகள் என்றும் சூரியனில் வெளி அடுக்கில் இருந்து கிடைக்கும் தொடர்நிறமாலையில் அலை நீளங்கள் சிலவற்றை அதன் வளிமண்டலப் பகுதி வாயுக்களும், அலைகளும் பலவீனப்படுத்திவிட அவை இருள்வரிகளாகப் பதிவாகின்றன என்றும் கிர்காஃப் அற்புதமாக விளக்கினார். அந்த வகையில் வானியற்பியலைப் புதிய பரிமாணத்திற்கு அவர் உயர்த்தினார். ஃபிரானாஃபரின் இருள்வரிகள், ‘சூரிய கடவுள் தனக்குத் தானே எழுதியுள்ள சுயசரிதையின் சங்கேத எழுத்துகள்’ என்று ஒருமுறை சாகா குறிப்பிட்டார். அந்த சங்கேத எழுத்துகளைப் படிப்பதற்கான தொடக்க முயற்சிதான் கிர்ஃகாப்பின் ஆய்வுகள்.

வானியற்பியலில் அடுத்த கட்ட வளர்ச்சியாக ஆம்ஸ்ட்ராங் சூரிய நிறமாலையைச் சோதித்து அதை ஆய்வக சோதனை முடிவுகளோடு ஒப்பிட்டு ஹைட்ரஜன் உள்ளதை உறுதிப்படுத்தினார். 1885இல் ஸ்விட்சர்லாந்து பள்ளி ஆசிரியர் பால்மர் ஹைட்ரஜனின் அணு நிறமாலையை ஆராய்ந்து அதில் எச் ஆல்ஃபா, எச் பீட்டா, எச் காமா, எச் டெல்டா வரிகள் உள்ளதைக் கண்டுபிடித்தார். அதன் பின் நுட்பமான நிறமாலைமானிகள் மேலும் வரிகள் உள்ளதைக் காட்ட பால்மர் வரிசை, லைமன் வரிசை, பாய்ச்சான் வரிசை, ஃபிராக்கட் வரிசை என அவை அழைக்கப்பட்டன. இவை அனைத்தும்

$$\frac{1}{\lambda} = R(\frac{1}{2^2} - \frac{1}{n^2})$$

என்ற எளிய சூத்திரத்திற்கு கட்டுப்பட்டன. இதில் λ என்பது அலைநீளம், இதை லேம்டா (Lambda) எனப் படிக்கவேண்டும். R என்பது ஒரு மாறிலி. இதை ரிட்பெர்க் மாறிலி என்பர். இதன் மதிப்பு 1.097 x 107 m^{-1}ஆகும். n என்பது ஒரு முழுஎண்(intiger). அது n=3,4,5,…α என அமையும் (α–infinity / முடிவிலி). இவை எப்போதும்

இப்படி ஏன் கட்டுப்படவேண்டும்? யாருக்கும் தெரியாது! அதை விளக்க 1913இல் நீல்ஸ் போர் வந்தார். அவரது குவாண்டம் மாதிரி அணுக் கொள்கை, ஹைட்ரஜன் அணுஆற்றலை உட்கவர்ந்து கிளர்ச்சி அடையும் போது அதன் உள்வட்ட எலக்ட்ரான் வெளிவட்டத்திற்குத் தாவ ஒரு உட்கவர் நிறமாலை பால்மர் வரி உருவாவதாகவும் எலக்ட்ரான் தன் ஆற்றலை இழந்து மீண்டும் உள்வட்டத்திற்கு திரும்பும்போது உமிழ்நிறமாலை பால்மர் வரி உருவாவதாகவும் விளக்கியது. இந்தக் கொள்கை அணு எண் ஒன்று கொண்ட ஹைட்ரஜனுக்கு மட்டுமே பொருந்தியது. அணு எண் இரண்டு கொண்ட ஹீலியத்திற்குப் பொருந்தவில்லை. இதனை விளக்க சாமர்ஃபீல்டு வந்தார். அவரது அணுக்கொள்கை எலக்ட்ரானின் பாதை வட்டமல்ல; அது நீள்வட்டம் என்பதைக் கருத்தில் கொண்டதால் மேம்பட்டதாக இருந்தது.

இதற்கிடையில் 1860இல் ஜேம்ஸ் கிளார்க் மாக்ஸ்வெல் மின்காந்தக் கோட்பாட்டையும், 1887ல் ஹெர்ட்ஸ் ரேடியோ அலைகளையும் கண்டுபிடித்தனர். அடுத்ததாக எக்ஸ் கதிர்கள், காமாக்கதிர்கள் கண்டுபிடிக்கப்பட்டன.

இத்தகு வளர்ச்சிகளின் பின்னணியில் நுட்பமான நிறமாலைக் கருவிகளின் துணையோடு சூரிய நிறமாலையில் பல்லாயிரக்கணக்கான வரிகள் பகுக்கப்பட்டன. ரவ்லண்ட் மட்டும் 20,000 வரிகளைப் பகுத்தார். இவற்றில் 36 தனிமங்களுக்கான வரிகள் மட்டுமே அடையாளம் காணப்பட்டன. அதாவது சூரியனில் உள்ள 36 தனிமங்கள் கண்டறியப்பட்டன. பூமி சூரியனில் இருந்து பிரிந்த துண்டு என்பதால் பூமியில் உள்ள தனிமங்கள் சூரியனிலும் இருக்க வேண்டும் ஆனால் பூமியில் 90க்கும் மேற்பட்ட தனிமங்கள் கண்டறியப்பட்ட நிலையில் சூரிய நிறமாலைகள் 36 தனிமங்களை மட்டுமே காட்டுகின்றன அப்படியானால் மற்ற தனிமங்கள் எங்கே? மற்ற விண்மீன்களின் நிலை இதைவிட மோசம்.

இந்த நிலையில் முழு சூரியகிரகண நாளில் மட்டுமே சூரியனின் நிறமண்டலப் பகுதியின் நிறமாலையைப் பெற முடியும் என்பதை உணர்ந்து அந்நாட்களில் ஆய்வுகள் நடந்தன. ஆனால் நார்மன் லாக்கியர் சாதாரண நாளில் நிறமண்டலப் பகுதியின் நிறமாலையைப் பெற முயற்சிசெய்து வெற்றியும் பெற்றார்.

1868இல் இந்தியாவில் நிகழ்ந்த முழு சூரியகிரகணத்தை லாக்கியர் மற்றும் நெல்சன் ஆகியோர் ஆய்வு செய்தனர். இதில் லாக்கியர் சார்பாக அவர் உதவியாளர்கள் மட்டும் வந்து ஆய்வு செய்தனர். இந்தக் கிரகணம் குறைந்த நேரமே நீடித்தது. ஆனால் இதில் இருந்த

நிறமாலை ஃபிரானாஃபர் இருள்வரிகளுக்குப் பதில் வெளிச்ச வரிகளைத் தந்தது. இதனைத் திடீர் நிறமாலை (flash spectrum) என அழைத்தனர். லாக்கியர் இந்த ஆய்வுகள் மூலம் பூமியில் இல்லாத தனிமம் ஒன்று சூரியனில் இருப்பதைக் கண்டார். அதற்கு ஹீலியம் எனப் பெயரிட்டார். முப்பது ஆண்டுகள் கழித்து பூமியில் ஹீலியம் இருப்பது உறுதியானது.

முழு சூரியகிரகண நாளில் ஏற்படும் திடீர் நிறமாலை ஃபிரானாஃபர் நிறமாலையின் மறுதலைதான் (reverse) என்பதை உறுதிசெய்ய வேண்டி இருந்தது. 1898இல் மீண்டும் அந்த வாய்ப்பை இந்தியாவே தந்தது. அவ்வாண்டு இந்தியாவில் நிகழ்ந்த சூரியகிரகணத்தை ஆய்வு செய்ய லாக்கியர், எவர்ஷெட், பிகம்வில்லா ஆகியோர் இந்தியா வந்தனர். ஃபிரானாஃபர் வரிகளின் மறுதலையே திடீர் நிறமாலை வரிகள் என்பது உறுதிசெய்யப்பட்டது. மேலும் ஃபிரானாஃபர் நிறமாலையில் இருந்த மேம்பட்ட H மற்றும் K வரிகள் ஹீலியத்தைக் குறிக்கின்றன என்பது ஒப்பிட்டு அறியப்பட்டது. ஃப்ரானாஃபர் நிறமாலையில் ஹீலியமே இல்லாதபோது திடீர் நிறமாலையில் 20 ஹீலியம் வரிகள் இருந்தன. மேலும் இந்த ஆய்வுகள் எடைகுறைந்த ஹைட்ரஜன் சூரியனின் பரப்பில் இருந்து 8000 கிலோமீட்டர் உயரம் வரை மட்டுமே இருக்க, ஹைட்ரஜனைவிட நாற்பது மடங்கு எடை மிகுந்த கால்சியம் 14000 கி.மீ உயரத்திலும் கூட இருப்பதைக் காட்டின. சூரியனின் ஈர்ப்பு விசையை மீறி இது சாத்தியம் இல்லை. தனிமங்களின் அணு எடைக்கு ஒத்த உயரங்களில்தான் சூரியனில் அவை இருக்க முடியும். இயற்பியல் விதிகள் பொய்த்துப் போய்விட்டனவா என அறிஞர்கள் திகைத்தனர்.

மேற்கண்ட முரண்பாட்டை விளக்க வந்த லாக்கியர் வேதித் தனிமம் அது இருக்கும் இடத்தின் வெப்பநிலைக்கு ஏற்ப தூண்டலைப் (Stimulus) பெறுகிறது என்றும், வெப்பத் தூண்டலின் வேறுபாட்டுக்கு ஏற்ப அவை சென்றடையும் உயரங்கள் வேறுபட, நிறமாலைகளும் வேறுபடுகின்றன என்றும் சொன்னார். இக்கருத்தை ஏற்க விஞ்ஞானிகள் தயங்கினர். சூரியனின் பரப்பில் இருந்து மேலே செல்லச் செல்ல அதாவது வெளியே செல்லச் செல்ல வெப்பநிலை குறைய வேண்டும். அப்படி இருக்க, உயரப் பகுதியில் வெப்பத்தின் தூண்டல் அதிகம் கிடைக்க சாத்தியம் என்ன? என்ற கேள்விக்கு விடை இல்லை. இதற்கான விளக்கம் அளிக்கும் பொறுப்பை அறிவியல் வரலாறு (History of Science) சாகாவிடம் அளித்தது. இதற்கான விடையும் சாகாவின் வெப்ப அயனியாக்க கோட்பாட்டில் இருந்தது.

சாகாவின் வெப்ப அயனியாக்க கோட்பாடு

வெப்ப இயக்கவியல் விதிகளின்படி திடப்பொருள் ஒன்றை சூடுபடுத்தினால் அது திரவமாகவும், மேலும் சூடுபடுத்தினால் அது வாயுவாகவும் மாறும். தொடர்ந்து சூடுபடுத்தும் போது வாயுவில் உள்ள அணுக்கள் கிளர்ந்து எலக்ட்ரான் ஒன்றை இழந்து அயனியாக மாறும். அதற்கு மேலும் சூடுபடுத்தினால் மேலும் எலக்ட்ரான்களை அந்த அயனி இழக்கும். இதில் நீல்ஸ் போர், சாமர்ஃபீல்ட், பிளாங்க் போன்றோரின் கற்றைக் கோட்பாடு அடங்கியுள்ளது.

ஓர் அணுவில் இருந்து எலக்ட்ரானை வெளியேற்றத் தேவையான ஆற்றலை அயனியாக்க ஆற்றல் (Ionization Potential) என்கிறோம். இந்த அயனியாக்கம் வெப்பத்தின் மூலம் நடந்தால் அது வெப்ப அயனியாக்கம் (Thermal ionization) ஆகும். வெப்ப அயனியாக்கத்தில் கீழ்க்கண்ட நிகழ்ச்சி வரிசை அமைந்துள்ளது.

திடப் பொருள் + வெப்பம் → திரவப் பொருள் + வெப்பம் → வாயு (அணுக்கள்) + வெப்பம் → கிளர்வுற்ற அணுக்கள் + வெப்பம் → அயனி + எலக்ட்ரான்

இந்த வெப்ப அயனியாக்கக் கோட்பாடு வானியற்பியலுக்கான சாகாவின் பெரும் பங்களிப்பு. சாகாவின் 'சூரிய நிற மண்டலத்தில் வெப்ப அயனியாக்கம்' என்ற கட்டுரையில் சாகா இதை விளங்கியிருந்தார். இக்கட்டுரை 1920 அக்டோபர் மாத ஃபில்மேக் இதழில் வெளிவந்தது என ஏற்கெனவே பார்த்தோம்.

சாகா 1919இல் மாணவர்களுக்குப் பாடம் நடத்த ஏராளமான அறிவியல் நூல்களையும், ஆய்விதழ்களையும் படித்து வந்தார். அவரது ஜெர்மன் மொழி அறிவு காரணமாக ஜெர்மன் மொழியில் அசலாக வரும் ஆய்வுக் கட்டுரைகளையும் படித்து வந்தார். அந்த வகையில் ஜெர்மானிய அறிவியல் மேதை வால்டர் நெர்ஸ்டின் மாணவர் ஜான் எகர்ட் எழுதிய ஆய்வுக் கட்டுரை ஒன்றை சாகா படிக்க நேர்ந்தது. அதில் எகர்ட் விண்மீன்களில் நிகழும் அயனியாக்கத்தில் அயனியாகாத அணுக்களோடு ஒப்பிட்டு அயனியாக்கமடைந்த அணுக்களின் விகிதாச்சாரத்தை அறிய சூத்திரம் ஒன்றைத் தந்திருந்தார். இந்தச் சூத்திரத்தில் அயனியாக்க ஆற்றலை (Ionization Potential) எகர்ட் இணைக்காததை சாகா கண்டுபிடித்தார். சாகா தனது வெப்ப இயக்கவியல் அறிவு, நவீன கற்றைக் கோட்பாடு அறிவு, கணிதத் திறமை இவற்றைக் கொண்டு புதிய சமன்பாட்டை உருவாக்கினார். அதற்கு அயனியாக்கத்திற்கான ஐசோபார் வினைச் சமன்பாடு (Equation of the Reaction-Isobar for ionization) என்று பெயரிட்டார்.

$$\log K = \log\left(\frac{x^2}{1-x^2}\right)P = \frac{U}{4.571T} + 2.5\log T - 6.5$$

என்பதே அச்சமன்பாடு. இச்சமன்பாடு சாகாவின் அயனியாக்கச் சமன்பாடு எனப் போற்றப்படுகிறது. இதில் U என்பது அயனியாக்க ஆற்றலைக் குறிக்கிறது. P என்பது மொத்த அழுத்தத்தையும் T என்பது கெல்வின் அளவீட்டில் வெப்பநிலையைக் குறிக்கிறது. 6.5 என்பது வேதிமாறிலி ஆகும். x என்பது எலெக்ட்ரானை இழந்து அயனியான அணுக்களின் எண்ணிக்கையைக் குறிக்கிறது.

வானியற்பியலின் புதிர் பெட்டியைத் திறந்த மந்திரச்சாவியாக இந்தச் சாகா சமன்பாடு விளங்கியது.

சாகா இச்சமன்பாட்டின் மூலம் கால்சியம், பேரியம், ஸ்ட்ரோன்டியம்(strontium), ஹைட்ரஜன், ஹீலியம் போன்ற தனிமங்களின் அயனியாக்க ஆற்றலைக் கண்டுபிடித்தார். இனி வெப்ப அயனியாக்கத்தை சூரியனுக்கும் பிற விண்மீன்களுக்கும் பொருத்தவேண்டியதுதான் அறிவியலாளர்களுக்கு வேலை.

சாகா தன் கோட்பாடுகளைக் கொண்டு சூரியனின் திடீர் நிறமாலையின் மேம்பட்ட வரிகளுக்கு வெப்பம் மட்டும் காரணமல்ல; சூரியனின் பரப்பில் இருந்து மேலே செல்லச் செல்ல குறைந்து செல்லும் அழுத்தமும் காரணம் என்று விளக்கினார். அழுத்தம் குறையும்போது அயனியாக்கம் வேகமாக நிகழும் எனச் சுட்டிக் காட்டினார். மேலும் மேம்பட்ட வரிகள் சாதாரண அணுக்களால் உருவாகவில்லை என்றும் அவை அயனியாக்கப்பட்ட அணுக்களால் (அயனிகளால்) உருவாகின்றன என்றும் கூறினார். அந்த வகையில் மேம்பட்ட H மற்றும் K வரிகள் கால்சியம் அணுக்களால் (Ca) உருவாகவில்லை என்றும், அவை கால்சியம் அயனிகளால் (Ca+) உருவாகிறது என்றும், தொடர்நிறமாலையில் G வரி அயனியாகாத சாதாரண கால்சியத்தின் (Ca) வரி என்றும் விளக்கினார்.

பூமியில் 90க்கும் மேற்பட்ட தனிமங்கள் கண்டறியப்பட்டுள்ள நிலையில் சூரியனில் 36 தனிமங்கள் மட்டுமே இருப்பது அறியமுடிந்தது. இவை குறித்தும் சாகா தெளிவாக விளக்கினார். பல தனிமங்களின் அயனியாக்க ஆற்றல் குறைவாக இருப்பதால் அவை முற்றிலும் அயனியாக்கம் அடைந்துவிடுகின்றன. உதாரணமாக சீசியம், ருபீடியம் போன்றவை முற்றிலும் அயனியாகிவிடுவதால் நிறமண்டலப் பகுதிக்கான ஃபிரானாஃபர் நிறமாலையில் அவை பதிவாகவில்லை. வெப்பம் குறைந்த பகுதியான கதிரவப் புள்ளிகளில் (Sun spots) இவை குறைவாகவே அயனியாகியிருக்கும் என்பதால் கதிரவப் புள்ளிகளுக்கான நிறமாலையில் சீசியம், ருபீடியம்

ஆகியவற்றுக்கான வரிகள் பதிவாக வாய்ப்பு உள்ளது என்று அனுமானித்துக் கூறினார். சாகா அனுமானித்ததைப் போலவே ரஸ்ஸல் போன்றவர்கள் சீசியமும் ருபீடியமும் கதிரவப் புள்ளிகளில் இருப்பதைப் பின்னர் உறுதி செய்தனர்

சூரியனின் நிறமண்டலத்தில் எடை குறைந்த ஹைட்ரஜன் 8000 கிலோமீட்டர் உயரம் வரை மட்டுமே மேலெழும்பும்போது ஹைட்ரஜனைவிட கனமான கால்சியம் 14000 கிலோமீட்டர் உயரம் வரை செல்வது எப்படி என்பதையும் சாகா விளக்கினார். சாகா நவீன கற்றைக் கோட்பாட்டின் (Quantam theory) அடிப்படையிலான தெரிவுசெய் கதிர்வீச்சு அழுத்தம் (Selective Radiation Pressure) என்ற தன் புதிய கோட்பாட்டின்படி இதனை விளக்கினார். பொதுவாக சூரியன் ஒளி மண்டலத்தில் இருந்து வெளிப்படும் தொடர்நிறமாலையின் கதிர்வீச்சு ஆற்றல் கால்சியம் அணுக்கள் மீது செயல்பட்டு அவற்றை மேலெழுப்புகின்றன எனக் கருதப்பட்டது. சாகா மாற்றி யோசித்தார். அவர் ஒளி மண்டலத்தில் இருந்து வெளிப்படும் பல்வேறு அதிர்வெண் கொண்ட ஆற்றல் கற்றைகளில் குறிப்பிட்ட அதிர்வெண் கொண்ட ஆற்றல் கற்றையை மட்டுமே தன்மீது செயல்பட கால்சியம் போன்ற அணுக்கள் அனுமதிக்கின்றன என்றார். இங்கே தெரிவு செய்யும் உரிமையை அணு பெற்றிருக்கிறதே ஒழிய அதன் மீதான ஆற்றல் பெற்றிருக்கவில்லை. மேலும் ஒளி மண்டலத்தில் இருந்து வெளிப்படும் ஆற்றல் கற்றைகளில் ஒரு குறிப்பிட்ட அணுவுக்கான தேர்ந்தெடுத்த அதிர்வெண்ணில் எத்தனை ஃபோட்டான்கள் அடங்கியுள்ளன என்பதைப் பொறுத்து கதிர்வீச்சு அழுத்தம் கூடுதலாகவோ குறைவாகவோ அமைகிறது. தெரிவுசெய் கதிர்வீச்சு அழுத்தக் கோட்பாடு வெப்ப அயனியாக்கக் கோட்பாட்டிற்கு முன்பே சாகாவால் உருவாக்கப்பட்டது. அதை உருவாக்கியபோது சாகாவின் வயது 25!

சாகாவின் கோட்பாடுகளும், சாகா சமன்பாடும் சூரியனைப் புரிந்து கொள்வதற்கு மட்டுமின்றி விண்மீன்களைப் புரிந்து கொள்ளவும், அவற்றின் மூலப்பொருள்களை அறியவும் உதவின. எல்லாவற்றிற்கும் மேலாக விண்மீன்களை வகைப்படுத்துவதில் நீடித்த குழப்பம் சாகாவால்தான் தீர்த்துவைக்கப்பட்டது. 1850 களில் ஆங்கிலோ சேச்சி என்ற வாடிகன் பாதிரியார் விண்மீன்களை அவற்றின் நிறங்களை அடிப்படையாகக் கொண்டு வெள்ளை, மஞ்சள், செம்மஞ்சள், அடர் சிவப்பு எனப் பிரித்து முறையே I, II, III, IV என வகைப்படுத்தினார். 1890இல் ஹார்வர்டு வானியல் ஆய்வுக்கூட ஆய்வாளர்கள் பிக்கரிங் என்பாரும் செல்வி. கேனான் என்பவரும் ஒரு வகைப்பாட்டை செய்து முடித்தனர். இது ஹார்வர்டு

வகைப்பாடு எனப்படும். 1920க்குள் ஹார்வர்டு வகைப்பாட்டில் இரண்டு லட்சத்திற்கும் மேற்பட்ட விண்மீன்கள் இடம் பிடித்தன.

ஹார்வர்டு வகைப்பாட்டின் தொடர்ச்சியாக ரஸ்ஸல், X அச்சில் நிறமாலை வகையையும் Y அச்சில் விண்மீன்களின் ஒளிச்செறிவையும் கொண்டு வரைபடம் தயாரித்தார். இதே போன்ற வரைபடத்தைத் தனிப்பட்ட முறையில் டென்மார்க்கைச் சேர்ந்த ஹெர்ட்ஸ் பிரங் என்ற விஞ்ஞானியும் இதே காலகட்டத்தில் செய்திருந்தார். எனவே இந்த வரைபடம் இருவர் பெயரையும் இணைத்து எச்.ஆர்.பிளாட் எனப்படுகிறது. இந்த எச்.ஆர்.பிளாட்டை வைத்துத்தான் இப்போதும் ஒரு நட்சத்திரத்தின் ஒளிரும் திறன் (Luminocity) அளவிடப்படுகிறது. [25]

வெப்பம், அழுத்தம், அதிர்வெண், அலைநீளம் என எந்தக் காரணியையும் அளவுகோலாகக் கொண்டு வரையாமல் வெறும் ஒளிச்செறிவின் அடிப்படையில் வரைந்த இந்த வரைபடத்தில் ஒரே பகுதியில் நமக்குத் தெரிந்த பெரும்பாலான விண்மீன்கள் அடங்கி விடுகின்றனவே எவ்வாறு என்ற கேள்வி ரஸ்ஸலுக்கு எழுந்தது. அப்படியானால் இவற்றை ஏதோ ஒரு இயற்பியல் பண்பு இணைக்கிறது, அது என்ன? ரஸ்ஸல் அந்தக் காரணி வெப்பம் என்று சரியாக அனுமானித்தார். ஆனால் அதை உறுதிப்படுத்த அவரிடம் எந்தக் கோட்பாட்டு பலமும் இல்லை.

ஹார்வர்டு வகைப்பாடு நடந்து முப்பது ஆண்டுகள் கழித்து, ரஸ்ஸல் எச்.ஆர். வரைபட முயற்சி முடிந்து பதினேழு ஆண்டுகள் கழித்து சாகாதான் உடுநிறமாலைகளுக்கும் வெப்ப நிலைக்குமான தொடர்பைக் கோட்பாடு ரீதியாக உறுதிப்படுத்தினார். அவரது வெப்ப அயனியாக்க கோட்பாடு இதைச் சாதித்தது. வானியற்பியலின் முக்கியப் பிரச்சினைகளின் பூட்டுகளைத் திறப்பதற்கான மந்திரச்சாவியை சாகா தந்தவுடன், ரஸ்ஸல் தன் ஆய்வுகளைப் படு வேகமாகவும் தெளிவாகவும் செய்து அசத்தினார். ரஸ்ஸல் மட்டுமல்லாது மில்ன், சி.ஜே.டார்வின், சிசிலியா பெய்ன் எனப் பலரும் சாகாவின் வெப்ப அயனியாக்கக் கோட்பாட்டை அடிப்படையாகக் கொண்டு ஆய்வுக் கடலில் மூழ்கி அற்புதமான முத்துகளை எடுத்தனர். ஆனால் சாகாவை வசதியாகக் கழற்றி விட்டுவிட்டனர்.

9

நவீன வானியற்பியலின் தந்தை மேக்நாட் சாகா

மேகநாத் சாகாவின் கோட்பாட்டை மதிப்பீடு செய்த ஆர்தர் எடிங்டன் சாகாவின் வெப்ப அயனியாக்கக் கோட்பாடு 1596இல் ஃபாபிரிசியஸ் பாதிரியார், முதல் மாறிமீன் (variable star) மிரா சீட்டியைக் (Mira Ceti) கண்டுபிடித்த நாளில் இருந்து பன்னிரண்டாவது மிக முக்கியமான கண்டுபிடிப்பாகும் என்று குறிப்பிட்டார்.

ஆல்ஃபிரட் ஃபௌலர் சாகாவின் கண்டுபிடிப்பு 1859இல் கிர்சாஃபின் நிறமாலைப் பகுப்பாய்வு கண்டுபிடிப்புக்குப் பிறகு வானியற்பியலுக்கான மகத்தான பங்களிப்பு என லண்டன் ராயல் கழகக் கூட்டத்தில் குறிப்பிட்டார்.

எஸ்.ரோஸ்லேண்டு தனது புகழ்பெற்ற கோட்பாட்டு இயற்பியல் என்ற நூலில்

> "இந்தத் துறையில் (நீல்ஸ்) போர் முன்னோடியாகக் கருதப்பட வேண்டியவர் என்றாலும் அணுக் கோட்பாட்டின் அடிப்படையில் நிறமாலை தொடர்கள் குறித்து உறுதியான கோட்பாட்டை உருவாக்க முதலில் முயன்றவர் இந்திய இயற்பியலாளர் மேக்நாட் சாகாவே ஆவார்"

என்று எழுதினார்.

> "வான் பொருட்கள் பற்றிய நிறமாலையியல் ஆய்வுக்கான அடிப்படையை ஃபிரானாஃபரும் கிர்க்காஃபும் நிறுவியபோது என்ன நடந்ததோ அதோடு ஒப்பிடும் அளவுக்கான ஓர் அறிவியல் சிந்தனைப் புரட்சியே சாகாவின் ஆய்வு"

என்று பிற்காலத்தில் ஒட்டோ ஸ்டார்வ் எழுதினார்.

சாகாவின் வெற்றி என்பது அவரது காலம்வரை தனித்தனியாக பிரிந்து கிடந்த வானியலையும் அணு இயற்பியலையும் எளிமையாக ஆனால் நிபுணத்துவத்தோடு இணைத்து வைத்ததில் அடங்கியிருக்கிறது. பிரம்மாண்டமான விண்மீன்களின் கட்டமைப்பைப் புரிந்து கொள்வது அவற்றின் குறுவடிவமான (miniature) அணுக்களின் கட்டமைப்பைப் புரிந்து கொள்வதன் மூலம் சாத்தியம் என்று சாகா சரியாகவே முடிவு செய்தார். வெப்ப இயக்கவியல், கற்றைக்

கோட்பாடு, சார்பியல் தத்துவம், இயல் வேதியியல், கணிதம் என அறிவியலின் பல துறை நிபுணத்துவம் அவரை உலகின் ஓர் ஒதுக்குப்புறமான நகரமான கல்கத்தாவில், ஓர் அடிமை நாட்டில், அறிவியல் வளர்ச்சிக்கு ஊக்கமும் ஆக்கமும் மறுக்கப்பட்ட சூழலில் அமெரிக்க ஐரோப்பிய அறிவியலாளர்களை விஞ்சி இச்சாதனையை நிகழ்த்த வைத்தது.

சாகாவின் வெப்ப அயனியாக்கக் கோட்பாடும் அயனியாக்கச் சமன்பாடும் வானியலை நவீனப்படுத்தின. அமெரிக்க, ஐரோப்பிய வானியல் ஆய்வுக்கூடங்களில் புதிய உற்சாகம் பிறந்தது. வானியலின் தீர்க்கப்படாத பிரச்சினைகளை எல்லாம் இனித் தீர்த்துவிடமுடியும் என விஞ்ஞானிகள் நம்பிக்கை கொண்டனர். ரஸ்ஸல் ஆடம்ஸுக்கு எழுதிய கடிதத்தில் "அயனியாக்க ஆற்றல் (ionization potential) அறிவைப் பயன்படுத்தினால் சில ஆண்டுகளுக்குள்ளாகவே நிறமாலைப் புள்ளிவிவரங்களில் இருந்து விண்மீன்களின் வெப்பநிலையை எண் மதிப்பீட்டில் பெற்றுவிட முடியும் என நான் நம்புகிறேன்"[26] என்று குறிப்பிட்டார்

சாகா கோட்பாட்டால், ஹார்வர்டு, யெர்க் போன்ற உலகின் மிக முக்கிய வானியற்பியல் ஆய்வுக்கூடங்கள் சுறுசுறுப்படைந்தன. தேங்கிக் கிடந்த வானியல் புதுப் பொலிவுடன் தன் தேக்கத்தை உடைத்துக் கொண்டு முடுக்கம் எடுத்தது. நவீன வானியற்பியல் பிறந்தது. வானியற்பியலின் முக்கியமான ஆய்வாளரான சிசிலியா பெய்ன் "நவீன வானியற்பியல் சாகாவின் கோட்பாட்டில் இருந்தே பிறந்தது'' என்று தெரிவித்துள்ளார். இந்த சிசிலியா பெய்ன் கேம்பிரிட்ஜில் தன் படிப்பை முடித்துவிட்டு ஹார்வர்டில் தன் வானியல் ஆய்வுகளை நடத்தி புகழ் பெற்றவர் என்பது குறிப்பிடத்தக்கது. அவர், தான் மேற்கொள்ள வேண்டிய ஆராய்ச்சி சாகா கோட்பாட்டின் திசைவழியே என்ற முடிவுக்கு வந்தது குறித்து கீழ்க்கண்டவாறு கூறுகிறார்.

> "கேம்பிரிட்ஜில் படித்தபோது எனது இறுதி ஆண்டில் ஈ.ஏ. மில்ன் பற்றி எனக்குத் தெரியவந்தது. அவர் (ரால்ஃப் ஃபௌலருடன் இணைந்து) விண்மீன்களின் வளிமண்டலங்கள் குறித்த வரலாற்றுச் சிறப்பு மிக்க ஆய்வுக் கட்டுரையை அப்போதுதான் வெளியிட்டிருந்தார். அவர்கள் (மில்ன் மற்றும் ஃபௌலர்) விண்மீன்களின் மூலப்பொருட்களின் அயனியாக்கத்திற்கு மேக்நாட் சாகா பயன்படுத்தியிருந்த அறிவார்ந்த இயல்வேதியியல் கோட்பாட்டால் (வெப்ப அயனியாக்க கோட்பாட்டால்) ஊக்கமடைந்திருந்தனர். இக்கோட்பாடே நவீன வான் இயற்பியல் உருவாக வழிவகுத்தது.

> நான் கேம்பிரிட்ஜைவிட்டு வெளியேறும் முன் மில்ன் என்னிடம் 'உனக்கு கிடைத்த ஹார்வர்டில் ஆய்வு செய்யும் வாய்ப்பு எனக்குக் கிடைத்திருந்தால் சாகா கோட்பாட்டை ஆய்வு செய்வது சரிபார்ப்பது தொடர்பான ஆராய்ச்சியையே மேற்கொள்வேன்' என்று கூறினார்." [27]

சிசிலியா பெய்னின் சொற்கள் நவீன வானியற்பியலின் தந்தை மேக்நாட் சாகாவே என்பதை உறுதிப்படுத்துகிறது. சாந்திமயி சட்டர்ஜி, ஜோதிர்மயி குப்தா போன்றோரும் அவ்வாறே குறிப்பிடுகின்றனர். இத்தகு தகுதிபடைந்த ஒருவர் சாதி ரீதியாக ஒடுக்கப்பட்டவராகப் பிறந்துவிட்டதால் நவீன வானியற்பியலின் தந்தையாக அவரை ஏற்பதில் இந்திய சாதிய சமூகத்தின் வார்ப்புகளான அறிவுத் துறையினருக்குத் தயக்கம் உள்ளது.

இந்தியாவிலும் வெளிநாடுகளிலும் தன் கோட்பாட்டின் அடிப்படையில் மேலும் ஆய்வுகள் செய்வதற்கு சாகாவிற்கு போதிய உதவிகள் கிடைக்கப் பெறாத நிலையில் ஹென்றி நூரிஸ் ரஸ்ஸல் ஆர்.எச்.ஃபௌலர், ஈ.ஏ.மில்ன், டொனால்டு எம்.மென்செல், சீசிலியா பெய்ன் சி.ஜே.டார்வின் எனப் பலரும் சாகாவின் ஆய்வுகளை அடிப்படையாகக் கொண்டு ஆராய்ச்சிகளில் ஈடுபட்டு பெரும் சாதனைகள் புரிந்தனர். சாகாவிற்குப் பிறகான வானியல் ஆராய்ச்சிகள் அனைத்தும் சாகா கோட்பாட்டின் நீட்சிகளாகவே இருந்தன. எஸ்.ரோஸ்லேண்டு,

> "இத்துறையில் (வானியற்பியலில்) பிறகு ஏற்பட்ட எல்லா வளர்ச்சிகளுமே சாகா கோட்பாட்டின் தாக்கத்திற்கு உட்பட்டவையே என்றும் அடுத்து நடந்த பெரும்பான்மை ஆராய்ச்சிகள் சாகா கருத்துக்களின் தூய்மைப்படுத்தப்பட்டவைகளே என்றும் சொன்னால் அது வானியற்பியலுக்கு சாகாவின் கோட்பாடு அளித்த உத்வேகத்தை சிறிதும் மிகை மதிப்பீடு செய்ததாக ஆகாது"

என்று எழுதினார்.[28]

அணுக்களின் கட்டமைப்பிற்கும் அவற்றின் வெப்ப இயக்கவியல் பண்புகளுக்குமான உறவை தொடர்புபடுத்தி புரிந்து கொண்டதில்தான் சாகாவின் மேதைமை அடங்கியிருந்தது. ஓர் அணு மீதான வெப்ப நிலையை மட்டுமே அன்றைய அறிவியலாளர்கள் கணக்கில் கொண்டனர். ஐன்ஸ்டீன் கூட கரும்பொருள் நிறமாலை தொடர்பான தன் கோட்பாட்டில் (1916) வெப்பநிலைக்கும், கிளர்வுற்ற அணுவின் உட்கவர் நிறமாலை வரிகள், உமிழ் நிறமாலை வரிகள் ஆகியவற்றிற்குமான தொடர்பை மட்டுமே விளக்கி இருந்தார். அவர் அழுத்தத்தைக் கணக்கில் கொள்ளவில்லை. சாகா

அதைக் கணக்கில் கொண்டு தன் கோட்பாட்டை முன்வைத்தார். அந்த வகையில் ஒரு கோட்பாட்டு இயற்பியலாளராக சாகாவின் பங்களிப்பு ஐன்ஸ்டீனின் போற்றுதலுக்கும் உரியதாகவே இருந்தது. அலகாபாத் பல்கலைக்கழகத்தில் சாகா பணிபுரிந்த காலத்தில் சாகாவின் தகுதி குறித்து நிர்வாகத்தில் சிலர் கேள்வி எழுப்பி சாகாவைக் கொச்சைப்படுத்த முயன்றபோது ஐன்ஸ்டீன் சாகாவைப் பற்றி எழுதிய கடிதம் அனைவரது வாயையும் அடைக்க உதவியது குறிப்பிடத்தக்கது.

சாகாவின் மகத்தான கண்டுபிடிப்பு வரும்வரை இத்துறையில் லாக்கியரின் முன்னோடி ஆய்வுப் பணிகளைப் பாராட்ட அறிவியலாளர்களுக்குத் தயக்கம் இருந்தது. லாக்கியர் 1874லேயே மூலக்கூறுகள் வெப்பத்தால் சிதைகின்றன என அறிந்திருந்தார். ஏராளமான தரவுகளைத் தொகுத்து முறைப்படுத்தியும் இருந்தார். சாகா லாக்கியரின் பெரும் உழைப்பை மதித்து லாக்கியரின் ஆய்வுகளுக்குத் தன் தெளிந்த அயனியாக்கக் கோட்பாட்டைக் கொண்டு நியாயம் செய்தார். அச்சமயத்தில் லாக்கியர் உயிரோடு இல்லை. அவர் மனைவி தன் கணவரின் மேதைமையை உலகுக்குப் புரியவைத்த சாகாவிற்கு உவகையோடு நன்றி தெரிவித்தார்.

10

மேலை உலகம் பரப்பிய அவதூறுகள்

கீழ்த்திசை அறிவாளிகளைப் பற்றிய மோசமான பார்வையை மேலை அறிஞர்கள் சிலர் எப்போதுமே கொண்டு இருக்கின்றனர். அனைத்து ஆராய்ச்சி வசதிகளும் இருந்தும் தங்களால் சாதிக்க முடியாததை சாகா வசதி வாய்ப்புகளற்ற ஒரு சூழலில் கல்கத்தாவில் இருந்து கொண்டு உலகத்துக்கு சாதித்து காட்டியதை அவர்களால் நம்ப முடியவில்லை. சாகா தன் கோட்பாட்டிற்கான அடிப்படை ஆய்வுகள் அனைத்தையும் ஐரோப்பா செல்வதற்கு முன்பே இந்தியாவில் இருக்கும் போதே செய்து முடித்து விட்டார். எனினும் சாகா இந்த ஆய்வுகளை ஆல்ஃபிரட் ஃபௌலர் ஆய்வுக் கூடத்தில் இருக்கும் போது ஃபௌலரின் வழிகாட்டுதலில் அவர் உதவியுடனே செய்து முடித்தார் என்ற கருத்தை மேலை அறிஞர்கள் சிலர் கொண்டிருந்தனர். சாகாவும் இங்கிலாந்து வானியலாளர்கள் லிண்டமேன்(F.A.Lindemann), கிராமர்ஸ் (Kramers) ஆகியோரும் ஒரே சமயத்தில் தனித்தனியாக வெப்ப அயனியாக்கம் பற்றி ஆய்வுசெய்து வந்தனர் எனினும் சாகா ஒதுக்குப்புற நகரமான கல்கத்தாவில் இருந்து கொண்டு தன் அபாரமான அறிவாற்றலால் முன்னதாகவே வெப்ப அயனியாக்க கோட்பாட்டையும் சமன்பாட்டையும் கண்டுபிடித்து வெளியிட்டுவிட்டார். மேலை நாடுகளில் லிண்டமேன் போன்றவர்கள் இதே ஆய்வில் ஈடுபட்டுள்ளனர் என்ற விவரம் கூட சாகாவுக்குத் தெரியாது. இந்த நிலையில் எச்.எச்.பிளாஸ்கட் போன்றவர்கள் சாகா ஃபௌலரின் ஆய்வுக்கூடத்தில் இருந்தபோது லிண்டமேனின் ஆய்வுகளை அறிந்து கொண்டு தன் கோட்பாட்டை வெளியிட்டதாகப் பொய்யைப் பரப்பினர்.

இத்தகு பொய்ப்பிரசாரத்தை அறிந்து சாகா மிகுந்த வேதனை அடைந்தார். அவர் தான் தனிப்பட்ட முறையில் யாருடைய வழிகாட்டுதலுக்கும் கீழ் அல்லாமல் தன் கோட்பாட்டைக் கண்டுபிடித்தது குறித்து பிளாஸ்கட்டுக்கு 1946 டிசம்பரில் எழுதினார். ‘சிறு வாழ்க்கை வரலாற்றுக் குறிப்பு’ (little biographical sketch) என்ற தலைப்பிலான இக்கடிதங்கள் சாகாவின் வாழ்க்கை வரலாற்றை அறிந்து கொள்வதற்கான முக்கிய ஆவணம் ஆகும். அணு ஆராய்ச்சி அறிவியல் கழகங்களின் பணிகள், பேராசிரியர்

பணி, பிற பணிகள் என ஓய்வு ஒழிச்சல் இல்லாமல் சாகா உழைத்துக் கொண்டிருந்த காலக்கட்டத்தில், நாடு விடுதலையை நோக்கி இருந்த காலக்கட்டத்தில் இக்கடிதத்தை சாகா எழுதியுள்ளார்.

மேற்கண்ட கடிதத்தில் தான் எகர்ட் ஆய்வுக் கட்டுரையைப் படித்து அதில் உள்ள பிழையைக் கண்டுபிடித்தது, தன் சூழ்நிலை, தான் என்றுமே பிறருக்குக் கீழ் ஆய்வு செய்ததில்லை என்ற உண்மை போன்றவற்றை விளக்கியும், தான் இந்தியாவில் இருக்கும்போதே தன் கோட்பாடுகளை உருவாக்கிவிட்ட உண்மையினையும் சாகா விவரித்திருந்தார். மேலும் 1917இல் எழுதப்பட்ட தனது தெரிவுசெய் கதிர்வீச்சு அழுத்தம் கட்டுரை ஆஸ்ட்ரோ பிஸிகல் ஜெர்னலில் அவர்கள் கோரிய தொகையைத் தர இயலாததால் வெளிவர இயலாமல் போனதையும் விளக்கி இருந்தார். சாகா பிளாஸ்கட்டுக்கு எழுதிய இக்கடித விவரம் கூட 1983இல்தான் வெளியுலகத்துக்குத் தெரியவந்தது. பிளாஸ்கட் இந்தக் கடிதத்தை அமெரிக்க ஐரோப்பிய அறிவியலாளர்களுக்குப் படித்துப் பார்க்க சுற்றுக்கு அனுப்பி தன் செயலுக்குப் பரிகாரம் தேடிக்கொண்டார்.

மேற்கண்ட கடிதத்தைப் படித்த ஹென்றி நூரிஸ் ரஸ்ஸல், ஹார்ளோ ஷாப்ளேவிடம்,

> “சாகாவின் வாழ்க்கை வரலாறு உண்மையில் ஆர்வமூட்டக் கூடியதாக உள்ளது. ஒரு தகுதிபடைத்த மனிதருக்கு உதவி செய்யவேண்டியது முக்கியம் என்பதை நான் தெரிந்து கொள்ள இது ஒரு நல்ல உதாரணம். இந்தியாவிற்குத் திரும்பிய பிறகு கோட்பாட்டுத் துறையில் சாகாவின் செயல்பாடுகள் ஏன் வீழ்ச்சியடைந்தது என்று நான் அடிக்கடி வியப்படைவது உண்டு. அதற்கான விளக்கத்தை இக்கடிதம் அளிக்கிறது”

என்று கூறினார். [29]

ரஸ்ஸலின் வார்த்தைகளில் சாகா ஒரு தகுதி படைத்த அறிவியலாளர் என்பதும் ரஸ்ஸலுக்கு சாகா குறித்து எழுந்த இரக்கமும் தெரிகிறது. ஆனாலும் இந்தியாவுக்குத் திரும்பிய பிறகு சாகா கோட்பாட்டுத் துறையில் முற்றிலும் வீழ்ச்சியடைந்து விடவில்லை. உள்நாட்டில் இருந்தும் வெளிநாட்டில் இருந்தும் உதவிகள் சாகாவுக்குக் கிடைக்கவில்லை என்பது உண்மைதான். வளிமண்டல மேற்பகுதியில் பலூன்கள், ஸ்ட்ரேடோஸ்பியர் விமானங்கள் ஆகியவற்றில் இருந்து நிறமாலை ஆய்வுகள் செய்வது, விண்வெளி ஆய்வு மையங்கள் அமைப்பது போன்றவை குறித்து அபாரமான தீர்க்கதரிசன கருத்துக்களை சாகா அலகாபாத்தில் இருந்த காலத்தில் தெரிவித்திருந்தார். அவை பிற்காலத்தில் உண்மையாயின.

பிளாஸ்கட் போலவே எ.ஜே.மேடோஸ் தான் எழுதிய நார்மன் லாக்கியரின் வாழ்க்கை வரலாற்றில் நார்மன் லாக்கியரை உயர்த்திப் பேசுவதற்காக சாகாவின் பங்களிப்பைக் குறைத்துக் காட்டி இருந்தார். ஆனால் மேடோஸின் பொய் எடுபடவில்லை.

சாகாவின் தெரிவுசெய் கதிர்வீச்சு அழுத்தக் கோட்பாட்டை உண்மைக்கு மாறாக மேலை உலகம் அதை ஈ.ஏ.மில்னின் பெயராலேயே குறிப்பிட்டு வந்தது. சாகாவின் மனத்தில் அவர் இறக்கும் வரை இது ஒரு முள்ளாகவே குத்திக் காயப்படுத்தி வந்தது. இதை ஏற்கெனவே பார்த்தோம்.

வானியற்பியல் வரலாற்றில் மகத்தான மைல் கல்லாக அமைந்த வெப்ப அயனியாக்கக் கோட்பாட்டினைத் தந்த சாகாவிற்கு கல்கத்தா பல்கலைக்கழக கைரா பேராசிரியர் பதவி எதைப் பரிசாகத் தந்தது என்பதை இனிப் பார்ப்போம்.

11

கல்கத்தா அறிவியல் கல்லூரி புதிய பணி

சாகா தனது ஐரோப்பிய சுற்றுப்பயணத்தை முடித்துக் கொண்டு 1921, நவம்பரில் இந்தியா திரும்பினார். உடனடியாக கல்கத்தா அறிவியல் கல்லூரி புதிய பணிப் பொறுப்பையும் கைரா பேராசிரியர் பொறுப்பையும் ஏற்றுக் கொண்டார். இந்தியா திரும்புவதற்கு முன்பே துணைவேந்தர் அசுதோஷ் முகர்ஜிக்கு தான் எழுதிய கடிதத்தில் சாகா தான் மீண்டும் கல்லூரிக்கு வரும்போது தனக்கு உரிய சம்பளம் தரப்படவேண்டும் என்றும் உரிய பதவியும் ஆய்வு வசதிகளும் செய்துதர வேண்டும் என்றும் கோரியிருந்தார். முகர்ஜியும் சில உத்தரவாதங்களை அளித்திருந்தார்.

ஆனால் கல்லூரியில் நிலைமை மிக மோசமாக இருந்தது. புதிய பதவிகளை உருவாக்குவது, துறைகளை விரிவுபடுத்துவது குறித்த அசுதோஷ் முகர்ஜியின் முயற்சிகளுக்கு வங்காள கவர்னர் கடும் எதிர்ப்பு காட்டினார். மாகாண பட்ஜெட்டில் கல்கத்தா பல்கலைக்கழக வளர்ச்சிக்கு மிகக் குறைவான தொகையே ஒதுக்கப்பட்டது. கைரா என்ற பகுதியின் ஜமீன்தார் குமார் குருபிரசாத் சிங் (Kumar Guruprasad Singh of Khaira) பெயரால் உருவாக்கப்பட்ட கைரா பேராசிரியர் பதவியில் சாகா அமர்த்தப்பட்டாலும் நிதி நிலைமையைக் காரணம் காட்டி அவருக்கு ஐந்நூறு ரூபாய் தொகுப்பூதியமும், வீட்டு வாடகைப்படியும் மட்டுமே வழங்கப்பட்டது. தன் வயதான தாய் தந்தையர் மனைவி மக்களை இந்தக் குறைந்த சம்பளத்தில் பராமரித்துக் கொண்டு பேராசிரியர் என்ற கௌரவத்தோடும் வாழ்வது சோதனையான ஒன்றாகவே அவருக்கு இருந்தது.

சாகாவுக்கு ஆராய்ச்சி உதவித்தொகை எதையும் வழங்க நிர்வாகம் முன்வரவில்லை. சாகாவின் பதவிக்கான ஓர் ஆராய்ச்சி உதவியாளரைக்கூட நிர்வாகம் வழங்கவில்லை. தனது வெப்ப அயனியாக்கம் தொடர்பான ஆய்வுகளைச் செய்ய ஓர் ஆய்வகம் தேவை என்று விரும்பினார் சாகா. ஆனால் ஓர் எளிய ஆய்வகத்தைக் கூட அவர் பெறவில்லை. கொடுமை என்னவென்றால் தன் ஆய்வகத்திற்கு 12 பவுண்டு மதிப்புள்ள ஓர் எண்ணெய் பம்பு வேண்டும் என சாகா கேட்டார். அது கூட நிதிநிலையைக் காட்டி மறுக்கப்பட்டுவிட்டது. சாகாவின் வெப்ப அயனியாக்கக் கோட்பாட்டையும் சாகா

சமன்பாட்டையும் அடிப்படையாகக் கொண்டு அமெரிக்க ஐரோப்பிய ஆய்வகங்களில் உற்சாகமாக ஆய்வுகள் தொடங்கி நடைபெற்றுக் கொண்டிருந்தன. வானியற்பியல் தன் பல்லாண்டு தேக்கத்தை உடைத்துக் கொண்டு நவீன வானியற்பியலாகப் பரிணமித்திருந்தது. ஆனால் நவீன வானியற்பியலின் கர்த்தா சாதாரண எண்ணெய் பம்புக்குக்கூட அல்லாடிக் கொண்டிருந்தார் கல்கத்தாவில்! ஓர் ஆண்டு போராட்டத்திற்குப் பிறகு சாகா 1922 டிசம்பரில் மிகுந்த வேதனையோடு அசுதோஷ் முகர்ஜிக்கு இப்படி எழுதினார்.

> "என்னால் திறந்துவிடப்பட்ட ஆய்வுப்பகுதியில் ஐரோப்பிய அமெரிக்க அறிவியலாளர்கள் ஆர்வத்துடன் தங்கள் ஆய்வுப் பணிகளை விரிவுபடுத்திக் கொண்டு இருக்கும்போது இங்கு போதிய நிதி வசதி இல்லாத காரணத்தால் நான் கழிமடைமையிலும் செயலற்ற நிலையிலும் இருந்திட சபிக்கப்பட்டுள்ளேன்."

சாகாவின் கணிப்பு சரியே என்கிறார் டிவோர்கின். போட்டி நிறைந்த ஆய்வு உலகில் சாகா ஆய்வு வசதிகளற்ற நிலையில் அல்லல்பட்டுக் கொண்டிருக்க, அமெரிக்காவிலும் ஐரோப்பியாவிலும் சாகா கோட்பாட்டின் அடிப்படையில் வெளிவந்த ஆய்வுக் கட்டுரைகள் அயனியாக்கக் கோட்பாட்டுக்கான அவரது உரிமையை மறுத்தன. எடுத்துக்காட்டாக சாகா கோட்பாட்டின் அடிப்படையில் வெளிவந்த ஓர் அமெரிக்க ஆய்வுக் கட்டுரை சாகா கோட்பாட்டை 'எகர்ட் சாகா கோட்பாடு' எனக் குறிப்பிட்டது. ஆக்ஸ்போர்டில் ஈ.ஏ.மில்ன் சாகா கோட்பாட்டிற்கான உரிமையை எஃப்.ஏ. லிண்டமனுக்கு (F.A.Lindemann) வழங்க ஆர்வமாக இருந்தார்.[30] இந்த நிலையில் சாகாவின் வேதனை எத்தனை அர்த்தமுள்ளது!

சாகாவுக்கும் சி.வி.ராமனுக்குமான முரண்பாடுகளும் இச்சமயத்தில் கூர்மையடைந்தன. ராமன் தன் ஆய்வுகள் அனைத்தையும் அறிவியல் வளர்ச்சிக்கான இந்திய சங்க ஆய்வுக்கூடத்தில் (IACS) வைத்துக் கொண்டார். அவரைப் பொறுத்தவரை அறிவியல் கல்லூரி ஆய்வகம் மோசமாக உள்ளதும் சாகாவுக்கு ஆய்வு நிதிவுதவி கிடைக்காததும் ஒரு பொருட்டாக இல்லை. இச்சமயத்தில் அவர் பேராசிரியராகவும் துறைத்தலைவராகவும் இருந்தார். அதாவது சாகாவுக்கும் அவர்தான் துறைத் தலைவர்.

சாகா விரிவுரையாளராக சேர்ந்த கொஞ்ச காலத்தில் சி.வி.ராமன் பாலிட் பேராசிரியராகப் பல்கலைக்கழகத்தில் சேர்ந்தார். சாகாவைத் தனக்குக் கீழ் ஆய்வு செய்யும்படி சி.வி.ராமன் அறிவுறுத்தினார். சாகா அதை ஏற்கவில்லை. சாகா மட்டும் அல்ல சத்தியன் போசும்

சி.வி.ராமன் கீழ் ஆய்வு செய்ய விரும்பவில்லை. சாகா தனிப்பட்ட முறையில் நூல்களையும் ஆய்விதழ்களையும் படித்து சுதந்திரமாக ஆய்வுசெய்வதையே விரும்பினார். சி.வி.ராமனிடம் மட்டும் அல்ல சாகா தான் மிகவும் மதித்த ஜகதீஷ் சந்திரபோஸ் கீழ் கூட ஆய்வுசெய்ய விரும்பவில்லை. தனது ஐரோப்பிய பயணத்தில் கூட ஆல்ஃபிரட் ஃபௌலரிடமோ நெர்ஸ்ட் இடமோ ஆலோசனைகளைப் பெற்று செயல்பட்டாரே ஒழிய அவர்களின் கீழ் பதிவு செய்து கொண்டு ஆராய்ச்சி மாணவராக இருந்ததில்லை. சாகாவின் இந்தச் சுதந்திர உணர்ச்சிதான் அவரது வாழ்வின் எல்லா நிலைகளையும வாழ்க்கைத் தத்துவங்களையும் தீர்மானிக்கும் காரணியாக இருந்தது. 'சுயசார்பு', 'பிறரைச் சாராதிருத்தல்' இவைதாம் அவர் தன் மாணவர்களுக்கும் தேசத் தலைவர்களுக்கும் தேசத்திற்கும் போதித்த தத்துவங்களாக என்றென்றும் இருந்தன. கல்வித்தகுதி, ஆய்வுத்தகுதி ஆகியவற்றைப் பொறுத்தும் சாகா சி.வி.ராமனின் கீழ் இருக்க வேண்டிய நிலையில் இல்லை.

சாகாவும் சத்தியேந்திரநாத் போசும் புதிதாக உருவாக்கப்பட்ட அறிவியல் கல்லூரியின் இயற்பியல் துறையில் விரிவுரையாளர்களாக சேர்ந்த போது இயற்பியல் ஆய்வகங்கள் காலிக் கூடங்களாக இருந்தன. இருவரும் மாணவர்களுக்கு ஆய்வுக்கூடக் கல்வியை சிறப்பாக அளிப்பதற்காக அக்கம் பக்கத்து கல்லூரிகளில் எல்லாம் கூடுதலாக இருந்த ஆய்வகக் கருவிகளைக் கெஞ்சிப் பெற்று சேகரித்து தங்கள் கல்லூரி ஆய்வகத்தைத் தயார் செய்தனர். சி.வி.ராமன் பாலிட் பேராசிரியர் பதவியில் (சர் தாரக்நாத் பாலிட் என்பவரின் நன்கொடையில் உருவாக்கப்பட்ட பதவி) சேர்ந்தபோது சாகாவும், சத்தியன் போசும் சுமாரான ஆய்வகத்தை உருவாக்கி முடித்திருந்தனர்.

சி.விராமன் பாலிட் பேராசிரியராக இருந்தாலும் தன் ஆய்வுகளை அறிவியல் வளர்ச்சிக்கான இந்திய சங்கத்தின் (IACS) ஆய்வுக்கூடத்தில் மட்டுமே செய்தார். விரிவுரை நிகழ்த்த மட்டுமே பல்கலைக்கழகம் பக்கம் வந்தார். சமத்துவத்துக்குப் புறம்பான எதையும் ஏற்றுக்கொள்ள விரும்பாத இயல்புடைய சாகாவிற்கு சி.வி.ராமனின் முன்னுரிமை அனுபவிக்கும் 'மேட்டுக்குடி' (Elite) அணுகுமுறை உவப்பானதாக இல்லை.

சாகா என்றுமே தேச விடுதலைப் போராட்டத்தில் ஈடுபாடும் காலனிய ஆட்சி எதிர்ப்பு உணர்வும் கொண்டவர். 'ஒழுங்குமுறை' வாதியான ராமன் விடுதலைப் போராட்டத்திற்கு ஆதரவான மனநிலை கொண்டிருந்தாலும் போராட்டங்களில் பங்கெடுத்துக் கொள்வது 'கடமை தவறியதாகும்' என்று எண்ணியவர். 1919-1920இல்

ஒத்துழையாமை இயக்கம் நடந்தபோது சாகா அதை மதித்து வகுப்பு எடுக்க மறுத்துவிட்டார். ஆனால் துறைத்தலைவர் ராமன், சாகாவை அப்பணியைச் செய்யும்படி வற்புறுத்தினார். சாகா அதை ஏற்க மறுத்துவிட்டார்.

ராபர்ட் ஆண்டர்சன் இச்சமயத்தில் சாகா அவரது 'தாழ்ந்த சமூகப் பின்னணியினாலும்', 'கிராமத்துப் பழக்கவழக்கம் மற்றும் பேச்சுமுறையினாலும்' பாதிப்புகளை எதிர்கொண்டிருக்கலாம் என்கிறார். தீண்டாமைக் கொடுமைக்கு உட்பட்ட தாழ்த்தப்பட்ட சமூகப் பின்னணியில் இருந்து வந்தவர் சாகா.

கிழக்கு வங்காளத்தின் ஓர் எளிய கிராமத்தில் ஓர் எளிய பொருளாதாரப் பின்னணி கொண்ட குடும்பத்தில் இருந்து வந்தவர் சாகா. பட்டை தீட்டப்படாத வைரமான அவர் நாகரிக மேட்டுக் குடியின் கலாசாரத்தில் இருந்து மாறுபட்ட கிராமிய மணம் கமழும் இளைஞராகவே இருந்தார்.

சாகா கல்லூரியில் விரிவுரையாளராகச் சேர்ந்த காலத்தில் வங்காளத்தின் எழுத்தறிவு 11% மட்டுமே. படித்தவர்கள் அதிலும் உயர்கல்வி படித்து கல்லூரி விரிவுரையாளர், பேராசிரியர் பதவிகளில் இருந்தவர்கள் உயர்சாதியினர் மட்டுமே. இதில் சாகா போன்ற ஒருசிலர் மட்டுமே ஒடுக்கப்பட்ட சமூகத்தைச் சேர்ந்தவர்கள். ஒடுக்கப்பட்டவன் உயர் நிலைக்கு வந்துவிட்டால் அதைச் சகிக்கமுடியாத சாதி மனோபாவம் தன் வக்கிரத்தை வெளிப்படுத்த நடை உடை பேச்சு போன்ற கூறுகளையே முதலில் விமர்சனத்துக்கும் இழிவுபடுத்தலுக்கும் எடுத்துக் கொள்கிறது. இச்சூழ்நிலையை சாகாவும் எதிர்கொண்டார் என்பதையே ஆண்டர்சனின் கருத்து காட்டுகிறது.

மேலே விவரித்த சூழ்நிலைகள் அனைத்தும் இனியும் கல்கத்தா பல்கலைக்கழகத்தில் பணியாற்ற முடியாது என்ற நிலையை சாகாவிற்கு உணர்த்தின. சத்தியன் போஸ் டாக்கா பல்கலைக் கழகத்தில் விரிவுரையாளர் பணியில் 1921இல் சென்று சேர்ந்தார். சாகா பல்கலைக்கழகத்தின் ஆட்சி மன்றக் குழு தன் நியாயமான கோரிக்கைகளை ஏற்றுக் கொண்டால் தனக்கு விருப்பமான கல்கத்தாவிலேயே இருந்துவிடலாமே என ஏங்கினார். ஆனால் நிலைமை மேலும் மோசமாகவே ஆனது.

பனாரஸ் இந்து பல்கலைக்கழகம் ரூ.750-1,000 காலமுறை ஊதியத்தோடு ஆய்வு உதவித்தொகையும் தருவதாகக் கூறி சாகாவை அழைத்தது. ஆனால் சாகா ரூ.650-50-1,000 காலமுறை ஊதியமும் ரூ.15,000 உடனடி ஆய்வு உதவித் தொகையும் கொடுத்தால் கல்கத்தாவிலேயே பணியாற்றத் தயாராக இருப்பதாகத் தன்

நிர்வாகத்திற்குத் தெரிவித்தார். நிர்வாகம் அதை ஏற்கவில்லை. சாகா கல்கத்தாவை விட்டு வெளியேற எடுத்த முடிவைத் தவிர்க்க முடியவில்லை.

பனாரஸ் பல்கலைக்கழகத்தில் இருந்து மட்டும் அல்லாமல் அலிகார் பல்கலைக்கழகம், அலகாபாத் பல்கலைக்கழகம், கொடைக்கானல் வானியல் ஆய்வு நிலையம் ஆகியவற்றில் இருந்தும் சாகாவுக்குப் பணிக்கு அழைப்புகள் வந்திருந்தன. கொடைக்கானல் வானியல் ஆய்வு நிலையத்தில் புகழ் பெற்ற ஆய்வாளர் எவர்ஷெட் தலைமை ஆய்வாளராக அப்போது இருந்தார். ஆனால் சாகா ஆய்வு செய்வதற்கான சிறந்த மையங்கள் பல்கலைக்கழகங்களே என்ற கருத்து உடையவர். இக்கருத்தை அவர் தன் வாழ்நாள் முழுவதும் கொண்டிருந்தார். எனவே கொடைக்கானல் பணியில் சேர்வதைத் தவிர்த்து விட்டார். இறுதியாகத் தன் கல்லூரியின் மூத்த நண்பர்கள் என்.ஆர்.தார், ஏ.சி.பானர்ஜி போன்றோர் பணிபுரிந்த அலகாபாத் பல்கலைக்கழகத்தில் அவர்களின் அழைப்பை ஏற்று 1923 அக்டோபரில் இயற்பியல் துறைத் தலைவர் பொறுப்பில் சேர்ந்தார்.

இதற்கிடையில் 1923 ஜூலையில் வடக்கு வங்காளத்தில் பெரும் வெள்ள அழிவு ஏற்பட்டது. வெள்ள நிவாரணக் குழுவின் தலைவராகப் பேராசிரியர் பி.சி.ராய் செயல்பட சாகா, சுபாஷ் சந்திர போஸ் போன்றவர்கள் அர்ப்பணிப்புடன் நிவாரணப் பணிகளில் ஈடுபடுத்திக் கொண்டனர். சுபாஷ் சந்திர போஷ் அப்போதுதான் கேம்பிரிட்ஜில் பட்டப்படிப்பு முடித்து வந்திருந்தார். சாகா வெள்ள நிவாரண நிதி திரட்டும் பணியில் தன்னை ஈடுபடுத்திக் கொண்டார். கல்லூரியில் மாணவராக இருந்த காலத்தில் 1913இல் பி.சி.ராய் தலைமையில் வெள்ள நிவாரணப் பணிகளில் ஈடுபட்ட அனுபவம் சாகாவிற்கு இருந்தது. ஆனால் இந்த முறை சாகா பொதுச் சேவையில் மக்கள் ஆதரவை அதிக பட்சம் பெற்று தன் ஆளுமையை நிரூபித்தார். துணிமணிகள், உணவுப் பொருட்கள், பணம் என சாகா திரட்டிய வெள்ள நிவாரண நிதியின் மதிப்பு ரூபாய் 23லட்சம் ஆகும். பேராசிரியர் பணி, ஆய்வுப் பணி, கல்லூரி நிர்வாகத்தோடு சம்பளப் பிரச்சினை, சி.வி.ராமனிடம் முரண்பாடு, வேறு பல்கலைக்கழகத்தில் வேலையில் சேரவேண்டிய நிலை ஆகிய கடும் மனப்போராட்டத்திற்கு இடையில் மக்கள் பணியாற்ற கிடைத்த வாய்ப்பை சாகா தவறவிடவில்லை. சாகா எளிய மக்களோடு தன்னை அடையாளப்படுத்திக் கொண்ட விதத்தில் தன் சமகால அறிவுஜீவிகளிடம் இருந்து எப்போதும் வேறுபட்டே விளங்கினார்.

சாகா அலகாபாத் பல்கலைக்கழகத்திற்கு இடம்பெயர்ந்தது ஒரு நிர்ப்பந்தமான நிகழ்வே எனலாம். கைரா பேராசிரியர் பதவியை விட்டுவிட்டு கல்கத்தாவில் இருந்து வெளியேறி அலகாபாத் சென்றதை ஆண்டர்சன் விதிவசம் என்கிறார். ஏன் எனில் அவர் மீண்டும் கல்கத்தா திரும்ப பதினாறு ஆண்டுகள் எடுத்துக் கொள்ளவேண்டி வந்தது. கல்கத்தா பல்கலைக்கழகத்தின் பாலிட் பேராசிரியர் பதவியைப் பெற சிரமப்படவும் வேண்டியிருந்தது என்பதை ஆண்டர்சன் சுட்டிக் காட்டுகிறார்.[31]

12
அலகாபாத்தில் துறைத்தலைவர் பணி

அலகாபாத் பல்கலைக்கழகத்தில் பேராசிரியராக மட்டும் அல்லாமல் துறைத் தலைவராகவும் சாகா தன் பணியைத் தொடங்க முடிந்தது. சாகாவோடு ஒப்பிடும் போது மற்ற இயற்பியல் துறை பேராசிரியர்கள் விரிவுரையாளர்கள் ஆகியோர் சாகாவின் சர்வதேச விஞ்ஞானி என்கிற தகுதிக்கு நெருங்கவும் முடியாதவர்கள். இந்தத் தலைமைத்துவம் சாகாவுக்குக் கூடுதல் சுதந்திர உணர்வைக் கொடுத்தது. முக்கியமாகக் கல்கத்தாவில் இருந்த சி.வி. ராமனின் வட்டத்தில் இருந்து சாகா விடுபட்டிருந்தார்.[32] நீல்ரத்தன் தார், எ.சி.பானர்ஜி போன்ற சாகாவின் பழைய மூத்த நண்பர்களும் அங்குப் பணிபுரிந்தது சாகாவிற்கு கல்கத்தாவை விட்டு தொலைவில் வந்து விட்ட வருத்தத்தைக் குறைத்தது.

உண்மையில் அலகாபாத் பல்கலைக்கழக இயற்பியல் துறைக்கு சாகா செல்லும் வரை எந்த இயற்பியலாளரும் அங்கு இல்லை. இயற்பியல் துறையில் 120 இளம் அறிவியல், 20முதுஅறிவியல் மாணவர்கள் படித்துக் கொண்டிருந்தனர். ஆய்வுக்கூடம், பரிசோதனைகளை ஆசிரியர்கள் மாணவர்களுக்கு செய்து காட்டும் அளவிலேயே இருந்தது. அசலான ஆய்வுகள் செய்து ஆய்வுக் கட்டுரை தயாரிப்பது எல்லாம் கற்பனை செய்ய முடியாத ஒன்று. சாகா ரஸ்ஸலுக்கு 1924 செப்டம்பரில் "எங்கள் ஆராய்ச்சிகளைத் தொடங்க இங்கு ஒரு உபகரணமும் இல்லை" என்று எழுதினார்.

இயற்பியல் பணிமனைக்கு மின்சார வசதிகூட இல்லை. நூலகத்தின் நிலைமை இதை விட மோசம். அரதப்பழசான நூல்கள் அலமாரிகளில் நிரப்பப்பட்டிருந்தன. புதிய நூல்களை வாங்குவது, நூலகத்தை இற்றைப்படுத்துவது (updating) என்பது நிர்வாகிகளுக்குப் புரியாத விஷயமாக இருந்தது. ஓய்வு பெற்ற உயர்நீதிமன்ற நீதிபதி ஒருவர் (திரு.தாவே) பல்கலைக்கழகப் பதிவாளராகவும் பொருளாளராகவும் இருந்தார். அவர் சாகா நூலகத்தை நவீனப்படுத்த முயற்சிப்பது, ஆய்வகத்தைச் சீரமைக்க முயற்சிப்பது போன்ற நற்பணிகளை ஏதிர்த்தார். நூலகத்திற்குப் புதிதாக நூல்கள் வாங்க வேண்டும் என்று சாகா கோரிய போது அந்தப் பொருளாளர் கேட்டார், "நீங்கள் இந்த நூலகத்தில் உள்ள எல்லா நூல்களையும் படித்து முடித்துவிட்டீர்களா?" சாகா

சொன்னார், "இல்லை அய்யா! அது சாத்தியமும் கிடையாது" அதைக் கேட்ட அந்தப் பொருளாளர் "பிறகு எதற்குப் புத்தகங்கள் வாங்க நிதி கேட்டிருக்கிறீர்கள்? போய் முதலில் இருக்கிற புத்தகங்களை எல்லாம் படித்து முடியுங்கள்! பிறகு புதிய புத்தகங்கள் வாங்க பணம் கோருங்கள்!" என்றார். இப்படிப்பட்ட நிர்வாகிகளிடம் சாகா வேலை பார்த்தது எவ்வளவு வலியான விஷயம்!

ஆராய்ச்சிகள் நடக்காத ஆய்வுக்கூடம், புத்தகங்கள் இல்லாத நூல்நிலையம், புரிதல் இல்லாத நிர்வாகிகள் என்ற மோசமான சூழ்நிலையை சாகா போராடி மாற்ற வேண்டி இருந்தது. அடுத்த ஐந்து ஆண்டுகள் இயற்பியல் துறையை முன்னேற்றுவதற்கான போராட்டத்தை சாகா தொடர வேண்டி இருந்தது. அமெரிக்க ஐரோப்பிய வானியற்பியல் ஆய்வு நிலையங்கள் சாகா கோட்பாட்டின் அடிப்படையில் ஆய்வுகளில் மும்முரமாக இருக்க, சாகா அலகாபாத் பல்கலைக்கழகத்தில் நிலவிய சில்லறை அரசியலுக்கு இடையில் ஒரு ஆய்வுக்கூடத்தை அமைக்கவும், ஆய்வு மாணவர்களை உருவாக்கவும் போராடிக் கொண்டிருந்தார்.

இத்தகு மோசமான சூழ்நிலையில் தனது வெப்ப அயனியாக்கம் தொடர்பான ஆய்வுகளுக்காக அமெரிக்காவில் உள்ள பல அமைப்புகளுக்கு நிதி உதவி கேட்டு சாகா கடிதம் எழுதினார். அந்த வகையில் 1924 செப்டம்பரில் ராக்ஃபெல்லர் அறக்கட்டளையில் அறிவியல் நிதிஉதவி பிரிவின் தலைவராக இருந்த நோபல் பரிசு பெற்ற அறிவியலாளர் அன்ட்ரியு மில்லிக்கனுக்கு சாகா கடிதம் எழுதினார். அதில் புறஊதாக் கதிர் குவார்ட்ஸ் நிறமாலைமானி (ultra violot quartz spectrograph) ஒன்று வாங்க 2000 பவுண்டு நிதிஉதவி கோரி இருந்தார். மில்லிகனும் தொடக்கத்தில் சாகாவுக்கு உதவி செய்யும் மனநிலையில் இருந்தார்.

இச்சமயத்தில் சி.வி.ராமன் அமெரிக்க சுற்றுப்பயணத்தில் பசதீனாவில் உள்ள கலிபோர்னியா தொழில்நுட்ப நிலையத்திற்கு (கால்டெக்) வந்திருந்தார். மில்லிகன் சாகாவின் நிதிஉதவி கோரும் கடிதத்தைப் பற்றி சி.வி.ராமனின் கருத்தையும் கேட்டார். சி.வி.ராமன் சாகா ஒரு நல்ல கோட்பாட்டு அறிவியலாளரே ஒழிய ஆராய்ச்சியாளர் அல்லர் என்றும், அவரது ஆராய்ச்சிகளுக்குக் கொடுக்கப்படும் நிதி அறிவார்ந்த செயலாக அமையாது எனவும் கூறினார். அது மட்டும் அல்லாமல் சாகா தன் ஆராய்ச்சியின் மூலமாக இந்தியாவில் நம்பிக்கையை உருவாக்கி இருந்திருந்தால் அவர் இந்தியாவை விட்டுவிட்டு அமெரிக்காவில் வந்து நிதி கேட்க அவசியம் இருந்திருக்காது என்று 'விவரமாக' தன் சதி வேலையைச் செய்து முடித்தார். இதன் மூலம் சாகாவிற்கு நிதி ஏதுவும் அமெரிக்காவில் இருந்து கிடைக்காமல் பார்த்துக் கொண்டார்.

சி.வி.ராமன் இப்படி மேக்நாட் சாகாவிற்கு எதிராக செய்த சதிவேலைகள் குறித்த உண்மைகளை சாகாவின் பிறந்த நூற்றாண்டான 1994ஆம் ஆண்டு ஆகஸ்ட் 23ஆம் நாள் புகழ்பெற்ற அமெரிக்க அறியிவியல் வரலாற்றாய்வாளர் டிவோர்கின் (De Vorkin) வெளியிட்டார். கல்கத்தாவில் சாகா நூற்றாண்டு பிறந்த நாள் உரையில் இதை அவர் வெளிப்படுத்தினார். (M.N.Saha in Historical Perspective, page 8)

சாகா அடிப்படையில ஒரு கோட்பாட்டு இயற்பியலாளர்தான் அதில் சந்தேகம் எதுவும் இல்லை. ஆனால் அவர் ஆய்வுக்கூட இயற்பியல் அறியாதவரோ தெரியாதவரோ அல்லர். அவர் தான் பாடம் நடத்திய கல்கத்தா, அலகாபாத் இரண்டு பல்கலைக்கழகங்களிலுமே மாணவர்களுக்காகப் பெரும் பாடுபட்டு ஆய்வுக்கூடங்களை அமைத்து ஆராய்ச்சிகளை நடத்த வழிசெய்தவர். அவர் கதிர்வீச்சு அழுத்தத்தை அளவிடும் கருவியை தானே உருவாக்கி ஆய்வு செய்து 'மாக்ஸ்வெல் அழுத்தங்கள் குறித்து' என்ற அற்புதமான ஆய்வுக்கட்டுரையை 1919 லேயே ஃபில்மேக் இதழில் வெளியிட்டு இருந்தார். அதுமட்டும் அல்லாமல் 1920-1922இல் அவரது ஐரோப்பிய பயணத்தில் ஃபௌலர், நெர்ஸ்ட் போன்ற அறிவியல் மேதைகளின் ஆய்வுக்கூடங்களில் தனது ஆய்வுகளைச் சிறப்பாகவே செய்தார். இதெல்லாம் தகுதிகளாக சி.வி.ராமனுக்குத் தெரியவில்லை! சாகாவை அவமானப்படுத்த ராமன் கையாண்ட இத்தகு அணுகுமுறையை நயவஞ்சகம் (Incidius) என்று மட்டுமே எடுத்துக் கொள்ள முடியும் என்கிறார் ஆய்வாளர் அபாசூர்.[33]

உண்மையில் அக்காலத்தில் இந்தியாவில் அறிவியல் ஆராய்ச்சிக்கு அளிக்கப்படும் நிதியின் மீது கட்டுப்பாடு செலுத்தியவர்களில் சி.வி.ராமனும் ஒருவர். அந்த அதிகாரத்தைப் பயன்படுத்தி சாகாவுக்கு இந்தியாவில் நிதி கிடைக்காமல் செய்ததில் சி.வி.ராமனுக்கும் பங்கு இருந்திருக்க வேண்டும். அப்படி செய்து விட்டு அமெரிக்காவில் போய் சாகாவுக்கு ஆராய்ச்சி விஞ்ஞானி என்ற தகுதி இருந்திருந்தால் அவருக்கு இந்தியாவிலேயே நிதி உதவி கிடைத்திருக்காதா என மில்லிகனிடம் ராமன் கூறியதை 'இரண்டகம்' எனக் கடுமையாக விமர்சிக்கிறார் சூர்.[34]

இதிகாச ராமன் ராவணனின் மகனும் மாவீரனுமான மேக்நாட்டை (லட்சுமணன் மூலம்) அழித்து குதூகலித்தான். ஆனால் இந்த சி.வி.ராமன் மகத்தான விஞ்ஞானி மேக்நாட் சாகாவை அழித்துவிட முடியவில்லை. சாகா தனக்கான எதிர்மறை சூழ்நிலைகளைக் கண்டு கலங்காமல் எதிர் கொண்டார். புதிய பெருமைகள் அவரை வந்தடைந்தன. 1927ஆம் ஆண்டு சாகா லண்டன்

ராயல் கழகத்தில் உறுப்பினராகத் தேர்ந்தெடுக்கப்பட்டார் இந்த நிகழ்வுக்குப் பிறகு சாகாவின் செல்வாக்கு இந்திய அறிவியல் கழகங்களில் ஏறுமுகத்தில் சென்றது என்பது குறிப்பிடத்தக்கது. அக்காலத்தில் ராயல் கழகத்தில் உறுப்பினராக ஆவது நோபல் பரிசுக்கான முன் நிகழ்வாகப் பார்க்கப்பட்டது. சாகா இதில் உறுப்பினராகும் போது அவரது வயது முப்பத்திநான்கு மட்டுமே. ஆனாலும் சாகா உறுப்பினராக ஏற்கப்பட்டது ஒரு சுலபமான நிகழ்வாக இருந்திருக்கவில்லை என்பதை டிவோர்கின் ஆய்வுகள் நிரூபிக்கின்றன.

சாகா, ராமனைப் போல அல்லாமல் பிரிட்டிஷ் சாம்ராஜ்ஜியத்தின் கீழ் வாழும் வாழ்க்கையை ஒருபோதும் இணக்கமானதாகக் கருதியதில்லை. அவர் தன் வாழ்வை இந்திய மேட்டுக்குடி வர்க்கத்தோடு ஒருபோதும் அடையாளப்படுத்திக் கொண்டது கிடையாது. அந்த வகையிலும் சாகாவின் வாழ்வியல், ராமனின் வாழ்வியலில் இருந்து மாறுபட்டதே. இதன் காரணமாக காலனிய இந்தியாவைப் பிரதிநிதித்துவப்படுத்திய ஆட்சியாளர்கள் சாகாவோடு சுமுக உறவில் இருந்தது இல்லை. 1927இல் ராயல் கழக உறுப்பினருக்கான சாகாவின் தேர்தலிலும் இது பிரதிபலித்தது.[35]

1920இல் சாகாவின் வெப்ப அயனியாக்கக் கோட்பாட்டை உள்ளடக்கிய ஆய்வுக் கட்டுரைகள் வெளிவந்த நாளில் இருந்து அமெரிக்க ஐரோப்பிய ஆய்வகங்கள் வெளியிட்ட ஆய்வுக் கட்டுரைகளில் சாகாவின் பெயர் நூற்றுக் கணக்கில் மேற்கோள் காட்டப்பட்டன.

ஹென்றி நூரிஸ் ரஸ்ஸல் சாகாவின் கோட்பாடு வானியற்பியலை புதிய சகாப்தத்திற்கு இட்டுச் செல்லும் என்று தன் ஆய்வுக்கட்டுரையில் குறிப்பிட்டிருந்தார். ஈ.ஏ.மில்ன்னும் தன் ஆய்வுக் கட்டுரையில் சாகாவின் கோட்பாட்டை மேற்கோள் காட்டி இருந்தார். இந்த இருவரின் மேற்கோள்களை அடுத்து ஆய்வுக் கட்டுரைகளின் ஏராளமான மேற்கோள்களில் சாகா இடம் பிடித்தார். சாகா ராயல் கழக உறுப்பினராகத் தேர்ந்தெடுக்கப்பட இவை போதும் என்ற அளவை விட மிக அதிகமானவை. 1929க்குள் பெர்க்லி, கால்டெக், ஹார்வர்டு போன்ற உலகப்புகழ் பெற்ற ஆய்வுக்கூடங்களில் இருந்து வெளிவந்த ஆய்வுக் கட்டுரைகளில் சாகாவைக் குறித்த மேற்கோள்களின் எண்ணிக்கை 200 என்ற குறிப்பை டி வோர்கின் தருகிறார். இந்தப் பின்னணியில்தான் 1925ல் ஆல்ஃபிரட் ஃபௌலர் ராயல் கழக உறுப்பினர்ஆகத் தேர்வு செய்யப்பட சாகாவின் பெயரை முன்மொழிந்தார்.

இதில் வேடிக்கை என்னவென்றால் சாகா உண்மையில் 1922லேயே தேர்ந்தெடுக்கப்பட்டிருக்க வேண்டும். சாகாவின் வெப்ப அயனியாக்க கோட்பாட்டை அடிப்படையாகக் கொண்டு தங்கள் ஆய்வுகளை மேற்கொண்டு ஆய்வுக் கட்டுரைகளைச் சாகாவிற்குப் பிறகு வெளியிட்ட ஆர்.எச்.ஃபௌலர், ஈ.எ.மில்ன், போன்றோர். சாகாவிற்கு முன்னதாகவே தேர்வு செய்யப்பட்டுவிட்டனர். ஆக 1925இல் ஆல்பிரட் ஃபௌலர் சாகாவை முன்மொழிந்தது கூட சற்று காலதாமதமானதே.

ஆல்ஃபிரட் ஃபௌலர் சாகாவின் பெயரை முன்மொழிந்ததுமே ராயல் கழகத்தில் எதிர்ப்பு கிளம்பியது. சாகாவின் அறிவியல் சாதனைகள் தகுதி அற்றவை என்பதற்காக அல்ல. சாகா ஆங்கில அரசுக்கு விசுவாசமானவர் அல்ல என்பதற்காக இந்த எதிர்ப்பு. ராயல் கழக உறுப்பினர் டி.எச்.ஹாலண்டு சாகாவின் அரசியல் கண்ணோட்டங்கள் குறித்து கேள்வி எழுப்பி பிரச்சினையைக் கிளப்பினார். சாகா சாதாரண அரசியல் கண்ணோட்டத்தைத் தாண்டி ஏதேனும் கண்ணோட்டங்களைக் கொண்டிருக்கிறாரா என அறிந்து கொள்ள ராயல் கழகம் விரும்பியது.[36]

ராயல் கழகம் காலனிய இந்திய அரசுக்கு இது குறித்து கடிதம் எழுதி “சாகா பற்றிய அரசியல் பதிவுகள் ராயல் கழகத்திற்குத் தர்மசங்கடத்தை ஏற்படுத்துமா” என ரகசியமாகக் கருத்து தெரிவிக்கக் கோரியது. இதை அடுத்து காலனிய அரசின் புலனாய்வுத் துறை சாகாவின் புரட்சிகர செயல்பாடுகள் குறித்த ஆவணங்கள், அவரது தொடர்புகள் என அனைத்தையும் ‘ஓர் அநாமதேய’ பிரிட்டிஷ் உளவுத்துறை அதிகாரி மூலம் துருவி எடுத்தது. சாகா பன்னிரண்டு வயதிலேயே வங்கப் பிரிவினையை எதிர்த்து கிளர்ச்சியில் ஈடுபட்டு பள்ளியிலிருந்து வெளியேற்றப்பட்டவர். புலின் தாஸ், பாகா ஜதீன் போன்ற புரட்சியாளர்களின் இயக்கங்களில் தொடர்பில் இருந்தவர், சுபாஷ் சந்திர போஸ் போன்ற புரட்சியாளர்களை ஆதரித்தவர், வெள்ளை அரசால் பாதிக்கப்பட்ட புரட்சியாளர்களுக்கும் விடுதலை வீரர்களுக்கும் ரகசியமாகப் பண உதவி செய்து வந்தவர். இந்தியாவில் மட்டும் அல்லாமல் ஜெர்மனி, சுவிட்சர்லாந்து போன்ற நாடுகளில் தங்கி இந்தியாவில் ஆங்கிலேய அரசைத் தூக்கி எறிய போராடிய புரட்சியாளர்களின் ரகசியத் தொடர்பாளராக இருந்தவர். இச்செய்திகள் எல்லாம் உளவுத்துறை விசாரணையில் தெரியவந்தது. காலனிய அரசு இந்த நிலையில் என்ன விதமான பரிந்துரையைச் செய்திருக்கும் என யூகிப்பது சிரமம் ஒன்றும் இல்லை. வைஸ்ராயின் நிர்வாகக் குழுவின் உள்துறை உறுப்பினர் எ.பி.முடிமன் “மொத்தத்தில் சம்பந்தப்பட்ட நபருக்கு (சாகாவுக்கு) ஆதரவாகப் பரிந்துரைக்காமலிருப்பதே

விரும்பத்தக்கது என முடிவுக்கு வர காரணங்கள் உள்ளன" என்று ராயல் கழகத்திற்குப் பதில் எழுதினார்.

வைஸ்ராய் அலுவலகத்தில் இருந்து சாகா பற்றிய ரகசிய புலனாய்வு அறிக்கை வருவதற்கு முன்பே ராயல் கழகத்தின் செயலாளரும் புகழ் பெற்ற விஞ்ஞானியுமான ஜேம்ஸ் ஜீன்ஸ் சாகாவைக் கழற்றிவிடும் மனநிலையில் இருந்தார். அறிக்கை கிடைக்கப் பெற்றதும் அவரும் ஹாலண்டும் கலந்து பேசினர். இந்தப் பிரச்சினைக்கு இரண்டு வழிகள்தான் உள்ளன. ஒன்று சாகாவின் பெயரைப் பரிந்தரை செய்த ஆல்ஃபிரட் ஃபௌலரைத் தன் பரிந்துரையைத் திரும்பப் பெற்றுக் கொள்ளக் கோருவது. இரண்டு அது நடக்காமல் போனால் கழகத்தின் பொதுக்குழுவில் முன் வைப்பது. எதிர்பார்த்ததைப் போலவே ஆல்ஃபிரட் ஃபௌலர் தன் பரிந்துரையைத் திரும்பப் பெற்றுக் கொள்ளத் தயாராக இல்லை. ஜேம்ஸ் ஜீன்ஸ் ஃபௌலரிடம் "சாகா ஒரு தீவிர புரட்சிக்காரர்" (Rabid Revolutionary) என்றும் "அவர் பல்வேறு பிரிட்டிஷ் எதிர்ப்பு பரப்புரை நடவடிக்கைகளோடு தொடர்பு உடையவர்" என்றும் சொல்லிப் பரிந்துரையைத் திரும்பப்பெறச் சொன்னார். ஃபௌலர் அசைந்து கொடுக்கவில்லை.

உடனே ஜீன்ஸ், சாகாவின் பெயரை வழிமொழிய உள்ள கில்பர்ட் வாக்கரை கலந்து பேசிப் பார்ப்போம் என்று அடுத்த அடி வைத்தார். அவருக்குக் கில்பர்ட் வாக்கரை சாகாவுக்கு எதிராகச் செயல்படச் செய்து முன்மொழிவைத் திரும்பப் பெறச் செய்துவிடலாம் என்ற கருத்து இருந்தது. கில்பர்ட் வாக்கரும் ஃபௌலர் போல சகாவை ஆதரித்தால் மற்ற ராயல் கழக உறுப்பினர்களிடம் பிரச்சினையைக் கொண்டுபோய் சாகாவின் தேர்வைத் தடுத்துவிடலாம் எனக் கருதினர். கில்பர்ட் வாக்கர், ஜீன்ஸ் எதிர்பார்த்ததை விட சாகாவின் தீவிர ஆதரவாளராக இருந்தார். ஆக ஆல்பிரட் ஃபௌலர், கில்பர்ட் வாக்கர் இருவருமே சாகாவை ஆதரித்து நின்றனர். இந்த நிலையில் 1927இல் இறுதியாக சாகா பெரும் ஆதரவோடு ராயல் கழக உறுப்பினராகத் தேர்வு செய்யப்பட்டார்.

ராயல் கழகத்தின் விதிகளின்படி ஆண்டுதோறும் பதினைந்து பேர் தேர்ந்தெடுக்கப்படுவர். ஓர் ஆண்டு பெயர் தாக்கல் செய்யப்பட்டு தேர்வு செய்யப்படாதவர்கள் அடுத்தடுத்த ஆண்டுகளில் மீண்டும் பரிசீலிக்கப்பட்டு தேர்தலுக்கு உட்படுத்தப்படுவர். இப்படி எட்டு ஆண்டுகள் காத்திருப்பவர்களும் உண்டு. 1920களில் இயற்பியல் துறையில் இருந்து ராயல் கழகத்திற்கு விஞ்ஞானிகள் தேர்வு செய்யப்பட கடும் போட்டி நிலவியது.

ஒரு குறிப்பிட்ட விஞ்ஞானியின் ஆய்வு முடிவு மேற்கோளாக எத்தனை முறை மற்ற ஆய்வு கட்டுரைகளில் கையாளப்பட்டுள்ளது என்பதை அளவுகோலாகக் கொள்வர். சாகாவின் பெயர் பரிந்துரைக்கப்பட்டு நிலுவையில் இருந்த 1925, 1926, 1927 மூன்று ஆண்டுகளில் மேற்கோள்களின் எண்ணிக்கையைப் பொறுத்தவரையில் சாகா மூன்றாவது இடத்தில் இருந்தார். எனவே சாகாவிற்கு பிரிட்டிஷ் எதிர்ப்பு என்கிற தகுதி, நாட்டுப்பற்று என்கிற தகுதி, அவர் தேர்ந்தெடுக்கப்பட காலதாமதத்தையும், பெரும் எதிர்ப்பையும் உருவாக்கியது தெரியவருகிறது. அவரது அறிவியல் சாதனைகள் குறித்து எந்தவொரு அய்யப்பாடும் எவராலும் எழுப்பப்படவில்லை என்பதும் குறிப்பிடத்தக்கது.

சீனிவாச ராமானுஜன், சி.வி.ராமன், எஸ்.எஸ்.பட்னாகர், சத்தியன் போஸ், ஹோமி பாபா போன்றவர்கள் உலக அறிவியலுக்குள் நுழைந்த சரித்திரத்தையும், சாகா நுழைந்ததையும் சாதித்ததையும் ஒரே அளவுகோல் வைத்துப் பார்த்தாலும் சாகாவின் அறிவியல் சாதனைகள் இவர்கள் எவரின் சாதனைக்கும் குறைந்தது அல்ல என அறியமுடியும். ஆனால் சாகாவைப் பாராட்ட வரும் எவரும் அவரது சாதிப் பின்னணி, பொருளாதாரப் பின்னணி, கிராமியப் பின்னணி, கலாசாரப் பின்னணி சிறுவயது முதலே அவர் வளர்த்துக்கொண்ட பிரிட்டிஷ் எதிர்ப்பு, அதற்கான விளைவுகள் போன்றவற்றைக் கணக்கில் கொள்ள வேண்டும் என்கிறார் டிவோர்கின்.

சாகா ராயல் கழகத்திற்குத் தேர்ந்தெடுக்கப்பட்டது இந்திய அறிவியல் வெளியில் அவருக்கான அங்கீகாரத்தை உறுதிப்படுத்தியது. அலகாபாத்தை உள்ளடக்கிய ஐக்கிய மாகாணத்தின் ஆளுநர் சாகாவின் ஆராய்ச்சிக்காக ஆண்டுக்கு 5000 ரூபாய் நிதியுதவி அளிப்பதாக அறிவித்தார். இதே ஆண்டு இத்தாலி அரசு அறிவியலாளர் வோல்டாவின் நூற்றாண்டு கொண்டாட்டத்தில் கலந்து கொள்ள சாகாவுக்கு அழைப்பு விடுத்தது. சாகாவும் தன் இரண்டாவது ஐரோப்பிய பயணத்தை மேற்கொண்டார். இப்பயணத்தின் போது பெர்க்லி பல்கலைக்கழக ஆய்வாளர் ஈ.ஓ. லாரன்சுடன் சாகா நட்பு ஏற்படுத்திக் கொண்டார். பிற்காலத்தில் லாரன்ஸ், சைக்ளோட்ரானைக் கண்டுபிடித்து உலகப் புகழ்பெற்றார். அப்போது லாரன்சிடம் சைக்ளோட்ரான் குறித்து கற்க தன் மாணவர் நாக் சௌத்ரியை அனுப்பி வைக்கவும், சைக்ளோட்ரான் ஒன்றை கல்கத்தா பல்கலைக்கழகத்தில் நிறுவ ஏற்பாடு செய்யவும் அந்நட்பு உதவியது (இது குறித்து வேறு அத்தியாயத்தில் பார்ப்போம்).

இதே ஆண்டு சாகா கலவை நிறமாலையின் தோற்றம் (origine of complex spectrum) பற்றிய ஆய்வுக் கட்டுரையை தன் மாணவர் பி.கே.கிச்சுலுவுடன் இணைந்து வெளியிட்டார். ஆனால் சாகா

வெளியிட்டதற்கு சில மாதங்களுக்கு முன் ஜெர்மனி நாட்டு ஆய்வாளர் எஃப்.ஹுண்டு (F.Hund) இதே கண்டுபிடிப்பை வெளியிட்டிருந்தார். அலகாபாத் உலக அறிவியல் மையங்களில் இருந்து தனிமைப்பட்டு இருந்ததாலும் சாகாவின் வேலைப்பளு காரணமாகவும் ஏற்கெனவே முடித்து வைத்த இந்த ஆராய்ச்சியைக் கட்டுரையாக வெளியிடுவதில் கால தாமதம் ஆகிவிட்டது. இதனால் இப்பெருமை சாகாவிற்குக் கிடைக்காமல் போனது.

சாகாவின் வெப்ப அயனியாக்க கோட்பாட்டிற்காக நோபல் பரிசுக்கு அவர் நான்கு முறை பரிந்துரைக்கப்பட்டார். நோபல் பரிசாளரும் சிறந்த அறிவியலாளருமான காம்டன் சாகாவை நோபல் பரிசுக்குப் பரிந்துரைத்தார். சி.வி.ராமன் பரிந்துரைக்கப்பட்ட 1930இல் சாகாவும் பரிந்துரைக்கப்பட்டார் என்பது குறிப்பிடத்தக்கது. நோபல் பரிசு என்பது ஓர் அறிவியல் சாதனையாளனுக்கு முக்கியமான அங்கீகாரம் என்பதில் மாற்றுக் கருத்து இருக்க முடியாது. ஆனால் அப்பரிசு கிடைப்பதற்கும், கிடைக்காமல் போவதற்கும் விளங்கிக் கொள்ள முடியாத காரணங்கள் இருந்து வருகின்றன. மேக்நாட் சாகா, சத்தியேந்திரநாத் போஸ் ஆகிய இருவரும் சந்தேகத்திற்கு இடமின்றி நோபல் பரிசுக்குத் தகுதியுடையவர்களே.

மேக்நாட் சாகாவின் கோட்பாட்டை மதிப்பீடு செய்த அறிவியலாளர்கள் ஆர்தர் எடிங்டன், எஸ்.ரோஸ்லேண்டு ஆகியோர் அதை வானியற்பியலின் திருப்புமுனைக் கண்டுபிடிப்பாகப் போற்றியுள்ளதை நாம் பார்த்தோம்.

இந்தியத் துணைக்கண்டம் முழுதும் பண்டைய இந்தியாவில் முக்கிய வணிகச்சாலைகளில் நிறுவப்பட்டிருந்த ஒரே மாதிரியான எழுத்துகளைக் கொண்ட பாறைக் கல்வெட்டுகளைப் பல நூற்றாண்டுகளாகப் பலரும் பார்த்து வந்தும் அவற்றில் எழுதப்பட்டவை என்ன என்று தெரியாமல் திகைத்திருந்தபோது ஜேம்ஸ் பிரின்செப் எனும் அறிஞர் அவை பிராமி எழுத்துகள் என அறிந்து படித்துக் கூறினார். பிறகே மாமன்னன் அசோகனைப் பற்றியவை அவை என அறிய முடிந்தது. அதே போல் பத்தொன்பதாம் நூற்றாண்டின் பிற்பாதி முழுவதும் பல அமெரிக்க ஐரோப்பிய வானியல் ஆய்வு நிலையங்களில் நடந்த ஆய்வுகளில் சூரியன் குறித்தும் பிற விண்மீன்கள் குறித்தும் உடுநிறமாலைகள் படம் பிடிக்கப்பட்டு மலையெனக் குவிந்து கிடந்தபோது அவை தரும் செய்திதான் என்ன என்பதை அறிந்து கொள்ள சாகாவின் கோட்பாடும் சமன்பாடும் வழி செய்தன. அதன் பிறகே சூரியனின் இயற்பண்புகளும் வேதிக் கட்டமைப்பும் பிடிபடலாயிற்று. மற்ற விண்மீன்கள் குறித்த ஆய்வுக்கும் இது அடிப்படையாக அமைந்தது.

இந்த மகத்தான சாதனைக்கு ஏன் நோபல் பரிசு வழங்கப்படவில்லை என்பது குறித்து சில காரணங்கள் கூறப்படுகின்றன. முதலாவதாக அக்காலத்தில் வானியற்பியலுக்கு நோபல் பரிசு வழங்கும் வழக்கம் கிடையாது. இந்த நிலைமை எழுபதுகள் வரை கூடத் தொடர்ந்தது. விஞ்ஞானி எஸ்.சந்திரசேகருக்குக் கூட அவர் நாற்பதுகளில் செய்து முடித்த ஆராய்ச்சிக்கு 1983இல்தான் இப்பரிசு வழங்கப்பட்டது. மகத்தான விஞ்ஞானி ஸ்டீபன் ஹாக்கிங்ஸிற்கு இதுவரையில் கூட நோபல் பரிசு வழங்கப்படவில்லை என்பது கவனத்தில் கொள்ளத் தக்கது. வானியற்பியலாளர்களுக்கு நோபல் பரிசுக் குழு ஏன் பரிசளிப்பதில்லை என்பதற்கு ஸ்டீபன் ஹாக்கிங்ஸின் வாழ்க்கை வரலாறான “ஸ்டீபன் ஹாக்கிங் எ லைஃப் இன் சயின்ஸ்” என்ற நூலை எழுதிய மைக்கேல் வொயிட், ஜான் கிரிப்பின் ஆகியோர் ஒரு வித்தியாசமான ஆனால் வியப்பான காரணத்தைத் தருகின்றனர். ஆல்ஃபிரட் நோபலின் மனைவி ஒரு வானியற்பியலாளருடன் ஓடிவிட்டார் என்பதே அக்காரணம்!

சாகாவின் கோட்பாடு வானியல் ஆய்வுக்களுக்கான திறவுகோலாக அமைந்தாலும் அது அடிப்படையில் வெப்ப இயக்கவியல், குவாண்டம் இயற்பியல், இயல் வேதியியல், ஐன்ஸ்டீனின் பொதுச்சார்பியல் கோட்பாடு போன்றவற்றை அபூர்வமான அறிவாற்றலோடு இணைத்து உருவாக்கப்பட்ட ஒரு கோட்பாடு ஆகும். எனவே சாகாவின் ஏகாதிபத்திய எதிர்ப்பும் மேலை விஞ் ஞானிகள் குறிப்பாக பிரிட்டிஷ் விஞ்ஞானிகள் சாகாவின் மீது காட்டிய இனவெறியின் பாற்பட்ட அலட்சியமும் நோபல் பரிசு சாகாவிற்குக் கிடைக்காமல் இருக்க முக்கியப் பங்காற்றி இருக்க வேண்டும். சாகாவின் மாணவரும் அவரது வாழ்க்கை வரலாற்றை எழுதியவர்களில் ஒருவருமான கர்மோகாபத்ரா, ஜஷ்பாய் பட்டேல் போன்றோர் இக்கருத்தை வெளியிட்டுள்ளனர். சாகா மேலை உலகத்தால் வேறுபாடாக நடத்தப்பட்டதைக் குறித்து டாக்டர் டிவோர்கின், அபாசூர், ராபர்ட் ஆண்டர்சன் போன்றோரும் விரிவாக எழுதியுள்ளனர்.

‘சி.வி.ராமன், எம்.என்.சாகா மற்றும் 1930ஆம் ஆண்டு நோபல் பரிசு’ என்ற கட்டுரையை ரஜீந்தர் சிங்கும் ஃபாக் ரீஸ்சும் எழுதியுள்ளனர்.[37] இக்கட்டுரை 1930ஆம் ஆண்டு நோபல் பரிசுக்கான பரிசீலனையில் இடம்பெற்றிருந்த சாகா, ராமன் ஆகிய இரண்டு இந்தியர்களில் சாகாவுக்கு நோபல் பரிசுக் குழுவால் பரிசு மறுக்கப்பட்டது குறித்தும் சி.வி.ராமன் நோபல் பரிசு வென்றது குறித்தும் விவரிக்கிறது. எனினும் வேறுசில முக்கிய குறிப்புகளையும் இக்கட்டுரை தருகிறது.

ஆல்ஃபிரட் நோபலின் உயில்படி நோபல் பரிசு உலகளாவிய தன்மை கொண்டதாக இருக்க வேண்டும். ஆனால் தொடக்க முப்பதாண்டுகளில் இயற்பியல் மற்றும் வேதியல் துறைகளுக்குப் பரிசுக்குப் பரிந்துரைக்கும் வாய்ப்பு பெற்றிருந்தவர்களில் பெரும்பான்மையானவர்கள் ஜெர்மனி, பிரான்சு, இங்கிலாந்து, அமெரிக்கா ஆகிய நாடுகளைச் சேர்ந்தவர்களாகவே இருந்துள்ளனர். இவர்கள் தத்தம் நாட்டு அறிவியல் சாதனையாளர்களுக்கு மட்டுமே பெரிதும் பரிந்துரைத்துள்ளனர். 1901 முதல் 1929 வரையிலான வேதியியல் மற்றும் இயற்பியல் பரிசுக்காகப் பரிந்துரைக்கப்பட்டவர்களில் 70%பேர் பரிந்துரைத்தவர்களின் சொந்த நாட்டுக்காரர்களே என்கிறது அக்கட்டுரை.

இந்த நிலையில் இந்தியா போன்ற காலனிய நாடுகளின் பிரஜைகளாக இருந்த, பரிசுக்குத் தகுதி படைத்த அறிவியலாளர்களுக்கு வலுவான லாபி இருந்திருந்தால் மட்டுமே பரிசு சாத்தியம். ராமனுக்கு அது எளிதாக இருந்தது. சாகாவுக்கு அது எளிதாக இல்லை. ஆய்வாளர் அபாசூர் சாகாவின் மிக முக்கியமான 'தெரிவுசெய் கதிர்வீச்சு அழுத்தம்' பற்றிய ஆய்வுக் கட்டுரை அமெரிக்காவில் இருந்து வெளிவரும் ஆஸ்ட்ரோ பிசிகல் ஜர்னலில் வெளிவராதது குறித்துக் கூறுகையில், மேலை நாட்டவர்கள் அமெரிக்க ஐரோப்பியரல்லாத பிற நாடுகளைச் சேர்ந்தவர்களிடம் காட்டும் வேறுபாட்டை விவாதிக்கிறார். இந்தியாவைச் சேர்ந்த அறிவியலாளர் சந்திரசேகரை அமெரிக்காவின் யெர்க் வானியல் ஆய்வுக்கூடத்திற்கு ஆய்வாளராகப் பரிந்துரைக்கும் போது புகழ்பெற்ற விஞ்ஞானி ஆட்டோ ஸ்ட்ரூவ் "உலகின் தலைசிறந்த இயற்பியல் விஞ்ஞானிகளில் ஒருவர்", "நோபல் பரிசு பெற்ற சி.வி.ராமனின் அண்ணன் மகன்" என்ற தகுதிகளோடு கூடுதல் தகுதியாக "பிராமண வகுப்பின் உறுப்பினர்" என்று சேர்த்து பரிந்துரை செய்தார். சந்திரசேகர் ஒரு மேற்கத்தியர் அல்லாதவர் என்ற 'தகுதிக்குறைபாட்டின்' வீச்சைக் குறைக்க அவரும் 'உயர்வான' இந்தோ ஐரோப்பிய குடும்பத்தவர்தான் என்பதைப் புரியவைக்க "பிராமண வகுப்பின் உறுப்பினர்" என்ற தகுதி பயன்பட்டுள்ளதாக அபாசூர் கருதுகிறார்.[38]

சி.வி.ராமனும் பலமுறை மேலை உலகின் இனரீதியான ஒதுக்கல்களை அனுபவித்தவர்தான் எனினும் சாகாவின் பிரிட்டிஷ் எதிர்ப்பு, தாழ்த்தப்பட்ட சமூகப் பின்னணி போன்றவை சர்வதேச அரங்கில் அங்கீகாரத்திற்கான வாய்ப்புகளை இழக்கச் செய்ய பெரும் பங்கு ஆற்றின. சந்திரசேகருக்கான ஆட்டோ ஸ்ட்ரூவின் பரிந்துரை இந்திய சாதியம் சர்வதேச அளவில் வெற்றி பெறுவதை நுட்பமாகக் காட்டுகிறது. தாழ்த்தப்பட்ட தமிழர்களில் ஒரு

பிரிவினரைக் குறிக்கும் "பறையன்" என்ற சொல் தாழ்வானவர்களைக் குறிப்பதற்கான பொதுச் சொல்லாக 'பறையா (paraiya)' என ஆங்கில அகராதிகளில் இடம் பிடித்ததிலும் சாதியத்தின் சர்வதேச வெற்றி வெளிப்படுகிறது. அதுபோல்தான் இதுவும்.

இயற்பியல் விஞ்ஞானி ஆர்.ஏ.மஷேல்கார், 2006, ஜனவரி 15 தேதியிட்ட பிசினஸ் டுடே செய்தித்தாளில் What will it take for a resident Indian to win a Nobel price? என்ற கட்டுரையை எழுதியுள்ளார். இதில் இந்தியர்களுக்கு நோபல் பரிசு அதிகம் கிடைக்காதது குறித்து விவாதிக்கிறார். இதில் காந்தி, ஜகதீஸ் சந்திர போஸ், சத்தியேந்திரநாத் போஸ், ஈசிஜி சுதர்சன், ஜி.என். ராமசந்திரன் ஆகியோருக்கு நோபல் பரிசு கிடைக்காததைக் குறித்து பட்டியலிடும் மஷேல்கார் சாகாவுக்குக் கிடைக்காமல் போனது பற்றிக் குறிப்பிடவில்லை. இந்தியர்கள் என்றால் ஒடுக்கப்பட்ட சாதிகளைத் தவிர்த்த மேல்சாதியினர் மட்டுமே போலும்! இந்த மஷேல்கார், ரிலையன்ஸ் குழுமத்தில் செயல்பட்டு வருகிறார் என்பது குறிப்பிடத்தக்கது.

சாகாவிற்கு தனக்கான உள்நாட்டு வெளிநாட்டு ஆதரவு சக்திகள் குறித்து தெளிவு இருந்ததால் நோபல் பரிசு பற்றிய கனவு எதையும் வளர்த்து வைத்திருக்கவில்லை. எனவே அது கிடைக்காமல் போனதால் சோர்வடைந்துவிடவும் இல்லை. ஐக்கிய மாகாண ஆளுநர் அளித்த ஆண்டு உதவித்தொகை 5000 ரூபாயுடன் 1929இல் லண்டன் ராயல் கழகம் ஆண்டுதோறும் அனுப்பிக்கொண்டிருந்த 250 பவுண்டுகள் உதவித்தொகையும் கொண்டு ஒரு சிறிய ஆய்வுக்கூடம், பணிமனை, நூலகம் ஆகியவற்றை அலகாபாத் பல்கலைக்கழகத்தில் அமைத்துக் கொண்டார்.

முதுகலை இயற்பியல் மாணவர்களுக்கு மட்டும் அல்லாமல் இளங்கலை இயற்பியல் மாணவர்களுக்கும் பாடம் நடத்துவதை சாகா வழக்கமாகக் கொண்டிருந்தார். கல்லூரிகளில் இன்றைய துறைத் தலைவர்கள் இளங்கலை வகுப்புகளுக்குப் பாடம் நடத்துவதைத் தகுதிக் குறைவாகக் கருதுவதைப் பார்க்கிறோம்.

சாகா கொல்கத்தா பல்கலைக்கழகத்தில் வேலைபார்த்த போதும் சரி, அலகாபாத் பல்கலைக்கழகத்தில் பணிபுரிந்த இக்காலக்கட்டத்திலும் சரி, மாணவர்களுக்கான பாடத்திட்டத்தைத் தானே உருவாக்கி தயார் செய்து நடத்தினார். கரும்பலகையில் முத்து முத்தான கையெழுத்தில் தெளிவாக எழுதி விளக்கப் படங்கள், செய்முறைகள், லாண்டர்ன் ஸ்லைடு காட்சிகள் என அவர் இளம் மாணவர்களுக்குப் பாடம் நடத்தும் அழகே அலாதியாக இருக்குமாம். அவர் இளங்கலை இயற்பியல் மாணவர்களுக்கு உதவும் நோக்கில்

தன் மாணவர் பி.என்.ஸ்ரீவஸ்தவாவுடன் இணைந்து வெப்பவியல் பாடநூலை (Text book of Heat) எழுதினார். இதற்கான முன்னுரையை சி.வி.ராமன் எழுதி இருந்தார் என்பது குறிப்பிடத்தக்கது. ஓர் இந்தியர் எழுதியதை வெளிநாடுகளிலும் பாடமாகப் படித்த நூல் இதுவே ஆகும். இந்த நூல் 1980கள் வரைகூட இந்தியா முழுவதும் கல்லூரிகளில் மாணவர்களால் படிக்கப்பட்டது குறிப்பிடத்தக்கது. இதைத் தவிர சாகா இந்நூலின் சுருக்க நூல் ஒன்றை வெளியிட்டார். ஐன்ஸ்டீனின் சார்பியல் கோட்பாடு குறித்த மொழிபெயர்ப்பு நூலை சாகா வெளியிட்டது குறித்து ஏற்கெனவே குறிப்பிட்டுள்ளோம். மேலும் மாணவர் என்.கே. சாகாவுடன் இணைந்து நவீன இயற்பியல் பாடங்கள் (Treatise on Modern Physics) என்ற நூலையும் சாகா எழுதியுள்ளார்.

சாகாவின் வாழ்வில் 1928 முதல் 1938 வரையிலான காலக்கட்டம் ஓய்வு ஒழிச்சல் இல்லாத காலக்கட்டம் என்கின்றனர் சட்டர்ஜி & சட்டர்ஜி. '1930களில் மேலும் மேலும் அறிவியல் மற்றும் சமூகம் சார்ந்த பிரச்சினைகளில் சாகா தன்னை ஈடுபடுத்திக் கொண்டார். தன்னுடைய நேரத்தை கல்விசார் ஆய்வுகளுக்கும் (academic research) இந்தியாவின் அறிவியல் மேம்பாடு ஆகியவற்றிற்கும் பகுத்துக் கொண்டார்'. 1931க்கும் 1936க்கும் இடையில் சாகாவின் வழிகாட்டுதலில் பதினைந்து ஆய்வுக் கட்டுரைகள் வெளிவந்தன. இதில் நான்கு அவர் தனியாகச் செய்தவை. மற்றவை மாணவர்களுடன் சேர்ந்து செய்தவை. இக்காலக் கட்டத்தில் பி.கே.கிச்சுலு, டி.எஸ்.கோத்தாரி, ஆர்.சி.மஜூம்தார் போன்றோர் தமக்கு ஆர்வமுள்ள துறைகளில் ஆராய்ச்சிகள் மேற்கொள்ள சாகா ஊக்கப்படுத்தி தனியாகச் செய்ய வைத்தார்.

13
உச்சாணிக் கொம்பில் இருந்து இறங்கி...

நாட்டுப் பற்றும் சமூக அக்கறையும் கொண்ட சாகா பல்கலைக் கழக வகுப்பறைகளிலும் ஆய்வுக்கூடங்களிலும் மட்டுமே தான் அடைந்து கிடக்கக்கூடாது என்று 1930இல் முடிவெடுத்தார். ஆய்வு, ஆய்வுக்கூடம் என்ற உச்சாணிக் கொம்பில் (Ivory Tower) இருந்து சாகா இறங்கி வந்து தனக்கான எளிய வழியில் நாட்டுக்குப் பயனுள்ள வாழ்வு வாழ முடிவெடுத்தார். இந்திய அறிவியலை மேம்படுத்தும் பணிகளில் அவர் தன்னை ஈடுபடுத்திக் கொண்டார். அறிவியலாளர்களை அமைப்பாக்கி இந்தியா எதிர்கொண்டிருந்த கல்லாமை,வறுமை,வேலையின்மை, நோய்மை, பின்தங்கிய இயற்கை வள மேலாண்மை போன்ற பிரச்சினைகளை அறிவியலை ஆயுதமாக ஏந்தி எதிர்கொள்ளச் செய்யவேண்டும் என்று அவர் முடிவெடுத்தார். அதற்கான பல்வேறு அறிவியல் நிறுவனங்களை சாகா உருவாக்கினார்.

1930இல் அலகாபாத் நகரில் இந்திய அறிவியல் காங்கிரசின் (Indian Science Congress) மாநாடு நடைபெற்றது. ஐக்கிய மாகாணம் (இன்றைய உத்தரப் பிரதேசம்) முழுவதிலும் இருந்து அறிவியலாளர்கள் இம்மாநாட்டில் கலந்து கொண்டனர். மாநாட்டில் பேசிய ஐக்கிய மாகாண ஆளுநர் சர் மால்கம் ஹெய்லி (Sir Malcolm Hailey) 'மக்களுக்குப் பயன்படும் வகையிலான ஆராய்ச்சிகளை மேற்கொள்ளும் வகையில் பல்கலைக்கழக ஆராய்ச்சி மாணவர்களை வழிநடத்தவும் ஆலோசனை வழங்கவும் ஒவ்வொரு துறையிலும் நிபுணத்துவம் மிக்க அறிவியலாளர்களைக் கொண்ட அறிவியல் கழகம் ஒன்று வேண்டும்' என்று குறிப்பிட்டார். சாகா இதைச் சாதாரணமாக எடுத்துக் கொள்ளவில்லை. உடனே அவர் அப்படி ஓர் அறிவியல் கழகத்தை அமைத்திட அறிவியலாளர்களை அமைப்பாக்கும் பணியில் இறங்கினார். அதற்கான கொள்கைகள், செயல்முறைகள் போன்றவற்றைத் தானே உருவாக்கினார். அந்த வகையில் ஐக்கிய மாகாண அறிவியல் கழகம் (The United Provinces Academy of Science) அதே ஆண்டு அலகாபாத்தைத் தலைமையிடமாகக் கொண்டு உருவானது. சாகாவின் தொடர் வலியுறுத்தலால் இந்த அமைப்பிற்கு ஆண்டுதோறும் 4000/- உதவித்தொகை வழங்க மாகாண ஆளுநர் உத்தரவிட்டார். இக்கழகத்தின் தலைவராக சாகா ஒரு மனதாகத் தேர்வு செய்யப்பட்டார்.

ஐக்கிய மாகாண அறிவியல் கழகத்தின் நோக்கம் அறிவியலாளர்களைக் கூட்டிவைத்து அறிவியல் விவாதங்களை நடத்துவதோடு நின்றுவிடுவதல்ல. மாறாக, அறிவியல் தொழில் நுட்பத்தை நாட்டின் பொருளாதார பின்னடைவை நீக்குவதற்கு எப்படிப் பயன்படுத்துவது என்பது குறித்து ஆக்கப்பூர்வ ஆலோசனைகளை முன்வைப்பதே இக்கழகத்தின் நோக்கம். இதில் குறிப்பிடத்தக்க ஒன்று என்னவெனில் சாகா உச்சாணிக் கொம்பில் இருந்து தான் இறங்கி வந்தது மட்டுமல்லாமல் சக அறிவிலாளர்களையும் அங்கிருந்து இறக்கி நாட்டு நலனுக்காக ஓர் அமைப்பாக செயல்படச் செய்ததுதான். அறிவியலை மக்களுக்கானதாகக் கையாள்வது, அதற்கான அறிவியல் கழகங்கள் அமைப்பது என்ற சாகாவின் வாழ்நாள் செயல்பாட்டிற்கு இதுவே தொடக்கம்.

ஐக்கிய மாகாணத்தின் அறிவியல் கழகத்தின் பெயர் 1934இல் தேசிய அறிவியல் கழகம் (National Academy of Science) என்று மாற்றப்பட்டது. ஒரு மாகாண அளவிலான அமைப்பு சாகாவின் பெரும் கனவுகளுக்குப் போதுமானதாக இல்லை. அவர் அகில இந்திய அளவிலான அறிவியல் கழகம் ஒன்றை உருவாக்க விரும்பினார்.

இதே சமயத்தில் பெங்களூரில் சி.வி.ராமனும் இதே போன்ற ஓர் அகில இந்திய அமைப்பை உருவாக்குவது பற்றி சிந்தித்து வந்தார். 1930இல் பெங்களூரில் இந்திய அறிவியல் காங்கிரசின் ஆண்டுக் கூட்டம் நடைபெற்றது. இக்கூட்டத்தில் எடுக்கப்பட்ட தீர்மானத்தின்படி 'கரண்ட் சயின்ஸ்' என்ற இதழ் ஆரம்பிக்கப்பட்டது. 1933இல் கரண்ட் சயின்ஸ் இதழில் அகில இந்திய அறிவியல் கழகம் அமைப்பது குறித்து அறிவிலாளர்களின் கருத்துக் கேட்பு வினா பட்டியல் (Questionnaire) ஒன்று வெளியிடப்பட்டது. இந்தச் சமயத்தில் சி.வி.ராமன் இந்த இதழின் ஆசிரியர் என்பது குறிப்பிடத்தக்கது. இந்த வினாப் பட்டியல் நாடு முழுவதும் இருந்த அறிவியலாளர்களால் விவாதிக்கப்பட்டது. பிறகு இக்கருத்துகளை 1934இல் நடைபெற இருந்த இந்திய அறிவியல் காங்கிரஸின் 21ஆவது கூட்டத்தின் நிகழ்ச்சி நிரலில் வைத்து விவாதிப்பது என முடிவானது.

1934இல் பம்பாயில் (மும்பை) நடந்த இந்திய அறிவியல் காங்கிரசின் 21ஆவது ஆண்டு மாநாட்டில் ஒட்டுமொத்த தலைவராக சாகா தலைமை தாங்கினார். அது மட்டும் அல்லாமல் இயற்பியல் மற்றும் வானிலையியல் (Meteorology) பிரிவு கூட்ட அமர்வுகளுக்கு சாகாவும் ராமனும் ஒருங்கே தலைமை வகித்தனர். சாகா தன் தலைமையுரையில் இந்திய அறிவியல் கழகம் என்ற

ஒன்றை உருவாக்குவது குறித்த முன்மொழிவை முறையாக முன் வைத்தார். அது மட்டும் அல்லாமல் கரண்ட் சயின்ஸ் இதழ், இது குறித்த வினாப் பட்டியலைச் சுற்றுக்கு விட்டது குறித்து அந்த இதழுக்கு நன்றியும் தெரிவித்தார். இம் மாநாட்டில் சாகாவின் பேச்சில் மூன்று முக்கிய விஷயங்கள் இடம்பிடித்தன. ஒன்று வானியல் (Cosmology) தொடர்பான அடிப்படையான பிரச்சினைகள் பற்றியது. இரண்டாவது அனைத்து இந்திய அறிவியல் கழகம் (All India Science Academy) அமைப்பது தொடர்பானது. மூன்றாவது ஆற்றியற்பியல் ஆய்வுக்கூடம் (River Physics Science Laboratory) அமைப்பது தொடர்பானது. இதில் அனைத்திந்திய அறிவியல் கழகம் தொடர்பாக சாகா கீழ்க்கண்ட கருத்துகளை முன்வைத்தார்.

அனைத்திந்திய அறிவியல் கழகம் 1. குறைந்த எண்ணிக்கையிலான மிகச்சிறந்த அறிவியலாளர்களை மட்டுமே உறுப்பினர்களாகக் கொண்டிருக்கும். 2. இக்கழகம் அறிவியல் தொடர்புடைய பொறுப்புமிக்க பணிகளில் அரசுடன் இணைந்து செயல்படும். 3. அமெரிக்காவின் தேசிய அறிவியல் கழகம் போல் தன் நடவடிக்கைகளை வெளியிடும். 4. இந்திய அறிவியல் காங்கிரசை இனி இந்தக் கழகம் தனதாக்கிக் கொள்ளும். 5. இக்கழகம் தேசிய ஆய்வுக் குழுக்களை அமைக்குமாறு அரசை வற்புறுத்துவதுடன் அந்தந்த அறிவியல் கழகங்களுக்கு அந்த ஆய்வுக் குழுக்களில் உரிய பிரதிநிதித்துவம் வழங்கவும் வலியுறுத்தும். 6. ஆராய்ச்சிக்கான நிதிவசதியைப் பெறுவதுடன் அதைப் பராமரிக்கும் பணியையும் இக்கழகம் செய்யும் 7. சர்வதேச ஒத்துழைப்புக்கான சர்வதேச அமைப்புகளில் இந்தக் கழகம் இந்தியாவைப் பிரதிநிதித்துவப்படுத்தும்.

இதே பம்பாய் மாநாட்டில் சாகாவின் ஆலோசனைப்படி அனைத்திந்திய அறிவியல் கழகம் அமைப்பதற்கான குழு (Academy Committee) ஒன்று உருவாக்கப்பட்டது. இக்குழுவில் உறுப்பினராக இருக்க இந்தியாவில் உள்ள அனைத்து பல்கலைக்கழகங்கள், அறிவியல் சங்கங்கள், அரசு அலுவலகங்கள், அறிவியல் ஆய்வு நிறுவனங்கள் ஆகியவற்றுக்குப் பிரதிநிதித்துவம் அளிக்கப்பட்டது. இந்திய அறிவியல் காங்கிரஸில் இருந்து இக்குழுவிற்கு ஐந்து பேர் உறுப்பினர்களாக நியமிக்கப்பட்டனர். அவர்கள் சத்தியேந்திர நாத் போஸ் (டாக்கா), டி.என்.வாடியா (கல்கத்தா), டாக்டர் எஸ்.கே. முகர்ஜி (லக்னோ), டாக்டர் கே.ஜி.நாயக் (பரோடா), டாக்டர் எச்.கே.சென், (கல்கத்தா) ஆகியோர் ஆவர். பெங்களூரின் இந்திய அறிவியல் நிறுவனத்தின் (ஐ.ஐ.எஸ்) இயக்குநரான சி.வி.ராமனும் ஓர் உறுப்பினர். குழுவின் தலைவராக நிலவியல் அளவைத் துறையின் (Geoligical Survery) எல்.எல்.ஃபெர்மர் (L.L.Fermor)

பொறுப்பேற்றார். சாகாவும், எஸ்.ப்பி.அகார்கரும் இணைச் செயலர்களாக நியமிக்கப்பட்டனர்.

இக்குழுவின் முதல் கூட்டம் கல்கத்தாவில் 1934 பிப்ரவரி 11, 12 தேதிகளில் நடந்தது. ஆனால் ராமனுக்கும் இக்குழுவுக்கும் அதற்குள் பனிப்போர் உருவாகி இருந்தது. இந்தக் கழகக் குழுவின் (Academy committee) இரண்டாவது கூட்டம் 1934 ஏப்ரல் 14 மற்றும் 15 தேதிகளில் கல்கத்தாவில் நடைபெறுவதாக இருந்தது. ஆனால் ஏப்ரல் 1ஆம் தேதி பெங்களூரில் நடைபெற்ற தென் இந்திய அறிவியலாளர் கூட்டத்தில் ராமன் கழகக் குழுவைக் கடுமையாக விமர்சித்துப் பேச நிலைமை மோசமடைந்திருந்தது. அவர் வெளிப்படையாக இந்திய அறிவியல் காங்கிரஸில் இருந்து தான் ராஜினாமா செய்வதாக அறிவித்தார். அதுமட்டும் அல்லாமல் கழகக் குழுவில் இருந்து தனது ஆதரவாளரான சுப்பாராவை ராஜினாமா செய்ய வைத்தார். இந்த நிகழ்வுகள் கல்கத்தாவில் கூடிய கழகக் குழுவின் இரண்டாவது கூட்டத்தில் எதிரொலித்தது. கழகக் குழு சார்பாக நிலைமையை விளக்கி ஒரு பத்திரிக்கைச் செய்தியும் வெளியிடப்பட்டது. இதில் இக்குழு இந்திய அறிவியல் காங்கிரஸில் இருந்து ராஜினாமா செய்யும் தன் முடிவை ராமன் கைவிட வேண்டும் என்று கேட்டுக் கொண்டதோடு ஒரே கழகத்தை உருவாக்கி சேர்ந்து செயல்பட ராமனுக்கு அழைப்பு விடுத்தது. இரண்டு வாரம் கழித்து 1934 ஏப்ரல் 30 அன்று சி.வி.ராமன் பெங்களூரில் இந்திய அறிவியல் கழகத்தைத் (Indian Acadamy of Science) தொடங்கியதாக அறிவித்தார். அதாவது இந்திய அறிவியல் காங்கிரஸ் மூலம் தொடங்கத் திட்டமிடப்பட்ட கழகத்தை ராமன் தன்னிச்சையாகத் தொடங்கிவிட்டார். இந்திய அறிவியல் காங்கிரசின் கரண்ட் சயின்ஸ் இதழைத் தான் தொடங்கிய புதிய கழகத்தின் இதழாக மாற்றிக்கொண்டார்.

மேற்கண்ட நிலையில் கழகக் குழுவின் அவசரக் கூட்டம் மே 8இல் கல்கத்தாவில் கூடியது. இந்தியா முழுவதும் உள்ள அறிவியலாளர்களுக்கு கழகக் குழுவின் நிலையை விளக்க ஒரு துணைக் குழு அமைக்கப்பட்டது. இக்குழுவில் டாக்டர் பி.பிரசாத், டாக்டர் ஜே.என்.முகர்ஜி, டாக்டர் எம்.எஸ்.கிருஷ்ணன், பேராசிரியர் எஸ்.ப்பி.அகார்கர் ஆகியோர் இடம் பெற்றிருந்தனர். இவர்கள் இந்திய அறிவியலாளர்களுக்கு நிலைமையை விளக்கி அறிக்கை அனுப்ப முடிவானது.

இந்த நிலையில் ஜூன் 16இல் ராமன் ஓர் ஆலோசனையைக் கழகக் குழுவுக்கு அனுப்பி வைத்தார். அதில் அறிவியலாளர்களின் அனைத்திந்திய அகாடமியாக அல்லாமல் ஏற்கெனவே உள்ள வங்காள ஆசிய சங்கம் (Asiatic Society of Bengal), ஐக்கிய மாகாண

அறிவியல் அகாடமி, இந்திய அறிவியல் அகாடமி போன்ற அமைப்புகளின் கூட்டமைப்பை (Federation) உருவாக்கலாம் என்று தெரிவித்திருந்தார், இக்கருத்து ஏற்கெனவே பம்பாய் மாநாட்டில் எடுக்கப்பட்ட முடிவுக்கு புறம்பாக அமைவதைக் கழகக் குழுவினர் உணர்ந்தனர். எனவே இதை ஏற்றுக் கொள்வதில் குழுவினர் ஆர்வம் காட்டவில்லை.

அனைத்திந்திய அளவில் ஒரு கழகத்தை உருவாக்க வேண்டும் என்பதில் பெரும்பான்மை இந்திய அறிவியலாளர்கள் ஒத்த கருத்து கொண்டிருந்தனர். எனவே 1934 ஜூன் 28, 29 தேதிகளில் கழகக் குழுவின் மூன்றாவது கூட்டத்தில் ஏற்கெனவே எடுக்கப்பட்ட முடிவில் உறுதியாக இருப்பது எனத் தீர்மானிக்கப்பட்டது. எனினும் ராமனுக்கும் குழுவுக்கும் இடையில் இணக்கத்தைக் கொண்டுவர இரண்டு பக்கமும் இருந்து கடிதப் பரிமாற்றம் மீண்டும் நடந்தது. அதில் ஓரளவு வெற்றியும் கிடைத்தது. 1934, நவம்பர் 24 ஆம் தேதி கல்கத்தாவில் கூடிய கழகக் குழுவின் ஏழாவது கூட்டத்தில் அனைத்திந்திய அளவில் அறிவியல் கழகம் ஒன்று உருவக்கப்பட்டது. பேராசிரியர் சத்தியேந்திர நாத் போஸ் ஆலோசனைப்படி இந்தக் கழகத்திற்கு இந்திய தேசிய அறிவியல் நிறுவனம் (National Institute of Sciences of India NISI) என்று பெயர் சூட்டப்பட்டது. இது ஃபிரான்சின் Institute of Francais ஐ மாதிரியாகக் கொண்டு உருவாக்கப்பட்டது. அதே சமயம் ராமனால் பெங்களூரில் தொடங்கப்பட்ட இந்திய அறிவியல் கழகம் தன் அடையாளத்தைத் தக்கவைத்துக் கொண்டு தனித்து செயல்படலாயிற்று.

என்ஐஎஸ்ஐ.யின் முதல் கூட்டம் 1935ஆம் ஆண்டு கல்கத்தா பல்கலைக் கழக செனட் அரங்கத்திலும் ஆசிய சங்கத்திலும் நடைபெற்றது. அப்போதைய வங்காள ஆளுனர் சர் ஜான் ஆண்டர்சன் இந்த நிகழ்வில் கலந்துகொண்டார். கூட்டத்திற்கு ஜே.எச்.ஹட்டன் முதல் தலைவராகத் தேர்ந்தெடுக்கப்பட்டார். சாகா துணைத் தலைவர்களில் ஒருவராகத் தேர்ந்தெடுக்கப்பட்டார். ஹட்டனுக்குப் பிறகு ஃபெர்மர் தலைவராக ஆனார். ஃபெர்மருக்கு பிறகு 1937-39 காலகட்டத்திற்கு சாகா தலைவராகப் பொறுப்பேற்றார். தான் பொறுப்பேற்ற நாளில் இருந்து சாகா தொடர்ந்து ஆய்வுக் கட்டுரைகளையும் சமர்ப்பித்தார் என சட்டர்ஜி & சட்டர்ஜி குறிப்பிடுகின்றனர். சாகா என்.ஐ.எஸ்.ஐ.யின் தலைமையிடத்தைக் கல்கத்தாவில் இருந்து டெல்லிக்கு மாற்றினார். எனினும் இதன் வெளியீட்டுப் பிரிவு மட்டும் கல்கத்தாவில் இருந்த ஆசிய சங்க கட்டடத்திலேயே நீண்ட காலம் இருந்தது. இந்த நிறுவனத்தின் பெயர் 1970இல் இந்திய தேசிய அறிவியல் கழகம் (Indian National Science Academy - INSA) என்று மாற்றப்பட்டது.

இவ்வாறு கல்கத்தாவை மையமாகக் கொண்டு (பிறகு டெல்லி) சாகா முதலானவர்களை முக்கிய உறுப்பினர்களாகக் கொண்டு இந்திய தேசிய அறிவியல் நிறுவனமும், பெங்களூரை மையமாகக் கொண்டு ராமன் தலைமையில் இந்திய அறிவியல் கழகமும் உறுவானதை சில வாழ்க்கை வரலாற்று ஆசிரியர்கள் சாகா ராமன் ஆளுமைப் போட்டி என்று விவரிக்கின்றனர். ஆனால் அது உண்மையல்ல என்கிறார் சாந்திமயி சட்டர்ஜி. அவர் இது நிர்வாகம் தொடர்பாக இரண்டு குழுக்களுக்கு இடையில் ஏற்பட்ட கருத்து மோதலின் விளைவு மட்டுமே என்கிறார்.[39]

இந்திய தேசிய அறிவியல் நிறுவனத்தில் (National Institute of Sciences of India NISI) ராமனும் ஓர் உறுப்பினர் என்பது குறிப்பிடத்தக்கது. இந்தக் கவுன்சிலில் 14 பிரிட்டானிய உறுப்பினர்களும் 19 இந்திய உறுப்பினர்களும் இருந்தனர். இந்த 19 இந்திய உறுப்பினர்களில் 5 பேர் மட்டுமே வங்காளிகள் மற்ற 14 பேர் வங்காளி அல்லாதவர்கள். கவுன்சில் உறுப்பினர்கள் லக்னோ, லாகூர், டெல்லி, டாக்கா, சென்னை, பாம்பே, பெங்களூர், ஹைதராபாத், அலகாபாத் என இந்திய நகரங்கள் பலவற்றில் வசித்தனர். எனவே இந்த அமைப்பை வங்காளிகள் அமைப்பு என முத்திரையிட்டு விடவும் முடியாது. எது எப்படி இருந்தாலும் இரண்டு அகாடமிகள் ஒன்று பெங்களூரிலும் மற்றொன்று கல்கத்தாவிலும் உருவானதற்கு ஊடக செல்வாக்கும், அதிகார வர்க்க செல்வாக்கும் உயர்சாதி செல்வாக்கும் மிக்க ராமனின் ஆதரவாளர்கள் சாகாவைக் காரணமாகக் காட்டுவதைத் தொடர்ந்து செய்துள்ளனர்.

ராமனின் அண்ணன் மகனும் மற்றொரு நோபல் பரிசு அறிவியலாளருமான எஸ்.சந்திரசேகரின் வாழ்க்கை வரலாற்று ஆசிரியர் காமேஷ்வர் வாலியும் சாகாவைக் காரணம் காட்டி அவதூறுகளைப் பொழிந்துள்ளார். ஜி.வெங்கடராமன், எஸ்.ராமசேஷன், சுப்பராயப்பா போன்ற ராமனின் மாணவர்களும் தங்கள் எழுத்துகளில் இத்தகு அவதூறுகளை அள்ளி வீசியுள்ளனர். ஜி.வெங்கடராமனிடம் இருந்தும் ராமசேஷனிடம் இருந்தும் சி.வி. ராமனிடம் இருந்தும் தகவல் பெற்று எழுதியுள்ளதாகத் தெரிவிக்கும் ஆண்டர்சனும் (நியூக்ளியஸ் அண்ட் நேஷன்) அதற்கேற்ப சாகா மீதான அவதூறுகளையே முன்வைத்துள்ளார்.

சாகா கல்கத்தா பல்கலைக்கழகத்தில் வேலை பார்த்த நாளில் இருந்தே ராமன் சாகாவின் வளர்ச்சிக்கும் முட்டுக்கட்டை போடுவதில் கவனம் செலுத்தினார் எனப் பார்த்தோம். ஆனால் சாகாவிற்கு ராமனுடனான முரண்பாடு தனிப்பட்ட முறையில் தனக்கு ராமன் எதிராக இருந்தார் என்பதனால்

மட்டும் அல்ல. சமத்துவம், ஜனநாயகம், போன்றவற்றை சாகா வலியுறுத்தினார். அதிகாரத்துவத்தை அவர் வெறுத்தார். எதிர்த்தார். இக்கோட்பாடுகளில் சாகாவுடன் ராமன் உடன்பட இயலாதவர். ராமன் சுண்டி இழுக்கும் மேதைமையின் நறுமணத்தையும் மூக்கைப் பொத்திக் கொள்ள வைக்கும் மேட்டுக்குடி மனோபாவத்தின் முடைநாற்றத்தையும் ஒருங்கே கொண்டிருந்தார். அந்த மனோபாவம் சமத்துவத்திற்கு எதிரானது, சர்வாதிகாரத்திற்கு ஆதரவானது என நாம் அறிவோம்.

'சாதியப் படிநிலையும் அதிகாரத்துவ உறவுகளும் (Caste hierachies and power relations) சாகா மீது அவதூறுகளை அள்ளி வீசுவதை எளிதாக்குகிறது. குறிப்பாக ஆய்வுக்கு உட்படுத்தப்படாத அகவயமான சாதிய முன்அனுமானங்களுக்கு (Caste Prejudices) நிரூபணம் செய்வதற்கான ஆதாரங்கள் பெரிய அளவு தேவைப்படுவதில்லை.'[40]

ராமன் இந்திய அறிவியல் காங்கிரசின் கழகக் குழுவோடு இணைந்து அனைத்திந்திய கழகத்தை உருவாக்காமல், பிரிந்து வந்து தனியாக ஒரு அகாடமியை பெங்களூரில் உருவாக்கியதற்கு ஜி.வெங்கடராமன் 'அகாடமி குழுவின் செயல்பாடுகள் மந்தமாக இருந்ததாலும் பிரச்சினைகள் முடிவில்லாமல் விவாதிக்கப்பட்டதாலும் ராமன் தனியாக வர நேர்ந்தது' என்று கூறுகின்றார். ஆனால் ராமன், அகாடமி குழு முன்வைத்த அனைத்திந்திய அகாடமி இந்தியா முழுமையையும் பிரதிபலிக்கவில்லை என்றும் சட்டவிரோத முறைகளை (Unconstitutional methods) அது கொண்டிருந்தது என்றும் கூறி விலகியுள்ளார். எனவே ராமன் தனியாக அகாடமி தொடங்கியதற்கு ராமனும் அவரது மாணவர் ஜி.வெங்கடராமனுமே வேறுபட்ட காரணங்களைத் தெரிவிப்பதைச் சுட்டிக்காட்டும் அபாசூர், அதிகாரம் ஒரு சிலரிடம் குவிவதை விரும்பாததால் விலகியதாகக் கூறும் சி.வி.ராமன் தான் உருவாக்கிய அகாடமிக்கு மற்ற யாரையும் பதவிக்கு வரவிடாமல் அதிகாரத்தைத் தானே கெட்டியாகப் பிடித்துக்கொண்டு தான் சாகும்வரை தலைவராக இருந்த முரணையும் சுட்டிக் காட்டுகிறார்.[41]

அன்றைய காலகட்டத்தில் அகாடமி குழுவில் என்ன விவாதங்கள் நடந்தன என்பதை அறிய நேர்ந்தால் ராமன் அகாடமி தொடங்க நேர்ந்த சூழ்நிலையை அறிய உதவும் என்றாலும் இந்திய அறிவியலுக்கு அது பாதகமாக அமையும் என்ற பயத்தால் இந்திய தேசிய அறிவியல் அகாடமியின் (INSA) கட்டுப்பாட்டில் உள்ள அதற்கான ஆவணங்களைப் பார்க்க அனுமதி தரத் தயங்குவதாக ராமசேஷன் தெரிவிக்கிறார். இப்படி ஆதாரங்கள் எதுவும் கிடைக்காவிட்டாலும்

சாகாதான் பிரச்சினைக்குக் காரணமாக இருந்தார் என்று குற்றம் சாட்ட ராமசேஷனுக்கு எந்த மனத்தடையும் இல்லை என்பதை அபாசூர் சுட்டிக் காட்டுகிறார். ராமசேஷன், “இரண்டு அகாடமிகள் உருவாக்கப்பட்டபோது சினந்தெழுந்த கருத்து மோதல்களைப் படிக்கவே கீழ்த்தரமாக உள்ளது. ஒருவேளை சாகா தன் அதீதமான சொந்த வெறுப்புணர்வை அடக்கி ஆண்டிருந்தால் இந்திய அறிவியல் இரண்டு அகாடமிகளாகப் பிரிவதை அது தடுத்து இருக்கும்” என்று எழுதுகிறார்.[42] அதாவது சொந்த வெறுப்புணர்வுகளைக் கட்டுப்படுத்தும் அவசியம் ராமனுக்கு இல்லை. அந்தப் பொறுப்பு சாகாவுக்கு மட்டுமே உள்ளது அப்படியே இருந்தாலும் ஆவணங்களை ஆய்வு செய்ய வாய்ப்பு இல்லாத நிலையில் சாகாவின் வெறுப்புணர்வுதான் இரண்டு அகாடமிகள் உருவாகும் சூழ்நிலைக்கு இட்டுச் சென்றுள்ளது என்ற முடிவுக்கு ராமசேஷன் வருவதற்கான மனநிலையை உயர் சாதி மனோபாவமாகவே குறிப்பிட முடியும்.

ராமசேஷனைப் பொறுத்தவரை சி.வி.ராமன் தகுதி திறமையில் மற்ற எந்த இந்திய விஞ்ஞானிகளையும்விட மேலானவர், தனித்துவமானவர் (phenomenon). அதே சமயம் சாகா தன் குழந்தைப் பருவத்தில் தான் மோசமாக நடத்தப்பட்டதால் வாழ்க்கையைப் பற்றிய பயத்தால் உருவாக்கப்பட்ட முற்றிலும் மாறுபட்ட குணாதிசயங்களைக் கொண்டவர்.[43]

சி.விராமனின் அகந்தையையும் பிடிவாதக் குணத்தையும் ராமசேஷன் நன்கு அறிவார். இருந்தும் பழியை சாகாமீது மட்டுமே போடுவதை சூர் சுட்டிக் காட்டுகிறார். சி.வி.ராமனின் வாழ்க்கை வரலாற்று ஆசிரியரான ஜி.வெங்கடராமன் மற்றவர்களின் பார்வையில் இருந்து விஷயங்களைப் பார்க்க ராமனுக்கு அவரது மிகையான தன் அகங்காரம் (Ego) தடையாக இருந்ததை தன் நூலில் பல இடங்களில் குறிப்பிடுவதை ஆண்டர்சனும் பதிவு செய்கிறார்.[44]

ஆனால் சமூக அரசியல் சார்ந்த பிரச்சினைகளில் கொள்கை சார்ந்த விஷயங்களில் ஒடுக்கப்பட்ட மக்களின் சார்பாக பெரும் சீற்றம் கொண்டவராக விளங்கிய சாகா தன் உள்நாட்டு வெளிநாட்டு நண்பர்கள் மாணவர்கள், உறவினர்கள் ஆகியோரிடம் ’முற்றிலும் மாறுபட்ட’ குணாதிசயங்களைக் கொண்டவராக இல்லை. அவரது எளிமை, நேர்மை, மனிதாபிமானம், அக்கறை போன்ற குணங்களை டி.எஸ். கோத்தாரி, சாந்திமயி சட்டர்ஜி போன்ற அவரது மாணவர்கள் விரிவாகப் பதிவு செய்துள்ளனர். (இதை இந்நூலில் சாகாவின் வாழ்வியல் என்ற பகுதியில் விரிவாக அறியலாம்).

சாகா ராமன் மீது கொண்டிருந்த தனிப்பட்ட வெறுப்புணர்வுக்கு சாகாவால் நியாயப்படுத்தத்தக்க தனிப்பட்ட காரணங்கள் உள்ளன. ஆனால் ஐஏசிஎஸ்இல் இருந்து ராமன் வெளியேறியது ராமன் தனியாகப் பெங்களூரில் ஓர் அகாடமி உருவாக்கியது, பெங்களூரில் செயல்பட்ட இந்திய அறிவியல் கழகத்தின் இயக்குநர் பொறுப்பில் இருந்து விலக நேர்ந்தது போன்றவற்றிற்குப் போதிய ஆதாரங்கள் ஏதும் இன்றி சாகாவைக் காரணமாகக் கைகாட்டும் வேலையைத் தொடர்ந்து ராமன் ஆதரவாளர்கள் செய்துள்ளனர். (சாகா மீதான இத்தகு அவதூறுகளை சாந்திமயி சட்டர்ஜி (Illustrated weekly of India, physicsl society Diamond jublee Vol 1995 DJ 8 p43 to 47), அபாசூர் (Dispersed Radiance) ஆகியோர் முறியடித்து எழுதியுள்ளனர். குறிப்பாக அபாசூர் சாகாவின் மீதான அவதூறுகளின் பின்னணியில் உள்ள சாதியத்தின் நுட்பமான செயல்பாட்டை விரிவாக விளக்கியுள்ளார்.)

ராமனின் ஆதரவாளர்கள் சாகாவின் மீதான அவதூறுகளுக்கு ஆதாரமாகக் காட்டும் கருத்து விஞ்ஞானி மாக்ஸ் போர்ன் உடையது ஜெர்மன் நாட்டு யூதரான மாக்ஸ் போர்ன், யூதர்களுக்கு எதிராக ஹிட்லரின் நாஸிசம் மேலெழுந்தபோது அங்கிருந்து தப்பி இந்தியா வந்தார். ராமனின் ஆதரவோடு பெங்களூரில் உள்ள இந்திய அறிவியல் நிறுவனத்தில் சில காலம் கணிதஇயற்பியல் துறை பேராசிரியராகப் பணி புரிந்ததோடு ஆய்வுகளிலும் ஈடுபட்டார். தொடக்கத்தில் ஒருவருக்கு ஒருவர் மிகச் சிறந்த ஆதரவாளர்களாக விளங்கிய ராமனும் மாக்ஸ் போர்னும் பிறகு (போர்னின் படிகங்களின் கட்டமைப்பு தொடர்பான பின்னல் இயங்கியல் Lattice Dynamics எனும் கோட்பாடு தொடர்பாக) பெரும் எதிரிகளாகவும் ஆயினர். இதில் மாக்ஸ் போர்ன் ஆய்வு முடிவே சரியானது என்பதும் அது தொடர்பாக அவருக்கு நோபல் பரிசு வழங்கப்பட்டது என்பதும் குறிப்பிடத்தக்கது.

இந்த மாக்ஸ் போர்ன் அணு விஞ்ஞானி ரூதர்போர்டுக்கு 1936 அக்டோபர் 22ஆம் தேதி ஒரு கடிதம் எழுதியுள்ளார். அதில்,

'ராமனின் மிகப்பெரிய எதிரிகளில் சாகாவும் ஒருவர். இவர் தானும் இயக்குநராக (பெங்களூரில் உள்ள இந்திய அறிவியல் நிறுவனத்திற்கு) ஆவோம் என்ற நம்பிக்கையில் இருந்தாரா என எனக்குத் தெரியாது. ஆனால் கல்கத்தாவில் ராமனின் இடத்திற்கு ராமனுக்கு அடுத்து தான் வருவது குறித்து அவர் நம்பிக்கை கொண்டிருந்தார். அதற்கு ராமன் இவருக்கு உதவி செய்யாமல் போயிருக்கலாம். ராமனின் புத்திசாலி மாணவர் கிருஷ்ணன் அந்தப் பதவியை பெற்றுவிட்டார். அதிலிருந்து எப்போதெல்லாம்

முடியுமோ அப்போதெல்லாம் சாகா ராமனைத் தாக்குகிறார். அவர்களுக்கு சண்டையிட மற்றொரு விஷயமும் உள்ளது. சாகா ஒரு அனைத்திந்திய அகாடமியை உருவாக்க நினைத்திருந்தார். ஆனால் ராமனின் இயல்புக்கு, அதற்கான பணிகள் மிகவும் மெதுவாக நடந்ததால் அவர் பெங்களூரில் தன் சொந்த முயற்சியில் ஒரு சொந்த அகாடமியை தொடங்கிவிட்டார். இப்போது இந்தியாவில் இரண்டு அகாடமிகள் உள்ளன. இவ்வளவு பெரிய நாட்டிற்கு இது ஒன்றும் அதிகம் அல்ல. ஆனால் அவர்கள் கசப்பான எதிரிகளாக உள்ளனர். எல்லா வட இந்தியர்களும் சாகா அணியில் இணைந்து கொண்டனர். எல்லா தென் இந்தியர்களும் ராமனின் அணியில் இணைந்துவிட்டனர்.... இந்த நிறுவனத்தின் நிர்வாகக் குழுவில் தங்கள் பிரதிநிதிகளை இந்த அணிகள் கொண்டுள்ளன எனினும் வட இந்தியர்கள் குறிப்பாக வங்காளிகள் பெரும்பான்மையாக உள்ளனர்'[45] என்று எழுதியுள்ளார்.

இதில் மூன்று செய்திகள் உள்ளதை வாசகர்கள் கவனிக்க முடியும். ஒன்று கல்கத்தாவில் ராமனின் இடத்திற்கு சாகா வர விரும்பினார். ஆனால் ராமன் அந்த இடத்தில் தன் மாணவர் விஞ்ஞானி கே.எஸ்.கிருஷ்ணனை அமர்த்தினார் என்பது. மார்க்ஸ் போர்ன் இந்த இடத்தில் கல்கத்தாவில் உள்ள அறிவியல் வளர்ச்சிக்கான இந்திய சங்கத்தின் (Indian Association for the cultivation of Science IACS) தலைவராக இருந்த ராமன் அப்பொறுப்பிற்கு சாகாவுக்குப் பதிலாக கிருஷ்ணனை அமர்த்தியது பற்றி குறிப்பிடுகிறார். இதேபோல் ராமனின் வாழ்க்கை வரலாறான 'ஜர்னி இன் டு லைட்' (Journey into light) என்ற நூலில் ஜி.வெங்கடராமன் மேற்கண்ட ஐஏசிஎஸ்.இல் இருந்த மகேந்திரலால் சர்க்கார் பேராசிரியர் பதவிக்கு கிருஷ்ணனோடு சாகாவும் போட்டி போட்டார் என்றும் கல்கத்தாவை விட்டு ராமன் வெளியேற சாகாவும் காரணம் என்றும் எழுதியுள்ளார். 'ஓ கல்கத்தா' என்ற தலைப்பில் அவரது நூலில் இக்கருத்துகள் இடம் பெற்றுள்ளன. மாக்ஸ் போர்ன், ஜி.வெங்கடராமன் இருவரது கருத்துகளுமே ஆதாரமற்றவை. (உண்மையில் ஐஏசிஎஸ்.இல் சாகாவின் பங்கு என்ன என்பது குறித்து இந்த நூலில் பிறகு விரிவாக எழுதப்பட்டுள்ளது.)

இரண்டாவதாக மார்க்ஸ் போர்ன் ரூதர்போர்டுக்கு எழுதிய கடிதத்தில் இந்தியாவில் இரண்டு அகாடமிகள் உருவாக சாகாவே காரணம் என்றும், அவர் தலைமையிலான அணியில் வடநாட்டு விஞ்ஞானிகள் குறிப்பாக வங்காளிகள் திரண்டுள்ளனர் என்றும் ராமன் அணியில் தென் இந்திய விஞ்ஞானிகள் திரண்டுள்ளனர் என்றும் தெரிவிக்கிறார். பெங்களூரில் உள்ள இந்திய அறிவியல்

நிறுவனத்தின் நிர்வாகக் குழுவில் வங்காளிகள் பெரும்பான்மையாக இருந்தனர் என்றும் குறிப்பிடுகிறார். இதே போன்ற கருத்தை ஜி.வெங்கடராமன் உட்பட ராமனின் ஆதரவாளர்களும் முன் வைக்கின்றனர். ஆனால் இரண்டு அகாடமிகள் இந்தியாவில் தனித்தனியாக உருவானதற்கு இரண்டு குழுக்களுக்கு இடையே இருந்த நிர்வாகம் தொடர்பான கருத்து மோதலும் ராமனின் தான் எனும் மனோபாவமுமே முக்கியக் காரணங்களாக இருந்தன. இதில் சாகாவைக் குற்றம் சாட்டுவது வெறும் அவதூறு மட்டுமே.

பெங்களூர் இந்திய அறிவியல் நிறுவனத்தில் ராமனின் நிர்வாகக் குறைபாடுகள், ராமன் அணுகுமுறையால் அந்நிறுவனத்தில் உள்ள பலருக்கும் அவர்மீது ஏற்பட்ட வெறுப்பு, வேதியியல் துறையை மட்டம் தட்டி இயற்பியல் துறையை முதன்மையாக வைக்க ராமன் எடுத்த முயற்சிகள், ஊதிய முரண்பாடுகள் எல்லாவற்றிற்கும் மேலாக நிறுவனத்தின் புரவலர்களான டாடா குழுமம் ராமனை வெளியேற்ற நினைத்தது எனப் பல காரணங்களால் ராமன் அங்குக் கடும் நெருக்கடியைச் சந்தித்தார். இறுதியில் அவர் தன் தலைமைப் பதவியை விட்டு வெளியேறவும் செய்தார்.

சாகா, ராமன் மீதான விசாரணைக் குழுவில் இடம் பெற்றிருந்தார் எனினும் அவர் கவனப்படுத்திய முக்கியப் பிரச்சினை ஊதிய முரண்பாடு பற்றியது மட்டுமே. மேலும் நிர்வாகக் குழுவில் இருந்த 12 பேரில் 2 பேர் மட்டுமே வங்காளிகள். ஒருவர் மட்டுமே வட இந்தியர். அந்த ஒரு வட இந்தியரான பவ கர்தார் சிங் ராமனின் ஆதரவாளர்.[46] அப்படியானால் மாக்ஸ் போர்னின் தவறான கருத்துகளுக்கு யார் காரணம்? ராமன்தான் காரணம் என்கிறார் அபாசூர். மாக்ஸ் போர்ன் தன்னை ஆபத்து காலத்தில் ஆதரித்த ராமனுக்கு விசுவாசமாக ராமன் கருத்தை அப்படியே ரூதர்போர்டுக்கும் எழுதுகிறார். ராமனுக்கு மாக்ஸ் போர்ன் விசுவாசமாக இருக்க கடமைப்பட்டிருந்தது உண்மைதான். மாக்ஸ் போர்னுக்கு பெங்களூர் நிறுவனத்தில் வேலை கிடைக்க ராமன் சதிவேலைகள் எல்லாம் செய்திருக்கிறார். அதற்கு நன்றிக் கடனாக போர்ன் தான் திரட்டிய பொய்யை ஐரோப்பாவுக்கு அனுப்பி வைத்துள்ளார். மாக்ஸ் போர்ன் தன் வாழ்க்கை வரலாறான என் வாழ்க்கை (My life: Recollections of the Nobel Laureate) என்ற நூலில்

> "ராமன், என்னிடம் அந்த நிறுவனத்தில் எனக்கு நிரந்தரமான ஓர் இடத்தை தர தான் விரும்புவதாகத் தெரிவித்தார்... எனக்கு வேலை எதுவும் இல்லாததால் நிறுவனத்தின் நிர்வாக குழுவின் அனுமதியை அவர் பெறமுடியும் என்பதால் வேலை தர அவர் முன்வருவதை ஏற்கத் தயாராக இருந்தேன்."

"இந்த அனுமதியைப் பெற அவர் தன் ஆற்றல், புத்திசாலித்தனம் அனைத்தையும் பிரயோகப்படுத்தினார். ஆனால் அந்தோ, அவரிடம் கொஞ்சம் தந்திரமும் முன்யோசனையும் குறைவாக இருந்தது. அவர் என்னிடம் பெருமையாகவும் ரகசியமாகவும் விவரித்தவாறு அசாதாரண நிர்வாகக் குழு கூட்டத்திற்கு ஆஜராகுமாறு அனைவருக்கும் அழைப்பு அனுப்பினார். தான் நல்லுறவில் இல்லாத வங்காளி உறுப்பினர்களுக்கு அழைப்புக் கடிதம் காலதாமதமாகக் கிடைக்கும் வகையில் அவர் கடிதம் அனுப்பி இருந்தார்"[47]

என்று எழுதியுள்ளார். இப்படி சதி வேலை செய்து தனக்கு வேலைதர முயன்ற ராமனிடம் போர்ன் விசுவாசமாக இருந்தது வியப்பில்லைதான். ஆனால் இந்த விசுவாசமும் நட்பும் நீடிக்கவில்லை என்பது தனி வரலாறு. இங்கு போர்ன் ராமனுக்குத் தந்திரம் போதாது என்று குறிப்பிடுவது எதை? ராமனின் சதிவேலையை மதன்கோபால் என்ற உறுப்பினர் கண்டுபிடித்துவிட்டதைத்தான் போர்ன் குறிப்பிடுகிறார். ராமனுக்கு இது ஒன்றும் புதிதல்ல. ஏற்கெனவே கல்கத்தாவில் ஐஏசிஎஸ்.இல் 1934ஆம் ஆண்டு ஜூன் மாதம் 19ஆம் தேதி நடந்த அந்தச் சங்கத்தின் ஆண்டு பொதுக் கூட்டத்தில் தலைவரான தனது விருப்பத்திற்கு எதிரான தீர்மானங்கள் நிறைவேற்றப்படப் போகிறது என்று தெரிந்ததும் செயலாளரான கிருஷ்ணனைக் கூட்டத்திற்கு வரவிடாமல் தடுத்துவைக்க முயன்றார். ஆனால் அது முடியாமல் போனது.

சி.வி.ராமன் பெங்களூரில் உள்ள ஐஐஎஸ்.இல் இருந்து வெளியேற நேர்ந்ததற்கான பின்னணி பற்றிய புறவயமான ஆய்வு அணுகுமுறை ராமனின் ஆதரவாளர்களால் திட்டமிட்டே தவிர்க்கப்பட்டுள்ளது. அதாவது எல்லாம் தெரிந்தும் அவர்கள் சாகாவை அவதூறு வலைக்குள் கொண்டுவருகின்றனர். ஐஐஎஸ் விவகாரம் பற்றிய ஆய்வை அபாசூர் சாந்திமாயி சட்டர்ஜி போன்றோர் செய்துள்ளனர்.

ராமன் தமிழ்நாட்டைச் சேர்ந்த பார்ப்பனர் என்ற வகையில் அவருக்குத் தென்னிந்திய பார்ப்பன ஊடகங்கள் ஆதரவு பலமாக இருந்துள்ளது. தொடக்க காலத்தில் அறிவியலைக் குறித்தும் அறிவியலாளர்களைக் குறித்தும் தமிழில் எழுதியவர்கள் பெரும்பாலும் உயர்சாதியினர். சாமிநாத சர்மா, பெ.நா.அப்புசாமி போன்றவர்கள். சாகா ஒரு மகத்தான விஞ்ஞானி என்பதையும் இந்தியாவின் தவப்புதல்வர்களில் ஒருவர் என்பதையும் கருத்தில் கொள்ளத் தவறி அவர் குறித்த எதையுமே எழுதாமல் விட்டுவிட்டனர்.

ராமனின் வாழ்க்கை வரலாற்றுக் கட்டுரையில் பெங்களூரின் ஐஐஎஸ் விவகாரம் குறித்து எழுத வேண்டிய இடத்தில் சாமிநாத சர்மா

> "ராமன் எப்பொழுதும் ஒழுங்கிலே கண்டிப்பானவர். கடமையைப் பிறரிடமிருந்து எதிர்பார்ப்பதில் தயை தாட்சண்யம் காட்ட மாட்டார்.....இஃது அவரிடம் வேலை பார்த்த சிலருக்குப் பிடிக்காமலிருந்தது விநோதமில்லையல்லவா?"[48]

என்று எழுதுவதன் மூலம் ராமன் மீதான நாயக பிம்பம் சிதைந்து விடாமல் பார்த்துக் கொள்கிறார்.

தாழ்த்தப்பட்டவராக மட்டும் அல்லாமல் தாழ்த்தப்பட்ட மக்களின் மீது நிஜமான அக்கறையும், அன்பும் கொண்டிருந்தவர் மேக்நாட் சாகா. தொழில்மயமாக்கம் மூலம் ஒடுக்கப்பட்ட மக்களைப் பிடித்துள்ள கல்லாமை, இல்லாமை, நோய்மை மூன்றையும் நீக்குதல், சாதி எதிர்ப்பு, வைதீகமத எதிர்ப்பு, காங்கிரஸ் எதிர்ப்பு, காந்திய பொருளாதார எதிர்ப்பு, அறிவியல் கண்ணோட்டம், சோசலிச ஆதரவு, சோவியத் ஆதரவு போன்ற சிந்தனைப் போக்குகளைக் கொண்டவர் சாகா. இவை இந்திய பொது உடைமை இயக்கமும், தலித் இயக்கமும், தமிழகத்தின் சுயமாரியாதை இயக்கமும் முன்வைத்த அரசியலுக்கு நெருக்கமானவை; உடன்பாடானவை. சாகாவை இந்திய அளவில் கொண்டுசெல்லவேண்டிய கடமையைப் பொதுவுடைமை இயக்கமும் தலித் இயக்கமும் செய்யத் தவறிவிட்டன. சாகாவைத் தமிழகத்திற்கு அறிமுகப்படுத்தியிருக்க வேண்டிய கடமை சுயமரியாதைக்காரர்களுக்கு இருந்துள்ளது. ஆனால் ஏனோ அப்படி ஏதுவும் நிகழவில்லை.

சாகா, ராமன் வாழ்க்கை வரலாறுகளை ஆய்வுக்கு உட்படுத்தும் அபாகூர், ராமனின் வாழ்க்கை வரலாற்று ஆசிரியர்கள் ராமன் மீதான விமர்சனங்கள் குறித்து எழுத நேர்கையில் ராமனுக்குச் சாதகமாக எழுத முயல்வதையும் அதே சமயம் சாகாவின் வாழ்க்கை வரலாற்று ஆசிரியர்கள் ராமன் - சாகா முரண்பாட்டை முற்றிலும் தவிர்த்துவிட்டு எழுதுவதையும் குறிப்பிடுகிறார்.[49] இது உண்மையே. சாகாவின் வாழ்க்கை வரலாற்று ஆசிரியர்களான சாந்திமயி சட்டர்ஜி, கார்மொகபத்ரா போன்றோர் சாகாவின் அறிவியல் மேதைமையையும் மனித நேயப் பண்புகளையும் நாட்டுப் பற்றையும் மிகச் சிறப்பாக விளக்கினாலும் ராமன் - சாகா முரண்பாடு, சாகா - ஹோமி பாபா முரண்பாடு போன்றவற்றைப் பற்றி எழுதுவதைத் தவிர்க்கின்றனர். இதன் விளைவாக சாகா மீது ஏராளமான அவதூறுகள் சுமத்தப்படுவதும், அவை பதில் அளிக்கப் படாமல் நீடித்து நிலைபெறுவதும் நடந்துள்ளது. சாகா மீதான

குற்றச்சாட்டுகளுக்கு ஆதாரங்கள் வேண்டியதில்லை. ஆனால் ராமன் மீதான குற்றச்சாட்டுகள் எச்சரிக்கையோடு ஆய்வுக்கு உட்படுத்தப்பட வேண்டியவையாகவும், நிரூபிக்க ஆதாரங்கள் தேவைப்படுபவையாகவும் அணுகப்பட்டுள்ளதை அபாசூர் விளக்குகிறார். இந்த அசமத்துவத்தை வெவ்வேறு சாதிகளுக்கு வெவ்வேறு விதமான மதிப்பீட்டு அமைப்பைச் செயல்படுத்துவதன் மூலம் சாதாரண விஷயமாக்குவதாகவே எடுத்துக் கொள்ள முடியும் என்று அபாசூர் கருதுகிறார். அதாவது சாதிக்கொரு நீதி! நமது சாதிப் படிநிலை அமைப்பில் இதில் தவறு ஒன்றும் கிடையாது; அது சாதாரணமானதுதான் என்ற வரலாற்று ஆசிரியர்களின் மனோபாவத்தை அபாசூர் நுட்பமாகச் சுட்டிக் காட்டுகிறார்.

14
சயின்ஸ் அண்ட் கல்ச்சர் தொடங்குதல்

நாட்டின் வளர்ச்சியில் திட்டமிடலின் முக்கியத்துவத்தைப் புரிய வைக்கவும் அதில் அறிவியலின் பங்கை உணர்த்தவும் சாகாவும் அவரது நண்பர்களும் 1935இல் சயின்ஸ் அண்ட் கல்ச்சர் இதழைத் தொடங்கினர். கல்கத்தாவை மையமாகக் கொண்டு சாகாவும் அவர் நண்பர்களும் இந்திய அறிவியல் செய்திச் சங்கம் (Indian Science news Association) உருவாக்கிய பிறகு சயின்ஸ் அண்ட் கல்ச்சர் அதன் அங்கமாக ஆனது.

காந்தியப் பொருளாதாரத்தைக் கடுமையாக விமர்சித்தும், அதற்கு மாற்றாகத் தொழில் மயமாக்கலையும், தேசிய திட்டமிடலையும் விளக்கி சாகா சயின்ஸ் அண்ட் கல்ச்சர் இதழில் ஏராளமான கட்டுரைகள் எழுதினார். அவர்மட்டும் அல்லாமல் அவரது அறிவுஜீவி நண்பர்கள், மாணவர்கள் எனப் பலரும் இதில் ஏராளமாக எழுதினர். 1956இல் சாகா இறக்கும் வரையில் சயின்ஸ் அண்ட் கல்ச்சர் இதழில் 2110 கட்டுரைகள், 4600 குறிப்புகள் வெளியாகியுள்ளன.[50]

இதில் சாகா மட்டும் 137 கட்டுரைகள் எழுதி உள்ளார். 136 கட்டுரைகள் அவர் உயிரோடு இருந்த காலத்திலும், ஒன்று அவர் இறந்த பிறகும் வெளியிடப்பட்டன. இயற்பியல் விஞ்ஞானியான சாகா இயற்பியல் பிரச்சினையினை எப்படி ஆய்வு செய்து கட்டுரை வெளியிடுவாரோ அதே அணுகுமுறையைத் தம் மற்ற கட்டுரைகளிலும் கடைப்பிடித்ததாக சாந்திமாயி சட்டர்ஜி குறிப்பிடுகிறார். "அடிப்படை பிரச்சினையைப் புரிந்துகொள்ள அப்பொருள் குறித்து கிடைத்துள்ள எல்லா தாள்களையும் படித்தல், அவற்றை முறைப்படுத்துதல், பிரச்சினைக்கான தீர்வைப் பெற முயலுதல்" என்ற அணுகுமுறையைக் கடைப்பிடித்து எழுதப்பட்ட கட்டுரைகள் அவை.[51]

1942இல் எஸ்.என்.சென்னுடன் இணைந்து எழுதிய 'எண்ணெயும் கண்ணுக்குத் தெரியாத ஏகாதிபத்தியமும்' (Oil and Invisible Imperialism) என்ற கட்டுரையில் மனித நாகரிகத்தில் தற்காலம் 'எண்ணெய் காலம்' (age of oil) என்று குறிப்பிடும் சாகா இனிவரும் போர்களிலும்

ஏகாதிபத்திய நடவடிக்கைகளும் எண்ணெய்க்காவே இருக்கும் என அபூர்வமான தீர்க்கதரிசனத்தை முன்வைக்கிறார். எண்ணெய் வளத்தைக் கொள்ளையடிக்க அமெரிக்கா மெக்சிகோவில் நிகழ்த்திய ஆக்கிரமிப்புகளை விவரித்து ‘எண்ணெய் ஏகாதிபத்தியம்’ என்ற கருத்தாக்கத்தை சாகா இதில் முன்வைத்துள்ளார். மெக்சிகோவின் ஆட்சியாளர்கள் அமெரிக்க ஏகாதிபத்தியங்களுக்கு தம் நாட்டின் எண்ணெய் வளத்தைத் திறந்துவிட்டு சுரண்ட அனுமதித்தது போல் புரட்சிக்கு முந்திய ரஷ்யாவில் ஜார் மன்னர்கள் பிரஞ்சு, பிரிட்டிஷ் ஏகாதிபத்தியங்களை ரஷ்யாவைக் கொள்ளையடிக்க அனுமதித்ததையும் புரட்சிகர சோவியத் அரசு அக்கொள்ளைகளை அப்புறப்படுத்தியதையும் இந்தக் கட்டுரை விவரிக்கிறது. வெளி நாட்டவர்களுக்கு எதிரான மெக்சிக்கோவின் போராட்டங்கள் எந்த ஒரு நாட்டு மக்களுக்கும் விழிப்புணர்வு பாடம் என சாகா குறிப்பிடுகிறார்.[52] இத்தகு கட்டுரைகளைக் கொண்டு சாகாவின் உலக அரசியல் குறித்த பார்வையை அறிய முடிகிறது.

ஜவகர்லால் நேரு, சுபாஷ் சந்திர போஸ், பி.சி.ராய் போன்ற ஆளுமைகள் சயின்ஸ் அண்ட் கல்ச்சர் இதழின் அறிவார்ந்த ஆக்கப்பூர்வமான தீவிர கட்டுரைகளால் பெரிதும் ஈர்க்கப்பட்டனர்.

பி.சி.ராய் காந்தியத்தின் மீது நம்பிக்கை கொண்டவர் என்றாலும் சாகாவின் உத்வேகமூட்டும் சயின்ஸ் அண்ட் கல்ச்சர் கட்டுரைகளால் பெரிதும் பரவசப்பட்டார். அவர் 4.11.1935இல் சாகாவுக்கு எழுதிய கடிதத்தில் “உங்கள் கட்டுரைகள் தூங்கிக்கொண்டிருக்கும் அறிவியல் வகுப்பினரை எழுப்பிவிடும் மின்சார அதிர்வுகள்” என்று குறிப்பிட்டார். [53]

சயின்ஸ் அண்ட் கல்ச்சர் இதழில் எழுதப்பட்ட தலையங்கங்களும் கட்டுரைகளும் சாகாவின் சலிப்படையாத படிப்பு, தரவுகளையும் அதற்கான பழைய புதிய ஆவணங்களயும் தேடி அடைவதற்கான கடுமையான முயற்சி, நூலகங்களை அதிகபட்சமாகப் பயன்படுத்தும் விழைவு, அரசின் பல்வேறு துறைகளில் பணியில் இருந்த தன் மாணவர்களைப் பயன்படுத்தி துறைசார்ந்த உண்மையான தகவல்களைப் பெற்று பயன்படுத்தும் புத்திசாலித்தனம் என விரிவான ஆழமான செயல்பாடுகளின் விளைவுகளால் எழுதப்பட்டவை.

அவர் தன் வாசகர்களுக்கு அறிவியலின் புதிய கோட்பாடுகளைத் தொடர்ந்து அறிமுகம் செய்தார். பல்வேறு அறிவியல் நிறுவனங்கள் மற்றும் அமைப்புகளின் கட்டமைப்பு மற்றும் முன்னுரிமைப் பணிகளை விவாதித்தார். இந்தியாவின் ஆற்றல் நுகர்வு மற்றும் எதிர்காலத்திற்கான ஆற்றல் தேவைகளைக் கணக்கிட்டுத்

தெரிவித்தார். அறிவியலுக்கும் திட்டமிடலுக்குமான ஒருங்கிணைந்த அணுகுமுறையை மேம்படுத்துவதை முன்வைத்தார். பல்வேறு தொழில்கள் தொடர்பான அரசின் கொள்கைகளை நுட்பமாக விமர்சித்தார். 'தொல்லியலும் வரலாறும்', 'மனிதவியலும் அறிவியலும்', 'தேசியமும் சிறுபான்மையினரும்', 'நாள்காட்டி சீர்திருத்தத்தின் தேவை', 'இந்திய மொழிகள்', 'போரும் பஞ்சமும்', 'அகதிகள் மறுவாழ்வு', 'இந்திய மாகாணங்களின் மொழிக்கட்டமைப்பு' போன்றவற்றைப் பற்றி பல கட்டுரைகள் எழுதினார்.[54]

மேக்நாட் சாகாவின் தந்தை
திரு. ஜெகந்நாத் சாகா

மேக்நாட் சாகாவின் தாயார்
திருமதி. புவனேஸ்வரி தேவி

தனது மதிப்பிற்குரிய ஆசிரியர் பி.சி. ராயுடன் சாகா. நடுவரிசையில் நடுவில் அமர்ந்திருப்பவர் பி.சி. ராய். நிற்பவர்களில் இடமிருந்து வலமாக முதலில் நிற்பவர் மேக்நாட் சாகா ஆண்டு : 1916, இடம் : கல்கத்தா

மேக்நாட் சாகாவின் மனைவி
திருமதி. ராதாராணி ஆண்டு: 1920

1921 பிப்ரவரி 17இல் பெர்லினில்
எடுக்கப்பட்ட சாகா புகைப்படம்.

1927இல் இத்தாலி கோமோ நகரில் நடந்த விஞ்ஞானி வோல்டா நினைவு நூற்றாண்டு விழாவிற்குச் செல்லு முன் தன் குடும்பத்துடன் மேக்நாட் சாகா.
இடமிருந்து வலம் : இரண்டாம் மகன் ரஞ்சித் குமார், பேராசிரியர் மேக்நாட் சாகா, மூத்த மகன் அஜித் குமார், மனைவி திருமதி. ராதாராணி, மூத்த மகள் உஷா ராணி

பேராசிரியர் ஜகதீஸ் சந்திர போஸ் உடன் மேக்நாட் சாகா (1930)

நிற்பவர்கள் இடமிருந்து வலமாக: ஸ்நேகமாயி தத்தா, சத்தியேந்திரநாத் போஸ்,
தேபேந்திரமோகன் போஸ், நிகில்ரஞ்சன் சென், ஜே.என்.முகர்ஜி, என்.சி.நாக்
அமர்ந்திருப்பவர்கள் இடமிருந்து வலமாக: மேக்நாட் சாகா, ஜகதீஸ் சந்திரபோஸ், ஜனன்சந்திர கோஷ்,

1926இல் அலகாபாத் பல்கலைக்கழக இயற்பியல் துறையினர்.
அமர்ந்திருப்பவர்களில் இடமிருந்து மூன்றாவது (நடுவில்) மேக்நாட் சாகா.

அலகாபாத் பல்கலைக்கழக இயற்பியல் துறை 1932 : அமர்ந்திருப்பவர்களில் இடமிருந்து வலம் பேராசிரியர் மேக்நாட் சாகா, பேராசிரியர் ஏ.சி. பானர்ஜி, டாக்டர். டி.எஸ். கோத்தாரி

1936இல் அமெரிக்கா, மாசாசூசெட்ஸ், கேம்பிரிட்ஜில் ஹார்வர்டு பல்கலைக்கழக முன்னூற்றாண்டு விழாவில் மேக்நாட் சாகா கலந்து கொண்டபோது.

அமர்ந்திருப்பவர்கள்: இடமிருந்து வலமாக டாக்டர் மென்சல், டாக்டர் லன்டுமார்க், டாக்டர் காம்பெல், டாக்டர் ஹார்லோ ஷாப்ளே, டாக்டர் மேக்நாட் சாகா. (அடுத்துள்ள இருவர் யாரெனத் தெரியவில்லை. அவர்களை அடுத்துள்ள பெண் டாக்டர் சிசிலியா பெய்ன்)

டாக்டர் ஆர்தர் எஸ். எடிங்டன் 1938இல் அலகாபாத் பல்கலைக்கழகம் வந்திருந்தபோது இயற்பியல் துறை மாணவர்கள் மற்றும் பேராசிரியர்களுடன்.

நிற்பவர்கள்: இடமிருந்து வலமாக சந்திரிகா பிரசாத், ஏ.என். டான்டன், பி.டி. நாக் சௌத். கே.பி, மாத்தூர், பி.என். ஸ்ரீவஸ்தவா, பி.கே. கிச்லு, கே. மஜூம்தார், ஆர்.என். ராய், ஜி.ஆர். தோஷ்னிவால்.

அமர்ந்திருப்பவர்கள்: இடமிருந்து வலம் பேரா. என்.ஆர்.சென், எம்.சுலைமான், பேரா.மேக்நாட் சாகா, பேரா. ஆர்தர்.எஸ். எடிங்டன், பேரா. ஏ.சி. பானர்ஜி. பேரா. தாரா சந்த். திருமதி. பிபா மஜூந்தர், பேரா. ஆர்.சி. மஜூம்தார்

Photograph taken
by Prof D. Kosambi
at Poona during
a visit in Aug
1938

மேக்நாட் சாகா 1938 பூனா சென்றிருந்த போது டாக்டர் டி. கோசாம்பி எடுத்த புகைப்படம். இக்குறிப்பை புகைப்படத்தின் பின்புறம் சாகா தன் கைப்பட குறிப்பிட்டுள்ளார்

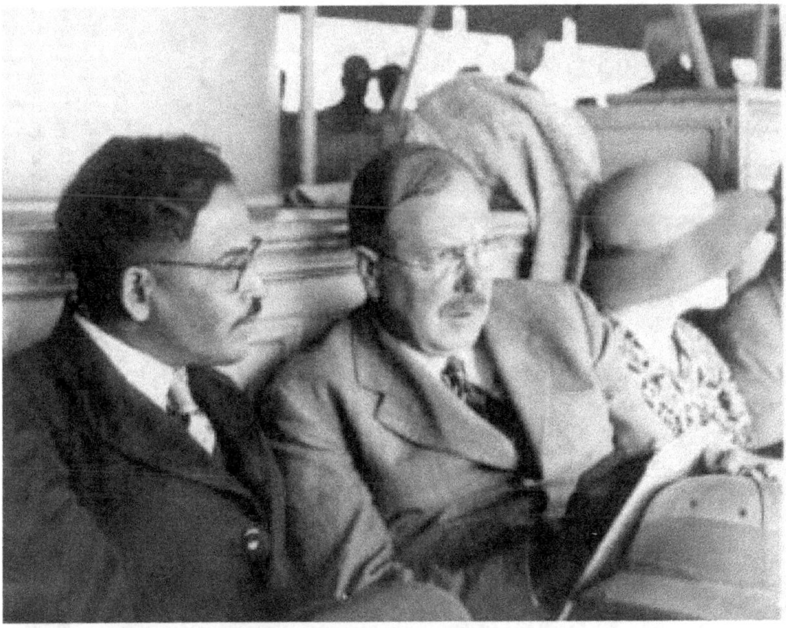

1938இல் பரிணாமவியல் மேதை சார்லஸ் டார்வினின் பேரனும் இயற்பியல் விஞ்ஞானியுமான பேராசிரியர் சி.ஜி. டார்வின் கல்கத்தா வந்திருந்தபோது அவருடன் மேக்நாட் சாகா

1944-45இல் இந்திய அறிவியலாளர் குழு இங்கிலாந்து, அமெரிக்கா ஆகிய நாடுகளுக்கு 'நல்லெண்ண அறிவியல் சுற்றுப்பயணம்' மேற்கொண்டது. இக்குழு 1944இல் இங்கிலாந்து, பில்லிங் ஹாம் ஆன் டீஸ் என்னும் இடத்தில் 'இம்பீரியல் கெமிக்கல் இண்டர்ஸ்ரீஸ்' நிறுவனத்தைப் பார்வையிட்டபோது எடுத்த படம் (1944). முன்வரிசையில் இடமிருந்து வலம்: டாக்டர். நாசீர் அஹமது, டாக்டர். ஜே.சி. கோஷ், பேராசிரியர் மேக்நாட் சாகா, டாக்டர் எஸ்.எஸ். பட்நாகர், டாக்டர் ஜே.என். முகர்ஜி.

1947 ஜனவரியில் கல்கத்தாவில் உள்ள ‘இந்திய அறிவியல் செய்தி சங்கத்திற்கு’ பேராசிரியர் ஹார்லோ ஷாப்ளே வருகை புரிந்தபோது. அமர்ந்திருப்பவர்களில் வலமிருந்து இரண்டாவதாக மேக்நாட் சாகா உள்ளார். நடுநாயகமாக அமர்ந்திருப்பவர் பேராசிரியர் ஹார்லோ ஷாப்ளே

1949இல் டாக்டர் எஸ். ராதாகிருஷ்ணன் தலைமையிலான பல்கலைக்கழகங்கள் ஆணையத்தில் உறுப்பினராக சாகா முக்கியப் பங்கு வகித்தார். இக்குழுவினருடன் 1949இல் சிம்லாவில் எடுத்துக் கொண்ட புகைப்படம். நிற்பவர்களில்: இடமிருந்து நான்காவதாக நிற்பவர் மேக்நாட் சாகா. ஐந்தாவதாக நிற்பவர் டாக்டர் ஜாகீர் உசேன். வலமிருந்து இடமாக இரண்டாவதாக நிற்கும் சிறுவன் சாகாவின் மகன் பிரசேனஜித். அமர்ந்திருப்பவர்களில்: நடுவில் தலைப்பாகையுடன் டாக்டர் எஸ். ராதாகிருஷ்ணன். வலமிருந்து இரண்டாவதாக சாகா மகள் சித்ரா

1949இல் சிம்லாவில் தன் மகள்கள் கிருஷ்ணா (இடது), சித்ரா (வலது) ஆகியோருடன் பேராசிரியர் மேக்நாட் சாகா

கல்கத்தாவில் அணுக்கரு இயற்பியல் நிறுவனத்தில் நிறுவப்பட்ட சைக்ளோட்ரான் கருவியின் மின்காந்தத்தின் முன் மேக்நாட் சாகா (வலது). இடமிருந்து இரண்டாவது பி.டி. நாக்சௌத்ரி

வங்காளம் பீகார் இணைப்பை எதிர்த்து நடந்த ஒரு பொதுக்கூட்டத்தில் ஆயிரக்கணக்கானோர் முன்னிலையில் உரையாற்றுகிறார் மேக்நாட் சாகா. ஆண்டு: 1951

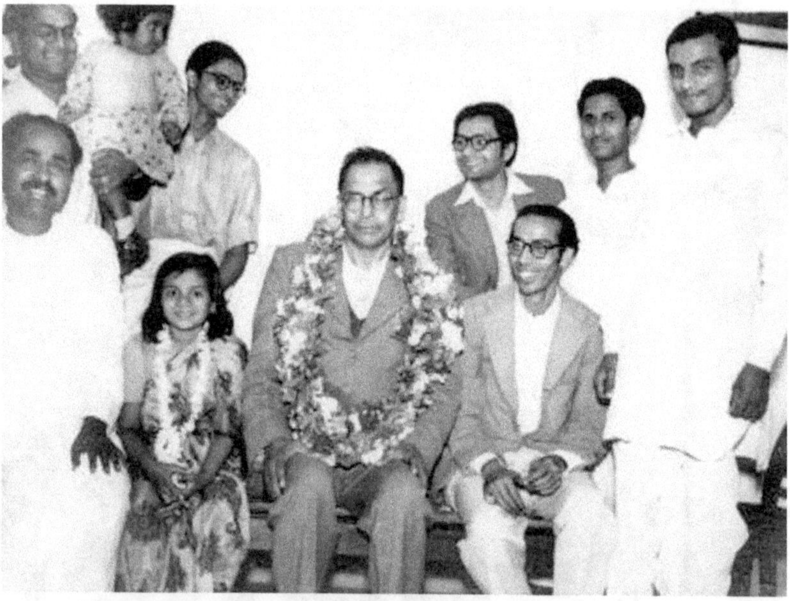

1952இல் விடுதலை பெற்ற இந்தியாவின் முதல் நாடாளுமன்றத் தேர்தலில் போட்டியிட்டு வெற்றி பெற்ற மேக்நாட் சாகாவிற்கான ஒரு பாராட்டு நிகழ்வு. அமர்ந்திருப்பவர்கள்: நடுவில் மேக்நாட் சாகா இடதுபுறம்: சாகாவின் இளையமகள் சங்கமித்ரா. வலதுபுறம்: சாகாவின் மாணவர் சாந்திமயி சட்டர்ஜி

டாக்டர் இராஜேந்திரபிரசாத்துடன் மேக்நாட் சாகா. வலதுபுறம்
திரு. உஷாநாத் சட்டர்ஜி 06.03.1954

பேராசிரியர் பி.எம்.எஸ். பிளாக்கெட் 1953-54இல் கல்கத்தா வந்திருந்தபோது
அவருடன் மேக்நாட் சாகா

1955 ஜூலை மேக்நாட் சாகா சோவியத் நாடு, மாஸ்கோ சென்றிருந்தபோது புகழ்பெற்ற விஞ்ஞானி டாக்டர் கபிட்சா (நடுவில்), விண்வெளி விஞ்ஞானி டாக்டர் அன்னா மசேவிச் ஆகியோருடன்

1956, கல்கத்தா செனட் அரங்கில் நடந்த வங்காளம் – பீகார் இணைப்பு எதிர்ப்புக் கூட்டத்தில் உணர்ச்சிமயமாக உரையாற்றுகிறார் சாகா.

1956, பிப்ரவரி 16 மேக்நாட் சாகா மாரடைப்பால் மரணமடைந்தார். மக்கள் அவருக்கு இறுதி அஞ்சலி செய்யும் காட்சிகளில் ஒன்று.

15

1936 ஐரோப்பிய, அமெரிக்க சுற்றுப்பயணம்

மாணவர்களுக்கு பாடம் நடத்துவது, ஆய்வுகள் மேற்கொள்வது அறிவியல் கழகங்களை உருவாக்குவது, சயின்ஸ் அண்ட் கல்ச்சர் இதழை நடத்துவது எனத் தொடர்ந்த சாகாவின் வாழ்வில் அவரது 1936ஆம் ஆண்டு ஐரோப்பிய அமெரிக்க பயணம் அவருக்குப் புத்துணர்வை அளித்தது. மார்ச் மாதம் தொடங்கிய இப்பயணம் நவீன அறிவியலில் அவர் செயல்படுவதற்கான புதிய திசைவழியைத் தீர்மானித்தது. 1927ஆம் ஆண்டு பயணம் வெற்றிகரமான ஐரோப்பிய ஆய்வகங்கள் குறித்து உள்ளிருந்து பார்க்கும் வாய்ப்பை வழங்கியது என்றால் 1936ஆம் ஆண்டு ஐரோப்பிய அமெரிக்க பயணம் ஆய்வின் திசையை இவர் மாற்றியமைத்துக் கொள்ள உதவியது.[55] அந்தப் புதிய திசைவழியின் பெயர் அணுக்கரு இயற்பியல்.

சாகாவுக்கு இப்பயண வாய்ப்பு கார்னகி நிறுவனத்தின் பிரிட்டிஷ் குழுவால் சாத்தியப்பட்டது. இப்பயணத்தின் மூலம் ஜெர்மனி, இங்கிலாந்து, அமெரிக்கா ஆகிய நாடுகளின் ஆய்வகங்களிலும் வானியல் ஆய்வுக்கூடங்களிலும் அப்போது நடந்து வந்த நவீனஆராய்ச்சிகளைப் பற்றி சாகாவால் அறிந்து கொள்ள முடிந்தது.

மனைவி ராதாராணி, மகன் அஜித்குமார் ஆகியோருடன் பயணத்தை மேற்கொண்ட சாகா முன்னதாக அஜித்தை ஸ்விட்சர்லாந்தில் சூரிச்சில் உள்ள பால் ஜிஹீப் (Paul Geheep) நடத்திவந்த கோடைப் பள்ளியில் சேர்த்து தங்க வைத்தார். இந்த பால் ஜிஹீப், ரவீந்திரநாத் தாகூரின் நண்பர். தாகூரின் தாக்கத்தால் சாந்திநிகேதன் எப்படி நடந்து வந்ததோ, அதே முறையில் தனது பள்ளியை நடத்தி வந்தார். பின் சாகா மனைவியுடன் படகு மூலம் பஸராவை அடைந்தார். அங்கிருந்து தரை வழியாக ரயில் மூலமும், மகிழ்வுந்து மூலமும் பாக்தாத், பெய்ரூட், ஹைபா ஆகிய இடங்களைச் சுற்றிப் பார்த்தார். சாகா பண்டைய உலக வரலாறு, பழங்கால நாகரிகங்கள், தொல்பொருள் ஆய்வு என வரலாற்றின் மீதான அளவுகடந்த ஆர்வம் கொண்டவர். அறிவியலுக்கு அடுத்து அவர் வரலாற்றை விரும்பிக் கற்றவர். அந்த ஆர்வத்தின் காரணமாகப் பண்டைய மெசபட்டோமிய நாகரிகத்தின்

இடிபாடுகளைக் கொண்ட ஈராக்கில் உள்ள ஊர் (Urr) பகுதியின் அகழ்வாய்வு இடங்களைச் சுற்றிப் பார்த்து ஆய்வு செய்தார். அங்கிருந்து ஐரோப்பா பயணமானார்.

ஐரோப்பிய நாடுகளில் முதலில் ஜெர்மன் சென்றார். மூனிச் நகரில் அர்னால்டு சாமர்ஃபீல்டை சந்தித்தார். அணுக்கரு இயற்பியலின் வளர்ச்சி சாகாவைப் பரவசப்படுத்தியது. ஜெர்மனியில் இருந்து இங்கிலாந்து சென்ற சாகாவும் அவர் மனைவியும் ஆக்ஸ்போர்டில் ஒருமாதம் தங்கினர். ஆக்ஸ்போர்டில் ஈ.ஏ.மில்ன், எச்.எச்.பிளாஸ்கட் போன்றோரின் விருந்தினராக சாகா தங்க நேர்ந்தாலும், திருப்தியற்ற வரவேற்பு சூழல் இருந்ததை சாகாவின் நாட்குறிப்புகள் காட்டுவதாக டிவோர்கின் தெரிவிக்கிறார்.[56]

சாகாவும் ராதாராணியும் இங்கிலாந்தில் இருந்து அமெரிக்கா சென்றனர். அங்கு ஹார்வர்டு வானியல் ஆய்வு நிலையத்தில் டாக்டர் ஹார்ளோ ஷாப்ளேயின் விருந்தினராக இரண்டு மாதம் தங்கினார். அந்நிலையத்தின் அப்போதைய இயக்குநராக ஷாப்ளே இருந்தார்.

ஹார்வர்டில் தங்கியிருந்தபோது 'மீவளி மண்டல வானியற்பியல் ஆய்வு நிலையம் குறித்து'(On a Stratospheric Astrophysical Laboratory) என்ற ஆய்வுக் கட்டுரையை சாகா வெளியிட்டார். இதில் பூமியில் இருந்து 40 கிலோமீட்டர் உயரத்தில் விண்வெளியில் வானியல் ஆய்வு நிலையம் அமைப்பது குறித்து சாகா ஆலோசனை தெரிவித்திருந்தார். அவ்வுயரத்தில் இருந்து சூரிய நிறமாலை ஆய்வுகளை நிகழ்த்தினால் உமிழ்நிறமாலையில் ஹைட்ரஜனின் லைமன் வரிகளைப் பதிவு செய்ய முடியும் என்றும் விளக்கி இருந்தார். ஓசோன் மண்டலத்திற்கு மேல் விண்வெளி ஆய்வு நிலையம் என்பது அன்றைய தேதியில் ஒரு கனவு. ஓர் அபாரமான கோட்பாட்டு இயற்பியலாளரின் முன்னறிவு இது. 18 ஆண்டுகள் கழித்து இரண்டாம் உலகப் போரின்போது ஜெர்மானியர்கள் உருவாக்கிய V-2 ரக ராக்கெட்டின் மூலம் கொலொராடோ பல்கலைக்கழக இயற்பியலாளர் குழு ஒன்று விண்வெளியில் அவ்வுயரத்தில் சூரிய நிறமாலைப் பதிவை வெற்றிகரமாக நிகழ்த்திக் காட்டியது. சாகா அனுமானித்தது உண்மை எனத் தெரியவந்தது. இன்று இத்தகு ஆய்வுகள் மிகச் சாதாரணமாகியுள்ளன. 'உள்ளுணர்வு, கற்ற கல்விக்கே உரிய அனுமானத்திறன் மற்றும் ஒரு காரண காரிய அணுகுமுறை ஆகியவை சாகாவின் அறிவியலை உருவாக்கின'.[57]

1920களில் ஹார்வர்டு வானியல் ஆய்வு நிலையத்தில் நவீன வானியற்பியல் ஆய்வுகள் சாகாவின் வெப்ப அயனியாக்க கோட்பாடு தந்த உற்சாகத்திலேயே தொடங்கின. அதன் பிறகு

சிசிலியா பெய்ன், டொனால்டு எம்.மென்செல், ஃபிராங் ஹாக் போன்ற அற்புதமான ஆய்வாளர்கள் சாகாவின் கோட்பாட்டின் அடிப்படையில் ஆய்வுகளை மேற்கொண்டு மாபெரும் சாதனைகளை நிகழ்த்தியிருந்தனர். இதனை ஹார்ளோ ஷாப்ளே நன்கு அறிவார். அவர் தமது விருந்தினரான சாகாவை மற்றொரு வானியல் நிபுணருக்கு அறிமுகப்படுத்தியபோது,

> "இவர்தான் சாகா கோட்பாட்டின் தந்தை. அந்த வகையில் 40 ஹார்வர்டு வானியல் ஆய்வு நிலைய ஆய்வுக் கட்டுரைகளுக்கும், அவையல்லாத உலகெங்கும் பிற ஆய்வு நிலையங்களில் உருவான 500 ஆய்வுக் கட்டுரைகளுக்கும் பாட்டன்"

என்று அறிமுகப்படுத்தினார். [58]

இச்சமயத்தில் நடந்த ஹார்வர்டு பல்கலைக்கழகத்தின் 'முந்நூற்றாண்டு விழா'வில் சாகா கலந்து கொண்டார். ஹார்வர்டில் இருந்து ஆரிசோனா சென்ற சாகா, அங்கு ஃபிளக்ஸ்டாஃப்பில் உள்ள லோவல் வானியல் ஆய்வு மையத்தையும் பிறகு கலிஃபோர்னியா சென்று மவுண்ட் வில்சன் வானியல் ஆய்வு நிலையத்தையும் பார்வையிட்டார்.

ஆனால் வானியல் ஆய்வு நிலையங்களைவிட உயர் மின்னழுத்த ஆய்வு நிலையங்கள்(High Voltage Laboratories) என வழங்கப்படும் அணுக்கரு ஆய்வு நிலையங்கள்தான் சாகாவின் முன்னுரிமைத் தேடல் கூடங்களாக விளங்கின. அந்த வகையில் கலிஃபோர்னியாவின் பெர்கிலி ஆய்வுக் கூடமும் அங்கு ஈ.ஓ.லாரன்ஸ் நிறுவி இருந்த சைக்ளோட்ரான் எந்திரமும் சாகாவின் சிந்தனையில் பெருந்தாக்கத்தை உருவாக்கின. ஈ.ஓ.லாரன்ஸை சாகா 1927இல் முதன்முதலாகச் சந்தித்தார் எனப் பார்த்தோம். அந்த நட்பின் தொடர்ச்சியாக அமைந்த இந்த இரண்டாவது சந்திப்பு சாகாவின் அறிவியல் ஆய்வின் வருங்காலத்தைத் தீர்மானித்தது. அணுவைத் தாக்கிப் பிளந்து ஆய்வு செய்யும் அணுத்துகள் முடுக்கி எந்திரமான சைக்ளோட்ரானை லாரன்ஸ் அப்போதுதான் கண்டுபிடித்திருந்தார். அவருக்கு இதற்காக நோபல் பரிசும் வழங்கப்பட்டது.

சாகா சைக்ளோட்ரான் பற்றிய தகவல்களைத் தெளிவாகவும் நுட்பமாகவும் லாரன்சைக் கேட்டு அறிந்து கொண்டார். குறிப்புகளும் எடுத்துக் கொண்டார். லாரன்சின் சைக்ளோட்ரான் ஆய்வுகளை மட்டும் அல்லாது ஃபிளடெல்பியாவில் டபள்யு.எஃப்.ஜி.ஸ்வானின் அணுக்கரு ஆய்வுத் திட்டங்களையும் சாகா கேட்டறிந்தார். மேலும் வாஷிங்டனில் மெர்லி டூவ் உடைய அணுக்கரு ஆய்வகம் மவுண்ட் வில்சனில் லவுட்சனின் அணுக்கரு ஆய்வகம் ஆகியவற்றையும் சாகா பார்வையிட்டு அறிந்தார்.

மொத்தத்தில் இப்பயணத்தில் சாகா பார்த்தவையும் கேட்டவையும் அறிந்தவையும் அணுக்கரு ஆய்வு தொடர்பானவையாகவே இருந்தன. சாகாவின் ஆய்வு முன்னுரிமை சூரியநிறமாலை மற்றும் உடுநிறமாலை ஆய்வுகளில் இருந்து முற்றிலும் இடம்பெயர்ந்து அணுக்கரு இயற்பியலுக்கு மாறியதை இதன்மூலம் அறியமுடிகிறது. அடுத்த இரண்டு ஆண்டுகளில் அணுக்கரு பிளவு சோதனைகள் வெற்றியடைந்ததையடுத்து சாகாவின் ஆய்வு திசைவழி மேலும் உறுதிப்படுத்தப்பட்டது.

சாகா அமெரிக்காவில் இருந்து மீண்டும் ஐரோப்பா திரும்பி கோபன்ஹெகனில் நடந்த அனைத்துலக அணுக்கரு இயற்பியல் மாநாட்டில் பங்கெடுத்துக் கொண்டார். பிறகு ஸ்விட்சர்லாந்தில் இருந்த தன் மகன் அஜித்குமாரை அழைத்துக் கொண்டு 1937இல் இந்தியா திரும்பினார்.

16
மீண்டும் கல்கத்தா...

ஐரோப்பிய அமெரிக்க நாடுகளில் நவீன இயற்பியல் பிரம்மாண்டமாக வளர்ந்து கொண்டிருப்பதைக் கண்டு இந்தியாவிலும் அத்தகு வளர்ச்சியைச் சாத்தியப்படுத்துவதற்கான கனவுகளுடன் நாடு திரும்பிய சாகாவிற்கு அலகாபாத் பல்கலைக்கழக நிர்வாகத்தின் சகித்துக் கொள்ள முடியாத உள் அரசியல் சூழல்கள் மிகுந்த மனச்சோர்வையும், மன உளைச்சலையும் தந்தன. இந்த நிலையில் அலகாபாத்தில் இருந்து கொண்டு எதையும் சாதிக்க முடியாது என்று உணர்ந்த சாகா அங்கிருந்து வெளியேறும் முடிவைத் தவிர்க்க முடியாமல் எடுக்க வேண்டி வந்தது. மீண்டும் கல்கத்தா பல்கலைக் கழகத்திற்கே செல்வதற்கான வாய்ப்பு ஒன்றும் உருவானது.

கல்கத்தா பல்கலைக்கழகத்தில் பாலிட் பேராசிரியர் பதவியில் இருந்து சி.வி.ராமன் 1932இல் விலகிய பிறகு ஜகதீஸ் சந்திர போஸின் அண்ணன் மகனும், சாகாவின் மூத்த பேராசிரியருமான டி.எம்.போஸ் அப்பதவியில் அமர்த்தப்பட்டார். ஜகதீஸ் சந்திர போஸ் உயிரோடு இருந்த போது, தான் தொடங்கிய போஸ் ஆராய்ச்சி நிறுவனத்தின் (Bose Institute) இயக்குநராக தானே இருந்தார். 1937இல் ஜெகதீஸ் சந்திர போஸ் மரணமடைந்ததால் போஸ் ஆராய்ச்சி நிறுவன இயக்குநர் பதவி காலியானது. இந்தச் சூழ்நிலையில் டி.எம்.போஸ் தன் பாலிட் பேராசிரியர் பதவியைத் துறப்பு செய்துவிட்டு தன் சித்தப்பாவின் போஸ் நிறுவன இயக்குநர் பொறுப்பை ஏற்றார். காலியான பாலிட் பேராசிரியர் பதவியை ஏற்க அசுதோஷ் முகர்ஜியின் மகனும், அப்போதைய கல்கத்தா பல்கலைக்கழக துணைவேந்தருமான ஷியாமா பிரசாத் முகர்ஜி சாகாவை அழைத்தார்.

பாலிட் பேராசிரியர் பதவி சாகாவிற்குக் கிடைத்ததற்கு சியாமா பிரசாத் முகர்ஜியின் கரிசனம் காரணமில்லை. சாகாவிற்கு இச்சமயத்தில் பாம்பே அரசினர் அறிவியல் கல்வி நிலையத்தின் (Bombay Institute of Science) முதல்வர் பதவியை ஏற்றுக் கொள்ளும் படியும் அழைப்பு வந்திருந்தது. இந்த முதல்வர் பதவி பாலித் பேராசிரியர் பதவியைவிடவும் வசதியான ஒன்று. ஆனால் சாகா

வசதி வாய்ப்புகளை விட மனத்துக்குப் பிடித்த பணியையே செய்ய விரும்பினார். கல்லூரியை நிர்வகிப்பதைவிட அறிவியலை நிர்வகிப்பதையே விரும்பினார். மும்பையைவிட தன் அன்புக்குரிய கல்கத்தாவிற்குப் போவதையே விரும்பினார். மேலும் 1923இல் கல்கத்தாவை விட்டு வெளியேறும் முடிவை எடுத்தபோது அசுதோஷ் முகர்ஜி ராமன் பக்கம் நின்றார். பல்கலைக்கழகத்தின் பொருளாதார நிலைமையும் சாகாவின் அறிவியல் ஆராய்ச்சிகளுக்கு ஆதரவு தரும் நிலையில் இல்லை. சாகாவும் அப்போது செல்வாக்கு இல்லாத இளம் விஞ்ஞானி மட்டுமே.

ஆனால் 1938இல் நிலைமை வேறாக இருந்தது. சாகா உலக அளவில் தலைசிறந்த கோட்பாட்டு இயற்பியலாளர்களில் ஒருவராகப் போற்றப்படுபவராக இருந்தார். இந்திய அளவில் அறிவியல் கழகங்களில் செல்வாக்கு மிக்க ஆளுமையாக விளங்கினார். மாணவர்களுக்குப் பாடம் நடத்துவதிலும், ஆய்வகங்களுக்கு வழிகாட்டுவதிலும் ஈடுஇணையற்ற பேராசிரியராக விளங்கினார். பல்கலைக்கழக அளவில் கல்விப் பணியில் மட்டும் அல்லாது அரசியல், சமூகம், இதழியல் எனப் பலதுறைகளிலும் ஓர் அறிவுஜீவியாகத் தாக்கத்தை ஏற்படுத்தக் கூடியவராக விளங்கினார். எனவே கல்கத்தா பல்கலைக்கழகம் சாகாவை விரும்பி அழைத்தது அவருக்குப் பெருமை சேர்க்க அல்ல; தனக்குத் தானே பெருமை சேர்த்துக் கொள்ளவே.

சாகா மொழி உணர்வும், எளிய தன் கிராமத்து மக்களின் மீது பரிவும் பாசமும் கொண்டவர். எனினும் அடிப்படையில் அவர் ஒரு சர்வதேசவாதி. யாதும் ஊரே யாவரும் கேளிர் என்ற எண்ணம் கொண்டவர். அதனால்தான் கிழக்கு வங்காளத்தை விட்டு கல்கத்தாவிற்கும், கல்கத்தாவை விட்டு அலகாபாத்திற்கும் இடம்பெயர்ந்து தன் கடமைகளை ஆற்ற முடிந்தது. எனவே அலகாபாத் நகரையும் அம்மக்களையும் அந்த வாழ்க்கையையும் சாகா நேசிக்கவே செய்தார். அவர் உத்தரப்பிரதேசம் முழுமையும் மிகவும் மதிக்கப்பட்ட மனிதராக விளங்கினார். முக்கியமாக அலகாபாத் மக்களால் மிகவும் மதிக்கப்படுபவராக விளங்கினார். எனவே அலகாபாத்தை விட்டு அவர் வெளியேற முடிவு எடுத்ததற்கு அலகாபாத் பல்கலைக்கழக நிர்வாகத்தின் மோசமான நிர்வாக முறையே காரணம். இதைப் புகழ்பெற்ற வரலாற்றாசிரியர் டாக்டர் ஈஸ்வரி பிரசாத்தும் உறுதிப்படுத்துகிறார்.[59]

சாகா பதினைந்து ஆண்டுகள் அலகாபாத்தில் வாழ்ந்தார். அங்கு மிகப் பெரிய வீட்டினைச் சாகா கட்டியிருந்தார். சாகாவிற்கு மனைவி, மூன்று மகன்கள், நான்கு மகள்கள், பெற்றோர் எனப் பெரிய

குடும்பம். அந்த வீடு அவரது குடும்பத்திற்கான பயன்பாட்டிற்கு மட்டும் அல்லாது அவரது மாணவர்கள், சொந்தபந்தங்கள், நண்பர்கள் பலருக்கும் பறவைகள் நாடும் பழமரமாக விளங்கியது. அவரது மாணவர்கள் அவ்வீட்டில் எத்தனை நாட்களுக்கு வேண்டுமானாலும் வந்து தங்கிச் செல்லலாம், உணவருந்தலாம். தான் பள்ளி மாணவனாக ஏழ்மையில் இருந்தபோது அடுத்தவர் அடைக்கலம் கொடுத்ததால்தான் படிக்க முடிந்தது என்பதால் தன் மாணவர்களைத் தன் வீட்டில் தங்க வைத்து படிக்க வைப்பதை சாகா தன் கடமையாகக் கருதினார். அவரது எளியக் கிராமத்து சொந்த பந்தங்கள் அந்த வீட்டிற்கு எப்போதும் வருவதும் தங்குவதும் போவதுமாக இருந்தனர்.

சாகா வேதத்தின் ‘பிழைபடாத’ தன்மையையும், சாதியத்தையும், சடங்கு சம்பிரதாயங்களையும் அறிவியல் பூர்வமாக எதிர்த்தவர். அலகாபாத்தில் இருந்த காலத்தில்தான் அவரது பெற்றோர் இருவரும் இறந்தனர். அவர்கள் இறந்தபோது ஒரு மகனின் கடமையாக இந்து தர்மம் சொல்லும் சிரார்த்தம் கொடுக்க மறுத்து அதற்குப் பதிலாக ஏழை மக்களை வீட்டுக்கு அழைத்து உணவு அளித்து தன் கடமையை நிறைவேற்றியவர் சாகா. சாகாவின் அலகாபாத் வீடு அவரது மனித நேயத்தையும் இரவு பகல் பாராது அவர் படித்ததையும் எழுதியதையும் சிந்தித்ததையும் மௌனப் பெருமிதத்தோடு பதிவு செய்து பூரித்து நின்றது. எனினும் அறிவியல் அரங்கிலும் அரசியல் அரங்கிலும் சாகாவின் இன்னொரு பரிமாணத்தைப் பதிவு செய்ய கல்கத்தா காத்திருந்தது.

அலகாபாத் பல்கலைக்கழகப் பேராசிரியர் பதவியைத் துறந்த சாகா அங்கிருந்து வெளியேறி 1938ஆம் ஆண்டு ஜூலை மாதம் கல்கத்தா பல்கலைக்கழக இயற்பியல் துறையில் பாலிட் பேராசிரியராகவும், துறைத்தலைவராகவும் பொறுப்பேற்றுக் கொண்டார்.

பொறுப்பேற்றதும் எம்.எஸ்சி பாடத்திட்டத்தைப் படிப்படியாக நவீனப்படுத்தும் முயற்சியைத் தொடங்கினார். ஆய்வகங்களைச் சீர்ப்படுத்தினார். அட்டோஹானும் ஸ்ட்ராஸ்மேனும் 1939இல் அணுக்கரு பிளவு சோதனையை வெற்றிகரமாக நடத்தி நிரூபித்த பிறகு உடனடியாக அணுக்கரு இயற்பியலைப் பாடத்திட்டத்தில் சேர்த்தார். குவாண்டம் இயங்கியலில் (Quantum Mechanics) ஒரு பொதுத்தாளையும் பாடத்திட்டத்தில் சேர்த்தார்.

சாகா அலகாபாத்தில் இருந்தபோது அயனிமண்டல (ionosphere), மேல் வளிமண்டல ஆய்வுகளைச் செய்து வந்தார். கல்கத்தாவிற்கு வந்த பிறகு அங்கு அதே துறையில் பேராசிரியர் எஸ்.கே.மித்ரா ஆய்வுகளை நடத்திக் கொண்டிருந்ததால், அவருக்கு விட்டுக் கொடுத்து அத்துறை

ஆய்வுகளைத் தான் நிறுத்திக் கொண்டார். இதேபோல் தனக்கு ஆர்வமான எக்ஸ் கதிர் நிறமாலை ஆய்வுகளைப் பேராசிரியர் பி.பி.ராய் செய்து வருவதை அறிந்து அந்த ஆய்வுத்துறையை அவருக்கே விட்டுக் கொடுத்தார். இந்நிலையில் அணுக்கரு இயற்பியல் ஆய்வுகளில் மட்டும் கவனம் செலுத்துவது என முடிவு செய்தார்.

கல்கத்தா அலகாபாத்தோடு ஒப்பிடும் போது மாறுபட்ட சமூக அரசியல் பண்பாட்டு செயல்பாடுகளைக் கொண்ட நகரம். நூற்றாண்டு காலமாகக் காலனிய இந்தியாவின் தலைநகரமாக இருந்ததால் இந்திய அரசியல் வரைபடத்தில் செல்வாக்கும் முக்கியத்துவமும் உடைய நகரமாக அது விளங்கியது. சாகாவின் பலதரப்பட்ட அறிவுசார் ஆர்வங்களுக்கும் அரசியல் செயல்பாடுகளுக்கும் கல்கத்தா களம் அமைத்துக் கொடுத்ததில் வியப்பு ஒன்றும் இல்லை. அலகாபாத் சாகாவுக்கும் ஜவஹர்லால் நேருவுக்குமான தொடர்பைப் பலப்படுத்தியது என்றால் கல்கத்தா நேதாஜி சுபாஷ் சந்திர போசுக்கும் சாகாவுக்குமான உறவை ஒரு பௌதீக சக்தியாக மாற்றியது எனலாம்.

சாகா அலகாபாத் நகரில் இருந்த காலத்தில் அலகாபாத் வாசியான ஜவஹர்லால் நேருவின் சிந்தனைகளில் தாக்கத்தை ஏற்படுத்தும் அறிவுஜீவிகளில் ஒருவராக விளங்கினார். அறிவியல் தொழில்நுட்பமும் தொழில்மயமாக்கமும் மட்டுமே இந்தியாவின் எதிர்காலத்தைத் தீர்மானிக்கும் என்பதில் இருவருக்கும் ஒத்த புரிதல் இருந்தது. 1938இல் சாகா கல்கத்தா திரும்பிய பிறகு அவருக்கும் சுபாஷ் சந்திர போசுக்குமான நட்பு புதிய பரிமாணத்தை எட்டியது. இருவருமே கல்கத்தா மாநிலக் கல்லூரி முன்னாள் மாணவர்கள். சுபாஷ் சாகாவுக்கு நான்கு ஆண்டுகள் இளையவர். கல்லூரியிலும் சாகாவின் இளைய மாணவர். கல்கத்தா ஈடன் இந்து விடுதியில் உணவருந்தியவர்கள். நாட்டுப் பற்றும் சமூகப் பணிகளில் ஈடுபாடும் கொண்டவர்கள். 1922-1923இல் வங்காளம் வெள்ளத்தால் பாதிக்கப்பட்டபோது தமது ஆசிரியர் பி.சி.ராய் தலைமையில் வெள்ள நிவாரணப் பணிகளில் இருவரும் ஈடுபட்டதை நாம் ஏற்கெனவே பார்த்தோம். ஒரு மாணவர் தலைவராக நேதாஜியின் உறுதியைப் பார்த்து அவரை இந்தியாவின் எதிர்காலமாகக் கருதியவர் சாகா. 1923இல் வெள்ளை அரசால் நேதாஜி கைது செய்யப்பட்டு ரங்கூன் அருகில் மூன்று ஆண்டுகள் சிறைவைக்கப்பட்டு பின்னர் விடுதலையானபோது அதைக் கொண்டாடுமுகமாக நடந்த கூட்டத்திற்குத் தலைமை தாங்கியவர் சாகா. சுபாஷ் சந்திரபோஸின் தீரமும் போர்க்குணம் மிக்க தலைமைப் பண்பும் அவரைச் சாகாவின் நெஞ்சார்ந்த தலைவராக ஆக்கியிருந்தது. சுபாஷும் சாகாவை ஒரு

மூத்த நண்பராக மட்டும் அல்லாமல் ஒரு மகத்தான விஞ்ஞானியாக, நாட்டுப்பற்றாளராக, சமூக அரசியல் அறிவுஜீவிகளில் ஒருவராக நன்கு அறிவார். சயின்ஸ் அண்ட் கல்ச்சர் இதழில் சாகா எழுதிய 'மின்சார அதிர்ச்சியைத் தரக்கூடிய கட்டுரைகளை சுபாஷ் சந்திர போசும் படித்து வந்தார்.

இந்திய அரசியலில் நேதாஜியின் முக்கியத்துவம் அதிகமாகி வந்ததை ஆர்வத்துடன் சாகா கவனித்தார். காங்கிரஸின் மற்ற தலைவர்களை விடவும் நேதாஜிக்கும் தனக்குமான கருத்தொற்றுமை வலிமையானது என்பதைச் சாகா உணர்ந்தார். 1935ஆம் ஆண்டு இந்திய அரசாங்கச் சட்டம் பிரிட்டிஷ் நாடாளுமன்றத்தில் இயற்றப்பட்டது. அதன் அடிப்படையில் இந்தியாவில் தேர்தல் நடத்தப்பட்டது. அதில் 11 மாகாணங்களில் 7 மாகாணங்களில் காங்கிரஸ் வெற்றி பெற்று ஆட்சி அமைத்தது. இந்த நிலையில் 1938ஆம் ஆண்டு ஜனவரியில் அகில இந்திய காங்கிரஸ் தலைவராக சுபாஷ் சந்திர போஸ் தேர்ந்தெடுக்கப்பட்டார். மாகாணத் தேர்தல்களில் பெரும்பான்மை மாகாணங்களில் வெற்றி பெற்று பலம் மிக்கதாக இருந்த காங்கிரஸ் கட்சியின் தலைமைக்கு சுபாஷ் வந்திருப்பதை மிகச் சரியாகப் பயன்படுத்தி நாட்டை மறுகட்டமைப்பு செய்வது குறித்த தன் கருத்துகளை சுபாஷுடன் விவாதிக்க விரும்பினார். குறிப்பாக இந்தியாவை தொழில் மயமாக்குவது குறித்தும், அது தொடர்பான தேசிய திட்டமிடல் குறித்தும் விவாதிக்க விரும்பினார்.

நேதாஜியைச் சந்தித்த சாகா வாழ்த்து தெரிவித்துவிட்டு நேதாஜியிடம் கேள்விகளை அடுக்கினார்.

"இந்தியாவை விட்டு வெள்ளை ஏகாதிபத்தியம் வெளியேற்றப்படுவது உறுதி. அதன் பிறகு?"

"இந்தியாவின் வறுமை, வேலையில்லா திண்டாட்டம், மோசமான சுகாதாரம், வெள்ளப்பெருக்கு போன்ற பிரச்சினைகளைத் தீர்க்க காங்கிரஸ் கட்சியிடம் என்ன திட்டம் உள்ளது?"

"அந்நியர்கள் வெளியேறிய பிறகு காங்கிரஸ் கட்சியிடம் அதிகாரம் வந்துவிடும் பிறகு நாட்டை முன்னேற்றவும், மறுகட்டுமானம் செய்யவும் காங்கிரஸ் கட்சியின் செயல் திட்டம் என்ன?"

"கோடான கோடி ஏழை மக்களுக்கு அடிப்படை வசதிகளை உருவாக்கித் தர பொருளாதாரத் திட்டம் ஏதேனும் காங்கிரஸிடம் உள்ளதா?"

எனக் கேள்விகள் நீண்டன. உண்மையில் போஸிடம் இவை பற்றியெல்லாம் திட்டமோ, கருத்தோ இருந்திருக்கவில்லை. அவர் சுதந்திரம்தான் முக்கியப் பிரச்சினை. சுதந்திரம் கிடைத்தவுடன்

எல்லாப் பிரச்சினைகளும் தீர்ந்துவிடும் என்கிற ரீதியில் பதில் அளித்தார். சாகா எப்படித் தீரும்? எப்படித் தீர்ப்பீர்கள்? என்றார். நேதாஜியால் பதில் சொல்ல இயலவில்லை. இந்தியாவைத் தொழில் மயமாக்குவது குறித்தும், இந்தியாவின் எதிர்காலம் குறித்தும் காங்கிரசின் உயர்நிலைக் குழுவில் கூடத் தெளிவான புரிதல் இல்லை என்பதைச் சாகா கேள்விக்கு உட்படுத்தினார்.

ஐக்கிய மாகாண காங்கிரஸ் அமைச்சர் டாக்டர் கைலாஸ் நாத் கட்ஜூ குடிசைத் தொழிலான தீப்பெட்டித் தொழிலைத் தொடங்கி வைத்து அதைப் பெருந்தொழிலாகவும், தொழில்மயமாக்கமாகவும் பேசியது குறித்த செய்தித்தாள் நறுக்கை சாகா சுபாஷிடம் காட்டினார். தொழில்மயமாக்கம் என்றால் என்ன என்று தெரியாத அறியாமையில் காங்கிரஸ் அமைச்சர்கள் இருக்கும்போது நாட்டின் எதிர்காலம் எப்படி இருக்கும் என்று நேதாஜியிடம் சாகா கேள்வி எழுப்பினார். நேதாஜிக்குப் பொருளாதாரத் திட்டமிடல் என்றால் என்ன என்பது குறித்தும், சோவியத் அரசு பொருளாதாரத் திட்டமிடல் மூலம் நாட்டை முற்றிலும் தொழில்மயமாக்கி மக்களின் அடிப்படை பிரச்சினைகளான வறுமை, வேலையில்லாத் திண்டாட்டம், சுகாதாரக் குறைபாடு போன்ற பிரச்சினைகளைத் தீர்த்து வெற்றி பெற்றுள்ளது குறித்தும் விளக்கிக் கூறினார். எதிர்கால இந்தியாவிற்காகக் காங்கிரஸ் கட்சியும் திட்டக்குழு ஒன்றை அமைக்க வேண்டும் என்று கோரினார். இறுதியில் நேதாஜி சாகாவின் கருத்தை ஏற்று திட்டக்குழுவை அமைக்க முன்வந்தார்.

இந்த நிலையில் 1938, ஆகஸ்ட் 21 அன்று இந்திய அறிவியல் செய்தி சங்கத்தின் ஆண்டு கூட்டம் கல்கத்தாவில் நடைபெற்றது. சாகாவின் அழைப்பை ஏற்று அக்கூட்டத்திற்கு நேதாஜி தலைமையேற்று நடத்திக் கொடுத்தார். இக்கூட்டத்தில் சாகா "இந்தியா எதிர்காலத்தில் கிராமங்களின் மாட்டுவண்டி வாழ்க்கையை மீட்டுருவாக்கம் செய்யப் போகிறதா? அதன் மூலம் அடிமை நிலையை நிரந்தரமாக்கப் போகிறதா? அல்லது இந்தியாவின் அனைத்து இயற்கை வளங்களையும் மேம்படுத்தி வறுமை, அறியாமை, பாதுகாப்பு போன்ற பிரச்சினைகளைத் தீர்க்கப் போகும் ஒரு நவீன தொழில் வளர்ச்சியடைந்த தேசமாக ஆகப்போகிறதா என நான் தெரிந்துகொள்ளலாமா?" என நேதாஜியைப் பார்த்து கேட்டார். சாகா மேலும்,

> "காங்கிரஸ் மேலிடம் தொழில் மயமாக்கும் கொள்கையை முடிவு செய்துள்ள பட்சத்தில் தொழில்மயமாக்கம் குறித்து முற்போக்கான திட்டத்தை உருவாக்கவும், தேசிய ஆய்வுக்குழு உருவாக்கவும் அதன் பொருட்டு நாட்டின் அறிவியல் பூர்வ

அறிவுஜீவிகளை (Scientific inteligentia) ஒன்றுதிரட்டவும் போகிறதா என்ற கேள்வியை நான் முன்வைக்கிறேன். ஏன் எனில் காங்கிரஸ் பல மாகாணங்களில் ஆட்சி அதிகாரத்திற்கு வந்துள்ளது. மேலும் இந்தியா எதிர்காலத்தில் தொழில் மயமாவது குறித்து அம்மாகாணங்களில் குழப்பமான கருத்துகள் நிலவுகிறது"

என்று குழப்பமற்ற கேள்விகளை முன்வைத்தார். இதற்குப் பதில் அளிக்கும் வகையில் நேதாஜி,

"இந்த லட்சியத்தில் (தொழில் மயமாக்குவது) முதலாவதாகவும் முக்கியமானதாகவும் நாம் அறிவியலின் உதவியை விழைகிறோம்.

இந்தியா தனது பரிணாமத்தில் இன்னும் தொழில் மயமாக்கத்திற்கு முந்தைய கட்டத்திலேயே இருக்கிறது. தொழில்புரட்சிக்கான பிரசவ வேதனையை நாம் அனுபவிக்காத பட்சத்தில் எந்த தொழில் வளர்ச்சியும் சாத்தியமில்லை. நாம் விரும்பினாலும் விரும்பாவிட்டாலும் நவீன வரலாற்றில் தற்போதைய யுகம் தொழிற்புரட்சி யுகம் என்பதை நாம் ஏற்றுதான் ஆகவேண்டும். தொழில் புரட்சியில் இருந்து தப்பிக்க வழியேதும் இல்லை. இந்தப் புரட்சி பிரிட்டனில் நடந்தது போல ஒப்பீட்டளவில் படிப்படியானதாக இருக்குமா அல்லது சோவியத் ரஷ்யாவில் நடந்ததைப்போல அதிரடியானதாக இருக்குமா என்று மட்டுமே நம்மால் முடிவெடுக்க முடியும். இந்த நாட்டில் அது அதிரடியானதாகத்தான் இருக்கும் என நான் நினைக்கிறேன்" [60]

என்று பேசினார்.

நேதாஜி இத்துடன் நில்லாமல் தொழில் மயமாக்கம் எந்தத் திசையில் இருக்கும் என்பதையும் குறிப்பிட்டார். அவர் குடிசைத் தொழில்களைப் பாதுகாக்கவும் மீட்டெடுக்கவும் எல்லா முயற்சிகளையும் செய்து கொண்டே பேரளவு தொழில்களுக்கான தொழில்மயமாக்கம் மேற்கொள்ளப்படும் எனத் தெரிவித்தார். மேலும் தொழில் மயமாக்கம் என்றால் 'குடைகளுக்குக் கைப்பிடி தயாரித்துக் கொடுப்பதோ வெண்கலத் தட்டுகள் தயாரித்துக் கொடுப்பதோ அல்ல' என்று தெளிவுபடக் கூறினார். ஏற்கெனவே காங்கிரஸ் மூத்த தலைவர்களில் ஒருவர் தீப்பெட்டித் தொழிற்சாலையைத் தொடங்கிவைத்து விட்டு பேரளவு தொழில்மயமாக்கம் தொடங்கிவிட்டதாகக் கதை அளந்த விவரத்தை சாகா மூலம் நேதாஜி அறிவார் என்பது குறிப்பிடத்தக்கது.

நாட்டுக்கு விடுதலை கிடைக்கும்வரை காத்திராமல் பொருளாதாரத் திட்டமிடலுக்கான ஒரு தேசிய திட்டக் குழுவை அமைக்கவிருப்பதாகவும் நேதாஜி இக்கூட்டத்தில் தெரிவித்தார். சாகா தன் நீங்காத கனவிற்கு ஒரு வடிவம் கிடைக்க இருப்பதை உணர்ந்தார்.

இக்கூட்டத்தில் நேதாஜி, தொழில் மயமாக்கம், மின் உற்பத்தி, வெள்ளக் கட்டுப்பாடு, ஆற்றியற்பியல், தேசிய ஆய்வுக் கவுன்சிலின் தேவை ஆகியவை குறித்து சயின்ஸ் அண்ட் கல்ச்சர் இதழ் வெளியிட்ட சிந்தனையைத் தூண்டும் கட்டுரைகளைப் பற்றி குறிப்பிட்டுப் பாராட்டினார்.

இக்கூட்டத்தின் போது காங்கிரஸ் தலைவர் என்ற முறையில் காங்கிரஸ் ஆளும் மாகாணங்களின் தொழில் துறை அமைச்சர்களைக் கூட்டுமாறு சாகா நேதாஜிக்கு ஆலோசனை தெரிவித்தார். சாகாவின் ஆலோசனையை உடனடியாக ஏற்றுக் கொண்ட நேதாஜி அதற்கான கூட்டம் 1938 அக்டோபரில் கூட்டப்படும் என்று அறிவித்ததோடு சாகாவையும் அதில் கலந்து கொள்ள அழைத்தார்.

நேதாஜி அக்டோபரில் டெல்லியில் திட்டக்குழு அமைப்பதற்கான கூட்டத்தைக் கூட்டினார். கூட்ட நாளில் சாகாவால் வர இயலாமல் போனது. அவர் ஒருநாள் தாமதமாக டெல்லி வந்து சேர்ந்தார். அதற்குள் திட்டக்குழு அமைக்கப்பட்டு அதன் தலைவராகப் புகழ்பெற்ற பொறியியல் வல்லுநர் சர்.மோட்சகுண்டம் விஸ்வேஸ்வரய்யா தேர்ந்தெடுக்கப்பட்டிருந்தார். விஸ்வேஸ்வரய்யா அடிப்படையில் ஒரு கட்டடப் பொறியாளர். மைசூர் அரசில் திவானாக இருந்தவர். அணைக்கட்டுத் திட்டங்கள், இரும்பு எஃகு தொழிற்சாலைகள், பல்கலைக்கழகம், பள்ளி, கல்லூரிகள் என இவரால் நிர்வகிக்கப்பட்ட நிறுவனங்கள் ஏராளம். 1934இல் வெளிவந்த இந்தியாவிற்கான ஒரு திட்டமிட்ட பொருளாதாரம் (A Plannned Economy of India) என்ற இவரது நூல் இவரது பொருளாதார நிபுணத்துவத்திற்கு ஒரு சான்றாவணம் ஆகும்.

விஸ்வேஸ்வரய்யா மீது சாகாவுக்குத் தனிப்பட்ட மதிப்பு இருந்தாலும், நடைமுறை ரீதியாக சிந்தித்து திட்டக்குழு தலைவர் பொறுப்புக்கு விஸ்வேஸ்வரய்யா தேர்வை ஏற்க மறுத்தார். திட்டக்குழு தலைவராகக் காங்கிரஸ் உயர்நிலைத் தலைவர் ஒருவர் இருந்தால் மட்டுமே அதன் செயல்பாடுகளுக்கும் அதன் பரிந்துரைகளுக்கும் மதிப்பும் பலமும் கிடைக்கும் என்று கருதினார். எனவே விஸ்வேஸ்வரய்யாவிடம் பேசி அவரிடம் தன் கருத்தை விளக்கி தலைவர் பொறுப்பில் இருந்து விலக வைத்தார். பிறகு ஜவகர்லால் நேருவைத் தலைவர் பொறுப்பை ஏற்கும்படி கேட்டுக் கொள்ள நேருவும் ஒப்புக் கொண்டார்.

திட்டக்குழுவுக்கும் நேரு அதன் தலைவராக இருப்பதற்கும் காந்தியின் அங்கீகாரம் தேவைப்படும் என்பதைச் சாகா உணர்ந்தார். சாந்திநிகேதனுக்குச் சென்று ரவீந்திரநாத் தாகூரைச் சந்தித்து இது தொடர்பாக காந்தியிடமும், நேருவிடமும் பேசும்படி கேட்டுக் கொண்டார் இறுதியில் திட்டக்குழு தலைவராக நேரு அறிவிக்கப்பட்டார்.

திட்டக்குழு தலைவராக நேரு தேர்வு செய்யப்பட, அதன் பொதுச் செயலாளராகப் பேராசிரியர் கே.டி.ஷா தேர்வு செய்யப்பட்டார். ஷா மும்பையில் பிரபலமான பொருளியியல் நிபுணர் ஆவார். மேக்நாட் சாகா எரிபொருள் மற்றும் ஆற்றல் துணைக்குழுவுக்குத் தலைவராகவும், ஆற்றுக் கட்டுப்பாடு மற்றும் நீர்ப்பாசனக் குழுவின் உறுப்பினராகவும் பொறுப்பேற்றுக் கொண்டார். இத்துறைகளில் சாகா நிபுணத்துவம் பெற்றவர் என்பது குறிப்பிடத்தக்கது. இவற்றைத் தவிர்த்து முதன்மைக் குழுவிலும் (main committee) சாகா உறுப்பினராகப் பொறுப்பேற்றார்.

திட்டக்குழு பம்பாயை (மும்பை) தலைமையிடமாகக் கொண்டு இயங்கியது. திட்டக்குழு உருப்படியாக செயல்படவும் அதன் பரிந்துரைகள் உதாசீனப்படுத்தப்படாமல் மதிப்பளிக்கப்படவும் இடதுசாரி சோசலிச சிந்தனையாளரான நேதாஜி தொடர்ந்து காங்கிரஸ் பதவியில் நீடிப்பதும், நேரு திட்டக்குழு தலைவராக நீடிப்பதும் அவசியம் என சாகா அறிவார். எனவே அவர் 1939இல் மீண்டும் காங்கிரஸ் கட்சித் தலைவராக நேதாஜியே தேர்வு செய்யப்பட முயற்சிகள் மேற்கொள்ளும்படி ரவீந்திரநாத் தாகூரை வலியுறுத்தினார். தாகூரும் தொழில்மயமாக்கத்தை ஆதரிக்கும் சோவியத் பாணியிலான திட்ட அணுகுமுறையை வரவேற்றார்.

1938 நவம்பரில் சாந்திநிகேதனில் இருந்து இரண்டு கடிதங்கள் நேருவுக்கு அனுப்பப்பட்டன; ஒன்று தாகூர் எழுதியது. மற்றொன்று அவரது செயலாளர் கே.சண்டா எழுதியது. தனது கடிதத்தில் தாகூர் நேருவை உறுதியாகச் செயல்படக் கேட்டுக்கொண்டதுடன் நேரு திட்டக்குழு தலைவராக ஆனதையும் வரவேற்று இருந்தார். சண்டா தன் கடிதத்தில் நேருவுக்கும் திட்டக்குழு பணிகள் இருப்பதால் சுபாஷ் சந்திரபோஸ் மீண்டும் காங்கிரஸ் தலைவராகத் தேர்ந்தெடுக்கப்படவேண்டும் எனத் தாகூர் விரும்புவதாக எழுதியிருந்தார். மேலும், தாகூர் முற்போக்கான திட்டமிடல் என்ற டாக்டர் சாகாவின் கருத்தால் பீடிக்கப்பட்டுள்ளார் என்று எழுதியிருந்தார். [61]

1939இல் காந்தியின் விருப்பத்தையும் மீறி காங்கிரசில் இருந்த வலதுசாரிகளின் எதிர்ப்பையும் மீறி சுபாஷ் சந்திரபோஸ் காங்கிரஸ்

தலைவராக மீண்டும் தேர்ந்தெடுக்கப்பட்டார். காந்தியின் ஆதரவு பெற்றிருந்த பட்டாபி சீத்தாராமைய்யாவை விட 200க்கும் அதிகமான வாக்குகள் பெற்று சுபாஷ் வெற்றி பெற்றிருந்தார். காந்தி 'பட்டாபி சீத்தாராமைய்யாவின் தோல்வி எனது தோல்வி' என அறிவித்து நேதாஜிக்கு நெருக்கடி கொடுத்தார். தன் நிலையை விளக்கி காந்தியுடன் பல கட்ட பேச்சு வார்த்தைகளும் கடிதப் போக்குவரத்தும் நடத்திய நேதாஜி இறுதியில் தன் தலைவர் பதவியை ராஜினாமா செய்தார். பட்டாபி சீத்தாராமைய்யா தலைவராக்கப்பட்டார். காங்கிரசில் நடந்த இந்த மாற்றம் திட்டக்குழுவின் செயல்பாட்டிற்குப் பெரும் அடியாக அமைந்தது. குறிப்பாக நேதாஜி தலைவராக நீடித்திருந்தால் சாகா தனிப்பட்ட முறையில் மிகுந்த செல்வாக்கு பெற்றவராக இருந்திருப்பார். திட்டக்குழு இறுதியாக டெல்லியில் 1939ஆம் ஆண்டு மார்ச் 26இல் கூடியது. திட்டக்குழு தன் துணைக்குழுக்களின் அறிக்கைகளை 26 தொகுதிகளாகத் தயாரித்திருந்தது. அவையன்றி தொகுப்பு அறிக்கை ஒன்றும் தயாரித்து இருந்தது. ஆக மொத்தம் 27 தொகுதிகளையும் காங்கிரஸ் தலைவர் பட்டாபி சீத்தாராமைய்யாவிடம் இடைக்கால அறிக்கையாக அளித்தது. இதைத் தொடர்ந்து 1939 செப்டம்பர் மாதம் இரண்டாம் உலகப் போர் தொடங்கியது. தலைவர்கள் கைது செய்யப்பட்டு சிறையில் அடைக்கப்பட்டனர். ஏறக்குறைய அத்துடன் திட்டக் குழுவின் செயல்பாடு முடிந்துபோனது.

அகமத் நகர் கோட்டையில் சிறையில் இருந்தபோது நேரு தன் புகழ் பெற்ற Discovery of India நூலை எழுதினார். இந்த நூலில் திட்டக் குழு செயல்பட்ட விதம், அதன் உறுப்பினர்களுக்கு இடையில் எழுந்த கருத்து வேறுபாடுகளின் ஊடாகப் பொது முடிவுகள் எட்டப்பட்ட விதம், தேசிய திட்டமிடலின் முக்கியத்துவம் போன்றவற்றை விளக்கினார். திட்டக்குழுவில் ஜே.சி.குமரப்பா போன்ற காந்திய பொருளாதார நிபுணர்கள் இருந்தாலும் அவர்களது கருத்துகளை மீறி நேரு, மேக்நாட் சாகா போன்ற தொழில்மயமாக்கலின் ஆதரவாளர்களின் குரல் ஓங்கி ஒலித்தது என்பதை நேருவின் எழுத்து நிரூபிக்கின்றது. அவர் தன் நூலில்

> 'திட்டக்குழுவின் அடிப்படை கருத்து இந்தியாவைத் தொழில் மயமாக்குவதுதான். எல்லாவித வளர்ச்சிக்கும் அதுவே அடிப்படை'

என்று அறிவித்தார். அவர்,

> 'திட்டமிடுதலுக்கு ஒரு குறிக்கோள் வேண்டும் என்று தீர்மானிக்கப்பட்டு வறுமை ஒழிப்புதான் குறிக்கோளாக இருக்க வேண்டும்'

என்று திட்டக்குழு முடிவு செய்ததாகக் குறிப்பிட்டுள்ளார். [62]

இந்நூலில் மேலும் அவர்,

"குடிசைத் தொழில்களையும் சிறு தொழில்களையும் ஆதரித்து வந்தவர்கள் கூட பேரளவுத் தொழில்களைத் தேவையானவையும் தவிர்க்க முடியாதவையும் என்று அங்கீகரிக்கின்றனர். அவர்கள் அவற்றை இயன்றவரை கட்டுக்குள் வைக்க மட்டுமே விரும்புகின்றனர். மேலெழுந்தவாரியாக இரண்டு வகை உற்பத்தி மற்றும் பொருளாதாரத்திற்கும் இடையில் இணக்கத்தை வலியுறுத்துவது பற்றிய கேள்வி எழுகிறது. சர்வதேச பரஸ்பர சார்புநிலைக்கு உட்பட்டே கூட எந்த ஒரு நாடும் நவீன உலக கட்டமைப்பில் உயர்ந்த அளவு தொழில் மயமாகி இருந்தாலொழிய, ஆற்றல் வளங்களை அதிகபட்ச அளவுக்கு மேம்படுத்தியிருந்தாலொழிய அரசியல் ரீதியாகவும் பொருளாதார ரீதியாகவும் சுதந்திரமாக இருக்க முடியாது. இதை யாரும் மறுக்கவும் முடியாது. வாழ்வின் ஒவ்வொரு அம்சத்திலும் நவீன தொழில் நுட்பத்தின் உதவி தேவைப்படுகிறது. அது இல்லாமல் உயர்ந்த வாழ்க்கைத் தரத்தை அடையவோ, பேணவோ வறுமையை ஒழிக்கவோ முடியாது. தொழில் வளர்ச்சியில் பின்தங்கியுள்ள நாடு உலக சமநிலையைத் தொடர்ந்து குலைப்பதோடல்லாமல் தொழில் வளர்ச்சி மிகுந்த நாடுகளின் ஆக்கிரமிப்பு மனோபாவத்தை ஊக்குவிக்கும் நாடாகவும் இருக்க வேண்டி வரும். அந்த நாடு அரசியல் சுதந்திரத்தைத் தக்கவைத்திருந்தாலும் அந்நாட்டின் பொருளாதாரக் கட்டுப்பாடு மற்ற நாடுகளின் கையில் போய் சேர்ந்துவிடும் இந்த (அந்நிய) கட்டுப்பாடு அந்நாடு பாதுகாக்க விழையும் அந்நாட்டு தொழில்களைத் தவிர்க்க இயலாமல் அழித்துவிடும். ஆகவே குடிசைத் தொழில்களையும் சிறு தொழில்களையும் மட்டுமே பெரிதும் அடிப்படையாகக் கொண்டு ஒரு நாட்டின் பொருளாதாரத்தைக் கட்டமைக்க முயன்றால் அது தோல்வியைத் தழுவும். அது அந்த நாட்டின் அடிப்படை பிரச்சினைகளைத் தீர்த்துவிடாது. சுதந்திரத்தையும் பாதுகாத்துவிடாது. உலக நாடுகளின் மத்தியில் அதற்குரிய இடத்தையும் பெற்றுத் தந்துவிடாது. அந்நாடு ஒரு காலனிய சார்பு நாடாக மட்டுமே இருக்கும்."

"நான் டிராக்டரையும் கனரக எந்திரங்களையும் ஆதரிக்கிறேன். நிலத்தின் மீதான அழுத்தத்தை நீக்கவும் ஏழ்மைக்கு எதிராக போராடவும் வாழ்க்கைத் தரத்தை உயர்த்தவும், நாட்டின் பாதுகாப்பிற்காகவும் மற்ற பல காரணங்களுக்காகவும்

இந்தியாவுக்கு வேகமான தொழில் வளர்ச்சி அவசியம் என்று நான் நம்புகிறேன். ஆனால் அதே சமயம் தொழில் மயமாக்கலின் பல்வேறு தீமைகளைத் தவிர்க்கவும் மிக கவனமான திட்டமிடலும் இசைவிப்பும் அவசியம் எனவும் நான் நம்புகிறேன். இந்தத் திட்டமிடல் இந்தியா, சீனா போன்ற தமக்கான பாரம்பரியத்தைக் கொண்ட குறைவான வளர்ச்சி கொண்ட எல்லா நாடுகளுக்குமே அவசியமாக உள்ளது."[63]

நேருவின் மேற்கண்ட எழுத்தில் நேருவின் மீதான சாகாவின் கருத்து செல்வாக்கை உணர முடிகிறது. நேருவோ, நேதாஜியோ அறிவியல் பூர்வ தேசிய திட்டமிடல் பற்றி தெளிவாக அறிந்தவர்கள் அல்லர். அவர்கள் சாகாவின் அயராத போதனைகளால் மட்டுமே தெளிவடைந்தார்கள். நேரு தேசிய திட்டமிடல் தொடர்பான தன் சிந்தனைக்குச் சாகாவின் பங்களிப்பு பற்றி இந்நாலில் ஒரு வரிகூட தெரிவிக்கவில்லை. அரசியல்வாதியாக மட்டுமே நேரு இருந்துவிட்டதை இது காட்டுகிறது. ஆனாலும் வரலாறு என்றுமே மறுவாசிப்புக்குரியது. என்ன செய்வது. அரசியலமைப்பு சட்டத்தைச் சொல்லித் தரவும் அறிவியல் பூர்வ பொருளாதாரத் திட்டமிடலைச் சொல்லித் தரவும் தீண்டப்படாதவர்களால்தான் முடிந்துள்ளது. அவர்கள் காதுகளில் இனி ஈயத்தைக் காய்ச்சி ஊற்ற முடியாது. எனவே அவர்களது பங்களிப்பை உதாசீனப்படுத்துவது உயர் சாதியினருக்கு அவசியமாக உள்ளது.

திட்டக்குழுவில் ஜே.சி. குமரப்பா போன்ற காந்தியவாதிகளும் இடம்பெற்றிருந்தனர் எனப் பார்த்தோம். ஆனாலும் சாகா போன்றோரின் தொழில்மயமாக்க ஆதரவுக் கருத்து குழுவில் வலிமையாக இருந்தது. சாகா, நேதாஜி, நேரு போன்றோர் காந்திய பொருளாதாரம் பற்றி விமர்சித்துக் கொண்டிருந்தாலும், குடிசைத் தொழில்கள், சிறு தொழில்களைத் திட்டக்குழு புறக்கணிக்கவில்லை. இதை நேரு தன் நூலில் குறிப்பிடுகிறார். அறிக்கையில் சோசலிச சித்தாந்த தாக்கம் அதிகம் இருந்தது. அது சாகா ஏற்படுத்திய தாக்கமும் கூட. இக்காரணத்தினாலேயே அது வலதுசாரி காங்கிரஸ் பிரமுகர்களுக்கும், அவர்களது எஜமானர்களான இந்திய முதலாளிகளுக்கும் எரிச்சலூட்டியது.

மேகநாத் சாகா 1920களில் இருந்தே காந்தியத்தின் மீதும், காந்திய பொருளாதாரத்தின் மீதும் விமர்சனங்களைக் கொண்டிருந்தார். "நவீன அறிவியல் தொழில்நுட்பத்தைக் கைவிட்டுவிட்டு கதருக்கும் ராட்டினத்திற்கும் மாட்டுவண்டிக்கும் திரும்பிப் போவதால் சமூகப் பொருளாதாரத்தில் இந்தியா ஒன்றையும் சாதிக்க முடியாது என்று

அவர் ஆணித்தரமாக நம்பினார். எந்த இடத்திலும் காந்திய பொருளாதாரம் பிற்போக்கானது என்றும், பின்னடைவானது என்றும் விமர்சனம் செய்ய சாகா தயங்கியது இல்லை.

பின்தங்கிய சமூகப் பின்னணியில் இருந்தும், நிலவுடைமை உறவுகளின் தீமைகள் நிறைந்த கிராமப்புறத்தில் இருந்தும் வந்த சாகா, ஒடுக்கப்பட்ட மக்களின் மீது பூட்டப்படிருந்த சமூக பொருளாதார நுகத்தடிகளில் இருந்து அவர்களை அறிவியல் தொழில்நுட்பமும் தொழில்மயமாக்கலும் மட்டுமே விடுவிக்கும் என்று நம்பினார்.

1922இல் சுபாஷ் சந்திரபோஸ் வங்காள இளைஞர் காங்கிரஸ் மாநாட்டிற்குத் தலைமை தாங்க சாகாவை அழைத்திருந்தார். அப்போது சாகாவின் வயது 29, சுபாஷ் சந்திர போஸின் வயது 25. சாகா அம்மாநாட்டில் பேசும்போது 'தற்போதைய நாகரிகத்தின் அதிமுக்கிய சொல் அறிவியல்' ("The key word of the present civilization is science") என்று அறிவித்தார்.

சோவியத் ரஷ்யாவில் லெனின் தலைமையிலான புரட்சிகர அரசு சோவியத் நாட்டை மின்மயமாக்கிக் காட்டியதும், ஸ்டாலின் அரசு திட்டமிட்ட பொருளாதாரம் மூலம் நாட்டைத் தொழில்மயமாக்கிக் காட்டியதும் சாகாவைப் பெரிதும் கவர்ந்தன. வர்க்க பேதமற்ற இந்தியாவை உருவாக்குவது பற்றிய கனவுகளில் சாகாவின் மனம் எப்போதும் மிதந்துகொண்டிருந்தது.

சாகாவைப் பொறுத்தவரை தியாகம் என்பது மட்டுமே வறுமையை ஒழிக்க போதுமானதல்ல. தியாகம் ஒருவகையில் கோழைத்தனம் என்றார் சாகா. அன்றைய இந்தியாவில் தொழில்துறையும் வர்த்தகமும் அன்னியர்கள் கட்டுப்பாட்டில் இருந்த நிலையில் இந்திய இளைஞர்கள் இத்துறைகளைக் கைப்பற்ற வேண்டும் என்று சாகா விரும்பினார்.

'மூர்க்கத்தனமான சுயநலம் மிக்க தொழில் துறையால் பாதிக்கப்பட்டவர்கள் மீது காந்தியடிகள் கொண்டிருந்த உண்மையான கரிசனத்தை' தான் மதிப்பதாகத் தெரிவித்த சாகா, தீமைக்குக் காரணமான தனியார்மய தொழில்துறைக்கு மாற்றாக அரசு கட்டுப்பாட்டிலான தொழில்துறை அமைப்பை வலியுறுத்தினார்.

அக்காலக் கட்டத்தில் சாகாவைப் போலவே ஒடுக்கப்பட்டவர்களின் தலைவர்களான அண்ணல் அம்பேத்கர், தந்தைப் பெரியார் போன்றோர்கள் காந்திய பொருளாதாரத்தின் மீது விமர்சனங்களைக் கொண்டிருந்தனர் என்பது குறிப்பிடத்தக்கது. ஜவகர்லால் நேரு, ரவீந்திரநாத் தாகூர், சுபாஷ் சந்திர போஸ் போன்றவர்களும் காந்தியப் பொருளாதாரத்தின் மீது விமர்சனம் கொண்டிருந்தவர்களே.

இந்தியாவின் எதிர்காலத்திற்கான அறிவியல்பூர்வ திட்டமிடல் பற்றியும், திட்டமிட்ட பொருளாதாரம் பற்றியும் சிந்தித்தும் ஆய்வு செய்தும் வந்த சாகா 1934இல் சயின்ஸ் அண்ட் கல்ச்சர் இதழைத் தொடங்கிய பிறகு இது குறித்த கட்டுரைகளை ஏராளமாக எழுதினார். அக்கட்டுரைகள் அன்றைய அறிவுஜீவிகளின் மத்தியில் பெரும் தாக்கத்தை ஏற்படுத்தின. காந்தியப் பொருளாதாரத்தை விமர்சிப்பதற்கான சிறு சந்தர்ப்பத்தைக் கூட சாகா தவற விட்டதில்லை. காந்தியவாதியான பி.சி.ராய் அலகாபாத் வந்தால் சாகாவின் வீட்டில் தங்குவது வழக்கம். ஒருமுறை ஊருக்கு கிளம்ப ரயில் நிலையம் செல்வதற்காக அவசரமாக டாக்சியை அழைக்குமாறு பி.சி.ராய் கேட்டுக் கொண்டபோது சாகா, 'சார் நான் வேண்டுமானால் ஒரு மாட்டு வண்டியை கொண்டுவரச் சொல்லட்டுமா?' என்று கேட்டாராம்.

காந்தியப் பொருளாதாரத்தின் மீது மட்டுமல்லாமல் காந்தியவாதிகள் சிலரின் போலித்தனத்தின் மீதும் சாகா கடும் கோபம் கொண்டிருந்தார். வெளிநாட்டில் கல்விகற்ற மாபெரும் வேதியியல் விஞ்ஞானியான பி.சி.ராய் காந்தியக் கருத்துகளால் ஈர்க்கப்பட்டு மேலை நாட்டு பாணியில் உடை அணிவதைத் தவிர்த்து கதராடையை அணிந்து வந்தார். ஒருமுறை பி.சி.ராயும் சாகாவும் பேசிக்கொண்டிருந்த போது பி.சி.ராய் தன் மாணவர் சாகாவைப் பார்த்து "உனக்கு ஏன் கதர் ஆடை பிடிக்கவில்லை? அதை ஏன் தவிர்க்கிறாய்" என்று கேட்டார். சாகா தன் அன்புக்குரிய ஆசிரியரைப் பார்த்து, "ஐயா, கதராடையானது அதை அணிபவர்கள் செய்யும் பல்வேறு பாவங்களை மறைப்பதற்கானதாக அடிக்கடி பயன்படுத்தப்படுகிறது. மறைத்துக் கொள்வதற்கு என்னிடம் எந்தப் பாவமும் இல்லை. கதர் அணிவதற்கான தேவை எனக்கு இருப்பதாகவும் நான் கருதவில்லை" என்று விடையளித்தார்.[64] பி.சி.ராய் சாகாவின் நேர்மையை அறிந்தவர். மாற்றுக் கருத்துகளை மதிக்கத் தெரிந்தவர். எனவே சாகாவின் கருத்தைத் தனிப்பட்ட விமர்சனமாகப் பார்க்க வேண்டிய அவசியம் அவருக்கு எழவில்லை.

சாகா, மார்க்சியவாதிகளைப் போலவே பொருள் உற்பத்தியையும் உற்பத்தி உறவுகளையும் அடிக்கட்டுமானமாகவும் சமூக அரசியல் அமைப்பை மேல் கட்டுமானமாகவும் பார்த்தார். எந்த அரசியல் கட்சியிலும் அவர் இணையவில்லை என்றாலும் உலக அளவிலும் இந்திய அளவிலும் அவர் இடதுசாரி அரசியல் மீது ஆர்வம் கொண்டிருந்தார். அவரது அறிவியல்பூர்வ அணுகுமுறை என்ற கருத்துக்கு மார்க்சியம் நெருக்கமானதாக இருந்தது.

கிராமங்களில் ஏற்கெனவே அதிகம் பேர் நிலத்தினை நம்பி இருப்பதால் நகரங்களில் உள்ளவர்கள் கிராமங்களுக்குச் செல்வது

அதாவது 'கிராமங்களுக்குச் செல்வோம்' என்று முழங்குவது கிராமங்களில் உள்ள நிலத்தின் மீது மேலும் அழுத்தத்தை அதிகப்படுத்தும் என்று சாகா விளக்கினார். எனவே வறுமையை ஒழிக்கவும் வேலைவாய்ப்பை உருவாக்கவும் தொழில்மயமாதலே தீர்வு என்றார்.

இந்தியாவின் வைதீக மதம் குறித்தும், வர்ணாசிரம முறை குறித்தும் சாகா தெளிவான கருத்து கொண்டிருந்தார். அவை ஒடுக்கப்பட்டவர்களுக்கு எதிரானவை என்பதே அவர் தெளிவு. அதைத் தளர்த்தவும் தகர்க்கவும் தொழில்மயமாக்கம் உதவும் என்று அவர் நம்பினார்.

இந்தியாவில் சிந்திப்பதற்கு மேல்சாதியும், உடல் உழைப்புக்கு ஒடுக்கப்பட்ட சாதிகளும் என்று இருக்கும்போது மூளையும் கைகளும் ஒருங்கிணைந்து செயல்பட வாய்ப்பு இல்லாததால் வளர்ச்சிக்கு வாய்ப்பு இல்லாமல் தேக்கமடைந்து அந்நியர்களுக்கு நாடு அடிமையாகிப் போய்விட்டது என்று எடுத்துக் காட்டினார்.

சாகாவும், சுபாஷ் சந்திர போஸூம் நிலச்சீர்திருத்தத்தின் மீதும் சோசலிச பொருள் உற்பத்தி முறையின் மீதும் நம்பிக்கை கொண்டிருந்தனர். காங்கிரஸ் கட்சிக்குள் இருந்த இடதுசாரி சிந்தனையாளர்களின் குரலாக நேதாஜி ஒலித்தார். சாகா நேதாஜியிடம் கொள்கை ரீதியான இணக்கத்தை உணர்ந்தார் ஆனால், காங்கிரசைக் கட்டுப்படுத்திய அன்றைய இந்திய முதலாளிகள் தொழில்துறையின் மீதான (சாகா, நேதாஜி வலியுறுத்திய) அரசுக் கட்டுப்பாட்டை விரும்பவில்லை. 1938 தேசிய திட்டக்குழு செயல்பாட்டில் இருந்த போதே 'பாம்பே பிளான்' எனப்படும் சோசலிசத்திற்கு எதிரான பொருளாதாரத் திட்ட அணுகுமுறையை வலதுசாரிகள் விவாதிக்கத் தொடங்கி விட்டனர்.

இரண்டாம் உலகப் போர் 1939 இறுதியில் வெடித்ததும் போர்க்காலப் பொருள் உற்பத்திக் கொள்ளையில் லாபம் அடையும் பேரார்வம் இந்தியாவின் தொழில்துறையைக் கட்டுப்படுத்திய முதலாளிகளுக்கு எழுந்தது. காங்கிரசில் இருந்த வலதுசாரிகள் தெளிவாக சோசலிச அணுகுமுறையை எதிர்த்தார்கள் என்றால் இடதுசாரிகள் தெளிவு இல்லாமல் சோசலிசத்தை ஆதரித்தார்கள். அவர்கள் காந்தியின் ஆளுமையை மீறி தாங்கள் ஒன்றும் செய்துவிட முடியாது என்று கருதிக் கொண்டனர்.

போர் வெடித்ததும் சிறிது காலத்தில் நேதாஜி தன் வீட்டுக் காவலில் இருந்து தப்பி வெளிநாடு சென்றுவிட்டார். இப்போது சாகா ஏறக்குறைய தனித்து விடப்பட்டார். "மற்ற அரசியல் தலைவர்களைப் போல் அல்லாமல் போஸின் சிந்தனை, இந்திய

சுதந்திரத்திற்குப் பிறகான இந்தியாவின் பிரச்சினைகள் குறித்து முற்றிலும் தெளிவாக இருந்தது" என்று சாகா பின்னாளில் குறிப்பிட்டார்.

ஆனால் தெளிந்த சிந்தனையாளரான போஸ் விடுதலைக்குப் பிறகு தான் அரசியல் அதிகாரத்தில் அமர்வது பற்றிய தொலைநோக்கு திட்டம் ஏதும் இல்லாத சுயநலமற்ற அப்பழுக்கற்ற நாட்டுப் பற்றாளராக விளங்கி நாட்டை விட்டு வெளியேறி ஏகாதிபத்தியத்தினை எதிர்த்துப் போரிட்டு இறுதியில் மாண்டு போனார். வெள்ளைக்காரன் வெளியேறினால் அடுத்து இந்தியா தங்கள் கையில்தான் எனத் தெளிவாக உணர்ந்த தலைவர்கள் உதட்டளவில் சோசலிசம் பேசி உள்ளத்தளவில் முதலாளித்துவத்துக்கு சேவை செய்யும் வாய்ப்பை ஆவலோடு எதிர்நோக்கியிருந்தனர். சாகா, காங்கிரஸ் கட்சி தலைவர்கள் பெரிய தொழிலதிபர்களின் கைப்பாவைகளாக ஆகிவிட்டனர் என்று கடுமையாக விமர்சித்தார். இது நேருவை எரிச்சல் அடைய வைத்தது. எனினும் விடுதலைக்குப் பிறகான இந்திய வரலாறு சாகாவின் விமர்சனங்கள் கூர்மையாகவே இருந்துள்ளன என்பதற்குச் சான்றாக அமைந்துவிட்டது.

1944இல் உருவான பாம்பே பிளான் குறித்து சாகா கடும் விமர்சனத்தை முன்வைத்தார். அதை உருவாக்கிய குழுவில் இடம் பெற்றவர்களில் பெரும்பாலோர் டாடா என்டர்பிரைசஸ் ஆட்கள். இந்த 15ஆண்டு பாம்பே பிளான் கலப்பு பொருளாதாரத்தை முன்வைத்தது. முற்றிலும் இந்திய முதலாளிகளின் நலன்களைப் பேணும் வகையில் அது அமைந்திருந்தது. இடதுசாரிகளின் அரசியல் செல்வாக்கு காங்கிரசில் குறைந்துவிட, வலதுசாரிகள் இந்தியாவைத் தீர்மானிக்கப் போகும் நபர்களாக ஆனார்கள்.

நேருவின் தலைமையில் உருவான விடுதலை பெற்ற இந்தியாவின் மத்தியஅரசாங்கம் 1938ஆம் ஆண்டு தேசிய திட்டக் குழு தயாரித்த அறிக்கைகளின் பரிந்துரைகளை ஒதுக்கித் தள்ளியது அல்லது மாற்றி அமைத்தது அல்லது தவறாக நடைமுறைப்படுத்தியது. 1953இல் பி.சி.மகலநோபிஸ் தலைமையில் தயாரிக்கப்பட்ட திட்ட ஆணையத்தின் தொழில்துறை திட்டம் 1938ஆம் ஆண்டு திட்டக்குழு பரிந்துரைகளில் இருந்து முற்றிலும் மாறுபட்டதாக இருந்தது. அது இந்தியாவின் முன்னுரிமை பெற்ற வர்க்கத்தினருக்குச் சாதகமாக இருந்தது என்கின்றனர் *சட்டர்ஜி & சட்டர்ஜி (பக்கம் 67)*. பார்ப்பன பனியா பார்சி முதலாளிகள்தான் அந்த முன்னுரிமை பெற்ற வர்க்கம் என நம்மால் எளிதில் புரிந்துகொள்ள முடிகிறது.

மகலனோபிஸ் 1949இல் மத்திய அமைச்சரவையின் மதிப்புறு புள்ளியியல் ஆலோசகராக ஆக்கப்பட்டார். மிக எளிய சிறிய

அமைப்பாக தொடங்கப்பட்ட அவரது இந்திய புள்ளியியல் நிறுவனம் (Indian Statistical Institute) அரசின் செல்லக்குழந்தையாக ஆனது. மகலனோபிஸ் பிரதம மந்திரியின் தலைமை ஆலோசகராகவும் உயர்த்தப்பட்டார். திட்டங்களின் நோக்கம் இந்திய ஆளும் வர்க்கங்களின் நலனைக் காப்பாற்றுவதாகவும் இந்திய முதலாளியத்திற்கு ஊக்கம் அளிப்பதாகவும் ஆனது. இதை எல்லாம் புரிந்து கொள்வது சாகாவுக்குக் கடினமாக இருக்கவில்லை. அவர் திட்டக்குழு, அணுசக்தி ஆணையம் என முக்கிய அமைப்புகளில் இருந்து ஓரங்கட்டப்பட்டார். ஆனாலும் சுதந்திர இந்தியாவில் முக்கிய அரசுத்துறைப் பதவிகளில் இருந்த தன் மாணவர்களின் மூலம் தரவுகளைப் பெற்று, அரசின் தவறான போக்குகளை அறிந்துகொண்டு தன் சயின்ஸ் அண்ட் கல்ச்சர் இதழிலும் நாடாளுமன்ற மக்களவையிலும் அரசைக் கூர்மையாக சாகா விமர்சித்தார்.

தொழில் துறைக்கும் தொழில்மயமாக்கலுக்கும் சாகா முக்கியத்துவம் அளித்தார் என்பதால் அவர் வேளாண்மையையும் கிராமங்களையும் பற்றிச் சிந்திக்கவில்லை என்று கருதமுடியாது. சாகா தனது சயின்ஸ் அண்ட் கல்ச்சர் இதழில் எழுதிய பல தலையங்கங்களில் வேளாண்மைத் துறைக்குத் தரவேண்டிய முக்கியத்துவம் பற்றி எழுதியுள்ளார். அவர் அறிவியலையும் தொழில்நுட்பத்தையும் கிராம மக்களின் வாழ்க்கைத் தரத்தை முன்னேற்றுவதற்கான கருவிகளாகவே பார்த்தார். சமூக மாற்றத்திற்குப் பொருத்தமான அறிவியல் பற்றி இந்தியாவில் சிந்தித்தவர்களில் சாகா தலைமையிடத்தில் வைக்கத் தக்கவர். உரத் தொழிற்சாலை, கிராமங்களை மின்மயப்படுத்துவதற்கான அணைத்திட்டங்கள், மின் திட்டங்கள் போன்றவற்றை சாகா வலியுறுத்தியது கிராமத்து விவசாயிகளின் வாழ்க்கைத் தரத்தையும் உற்பத்தித் திறனையும் மேம்படுத்தும் நோக்கிலேயே ஆகும். தொழில்மயமாக்கம், சாதிய, நில மானிய உறவுகளை நீக்கவும் தளர்த்தவும் உதவும் என்று சாகா கருதினார். அறிவியலும் தொழில்நுட்பமும் மூடநம்பிக்கைகளையும் அடிமைப் புத்தியையும் கிராம மக்களின் மனத்தில் இருந்து போக்கும் என சாகா நம்பினார். பஞ்சமும் பட்டினியும் பிற கொடுஞ்சூழலும் அகல வேளாண் தொழில் வளர வேண்டும் என்றார். அவர் 1944இல் லண்டன் நகரில் பேசியபோது

> “குறைவான ஊட்டச்சத்திற்கும் அடிக்கடி நிகழும் பஞ் சங்களுக்கும் நிலத்தின் மீதான அதிகப்படியான அழுத்தம் ஒரு காரணம் என்பதை அடுத்தடுத்து அமைக்கப்பட்ட பஞ்ச ஆணையங்கள் சரியாகவே கண்டறிந்துள்ளன. வேளாண்மையில் ஈடுபட்டுள்ள பெருந்தொகையான

மக்களுக்குத் தொழில்துறையில் வேலைவாய்ப்பைப் பெற்றுத் தருவதன் மூலம் நிலத்தின் மீதான சுமை நீக்கப்பட வேண்டும் என்று அந்த ஆணையங்கள் சரியாகவே தெரிவித்துள்ளன. ஆகையால் இந்தியாவில் நடந்தேறியுள்ள சிறிய அளவிலான தொழில் வளர்ச்சி நிலத்தின் மீதான சுமையை அப்புறப்படுத்த முற்றிலும் போதுமானதல்ல. எனவே தொழில் துறைக்கும் வேளாண்மைக்கும் எந்த மறைமுகமான பகைமையும் இல்லை. வேளாண் தொழில் துறை வளர்ச்சியடையாத வரையில் தாம் அனுபவித்து வரும் மிகமோசமான மத்தியக்கால நிலைமைகளில் இருந்து கிராமப்புற மக்களை ஒருபோதும் வெளியே கொண்டுவர முடியாது" [65] என்று குறிப்பிட்டார்.

மக்களுக்கான வளர்ச்சித் திட்டங்களில் மக்கள் பங்கேற்பு அவசியம் என்ற கருத்தை முன்வைத்தவர் சாகா. நாட்டின் செல்வமும் உற்பத்தியும் மக்களுக்கு *அறிவார்ந்த வகையிலும் நேர்மையான முறையிலும் பங்கிட்டு* (Judicious and equitable distribution) வழங்கப்படவேண்டும் என்று சாகா வலியுறுத்தினார். மிக அதிக தொழில்நுட்பத் தகவல்களை உள்ளடக்கிய பொறியியல் திட்டங்களில் கூட *பங்கேற்பு ஜனநாயகத்தை* (Participatory Democracy) வலியுறுத்தியவர் சாகா.[66]

காந்தியப் பொருளாதாரத்தின் மீது சாகா வைத்த விமர்சனங்களில் அவர் வலியுறுத்திய தொழில் வளர்ச்சியையும் காந்தியின் வாரிசுகள் ஏற்றுக்கொண்டு இந்தியாவைத் தொழில்மயமாக்க முன்வந்தனர். ஆனால் சாகா விரும்பிய சோசலிச நோக்கத்திலான தொழில்மயமாக்கமாக அல்லாமல் இந்திய முதலாளிய வர்க்கத்தின் நலனுக்கான தனியார்மயமாக்க தொழில்துறை வளர்ச்சியை முன்னெடுப்பதாக அவர்களின் செயல்பாடு இருந்தது. இந்தப் புரிதல்களின் ஊடாகவே சாகாவின் அறிவியல்பூர்வ திட்டமிடலையும் புரிந்து கொள்ளமுடியும்.

17

சைக்ளோட்ரான் கனவு

உலகப் போரின் நெருக்கடிகளும், இந்திய அரசியலில் கொந்தளிப்பான சூழலும் நிலவிய இக்காலத்தில் சாகா அணுக்கரு பிளவு ஆராய்ச்சிக்கான சைக்ளோட்ரான் கருவியைக் கல்கத்தா பல்கலைக்கழக இயற்பியல் துறையில் நிறுவும் முயற்சிகளில் தீவிரமாக இருந்தார். இந்தியாவின் ஆற்றல் தட்டுப்பாட்டிற்கு அணுஆற்றல் ஆய்வுகள் மூலம் தீர்வு காண்பது, அணு ஆற்றல் ஆய்வுகளை (சைக்ளோட்ரான் மூலம்) இந்தியாவிலேயே மேற்கொள்வதன் மூலம் இத்தகு ஆய்வுத் திட்டங்களில் இந்தியாவின் சுயசார்பை நிறுவுவது, புற்றுநோய் போன்ற மருத்துவப் பிரச்சினைகளுக்கு சைக்ளோட்ரான் ஆய்வுகள் மூலம் தீர்வு காண முயல்வது என சாகாவின் கனவுகள் சைக்ளோட்ரானின் காந்தவட்டப் பாதையில் அதிவேகமாக சுழன்று முடுக்கம் பெறும் எலக்ட்ரானைவிட வேகமானதாக இருந்தது. காலனிய அரசு எப்போதும் இந்திய அறிவியலுக்கு உதவுவதில் பெரிய ஆர்வம் எதுவும் காட்டியதில்லை. போர் நடைபெற்ற அக்காலத்தில் இந்திய அறிவியலுக்கான நிதி ஒதுக்கீடுகள் முற்றிலும் குறைக்கப்பட்டன. ஆனால் இதையெல்லாம் மீறி கல்கத்தா பல்கலைக்கழகத்தில் சைக்ளோட்ரானை நிறுவுவதில் சாகா தன்னம்பிக்கையோடு முயன்று கொண்டிருந்தார்.

1936இல் சாகா மேற்கொண்ட ஐரோப்பிய சுற்றுப்பயணம் அவரது அறிவியல் ஆய்வு உலகத்தை நிறமாலையியலில் இருந்து அணுக்கரு இயற்பியலுக்கு மாற்றியதை ஏற்கெனவே குறிப்பிட்டிருந்தோம். குறிப்பாக அமெரிக்காவின் பெர்கிலி ஆய்வுக்கூடத்தில் லாரன்சின் சைக்ளோட்ரான் கருவியைக் கண்ட அவர் இந்தியாவிலும் அதை நிறுவ வேண்டும் என்ற எண்ணத்தை உருவாக்கிக் கொண்டார்.

சிந்திப்பதோடு நிறுத்திக் கொள்ளாத செயல் வீரரான அவர் அந்தக் கனவை செயல்படுத்தும் முயற்சியின் ஒரு பகுதியாக தன் மாணவர் பி.டி.நாக் சௌத்ரியை லாரன்சிடம் அனுப்பி சைக்ளோட்ரான் கருவியை இயக்குவதிலும் அணு ஆராய்ச்சியிலும் பயிற்சி பெறச் செய்தார். கல்கத்தா பல்கலைக்கழக எம்.எஸ்சி பாடத்திட்டத்தில் அணு இயற்பியலையும் சேர்த்தார்.

1938-1939இல் திட்டக்குழு பணிகள் தொடர்பாக நேருவை அடிக்கடி சந்திக்க நேர்ந்தபோது அணுஆற்றல் சாத்தியப்பாடுகள் குறித்தும் முக்கியத்துவம் குறித்தும் நேருவிற்கு விளக்கிக் கூறினார். சாகாவின் கருத்துகளோடு நேருவுக்கும் உடன்பாடு இருந்தது. சாகா கல்கத்தா பல்கலைக்கழகத்தில் சைக்களோட்ரானை நிறுவுவதற்கு நேருவை உதவுமாறு கேட்டுக் கொண்டார். நேரு டாடா அறக்கட்டளைக்குப் பரிந்துரை செய்ய ஓரளவு உதவி கிடைத்தது. 1940ஆம் ஆண்டு பாம்பே மெஸ்சர்ஸ் டாடா சன்ஸ் நிறுவனம் ரூ.60,000/-ஐ சைக்ளோட்ரான் ஆய்வுக்கூடத்தை அமைக்க அளித்தது. இதை அடுத்து லாரன்சிடமிருந்து 38 இன்ச் 5-MeV (MeV என்பதை மில்லியன் எலக்ட்ரான் வோல்ட்டுகள் எனப் படிக்கவேண்டும். ஒரு மில்லியன் என்பது பத்து லட்சம் ஆகும்.) சைக்ளோட்ரான் ஒன்றை நிறுவுவதற்கான சாதனம் மற்றும் பொருட்கள் வாங்க அப்போது லாரன்சிடம் பயிற்சி பெற்றுவந்த தன் மாணவர் நாக் சௌத்திரி மூலம் ஏற்பாடு செய்தார்.

நாக் சௌத்திரி 50 டன் காந்தம், பல மைல் நீள தாமிரக் கம்பிச்சுருள் பிற அடிப்படை உதிரி பாகங்கள் போன்றவற்றைக் கொள்முதல் செய்து கப்பலில் ஏற்றிவிட்டு 1941இல் இந்தியா வந்து சேர்ந்தார். சாகா நாக் சவுத்ரியை சைக்ளோட்ரான் அலுவலராக நியமனம் செய்ய வைத்தார். எல்லாப் பொருட்களும் வந்து சேர்ந்தாலும் மிகமுக்கியமான வெற்றிடமாக்கும் பம்பு(vacuum pump) வந்து சேரவில்லை. அது அனுப்பப்பட்ட அமெரிக்க கப்பல் இரண்டாம் உலகப் போர் நடந்து வந்த நிலையில் ஜப்பானியர்களால் குண்டுவீசி தகர்க்கப்பட்டது. இச்செய்தி சாகாவிற்குப் பெரும் அதிர்ச்சியாக இருந்தாலும் அவர் மனம் தளர்ந்துவிடவில்லை. அவர் பல்கலைக்கழகப் பணிமனையிலேயே சைக்ளோட்ரானுக்குத் தேவையான வெற்றிடப் பம்பை தானே தயாரித்தார். ஆனால் வசதியும் தொழில்நுட்பமும் பற்றாக்குறையாக இருந்ததால் தயாரிக்கப்பட்ட வெற்றிட பம்பு வெற்றிகரமாக இயங்கவில்லை.

போர்ச்சூழலில் பல்கலைக்கழக நிதி உதவி கிடைக்காததால் 1941இல் சைக்ளோட்ரான் திட்டம் நிறுத்தப்பட்டது. சாகாவின் சைக்ளோட்ரான் முயற்சி நவீன இயற்பியலின் பக்கங்களில் இந்தியாவிற்கு உன்னதமான சில பக்கங்களை ஒதுக்கீடு செய்து வைக்க வேண்டும் என்ற பெருங்கனவை உள்ளடக்கியிருந்தது. ஹோமி பாபாவுக்கு எழுதிய கடிதம் ஒன்றில் சாகா கீழ்க்கண்டவாறு குறிப்பிடுகிறார்.

> “சைக்ளோட்ரான் மற்றும் பிட்டாட்ரான் ஆகியவற்றிற்கான எந்திரங்கள் இங்கிலாந்தில் உள்ள மெட்ரோபாலிட்டன்

விக்கென்ஸ், பிலிப்ஸ் முல்லார்ட்ஸ் போன்ற நிறுவனங்களின் பணிமனைகளில் தயாராகின்றன என அநேகமாக நீங்கள் அறிந்திருப்பீர்கள். சுவிட்சர்லாந்தில் இவை பிரெளன் பொவேரி ஓயர்லிட்ரான் ஆகியவை உட்பட்ட இன்னும் பல கம்பெனிகளில் தயாராகின்றன. அமெரிக்காவிலும் இதே கதைதான். லாரன்ஸ், கெர்ஸ்ட் ஆகியோர் இந்தியாவில் பிறந்திருந்தால் அவர்களுக்கு இத்தகு சிந்தனைகள் இருந்திருந்தாலும் அவர்கள் எதையாவது சாதித்திருக்க முடியுமா என்பது எனக்கு சந்தேகமே" [67]

நிதிப் பற்றாக்குறை, கருவிகள் உற்பத்தியில் சுயசார்பு இன்மை போன்ற இந்தியச் சூழல் சாகா போன்றவர்கள் லாரன்ஸ் ஆகவோ கெர்ஸ்ட் ஆகவோ சாதனைப் படைக்கத் தடைக்கற்களாக அமைந்துவிட்டன.

சி.வி.ராமனுக்கோ, பாபாவுக்கோ, பட்னாகருக்கோ கிடைத்த உதவிகள் சாகாவுக்குக் கிடைக்காமல் போனதை இயல்பாக நடந்ததாக எடுத்துக் கொள்ள முடியுமா எனச் சிந்திக்க வேண்டியிருக்கிறது. ராபர்ட் எஸ்.ஆண்டர்சன் பட்னாகருக்கு எளிதாகக் கிடைத்த நிதி உதவி சாகாவுக்குக் கிடைக்கவில்லை என்பதைப் பதிவு செய்கிறார்.

இதைச் சுட்டிக் காட்டும் அபாசூர் "பிரிட்டிஷ் ராஜ் காலத்தில் இருந்தே சமத்துவம் அற்ற நிதிப்பகிர்வு, அதிகாரம் ஒரு சிலரிடம் மட்டும் குவிந்திருத்தல் ஆகியவை இந்தியாவில் அறிவியல் கொள்கையை வரையறுக்கும் அம்சங்களாக இருந்து வருகின்றன" என்கிறார்.[68]

சாகாவால் தன் வாழ்நாளில் கடைசிவரை சைக்ளோட்ரான் வெற்றிகரமாக இயங்குவதைப் பார்க்க முடியாமலே போய்விட்டது.

இந்திய வைஸ்ராயின் ஆலோசகர்கள் சர் ராமசாமி முதலியார், சர் அசிசுல் ஹக், சர் அர்தேசிர் தலால் ஆகியோர் போரின் போக்கில் பொருள் உற்பத்திக்கான தேவையை மட்டும் அல்லாது நீண்டகால அடிப்படையிலும் அறிவியல் மற்றும் தொழில் துறை ஆய்வுகளின் அவசியம் குறித்து இந்திய வைஸ்ராய்க்கு விளக்கினர். சாகா 1940இன் தொடக்கத்தில் ராமசாமி முதலியாருக்கு எழுதிய கடிதங்களில் அறிவியல் மற்றும் தொழில் துறை ஆய்வு வாரியம் (Board of Scienctific and Industrial Research) அமைத்திட வலியுறுத்தி இருந்தார். மேலும் அதே ஆண்டு வைஸ்ராய் மூலம், அறிவியல் தொழில்துறை ஆய்வு வாரியம் (BSIR) ஒன்று எஸ்.எஸ்.பட்னாகரை இயக்குநராகவும் சாகாவை ஓர் உறுப்பினராகவும் கொண்டு அமைக்கப்பட்டது. பிறகு 1942இல் அறிவியல் தொழில் துறை ஆய்வு கவுன்சில் (சி.எஸ்.ஐ.ஆர்)

பட்னாகர் தலைமையில் அமைக்கப்பட்டது. இதில் சாகாவும் ஓர் உறுப்பினர். சி.எஸ்.ஐஆர். மூலம் பல தேசிய ஆய்வுக்கூடங்கள் சங்கிலித் தொடராக அமைக்கப்பட்டன. கல்கத்தாவில் சாகாவின் முயற்சியில் அமைக்கப்பட்ட மத்திய கண்ணாடி மற்றும் செராமிக் ஆய்வு நிறுவனம் இத்தகு தேசிய ஆய்வுக் கூடங்களில் ஒன்றாகும்.

ஆற்றுப் பள்ளத்தாக்கு திட்டங்களை இந்தியாவில் முதன் முதலில் முன்மொழிந்தவர் சாகா எனப் பார்த்தோம். ஊரோடு வாழ்ந்த குழந்தைப் பருவத்தில் இருந்தே ஆறோடும் பழகி வளர்ந்தார் சாகா. ஆற்றின் சீற்றம் அவரது கிராமத்தையும் சுற்றியுள்ள கிராமங்களையும் அடிக்கடி முடக்கிப் போட்டுவிடுவதை அவர் பார்த்து வளர்ந்தவர். கல்கத்தா மாநிலக் கல்லூரியில் படித்துக் கொண்டிருந்தபோது 1913இல் தனது ஆசான் பி.சி.ராய் தலைமையில் வெள்ளநிவாரணப் பணிகளில் ஈடுபட்டார். 1922இல் மாடர்ன் ரிவ்யு பத்திரிகையில் அப்போது நிகழ்ந்த வெள்ளத்தின் பாதிப்பு பற்றி அரசின் புத்திசாலித்தனமற்ற இருப்புப்பாதைத் திட்டம் பற்றியும் விமர்சித்து அற்புதமான கட்டுரை ஒன்றை சாகா எழுதினார். 1923இல் வெள்ளநிவாரணப் பணிகளில் பிரச்சாரக் குழு தலைமைப் பொறுப்பை ஏற்று பெரும் நிதி திரட்டி நிவாரணப் பணிகளுக்கு உதவி இருந்தார். அதன் பின் ஆற்றுத் திட்டங்கள், வெள்ளக் கட்டுப்பாடு பல்நோக்கு ஆற்றுப் பள்ளத்தாக்குத் திட்டங்கள் பற்றி ஏராளமான கருத்துகளை எழுத்தாகவும் பேச்சாகவும் சாகா வெளியிட்டார். நீராற்றல் ஆய்வுக்கூடம் (Hydraulic Laboratory)ஒன்றை வங்காளத்தில் அமைக்க வேண்டும் என்று சாகா ஆலோசனை தெரிவித்தார். சாகாவின் கருத்துகள் ஆற்று இயற்பியல் (River Physics) என்ற தனி அறிவியலாகக் குறிப்பிடத்தக்கவை.

சாகாவின் அயராத தூண்டுதலால் வங்காள அரசு ஹரிங்கதா என்ற இடத்தில் வங்காள ஆற்று ஆய்வு நிறுவனத்தை (Bengal River Research Institute) உருவாக்கியது. இதே ஆண்டு தாமோதர் பள்ளத்தாக்கு வெள்ள விசாரணைக் குழு பர்துவான் மகாராஜா தலைமையில் அமைக்கப்பட்டது. இதில் சாகாவும் ஓர் உறுப்பினராகச் சேர்க்கப்பட்டார். குழுவின் அறிக்கை தயாரிப்பதில் சாகாவே பெரும் பங்கு ஆற்றினார். அமெரிக்காவில் உருவாக்கப்பட்ட டென்னசி ஆற்றுப் பள்ளத்தாக்குத் திட்டம் போல் ஒரு பல்நோக்கு திட்டத்தைத் தாமோதர் ஆற்றில் உருவாக்க வேண்டும் என சாகா தன் கருத்தை இந்த அறிக்கையில் முன்வைத்தார். டென்னசி ஆற்றுத் திட்டத்தை மிக விரிவாக ஆராய்ந்த சாகா அதே போன்ற ஒரு திட்டத்தை முன்மொழிந்தார்.

சாகா எதையும் சிந்திப்பதோடும் எழுதுவதோடும் இருந்துவிடுபவர் அல்லர். அதைச் செயல்படுத்துவதற்காக தொடர்புடையவர்களை வலியுறுத்துவதில் அவர் சோர்வடைந்ததே இல்லை. அப்போது வைஸ்ராயின் அமைச்சரவையில் ஆற்றல் திட்டங்கள் தொடர்பான துறையை அண்ணல் டாக்டர் பி.ஆர்.அம்பேத்கர் நிர்வகித்து வந்தார். சாகா அண்ணல் அம்பேத்கரை அடிக்கடி சந்தித்து தாமோதர் நதிக்கான ஒரு பல்நோக்குத் திட்டம் தேவை என்பதையும் தன் திட்ட மாதிரியையும் முன்வைத்துப் பேசினார். சாகாவின் கருத்துகளில் நிறைவு அடைந்த அம்பேத்கர் தன் செயலாளர் டி.எல். மஜூம்தாரை டென்னசி ஆற்றுத் திட்டத்தை நேரில் ஆய்வு செய்ய அனுப்பி வைத்தார். தாமோதர் பள்ளத்தாக்கு சட்டமும் உருவானது. டென்னசி திட்டத்தில் இடம்பெற்ற டபள்யு.எல்வூர்தியூன் என்ற நிபுணர் தாமோதர் திட்டத்தை உருவாக்க அமர்த்தப்பட்டார். அதன்படி தாமோதர் பள்ளத்தாக்கு கார்ப்பரேஷன் 1948 மார்ச் மாதம் உருவாக்கப்பட்டது. சாகாவின் முயற்சியில்தான் அது உருவாக்கப்பட்டது எனினும் அதன் அறிக்கையில் சாகாவின் பங்களிப்பு பற்றி எந்தக் குறிப்போ ஏற்போ இடம் பெறவில்லை. (இச்சமயம் அம்பேத்கர் அப்பொறுப்பில் இல்லை).

18

"நல்லெண்ண சுற்றுப்பயணம்"

இரண்டாம் உலகப் போரின் நெருக்கடியில் இந்தியர்களை சமாதானம் செய்ய 1942 மார்ச் மாதம் கிரிப்ஸ் தூதுக்குழு இந்தியாவுக்கு வந்தது. ஆனால் போரில் இந்தியர்களின் ஒத்துழைப்பை அளிக்க வேண்டுமானால் போருக்குப் பின் இந்தியாவுக்கு முழு சுதந்திரம் அளிக்க வேண்டும் என்று காங்கிரஸ் நிபந்தனை விதித்தது. காங்கிரசின் நிபந்தனையை ஏற்க இங்கிலாந்து பிரதமர் சர்ச்சில் தயாராக இல்லாததால் இந்தத் தூதுக்குழுவின் முயற்சி தோல்வியில் முடிந்தது. இதைத் தொடர்ந்து 1942இல் காங்கிரஸ் வெள்ளையனே வெளியேறு இயக்கத்தை அறிவித்தது. போர்க்காலத்தில் இந்தியர்களின் ஒத்துழைப்பை எதிர்பார்த்த காலனிய அரசுக்கு அனைத்து நிர்வாகத் தளங்களிலும் இந்தியர்கள் வெளிப்படுத்திய ஒத்துழையாமை கோபத்தைக் கிளறியது. காலனிய அரசு ஒடுக்குமுறையை ஏவியது. தலைவர்கள் பலர் கைது செய்யப்பட்டனர். தலைவர்கள் பலர் தலைமறைவாகச் செயல்பட்டனர்.

நேதாஜி வீட்டுக்காவலில் இருந்து தப்பி இந்திய தேசிய ராணுவம் அமைக்கும் முயற்சியில் இருந்தார். ஜப்பானிய படைகள் பனாமா கால்வாயைக் கடந்து பர்மா எல்லையில் முன்னேறின. வடகிழக்கில் பர்மாவில் இருந்து ஏராளமான அகதிகள் இந்தியாவிற்குள் வந்தனர். போரின் திடீர் திருப்பமாக அமெரிக்கா, பிரிட்டன் உள்ளிட்ட நேசநாடுகளின் கை ஓங்க ஜெர்மனி, ஜப்பான், இத்தாலி ஆகிய நாடுகள் தோல்வியைத் தழுவ ஆரம்பித்தன. இந்தச் சூழ்நிலை இந்தியாவிலும் பிரதிபலித்தது.

இந்தியாவில் போருக்குப் பிறகான வளர்ச்சிப் பணிகளுக்கும் பொருள் உற்பத்திக்குமான முயற்சியை மேற்கொள்ள வேண்டிய அவசியம் பிரிட்டனுக்கு உருவானது. குறிப்பாக இந்திய தொழிலதிபர்கள் அறிவியலாளர்கள் ஆகியோரின் நல்லெண்ணத்தையும் ஒத்துழைப்பையும் பெற பிரிட்டன் விரும்பியது. அதை நிறைவேற்றும் முகமாக நோபல் பரிசு பெற்ற விஞ்ஞானியும் லண்டன் ராயல் கழகத் தலைவருமான சர் ஆர்ச்பால்டு ஹில்லை பிரிட்டிஷ் அரசு இந்தியாவுக்கு அனுப்பி வைத்தது.

ஹில் 1943 நவம்பரில் டெல்லி வந்து சேர்ந்தார். பட்னாகரும் ஹோமி பாபாவும் ராயல் சொசைட்டி உறுப்பினராகத் தேர்ந்தெடுக்கப்பட்டாலும் போர்ச் சூழலில் லண்டன் சென்று அதைப் பெற இயலவில்லை என்பதால் ஹில் இருவருக்குமான ராயல் கழக உறுப்பினர்களுக்கான எஃப்.ஆர்.எஸ் சான்றிதழை 1944இல் டெல்லியில் நடந்த அரசு விழாவில் வைத்து வழங்கினார். பிரிட்டிஷ் ஏகாதிபத்தியத்திற்கு இந்தியர்களின் மீதான அக்கறையையும் கரிசனத்தையும் காட்ட இது உதவும் என ஹில் கருதினார். 1944 மார்ச் மாதம் வரை இந்தியாவில் தங்கியிருந்த ஹில் இந்தியாவின் முக்கிய அறிவியலாளர்களைச் சந்தித்து இந்தியாவில் நடந்துவரும் ஆய்வு முயற்சிகள் பற்றி அறிந்து திருப்தியடைந்தார். அவர் இந்திய விஞ்ஞானிகள் மேலை நாடுகளில் குறிப்பாக பிரிட்டன், கனடா, அமெரிக்கா ஆகிய நாடுகளில் அப்போது நடந்துவந்த அறிவியல் வளர்ச்சிகளை நேரில் கண்டு அனுபவம் பெறவும் அங்குள்ள அறிவியலாளர்களோடு நட்புறவை வளர்த்துக் கொள்ளவும் வசதியாக ஒரு நல்லெண்ண சுற்றுப்பயணத்தை ஏற்பாடு செய்துவிட்டு மார்ச் மாதம் லண்டன் திரும்பினார்.

1944ஆம் ஆண்டு அக்டோபர் மாதம் எஸ்.எஸ்.பட்னாகர் தலைமையில் இந்திய அறிவியலாளர்கள் குழு இந்திய அறிவியல் பயணத்திட்டத்தைத் (Indian Scientific mission ISM) தொடங்கியது. இக்குழுவில் சாகாவும் இடம் பெற்றிருந்தார். சுதந்திர இந்தியாவின் அறிவியல் மேம்பாட்டிற்கான அறிவையும் அனுபவத்தையும் பெற இந்தச் சுற்றுபயணத்தைப் பயன்படுத்திக் கொள்ள சாகா விரும்பினார். டாக்டர் டிவோர்கின், போர் காலகட்ட ஆராய்ச்சி மற்றும் வளர்ச்சிக்கான நிதிஒதுக்கீட்டில் இந்தியாவுக்கு குறைவாக ஒதுக்கீடு செய்தது குறித்து விமர்சனத்தோடே சாகா இதில் கலந்து கொண்டார் எனக் குறிப்பிடுகின்றார்.[69]

சாகா தவிர வேதியியலாளர் ஜனன் சந்திர கோஷ், ரேடியோ ஆய்வாளர் எஸ்.கே மித்ரா, வேளாண் விஞ்ஞானி ஜே.என்.முல்லிக், மருத்துவ கல்வி நிபுணரும் ஹில்லின் நண்பருமான எஸ்.எல். பாட்டியா, வேளாண் தொழில்நுட்ப விஞ்ஞானி நாஸீர் அகமது ஆகியோரும் குழுவில் இடம் பெற்றிருந்தனர்.

லண்டன் வந்து சேர்ந்த இந்திய அறிவியலாளர்கள் ராயல் கழகத்தின் விருந்தினர்களாக உபசரிக்கப்பட்டனர். பக்கிங்காம் அரண்மனையில் மன்னரும் மகாராணியும் இவர்களை வரவேற்றனர். இங்கிலாந்து பிரதமர் வின்ஸ்டன்ட் சர்ச்சில் ஏற்பாடு செய்திருந்த விருந்தில் இந்த அறிவியலாளர்கள் கலந்து கொண்டனர். ஆனால் சர்ச்சிலுக்குப் பதில் துணைப் பிரதமர் அட்லி அதில் கலந்து

கொண்டார். நல்லெண்ண அறிவியல் பயணத் திட்டத்தில் இடம் பெற்றிருந்த ஒவ்வொரு விஞ்ஞானியும் அவ்விருந்து கூட்டத்தில் உரை நிகழ்த்தினர். எனினும் சாகாவின் பேச்சு மிகுந்த எதிர்ப்பார்ப்பை உருவாக்கியிருந்தது.

என்றென்றும் ஏகாதிபத்திய எதிர்ப்பாளரான அவரது பேச்சைக் கேட்க பல முக்கிய பிரமுகர்கள் வந்திருந்தனர். இந்திய விவகாரங்களுக்கான செயலாளர் லியோ அமேரி, மேரி கியூரியின் மகளும் வேதியியல் விஞ்ஞானியுமான ஐரின் ஜூலியட் கியூரி போன்றோர் பார்வையாளர்களில் இடம் பெற்றிருந்தனர். சாகா, சமூக வளர்ச்சியில் அறிவியலுக்கான பங்கு குறித்த தன் கோட்பாட்டு விளக்கத்தை விரிவாக எடுத்துரைத்தார். வறுமை ஒழிப்பு, இயற்கை வளங்களை முறையாகப் பயன்படுத்துதல், ஆற்றுப் பள்ளத்தாக்குத் திட்டங்கள், தொழில்மயமாக்கலின் தேவை, பல்கலைக்கழகங்களின் மேம்பாட்டுக்கு நிதி ஒதுக்குதல் போன்றவற்றைக் குறித்து விரிவாகப் பேசினார். அவரது பேச்சு பிறகு நேச்சர் இதழில் வெளியிடப்பட்டது.

விஞ்ஞானிகள் குழு பிரிட்டனில் பல்வேறு ஆய்வகங்களையும் பல்கலைக்கழகங்களையும் பார்வையிட்டு அங்கு நடைபெற்று வரும் ஆய்வுகள் குறித்து விரிவாக அறிந்து கொண்டது. இங்கிலாந்தில் நடந்துவந்த ரேடியோ மற்றும் ரேடார் ஆய்வுகள் குறித்து விரிவாக அறிந்துகொள்ள இந்திய விஞ்ஞானிகளுக்கு வாய்ப்பு கிடைத்தது. பிறகு வட அமெரிக்கா சென்ற இவர்கள் கனடாவின் மான்ரியலில் மெக் கில் பல்கலைக்கழகத்தைப் பார்வையிட்டனர். டொரான்டோ பல்கலைக்கழகம், ஒட்டோவில் உள்ள தேசிய ஆய்வுக் கவுன்சில் ஆகிய இடங்களையும் பார்வையிட்டனர். இக்குழு சுற்றுப்பயணத்தில் இருந்த நாள்களில் அணுகுண்டு தயாரிப்புக்கான ரகசிய திட்டம் (மன்ஹாட்டன் திட்டம்), கனடாவின் இந்த இடங்களிலும் அமெரிக்காவிலும் நடைபெற்று வந்தது. இதை சாகா உட்பட யாரும் அறிந்திருக்கவில்லை.

இக்குழுவினர் பெரும்பான்மை நாள்களை அமெரிக்காவில் கழித்தனர். ஆனால் மன்ஹாட்டன் திட்டத்தை ஒட்டி ஒருவகை ரகசியமும் அமைதியும் கண்காணிப்பும் அங்கு வியாபித்திருந்தது. இது குறித்து அறியாத சாகா, தான் சென்று பார்வையிடும் ஆய்வுக்கூடங்களிலும் பார்க்கும் விஞ்ஞானிகளிடமும் அணுஆராய்ச்சி தொடர்பான ஏராளமான விவரங்களைத் திரட்ட முயன்றார். சாகாவின் அமெரிக்க நண்பர் ஒருவர் சாகாவிடம் போகும் இடங்களில் அணு ஆராய்ச்சி பற்றி கேள்வி கேட்பதைத் தவிர்க்குமாறு குறிப்பின் மூலம் தெரிவித்தார்.

இந்தியாவின் அணு ஆராய்ச்சிக்கு உதவுவதற்காகவே சாகா தகவல் திரட்ட முயன்றார். உடனே விழித்துக் கொண்ட அமெரிக்க உளவு நிறுவனம் எஃப்.பி.ஐ (FBI) சாகா வாஷிங்டனில் இருந்த போது அவரை அழைத்து துருவித் துருவி விசாரித்தது. சாகாவின் அணு ஆற்றல் தொடர்பான அறிவைக் கண்டு அவர்களுக்கு வியப்பும் அதிர்ச்சியும் ஏற்பட்டது. எனினும் மன்ஹாட்டன் திட்டம் பற்றி அவர் ஏதும் அறிந்திருக்கவில்லை என்பது அவர்களுக்கு நிம்மதியைத் தந்தது. சாகாவை விசாரணையோடு அனுப்பி விட்டனர். இப்பயணத்தின் போது சாகா தன் பழைய நண்பர்களை, விஞ்ஞானிகளான ராபர்ட் மில்லிகன், கே.டி.காம்டன் ஏ.எச். காம்டன், வன்னேவர் புஷ், காண்டன், போன்றோரைச் சந்தித்தார். இவர்கள் அனைவருமே அணுகுண்டு திட்டங்களோடு தொடர்பு உடையவர்கள்.[70] பெர்கிலி ஆய்வுக்கூடத்தில் லாரன்சையும் சாகா சந்தித்தார்.[71] சாகாவும் குழுவினரும் 1945 ஜனவரியில் இந்தியா திரும்பினர். தாம் மேற்கொண்ட சுற்றுப்பயணம் குறித்து சாகா தயாரித்த அறிக்கை இக்குழுவால் அரசுக்கு அளிக்கப்பட்டது.

சாகா உடனடியாக சோவியத் ஒன்றியத்துக்கும் பயணம் செய்ய வேண்டிய சூழல் வந்தது. 1945 ஜூலையில் சோவியத் அறிவியல் கழகத்தின் 220ஆவது ஆண்டு விழா மாஸ்கோவில் நடைபெற்றது அதில் இந்திய அரசின் சார்பில் சாகா சென்று கலந்து கொண்டார். அமெரிக்கா ஜப்பான் மீது அணுகுண்டு வீசுவதற்கு சிறிது நாள்களுக்கு முன்பு இந்தப் பயணம் அமைந்திருந்தது குறிப்பிடத்தக்கது.

மன்ஹாட்டன் திட்ட ரகசியத்தை தன் விஞ்ஞானிகள் யாரும் வெளியிட்டுவிடக் கூடாது என அமெரிக்கா, பிரிட்டன் ஆகிய இருநாடுகளும் அவர்களைக் கண்காணிப்பு வளையத்திற்குள் வைத்திருந்தன. எனவே, தங்கள் நாட்டு விஞ்ஞானிகளை மாஸ்கோ விழாவில் சென்று கலந்துகொள்ள இந்நாடுகள் அனுமதிக்கவில்லை. ஆனால் சோவியத் ரஷ்யா 1945 தொடக்கத்திலேயே மன்ஹாட்டன் திட்டம் பற்றி எல்லாத் தகவல்களையும் தன் உளவாளிகளை வைத்து அறிந்து கொண்டது. சில மாதங்களில் அமெரிக்கா அணுகுண்டு சோதனை நடத்தவுள்ளது என சோவியத் ரஷ்யா அறியும். (ஆண்டர்சன் பக்கம் 184)

அறிவியல் கழக 220ஆவது ஆண்டுவிழாவை வைத்து தனிமைப்பட்டுள்ள தன் நாட்டு விஞ்ஞானிகள் அமெரிக்கா, பிரிட்டன் போன்ற உலக நாடுகளின் விஞ்ஞானிகளோடு தொடர்பு ஏற்படுத்திக்கொள்ள ஒரு வாய்ப்பை உருவாக்கித் தருவதுதான் ரஷ்யாவின் நோக்கம். சோவியத் விஞ்ஞானி பீட்டர் கபிட்சா சாகாவின் நண்பர். 1935இல் பீட்டர் கபிட்சா நாட்டை

விட்டு வெளியேறக்கூடாது என ஸ்டாலின் அரசு கட்டுப்பாடு விதித்தபோது சாகா அதைக் கண்டித்து இந்திய விஞ்ஞானிகளின் குரலாக சயின்ஸ் அண்ட் கல்ச்சர் இதழில் கட்டுரை எழுதினார் என்பது குறிப்பிடத்தக்கது. கபிட்சாவின் உபசரிப்பில் சாகாவுக்குப் பயணம் இனிதாகவே இருந்தது. சாகா சோவியத் ஒன்றியத்தில் நடைபெற்றுவந்த பல்வேறு அறிவியல் வளர்ச்சிகளைக் கேட்டு அறிந்து தகவல் சேகரித்துக் கொண்டு இந்தியா வந்து சேர்ந்தார்.

19

அணுக்கரு இயற்பியல் நிறுவனம் ஒரு கனவின் பயணம்

1945ஆம் ஆண்டு ஆகஸ்ட் மாதம் அமெரிக்கா ஜப்பான் மீது அணுகுண்டுகளை வீசியது. இதன் மூலம் வெற்றிகரமாகத் தன் சோதனையை நடத்தி முடித்து உலகுக்கு தான் அணு ஆயுத தாதாவாக ஆகிவிட்டதை அமெரிக்கா அறிவித்தது. ஹிரோஷிமா நாகசாகி நகரங்களின் அழிவு அணு ஆற்றலின் பாதுகாப்பு ரீதியான முக்கியத்துவத்தை உறுதிப்படுத்தியது. குறிப்பாக அமெரிக்கா அணு ஆற்றல் ஆய்வு தொடர்பான தகவல்களை முற்றிலும் ரகசியமாக்கியது. இத்தனைக்கும் அணு ஆற்றல் தொடர்பான அடிப்படை கண்டுபிடிப்புகள் அனைத்தும் ஐரோப்பிய நாடுகளிலேயே நடந்திருந்தன. கட்டுப்படுத்தப்படாத தொடர்வினை (Uncontrolled Chain reaction) அழிவை உருவாக்கப் பயன்படுவதை உறுதிப்படுத்திய அமெரிக்கா கட்டுப்படுத்தப்பட்ட தொடர்வினையின் (Controlled Chain reaction) மூலம் மின்சாரம் தயாரிக்கும் திட்டங்களிலும் கவனம் செலுத்தியது.

அமெரிக்க ஐரோப்பிய நாடுகளுக்கு நல்லெண்ண சுற்றுப்பயணம் முடித்து 1945 ஜனவரியில் இந்தியா திரும்பிய உடனேயே சாகா அணு ஆற்றலில் இந்தியாவின் எதிர்கால இடத்தை உறுதி செய்ய ஆய்வு நிறுவனம் ஒன்றை உருவாக்கும் முயற்சிகளில் இறங்கினார். தனது சைக்ளோட்ரான் நிறுவும் முயற்சியின் தொடர்ச்சியாக அணுக்கரு இயற்பியல் ஆய்வு நிறுவன முயற்சிகளை மேற்கொண்டார். ஆனால் ஜப்பான் மீதான அணுகுண்டு தாக்குதலுக்குப் பிறகு அணு ஆற்றல் விவரங்களை உலக நாடுகள் குறிப்பாக அமெரிக்கா முற்றிலும் ரகசியமாக்கிய பிறகு ஆய்வுத் தகவல்களின் பரிமாற்றம் சாத்தியமில்லை என்ற நிலை உருவானது. இப்படிப்பட்ட நிலையில் ஓர் ஆய்வு நிறுவனத்தை இந்தியாவில் உருவாக்குவது எளிய காரியம் அல்ல. அதைவிட முக்கியமாக அதற்கான நிதிவசதியை உருவாக்குவது இந்திய சூழலில் பெரும் போராட்டம் நிறைந்தது. விஞ்ஞான ஆய்வுகளுக்கு நிதி வழங்குவதில் கூட 'வித்தியாசமான

தகுதிகள்' எதிர்பார்க்கப்படும் நாட்டில் தனது முயற்சிகளுக்கானத் தடைகளைச் சாகா அறிவார். எனினும் ஒரு குறிக்கோளை முடிவு செய்துவிட்டால் அதை அடையும்வரை ஓயாத செயல்வீரர் சாகா.

சாகா அணுக்கரு இயற்பியல் ஆய்வு நிறுவனத்தை உருவாக்குவதற்கு வங்காள மாகாண அரசு உதவிகரமாக இல்லை. மாறாக எதிராகவே இருந்தது. பொதுவாகக் காலனிய அரசு இந்தியாவில் அறிவியல் ஆராய்ச்சிகளுக்கான நிதி ஒதுக்கீட்டில் பெரிய அக்கறை எடுத்துக் கொண்டதில்லை. இதைச் சாகாவும் அறிவார். எனவே தனியாரிடம் இருந்து நிதி திரட்ட சாகா முயன்றார். இந்த முயற்சிக்கு ஓரளவு பலன் கிடைத்தது.

சாகாவின் உறவினரும் தொழிலதிபருமான ஆர்.பி.சாகா ரூபாய் 45,000மும் மற்றொரு தொழிலதிபர் பி.சி.லா ரூபாய் 17,500உம் தொழிலதிபர் ஜி.டி.பிர்லா ரூபாய் 12,000மும் அளித்தனர். கல்கத்தா பல்கலைக்கழகம் ரூபாய் 60,000 அளித்தது. (சட்டர்ஜி & சட்டர்ஜி, பக்கம் 53). தோராப்ஜி டாடா அறக்கட்டளை 1941இல் ரூ.60,000மும், இதே அறக்கட்டளை 1944இல் ஆண்டுக்கு ரூ.6,000 வீதம் ஐந்து ஆண்டுகளுக்கு ரூ.30,000 வழங்கியது.[72] இந்த வகையில் 1947இல் தனது ஆய்வு நிறுவனத்தைத் தொடங்க சாகா ரூபாய் 620,000 திரட்டி இருந்தார். எனினும் இது அவரது பிரம்மாண்ட கனவு நிறுவனத்தை உருவாக்குவதற்கான ஒரு சிறு தொகையே.

சாகா அணுக்கரு இயற்பியல் ஆய்வு நிறுவன வேலையிலும் பிற பணிகளிலும் தீவிரமாக இருந்த நிலையில் இந்தியா விடுதலை அடைந்தது. சுதந்திர இந்தியாவில் நேரு தலைமையில் காங்கிரஸ் ஆட்சியில் அமர்ந்தது, தேசப் பிரிவினையும், மதக் கலவரங்களும் வங்காளத்தை ரத்தக் காடாக்கிக் கொண்டிருந்தன. கிழக்கு வங்காளத்தைச் சேர்ந்த சாகா தேசப் பிரிவினையில் அகதியாக்கப்பட்டார்.

கிழக்கு வங்காளத்தில் இருந்து ஏராளமான அகதிகள் இந்திய வங்காளப் பகுதிக்கு வந்தனர். இவர்கள் சாகாவின் சொந்த பந்தங்கள் என்ற நிலையில் அவரது துயரம் சொல்லில் வடிக்க முடியாததாக இருந்தது. இனி சியரத்தாலியும் சிமுலியாவும் டாக்காவும் அவரது நினைவில் மட்டுமே நிழலாடும் கடந்த காலங்களாகவே கடந்துவிடப்போகின்றன. இந்த நிலையில் சாகா அகதிகளின் மறுவாழ்வுக்குக் குரல் கொடுப்பது, ஆய்வு நிறுவனத்தை உருவாக்க பாடுபடுவது என அரசியல் மற்றும் அறிவியல் கடமைகளை ஒருங்கே ஆற்றினார்.

சாகாவும், இந்துமகா சபைத் தலைவர் சியாமா பிரசாத் முகர்ஜியும் அரசியல் சிந்தனைகளில் எதிர் எதிர் முகாம்களைச் சேர்ந்தவர்கள்.

ஆனால் கல்கத்தா நகரிலும் கல்கத்தா கல்விப் புலத்திலும் முகர்ஜி பெரும் செல்வாக்கு பெற்று இருந்தவர். சாகாவின் ஆய்வு நிறுவன முயற்சிகளுக்கு முகர்ஜி ஆதரவாக இருந்தார். கல்கத்தா பல்கலைக் கழகம் உருவாகக் காரணமான அசுதோஷ் முகர்ஜியின் மகன்தான் சியாமா பிரசாத் முகர்ஜி. அவர் புதிய மத்திய அமைச்சரவையில் தொழில்துறை அமைச்சராகவும் இருந்தார். சாகா, சியாமா பிரசாத் முகர்ஜியைக் கொண்டு 1948 ஏப்ரல் 21ஆம் நாள் அணுக்கரு இயற்பியல் ஆய்வுக் கழகத்திற்கு (Institute of Nuclear Physics) அடிக்கல் நாட்டி வைத்தார். இந்தியாவின் பெருமைமிகு கல்வி மற்றும் ஆராய்ச்சி நிறுவனத்தின் தொடக்கமாக அது அமைந்தது.

இதே காலக்கட்டத்தில் டாக்டர் ஹோமி பாபாவின் தலைமையில் இந்திய அணுசக்தி ஆணையத்தை நேரு உருவாக்கினார். அணுசக்தி ஆராய்ச்சிக்கான நிதி ஒதுக்கீடு இதன் மூலம் பாபாவின் கட்டுப்பாட்டுக்கு உரியதானது. சாகா இந்திய அரசிடம் பெற விரும்பும் தன் அணுக்கரு ஆய்வு நிறுவனத்திற்கான நிதி உதவியைத் தன்னைவிட பதினாறு வயது இளையவரும் தன் மீது பெரிய மதிப்பு ஏதும் கொண்டிராதவருமான பாபாவிடம்தான் பெற வேண்டும். 1950இல் அணுசக்தி ஆணையத்திடமிருந்து சாகா அறையணிகளுக்காக ரூபாய் 1,20,000 சிரமத்தோடு பெற்றார். கட்டட வேலைகள் முடிந்து கடைசியில் 1950 ஜனவரி மாதம் 11ஆம் நாள் மேரி கியூரியின் மகளும் அறிவியலாளருமான திருமதி.ஐரின் ஜூலியட் கியூரியின் கரங்களால் இந்த ஆய்வு நிறுவனம் முறையாகத் தொடங்கி வைக்கப்பட்டது. தொடக்க விழாவில் ஃபிரடரிக் ஜூலியட், ராபர்ட் ராபின்சன், திருமதி ராபின்சன், ஜே.டி.பெர்னால் ஆகியோர் கலந்து கொண்டனர்.

இதே காலக்கட்டத்தில் பாபா மும்பையில் அணுசக்தி ஆய்வு நிறுவனத்தை உருவாக்கியிருந்தார். எஸ்.எஸ்.பட்னாகர் பல தேசிய ஆய்வுக்கூடங்களை உருவாக்கியிருந்தார். பட்னாகரும், பாபாவும் தாங்கள் உருவாக்கிய நிறுவனங்களின் பெரும்பான்மை தொடக்க விழாக்களை ஜவகர்லால் நேருவைக் கொண்டே தொடங்கினர். அதிகார அரசியலுக்குத் தங்கள் விசுவாசத்தைக் காட்டவும், ஆட்சியாளர்களுடனான தங்கள் நெருக்கத்தைப் பறைசாற்றவும் அவர்களுக்கு அது தேவையானதாகவும் இருந்தது. ஆனால் சாகா ஓர் அறிவியலாளரைக் கொண்டு தன் ஆய்வு நிறுவனத்தை தொடங்கி வைத்தார். சாகாவும் ஜூலியட் கியூரியும் நண்பர்கள் மட்டும் அல்லாது இடதுசாரி சிந்தனையாளர்கள் என்ற வகையில் தோழர்களும் கூட. ஜூலியட் கியூரி பிரஞ்சு கம்யூனிஸ்ட் கட்சி உறுப்பினர் ஆவார்.

சாகா தனது ஆய்வு நிறுவனத்தைத் தொடங்கிவிட்டாலும் அதற்கான நிதி உதவி கிடைப்பது எளிதாக இல்லை. இந்த ஆய்வு நிறுவனம் கல்கத்தா பல்கலைக்கழகத்தின் ஓர் அங்கம் என்பதை நாம் நினைவில் கொள்வது நல்லது. பல்கலைக்கழக நிர்வாகம் சாகாவின் வேகத்திற்கும், ஆர்வத்திற்கும் சற்றும் மதிப்பளிக்கவில்லை. அது தனக்கே உரிய மெத்தனத்தோடு நடந்துகொண்டது. ஆய்வு நிறுவனப் பணிகளை முடக்கியும் வந்தது. சாகாவுக்கும் அணுசக்தி ஆய்வுகளுக்கு நிதி அளிக்கும் அணுசக்தி ஆணையத்திற்கும் (AEC) உறவும் சரியாக இல்லை. சாகா கொள்கை ரீதியாக அணுசக்தி ஆணையத்தை எதிர்த்து பேசியும் எழுதியும் வந்தார்.

ஆய்வு நிறுவனத்திற்கான நிதி உதவியை உறுதி செய்ய அதை அகில இந்திய தன்மை கொண்டதாக மாற்ற வேண்டி இருந்தது. அப்படி மாற்றினால்தான் மத்திய அரசின் நிதி உதவி அதற்குக் கிடைக்கும். பல்கலைக்கழக நிர்வாகம் அணுக்கரு இயற்பியல் ஆய்வு நிறுவனம் அகில இந்திய நிறுவனமாக மாறினால் அதன் மீதான தன் அதிகாரத்தை இழக்க வேண்டி வரும் என நினைத்து எதிர்த்தது.

இந்த நிலையில் பல்கலைக்கழக ஆட்சிமன்றக் குழு (செனட்) உறுப்பினரான சியாமா பிரசாத் முகர்ஜியும், பல்கலைக்கழக துணைவேந்தரான எஸ்.என்.பானர்ஜியும் சாகாவுக்கு ஆதரவாக அதாவது நிறுவனம் அகில இந்திய நிறுவனமாக ஆக ஆதரவாக நின்றனர். இறுதியில் ஆய்வு நிறுவனத்தின் நிர்வாகம் பற்றிய வரைவு முன்மொழிவு 1951 மே 12 அன்று செனட்டால் ஏற்கப்பட்டு 1951, ஜூலை முதல் அகில இந்திய நிறுவனமாகச் செயல்படத் தொடங்கியது.

கல்கத்தா பல்கலைக்கழகத்திற்கு உட்பட்டு புதிய தன்னாட்சி அதிகாரம் பெற்ற அணுக்கரு ஆய்வு நிறுவன நிர்வாக அமைப்பில் கலகத்தா பல்கலைக்கழக துணை வேந்தர் அலுவல் வழி (Ex officio) தலைவராகவும், பாலித் பேராசிரியர் மேக்நாட் சாகா மதிப்புறு ஆயுள்கால இயக்குநராகவும் (honorary life Director) அறிவிக்கப்பட்டனர். மத்திய அரசு மற்றும் கல்கத்தா பல்கலைக்கழக பிரதிநிதிகளுக்கு உறுப்பினர் தகுதி வழங்கப்பட்டது.

இந்தியாவின் இரண்டாவது ஐந்தாண்டு திட்டத்தில் (1954-1959) மத்திய அரசை உரிய நிதி ஒதுக்கீடு செய்யச் செய்து ஆய்வு நிறுவனத்தை நிதிச் சுமையில் இருந்து விடுவிக்க வேண்டும் என்று சாகா விரும்பினார். ஆய்வு நிறுவனத்தின் வளர்ச்சிக்கு சாகா கீழ்க்கண்ட திட்டங்களை முன்மொழிந்தார்.

1. துகள் முடுக்கி (Partical Accelerator) நிறுவுதல்: ஏற்கெனவே உள்ள சைக்ளோட்ரான் திட்டத்தோடு ஒரு மின்அணு சின்க்ரோட்ரான் (Electron Synchrotron) துகள் முடுக்கியை நிறுவுதல்.
2. அணுக்கரு இயற்பியல் (Nuclear Physics): ஆல்ஃபா, பீட்டா, காமா நிறமாலைமானி ஆய்வுகள், அணுக்கரு தூண்டல் நுட்பம் தொடர்பான ஆய்வு (Nuclear Induction Technique) மற்றும் நுண்ணலை நிறமாலை (Microwave Spectroscopy) ஆய்வு
3. கருவியாக்கம் (Instrumentation) : மின்அணுவியல் மற்றும் ரேடியோ (Electronics and Radio) துறை
4. அணுக்கரு வேதியியல் (Nuclear Chemistry)
5. கோட்பாட்டு அணுக்கரு அறிவியல் (Theoretical Nuclear Science)
6. நியூட்ரான் இயற்பியல் (Neutron physics)
7. எம்.எஸ்சிக்கு அடுத்த கட்ட பயிற்றுவிப்புகள் (post M.Sc. Teaching Section)

அணுக்கரு இயற்பியலில் எம்.எஸ்சிக்கு பிறகான (Post M.Sc.) படிப்பை இந்தியாவிலேயே சாகாதான் அறிமுகப்படுத்தினார். சாகாவின் மேற்கண்ட திட்டங்களை நிறைவேற்ற நிதி உதவி கிடைப்பது சாதாரண விஷயமாக இல்லை.

சாகா முன்வைத்த தன் நிறுவனத்திற்கான ஐந்து ஆண்டுத் திட்டம் மத்திய அரசால் ஏற்கப்பட்டாலும் பல திட்டங்களுக்கு நிதி உதவி கிடைக்கவில்லை. குறிப்பாக மின்னணு சின்க்ரோட்ரான் (Electron Synchrotron) திட்டம் மறுக்கப்பட்டது.[73] அதேபோல் நிறை நிறமாலைமானி (Mass spectroscope), மின் அணு கருவிகள் தயாரிப்புத் திட்டம் ஆகியவற்றுக்கும் பாபாவின் தலைமையிலான அணுசக்தி துறை நிதி அளிக்க மறுத்துவிட்டது. சாகா இந்த ஆய்வு நிறுவனத்தில் உயிர் இயற்பியல் (bio-physics) ஆய்வகம் ஒன்றை உருவாக்கி இருந்தார். இதை விரிவு செய்து தனியாக மருத்துவ இயற்பியல் ஆய்வு நிறுவனம் (Institute of Medical Physics) தொடங்க விரும்பினார் அந்தத் திட்டமும் போதிய ஆதரவு இல்லாமல் நின்று போனது. சாகா அணுசக்தி ஆராய்ச்சிக்கு முக்கியத்துவம் கொடுத்ததற்கு முக்கிய காரணம் அதை மருத்துவத் துறையில் பயன்படுத்தும் வழிவகைகளைக் காண்பதற்கே. ஆனால் அவர் காலம் வரை மருத்துவ இயற்பியல் நிறுவனம் தொடங்க இயலாமல் போனது.

ஆல்ஃபா, பீட்டா, காமா நிறமாலையியல், அணுக்கரு மின்தூண்டல் நுட்பங்கள் (Nuclear Induction Techniques) ஆகிய ஆய்வுகளை அணுக்கரு இயற்பியல் பிரிவு மேற்கொண்டது. அணுக்கரு வேதியியல், கோட்பாட்டு அணுக்கரு அறிவியல் போன்ற பிரிவுகளில் சாகா காலத்திற்குள் உரிய சாதனைகளை இந்நிறுவனம் செய்ய முடியவில்லை.

1956இல் சாகாவின் மரணத்திற்குப் பிறகு 1958இல் இந்நிறுவனம் சாகாவின் பெயரால் சாகா அணுக்கரு இயற்பியல் நிறுவனம் (Saha Institute of Nuclear Physics or SINP) என்று பெயர் மாற்றம் செய்யப்பட்டது. 1969இல் மேற்கு வங்க அரசு ஏழு ஏக்கர் நிலத்தை கல்கத்தாவில் பிதாநகர் (Bidhanagar) பகுதியில் இந்நிறுவனத்திற்கு வழங்கியது. அங்கு இந்திய அணுசக்தி துறையின் நிதியில் கட்டடங்கள் கட்டப்பட்டு 1993இல் இந்நிறுவனம் அங்கு மாற்றப்பட்டது. 1992 முதல் நிறுவனத்தின் நிர்வாகக் கட்டமைப்பு மாற்றப்பட்டு இந்திய அணுசக்தி துறையின் முழு கட்டுப்பாட்டுக்குள் சென்றுவிட்டது. பழைய இடத்தில் இருந்த கட்டடங்கள் கல்கத்தா பல்கலைக்கழகத்தால் பெறப்பட்டு அவை மேக்நாட் சாகா பவனாகவும், மேக்நாட் சாகா அரங்கமாகவும் மாற்றப்பட்டு பயன்படுத்தப்படுகின்றன.

மருத்துவ இயற்பியல் நிறுவனம் தனியாக உருவாக்கும் சாகாவின் கனவு நிறைவேற்றப்படாவிட்டாலும் இன்று உயிர் இயற்பியல் (Bio Physics) துறையில் சாகா அணுக்கரு இயற்பியல் நிறுவனம் நிறைய சாதனைகளைச் செய்து வருகிறது. உலக அளவில் வெளியிடப்படும் ஆய்வுக் கட்டுரையின் எண்ணிக்கையில் இந்த நிறுவனம் இன்று ஐந்தாவது இடத்தைப் பிடித்துள்ளது.

சாகா காலக்கட்டத்தில் சைக்ளோட்ரான் வெற்றிகரமாக இயங்குவதை அவரால் பார்க்க இயலாமலே மறைந்து போனார். இன்று ஐ பி ஏ நிறுவனத்தின் சைக்ளோட்ரான்30 என்ற சக்தி வாய்ந்த சைக்ளோட்ரான் இந்நிறுவனத்தில் நிறுவப்பட்டுள்ளது. ஐ பி ஏ நிறுவனம் ஒரு பெல்ஜிய நிறுவனம். அறிவியல் தொழில்நுட்பத்தில் சுய சார்பு அடைவது எனும் சாகாவின் கனவு நிறைவேறாமலேயே போய்விட்டதையே இது காட்டுகிறது. இன்றைய உலகில் உலகமயமாக்கப்பட்ட பொருளாதார சூழல் அந்தக் கனவுகளைக் காணும் உரிமையைக் கூட நம்மிடம் இருந்து பறித்துவருகிறது. ஆனாலும் சில குறிப்பிடத்தக்க சாதனைகளும் இந்த நிறுவனத்தால் செய்யப்பட்டு உள்ளன. 'கடவுள் துகளை' (ஹிக்ஸ் போஸான்) உறுதிப்படுத்திய செர்னின் (CERN) லார்ஜ் ஹேட்ரான் துகள் மோதிக்கான மனாஸ் (MANAS) சிப்பை (Chip) வடிவமைத்துத் தந்தது இந்த நிறுவனம்தான்.

ஆசிய சங்கத்தின் தலைவர்

சாகா இதற்கிடையில் வங்காள ராயல் ஆசிய சங்கத்தின் தலைவராகத் தேர்ந்தெடுக்கப்பட்டார். இப்பொறுப்பை 1944 முதல் 1946 வரை சாகா வகித்தார். சாகா பண்டைய இந்திய வரலாற்றிலும் சமஸ்கிருதத்திலும் அறிவும் ஆற்றலும் மிக்கவர். எனவே அவர் இப்பதவிக்கு முற்றிலும் தகுதியுடையவர். ஆசிய சங்கத்தில் இருந்தபோது சாகா எஸ்.கே.மித்ரா எழுதிய 'அயனி மண்டலம்,' நிகில் ரஞ்சன் ராய் எழுதிய வங்காள இதிகாசங்கள் (Bengali Ithihas) ஆகிய நூல்களை சங்கத்தின் மூலம் பதிப்பிக்க உதவினார். பல்கலைக்கழகத்தில் எஸ்.கே.மித்ராவுடன் சாகா மன வருத்தமும் கருத்து வேறுபாடும் கொண்டிருந்த நேரம் அது. எனினும் மித்ராஆய்வு நூலை வெளியிட நிதி இல்லாமல் சிரமப்பட்டபோது சாகா இச்சங்கத்தின் மூலம் வெளியிட்டு உதவினார். அறிவுசார் பணிகளை அங்கீகரிப்பதில் தனிப்பட்ட கருத்து வேறுபாடுகளுக்கு இடமில்லை எனச் சாகா நம்பினார்.

அவதூறுக்கு எதிராக . . .

சாகா நாற்பதுகளின் இடையில் மிகப் பெரும் பணிகளைத் தன் தலையில் சுமந்துகொண்டு ஓய்வு ஒழிச்சல் இல்லாமல் உழைத்துக் கொண்டிருந்தார். ஏற்கெனவே சொன்னது போல் தனது அணுக்கரு இயற்பியல் ஆய்வு நிறுவனம் அமைக்கும் பணி அதில் முக்கியத்துவம் வகித்தது. இச்சமயத்தில்தான் 1946 பிப்ரவரி மாதம் லண்டனில் உள்ள ராயல் வானியல் சங்கத்தின் ஆண்டு பொதுக்கூட்டத்தில் அதன் தலைவரும் விஞ்ஞானியுமான பிளாஸ்கட் தன் நாட்டு விஞ்ஞானிகளான லாக்கியர், ஆல்ஃபிரட் ஃபௌலர், எஃப்.ஏ. லிண்டமேன் போன்றோரின் சாதனைகளை உயர்த்திப் பேசும் நோக்கில் சாகாவைத் தாழ்த்தி அவர் சாதனைகளையும் குறைத்துப் பேசினார். குறிப்பாக சாகாவின் வெப்ப அயனியாக்க கோட்பாடு; சாகா 1920-21இல் ஆல்ஃபிரட் ஃபௌலரின் ஆய்வுக்கூடத்திற்கு வந்திருந்த போது லின்ட்மேனின் கோட்பாட்டை அறிந்து கொண்டு அதில் இருந்து சாகா தன் கோட்பாட்டை உருவாக்கியதாக உண்மைக்குப் புறம்பாக கருத்து தெரிவித்தார். இது சாகாவை வெகுவாகப் பாதித்தது.

சாகா 1946 டிசம்பர் மாதம் தொடர்ச்சியான நீண்ட கடிதங்கள் வாயிலாகத் தனது கண்டுபிடிப்பை இந்தியாவில் இருக்கும்போதே கண்டுபிடித்துவிட்டதை எழுதி பிரிட்டிஷ் அறிவியலாளர்கள் வானியற்பியலுக்குத் தான் அளித்துள்ள பங்களிப்பைத் தொடர்ந்து குறைத்துக் காட்ட முயல்வதைக் கண்டித்திருந்தார். இக்கடிதம் அமெரிக்க ஐரோப்பிய அறிவியலாளர்கள் மத்தியில் பெரிய

அளவிற்கு சுற்றுக்கு விடப்பட்டு படிக்கப்பட்டது குறிப்பிடத்தக்கது. சாகாவின் வாழ்க்கை வரலாற்றைக் கட்டமைப்பதில் இந்தக் கடிதங்கள் முக்கிய பங்கு வகிக்கின்றன. இது குறித்து நாம் முன்பே பார்த்தோம்.

டாக்டர் இராதாகிருஷ்ணன் குழுவில் சாகா...

சாகா மிகச்சிறந்த கல்வியாளர். விரிவுரையாளராக, பேராசிரியராக, ஆய்வு வழிகாட்டியாக அவரது திறமை அக்காலத்தில் இருந்த பல்கலைக்கழக கல்விப் புலங்களில் மிகவும் புகழ் பெற்றது. நாடு விடுதலையடைந்த பிறகு பல்கலைக்கழகங்களின் செயல்பாட்டைச் சீரமைக்கவும் கல்வித்திட்டத்தைச் சீரமைக்கவும் டாக்டர் சர்வபள்ளி இராதாகிருஷ்ணன் தலைமையில் 1948இல் குழு ஒன்று அமைக்கப்பட்டது. அதில் சாகாவும் உறுப்பினராகச் செயல்பட்டார். சாகா 1922 முதலே கல்வி குறித்து சிறப்பான பல கட்டுரைகளை மாடர்ன் ரிவ்யூ, சயின்ஸ் அண்ட் கல்ச்சர் போன்ற இதழ்களில் எழுதி வந்தார் என்பது குறிப்பிடத்தக்கது.

அறிவியல் வளர்ச்சிக்கான இந்திய சங்கப் பணிகள்

சாகா வெற்றுப் பெருமைகளுக்காக எந்த நிர்வாக ரீதியான பதவியையும் பொறுப்பையும் ஏற்றுக் கொண்டவர் அல்லர். பொறுப்பு ஏற்றுக் கொண்டால் தனது கடின உழைப்பாலும் அறிவார்ந்த நிர்வாகத்தாலும் மாற்றங்களை உருவாக்கி தனக்கான பொறுப்புக் காலத்தை வரலாற்று முக்கியத்துவம் மிக்கதாகப் பதிவு செய்து விடுவது அவரது வழக்கம். அந்த வகையில் இந்திய அறிவியல் வரலாற்றில் மிக முக்கிய நிறுவனமான அறிவியல் வளர்ச்சிக்கான இந்திய சங்கத்தின் (Indian Association for cultivation of Science or IACS) வளர்ச்சியில் அவரது பங்கு பணி முக்கியத்துவம் வாய்ந்தது. சி.வி.ராமனையும் கே.எஸ்.கிருஷ்ணனையும் உலக அறிவியலுக்கு அளித்த ஆய்வு நிறுவனம் இதுதான் என்பது குறிப்பிடத்தக்கது.

ஐஏசிஎஸ் அமைப்பை 1876இல் மகேந்திரலால் சர்க்கார் என்பவர் கல்கத்தாவில் தொடங்கினார். கல்கத்தா மருத்துவக் கல்லூரியில் மருத்துவம் பயின்ற இவர் ஹோமியோபதி மருத்துவராகப் புகழடைந்தார். ராமகிருஷ்ண பரமஹம்சரின் மருத்துவர் என்ற வகையில் இவரை அனைவரும் அறிவர். மேலைநாட்டு அறிவியலாளர்களுக்குச் சமமாக இந்தியர்களும் அறிவியல் ஆராய்ச்சிகளை மேற்கொள்ள வசதி செய்து தரவேண்டும் என்ற நோக்கில் இந்த அமைப்பை மகேந்திரலால் உருவாக்கினார். அவருக்குப் பின் டாக்டர் அம்ரித்லால் சர்க்கார் 1904 முதல் 1919 வரை இந்தச் சங்கத்தின் மதிப்புறு செயலாளராக இருந்தார்.

அம்ரித்லால் சர்க்கார் செயலாளராக இருந்த போதுதான் இந்திய நிதித்துறை பணியில் இருந்து கொண்டே இச்சங்கத்தில் இணைந்து அங்கு தன் ஆய்வுகளை ராமன் செய்யத் தொடங்கினார். அம்ரித்லாலுக்குப் பிறகு 1919 முதல் 1933 வரை சி.வி.ராமன் இச்சங்கத்தின் செயலாளராக இருந்தார். இக்கால கட்டத்தில் தான் இச்சங்க ஆய்வுக்கூடத்தில் தான் மேற்கொண்ட புகழ் பெற்ற ஒளிச்சிதறல் ஆய்வுக்காக 1930இல் நோபல் பரிசு பெற்றார். 1934இல் ராமன் இதன் தலைவராகப் பொறுப்பேற்றார். ராமன் ஆதரவு பெற்ற விஞ்ஞானி கே.எஸ்.கிருஷ்ணன் செயலாளராக ஆக்கப்பட்டார்.

சங்கத்தைத் தன் முழுக் கட்டுப்பாட்டில் வைக்க விரும்பிய ராமன் சங்கத்தின் நிர்வாகக் கட்டமைப்பு விதிமுறைகளில் நிறைய மாற்றங்களைச் செய்ய முன்மொழிந்தார். குறிப்பாக ஆயுள் உறுப்பினர்களைத் தேர்வு செய்வதில் சங்கத் தலைவரின் முழுக் கட்டுப்பாட்டை ராமன் முன்மொழிந்தார். இது பெரும் சர்ச்சையாக மாறியது. குறிப்பாக சங்க நடவடிக்கைகளில் தீவிர ஈடுபாடு கொண்டிருந்த சியாமா பிரசாத் முகர்ஜி இதை எதிர்த்தார். அலகாபாத் பல்கலைக்கழகத்தில் பேராசிரியராக இருந்த சாகா ஜூன் மாதத்தில் கோடைவிடுமுறைக்கு கல்கத்தாவில் உள்ள தன் சகோதரர் வீட்டிற்குக் குடும்பத்தோடு வந்திருந்தார். 1934 ஜூன் 19 அன்று மேற்கண்ட பிரச்சினை தொடர்பாக உறுப்பினர்களுக்கான சிறப்பு பொதுக்கூட்டம் நடைபெற இருந்தது. சியாமா பிரசாத் தற்செயலாக அலகாபாத்தில் இருந்து கல்கத்தா வந்து தங்கியிருந்த மேக்நாட் சாகாவிடம் ராமனின் அதிகார குவிப்பு நடவடிக்கையை முறியடிக்க நிறைய ஆயுள் உறுப்பினர்களைச் சேர்த்துத் தரக் கோரினார்.

சாகா 1926 முதல் சங்கத்தின் ஆயுள் உறுப்பினராக இருந்தாலும் அதன் செயல்பாடுகளில் ஆர்வம் காட்டியதில்லை. சியாமா பிரசாத் முகர்ஜியின் வேண்டுகோளுக்கு இணங்கி சாகாவும் உதவி செய்தார். பிறகு நடந்த கூட்டத்தில் ராமன் திட்டம் முறியடிக்கப்பட்டது. எனினும் புதிதாக உருவாக்கப்பட்ட மகேந்திரலால் சர்க்கார் பேராசிரியர் பதவியில் ராமனின் விருப்பப்படி கிருஷ்ணன் அமர்த்தப்பட்டது குறித்தோ அல்லது அவர் தன் ஆய்வுகளைத் தொடர்வது குறித்தோ பிரச்சினைகள் எதுவும் எழவில்லை. கிருஷ்ணன் ராமனைப் போலவே இச்சங்கத்தின் ஆய்வுக்கூடத்தில் இருந்தபடி படிகவியலில் (Crystallography) உலகத்தரமான ஆய்வுகளைச் செய்து சாதனை படைத்தார். இதற்காக லண்டன் ராயல் சங்க உறுப்பினராக 1941இல் அங்கீகரிக்கப்பட்டார். 1938இல் சாகா அலகாபாத் பல்கலைக்கழகத்தைவிட்டு கொல்கத்தா பல்கலைக் கழக பாலிட் பேராசிரியர் பதவியில் சேர்ந்ததால் காலியாக இருந்த

அலகாபாத் பல்கலைக்கழக துறைத்தலைவர் பதவியில் 1942இல் கிருஷ்ணன் அமர்ந்தார்.

சாகா 1938இல் கல்கத்தா வந்த பிறகு ஐஏசிஎஸ்இன் செயல்பாடுகளில் ஆர்வம் காட்டினார். 1942இல் அதன் செயலாளராகவும் 1946இல் அதன் தலைவராகவும் சாகா பொறுப்பேற்றார்.

சி.வி.ராமனும் கே.எஸ்.கிருஷ்ணனும் ஆராய்ச்சிகள் மேற்கொண்டு மகத்தான சாதனைகள் புரிந்த, கதவு எண் 10 பாவ்பஜார் தெருவில் (தற்போது பிபின் பிஹாரி கங்குலி தெரு) அமைந்த அந்தச் சங்கத்தின் கட்டடங்கள் மிகவும் பாழடைந்து இருந்தன. அதன் முற்றங்கள் நூற்றுக்கணக்கான புறாக்கள் வந்து தங்கி எச்சமிட்டு முற்றிலும் அழுக்கேறிக் கிடந்தன. கிட்டத்தட்ட அரை நூற்றாண்டாக மாற்றப்படாத, சீர் செய்யப்படாத அறையணிகள் நிரம்பி இருந்தன. ஆய்வுப் பணிகளை மேலும் விரிவு செய்ய போதிய இடவசதியும் இல்லை.

முந்தைய நிர்வாகத்தைக் குறை சொல்வதை விட தான் என்னவிதமான மாற்றங்கள் கொண்டுவர முடியும் என்பதே முக்கியம் என சாகா நினைத்தார். அவரது தலைமையிலான நிர்வாகக் குழு எதிர்கால ஆய்வுப் பணிகளுக்கான கட்டமைப்பை உருவாக்க மிகச்சிறந்த திட்டம் ஒன்றைத் தயாரித்தது. இதற்கிடையில் ராமன் பெங்களூரில் தொடங்கப்பட்ட இந்திய அறிவியல் ஆய்வு நிறுவனத்தின் (Indian Institute of Science IIS) தலைமைப் பொறுப்பை ஏற்றிருந்தார். ஐ.ஏ.சி.எஸ் தலைவர் பதவிக்குப் போனபிறகு கல்கத்தாவுடனான ராமனின் தொடர்பு குறைந்து போனது.

ஏற்கெனவே ராமன், கிருஷ்ணன் ஆகியோர் மூலம் X கதிர் ஆய்வுகள், ராமன் விளைவு, காந்தவியல், படிகவியல் போன்றவற்றிற்கான ஆய்வுகள் சிறப்பாக செய்யப்பட்ட பாரம்பரியமும் அனுபவமும் இச்சங்கத்தின் ஆய்வுக் கட்டமைப்புக்கு உண்டு என சாகா அறிவார். அந்த வளமான அடித்தளத்தைக் கொண்டு பொது இயற்பியல், எக்ஸ் கதிர் மற்றும் காந்தவியல், ஒளியியல், கோட்பாட்டு இயற்பியல், இயல் வேதியியல், கரிம மற்றும் கனிம வேதியியல் ஆகிய ஆய்வுகளுக்குத் தனிப் பிரிவுகள் உருவாக்கி தனித்தனி பேராசிரியர் கொண்ட குழுவை உருவாக்க விரும்பினார். இதற்கு நிலமும், பணமும் தேவைப்பட்டன.

சாகா பெருமுயற்சி செய்து வங்காள மாகாணத்தின் முதல்வர் பிதன்ராய் தலைமையிலான அப்போதைய அரசு மூலம் ஜாதவ்பூர் பல்கலைக்கழகம் அருகில் ஆறு ஏக்கர் நிலம் பெற்றார். பின் நிதி திரட்டி பெரிய ஆய்வகத்தைக் கொண்ட புதிய கட்டடத்தை அங்கு உருவாக்கினார். 1951இல் சங்கம் அங்கு மாற்றப்பட்டது.

இதற்கிடையில் சாகாவின் பதவிகாலம் முடிவடைய, 1950இல் சாகாவின் நண்பர் ஜனன் சந்திர கோஷ் சங்கத்தின் மதிப்புறு தலைவரானார். ஆனால் எடுக்கப்பட்டு வந்த வளர்ச்சிப் பணிகள் வெற்றியடைய சாகா அவசியம் என்பதை உணர்ந்து எஸ்.எஸ்.பட்னாகர் சாகாவை முழு நேர இயக்குநராக இருக்கக் கேட்டுக் கொண்டார். அதன்படி சாகா 1953 முதல் 1956இல் மறையும்வரை சங்கத்தின் இயக்குநராக சிறப்பாகப் பணியாற்றினார்.

சாகா இச்சங்கத்தின் வளர்ச்சிக்கான திட்டத்திற்கு அங்கீகாரம் வேண்டி திட்டக் குழு அலுவலகம் போகும் வழியில்தான் அதன் படிக்கட்டுகளில் 1956இல் மாரடைப்பு ஏற்பட்டு இறந்து போனார். அவர் சாகும்போது மார்போடு அணைத்துக் கொண்டிருந்த கோப்புகளில் ஐஏசிஎஸ்-ஐ, மிகப் பெரிய வளாகத்தில் பசுமையான சூழலில் மாற்றி அமைக்கும் திட்டமும் வரைபடமும் அடங்கியிருந்தன. பொறியாளர் மார்ட்டின் பர்ன் உடன் கலந்தாலோசித்து இதற்கான புளூபிரிண்டை சாகா தயாரித்திருந்தார்.

சாகா இறக்கும்போது திட்டக்குழுவிடம் பேசி அங்கீகாரம் பெற இருந்த சங்கத்தின் வளர்ச்சிக்கான பசுமை திட்டத்தை நிறைவேற்ற மம்தா பானர்ஜி தலைமையிலான மேற்கு வங்க மாநில அரசு 2012ஆம் ஆண்டு முன்வந்தது.

சாகா இறந்து ஐம்பத்தைந்து ஆண்டுகள் கழித்து அவரது கனவு நிறைவேற அதன் மூலம் வழி ஏற்பட்டுள்ளது. மாநில அரசு சாகாவின் பசுமை திட்டப்படி புதிய வளாகம் அமைக்க பரூய்பூர்(Baruipur) இல் மானிய விலையில் 30 ஏக்கர் நிலம் அளித்துள்ளது.

இன்று புவி வெப்பமடைதல் குறித்து அனைவரும் சிந்தித்து வருகிறோம். சுற்றுச்சூழலுக்கு உகந்த கட்டட வடிவமைப்பை இன்று மத்திய, மாநில, உள்ளாட்சி அதிகார அமைப்புகளும் வலியுறுத்துகின்றன. ஆனால் சாகா உருவாக்கியுள்ள பசுமை வளாகக் கட்டட வடிவமைப்பு நவீனமாகவும் சுற்றுச்சூழலுக்கு உகந்ததாகவும் உள்ளதைப் பார்க்கும்போது இன்று பெரும் வியப்பை ஏற்படுத்துவதாக உள்ளது என்கிறார் ஐஏசிஎஸ்இன் இன்றைய இயக்குநர் கங்கன் பட்டாச்சாரியா.

சாகாவின் இறுதிக் காலத்தில் அவரது உழைப்பின் கணிசமான பகுதியை இச்சங்கத்தின் வளர்ச்சிப் பணிகள் எடுத்துக்கொண்டன என்றால் அது மிகையல்ல.

20

அணுசக்தி ஆணையமும் சாகாவும்

சாகாவை மட்டுமல்லாமல் உலக அறிவியலாளர்கள் பலரையும் அணு இயற்பியல் பக்கம் ஈர்க்க அத்துறையில் சில கண்டுபிடிப்புகள் வழிவகுத்தன. 1932இல் இத்துறையில் மூன்று முக்கிய கண்டுபிடிப்புகள் நிகழ்ந்தன. ஜேம்ஸ் சாட்விக் நியூட்ரானைக் கண்டுபிடித்தார். கார்ல் ஆண்டர்சன் எலக்ட்ரானைப் போன்ற ஆனால் நேர்மின் சுமையுடைய அணுத்துகளான பாசிட்ரானை அடையாளம் கண்டார். ஜான் காக்கிராஃப்ட், ஏர்னஸ்ட் வால்டன் ஆகியோர் துகள் முடுக்கியை (partical accelerator) பயன்படுத்தி அணுக்கருவைச் செயற்கையாகப் பிளக்கும் சோதனையைச் செய்து காட்டினர். இவை கதிரியக்கம் பற்றி மேலும் தெளிவுகளைத் தந்தன.[74]

1934இல் ஐரின் கியூரியும் ஃபிரடரிக் ஜூலியட் கியூரியும் ஆல்ஃபா துகளைக் கொண்டு போரான் தனிமத்தைத் தாக்கி கதிரியக்க ஹைட்ரஜனையும் அலுமினியத்தைத் தாக்கி கதிரியக்க பாஸ்பரஸையும் உருவாக்கினர். ஒரு தனிமத்தை இன்னொரு தனிமமாக மாற்றும் ரசவாதிகளின் கனவு முதன்முதலாக ஆனால் அறிவியல் பூர்வமாக இதன் மூலம் நனவானது.[75] சிறிது காலத்தில் என்ரிகோ பெர்மி ஆல்ஃபா கதிருக்குப் பதில் மிதவேக நியூட்ரான்களைக் கொண்டு யுரேனியத்தை மோதினால் யுரேனியம் கடந்த தனிமங்களைப் (Trans Uranium Elements) பெற முடியும் என்று நிரூபித்தார்.

1936இல் சாகா மேற்கொண்ட அமெரிக்க ஐரோப்பிய சுற்றுப்பயணத்தில் அவர் அந்நாடுகளின் அணு ஆராய்ச்சி தொடர்பான வளர்ச்சியைத் தெரிந்து கொள்வதில் அதிக ஆர்வம் காட்டியதை நாம் ஏற்கெனவே குறிப்பிட்டுள்ளோம். 1935லும் 1937லும் சயின்ஸ் அண்ட் கல்ச்சர் இதழில் இப்பொருள் தொடர்பாக எழுதியுள்ள கட்டுரைகள் அவரது ஆர்வம் அணு ஆற்றலை நோக்கி நகரத் தொடங்கிவிட்டதைக் காட்டுகிறது.(பார்க்க இணைப்பு).

இந்த நிலையில் 1938ஆம் ஆண்டு 19ஆம் நாள் ஜெர்மனியில் அட்டோ ஹானும் ஃபிரிட்ஸ் ஸ்ட்ராஸ்மேனும் யுரேனிய அணுக்கருவை நியூட்ரானைக் கொண்டு தாக்கும்போது அது உடைந்து பேரியமும் ஆற்றலும் உருவாவதைக் கண்டனர். (கிரிப்டான் உருவாவதை

அவர்கள் கவனிக்கவில்லை.) இதற்கான விளக்கத்தை அவர்களால் தர இயலவில்லை. இதற்கான விளக்கத்தை லிசே மெய்ட்னர் என்ற பெண் விஞ்ஞானியும் அவரது உதவியாளர் அட்டோ ராபர்ட் ஃபிரிஷும் 1939 ஜனவரியில் அறிவித்தனர். கனமான தனிமங்களின் அணுக்கரு தாக்கப்பட அவை உடைந்து குறைந்த அணு எடை கொண்ட பல தனிமங்கள் உருவாகும் என்பதும், அப்போது மிகப் பெரும் ஆற்றல் உருவாகும் என்பதுமே அந்த விளக்கம். அட்டோ ஃபிரிஷ் இதற்குப் 'பிளவு' (fission) அல்லது 'அணுக்கரு பிளவு' (Nuclear Fission) என்று பெயரிட்டார்.

அட்டோஹான், ஃபிரிட்ஸ் ஸ்ட்ராஸ்மேன், லிசே மெய்ட்னர், ஃபிரிஷ் ஆகியோரின் கண்டுபிடிப்பு குறித்த கட்டுரைகள் 1939இல் நேச்சர் இதழில் வெளிவந்ததும், அவை சாகாவின் கவனத்தைக் கவர்ந்தன. அலகாபாத் பல்கலைக்கழகத்தில் இருந்து கல்கத்தா பல்கலைக்கழகம் வந்து பாலிட் பேராசிரியர் மற்றும் துறைத்தலைவர் பொறுப்பேற்றிருந்த சாகா உடனடியாக 1940இல் எம்.எஸ்.சி பாடத் திட்டத்தில் அணுக்கரு இயற்பியலைச் சேர்த்தார். எதிர்காலத்தில் அணுக்கரு இயற்பியல் மிக முக்கியமான பாடத்திட்டமாக இருக்கும் என்று ஐயத்திற்கு இடமின்றி நம்பினார்.

அணுக்கரு தொடர்வினையின் மூலம் உற்பத்தியாகும் வெப்ப ஆற்றலைக் கொண்டு மின்சாரம் தயாரிக்க முடியும் என்று முதன்முதலில் கருத்து வெளியிட்டவர்களில் சாகாவும் ஒருவர். இந்தியாவின் ஆற்றல் பற்றாக்குறையைத் தீர்க்க அணு ஆற்றல் உதவும் என்று நம்பிய சாகா இந்தியாவை முற்றிலும் தொழில் மயமாக்கப்பட்ட நாடாக மாற்றுவதில் அணு ஆற்றல் முக்கிய பங்கு வகிக்கும் என்று நம்பினார்.

1941 மார்ச் மாதத்தில் இந்திய இயற்பியல் சங்கத்தில் (Indian physical society) அணுக்கரு பிளவு குறித்து சாகா ஒரு விரிவுரை நிகழ்த்தினார். இரண்டாம் உலகப் போர் நடந்து கொண்டிருந்த நிலையில் அணு சக்தி ஆய்வு தொடர்பான தகவல்கள் அப்போது ரகசியமாக்கப்பட்டிருந்தன. எனினும் சாகா அதிசயிக்கத்தக்க அறிவோடு அணு ஆற்றலை விவரித்தார். அவர்,

> “ஒரு கிராம் யுரேனியத்தை முற்றிலுமாகப் பிளந்தால் 2 டன் நிலக்கரியை எரிப்பதால் கிடைக்கும் ஆற்றலை நாம் பெற முடியும்”

என தெரிவித்தார். அதே விரிவுரையில்,

> ‘வெடித்து தீவிர விளைவுகளை உருவாக்கக்கூடிய ஒரு செயல்முறையை உருவாக்கவும் வாய்ப்பு உள்ளது’

எனக் கதிரியக்கத் தொடர்வினை குறித்த அபாயத்தைக் குறிப்பிட்டார். அவர்,

> 'ஒரு ஹோமியோபதி மாத்திரை அளவுக்கு உள்ள யுரேனியம்-235 துணுக்கு ஒன்று பலம் வாய்ந்த சூப்பர் டிரட்னாட்டை (அக்காலத்துப் பெரிய போர்க்கப்பல்) தகர்த்துவிடலாம் பல டன் வெடிமருந்துகளைக் கொண்ட பீரங்கியால் மட்டுமே தற்காலத்தில் இதைச் செய்து காட்ட முடியும்'

என்று குறிப்பிட்டார். சாகா இப்படி ஆணித்தரமாகக் கூறி ஓர் ஆண்டு கழித்தே 1942ல் ஃபிரடரிகோ ஃபெர்மி கட்டுப்படுத்தப்பட்ட அணுக்கரு பிளவு தொடர் வினையைக் கண்டுபிடித்தார் என்பது குறிப்பிடத்தக்கது.

சாகா தன் அணு ஆராய்ச்சி கனவின் ஒரு பகுதியாகக் கல்கத்தா பல்கலைக்கழகத்தில் சைக்ளோட்ரான் துகள் முடுக்கியை நிறுவும் முயற்சிகளை மேற்கொண்டார். தன் மாணவர் நாக் சௌத்ரியை அமெரிக்காவில் உள்ள லாரன்சின் பெர்க்கிலி ஆய்வுக்கூடத்திற்கு சைக்ளோட்ரான் கற்க அனுப்பி தயார் செய்தார். போதிய நிதிஉதவி இல்லாமலும், இரண்டாம் உலகப் போரின் பாதிப்புகளாலும் சைக்ளோட்ரான் முயற்சி வெற்றி பெறாதது குறித்து ஏற்கெனவே நாம் பார்த்தோம்.

இதற்கிடையில் காலனிய இந்திய அரசு வைஸ்ராய் நிர்வாகக் குழுவின் வர்த்தக உறுப்பினர் சர் ராமசாமி முதலியார் முயற்சியால் எஸ்.எஸ்.பட்னாகரை இயக்குநராகக் கொண்டு அறிவியல் மற்றும் தொழில்துறை ஆய்வு வாரியத்தை (பி.எஸ்.ஐ.ஆர்) 1 ஏப்ரல் 1940இல் அமைத்தது. அதில் சாகாவும் ஓர் உறுப்பினர். பிறகு 1942இல் இந்த வாரியம் அறிவியல் மற்றும் தொழில்துறை ஆய்வு கவுன்சிலாக (சி.எஸ்.ஐ.ஆர்) மேம்படுத்தப்பட்டது. இதுவும் பட்னாகரை இயக்குநராகக் கொண்டே உருவாக்கப்பட்டது. சாகா இதிலும் ஓர் உறுப்பினர் என்பது குறிப்பிடத்தக்கது.

இரண்டாம் உலகப் போர் நேசநாடுகளுக்குச் சாதகமாக மாறிக்கொண்டிருந்த சமயத்தில் 1944இல் ஏ.வி.ஹில் முயற்சியால் சாகாவும் மற்ற இந்திய விஞ்ஞானிகளும் மேற்கொண்ட பிரிட்டன் அமெரிக்க நல்லெண்ண சுற்றுப்பயணம் பற்றியும் பார்த்தோம். இதில் சாகாவின் ஆர்வம் அணுசக்தி தொடர்பான தகவல்களைத் திரட்டுவதில் தீவிரமாக இருந்ததைக் கவனித்து அமெரிக்க எஃப்.பி.ஐ உளவுத்துறையினர் சாகாவை விசாரிக்கத் தவறவில்லை என்பதையும் பார்த்தோம். மன்ஹாட்டன் திட்டம் பற்றி சாகா அறிந்திருக்கவில்லை. எனினும் அணுஆற்றல் பற்றி அவர் அதிகமாகவே அறிந்திருந்தார் என்பது அமெரிக்க உளவுத்துறைக்கு வியப்பாக இருந்தது. 1945 ஆகஸ்டில் ஜப்பான் மீது அமெரிக்கா அணுகுண்டு சோதனையை

நடத்தியது. உலகை அதிர்ச்சிக்கு உள்ளாக்கிய இந்த நிகழ்ச்சிக்குப் பிறகு அடுத்த மாதமே சயின்ஸ் அண்ட் கல்ச்சர் இதழில் தன் மாணவர் நாக் சவுத்திரியுடன் இணைந்து ‘அணுகுண்டின் கதை’ என்ற கட்டுரையை சாகா எழுதினார். அணுகுண்டு தர்க்கம் (Logic of Atom Bomb) என்ற கட்டுரையும் சாகாவால் இதே சமயத்தில் எழுதி வெளியிடப்பட்டது. ஏற்கெனவே தான் எழுதிய அணுகுண்டு (The Atom Bomb) கட்டுரையை 1946இல் சாகா விரிவாக எழுதினார். சாகா அணுசக்தி தொடர்பாக மட்டும் 1935இல் இருந்து தனது மறைவு வரை 19 கட்டுரைகள் எழுதியுள்ளார் என்பது குறிப்பிடத்தக்கது.

அணுசக்தி ஆராய்ச்சியில் இந்தியாவின் எதிர்காலம் பற்றி சாகா தீவிரமாகச் சிந்தித்துக் கொண்டிருந்த நிலையில் விடுதலைக்கு இன்னும் ஓர் ஆண்டு இருந்த நிலையில் 1946ஆம் ஆண்டு மே 10ஆம் தேதி டாக்டர் ஹோமி பாபா தலைமையில் அணு ஆராய்ச்சி குழு (Aotmic research Committee) வின் முதல் கூட்டம் நடத்தப்பட்டது. இந்த அணுஆராய்ச்சிக் குழு சி.எஸ்.ஐ.ஆரின் அமைப்புகளில் ஒன்றாகவே உருவாக்கப்பட்டது.

அணு ஆராய்ச்சிக் குழுவின் தலைவர் ஹோமி பாபாவிற்கும், சி.எஸ்.ஐ.ஆரின் இயக்குநரான எஸ்.எஸ்.பட்னாகருக்கும் ஒருவருக்கொருவர் நல்ல புரிதல் இருந்தது. கூட்டத்திற்குப் பிறகு அளிக்கப்பட்ட பத்திரிகைச் செய்தியில் இக்குழு ‘இந்தியாவின் பாதுகாப்பு மற்றும் வளர்ச்சிக்கும்’, ‘மனித சமூகத்தின் ஆன்மிக வளர்ச்சிக்கும்’ (The spiritual progress of humanity) அணுசக்தி அவசியம் என்று குறிப்பிட்டது!

அணு ஆராய்ச்சிக் குழு உருவாவதற்கு முன்பே ஹோமி பாபா தன் செல்வாக்கை உறுதிப்படுத்திவிட்டார். சாகா சைக்ளோட்ரான் அமைக்கவும், அணுக்கரு இயற்பியல் ஆய்வு நிறுவனத்தை அமைக்கவும், நிதியுதவிக்குப் போராடிக்கொண்டிருந்த நிலையில் 1944இல் டாடா அறக்கட்டளையின் உதவியுடன் தன் ஆய்வு நிறுவனத்தை பாம்பேயில் பாபா தொடங்கிவிட்டார். ஒரு சிறிய வாடகை கட்டடத்தில் எளிய முறையில் தொடங்கப்பட்டாலும் டாடா குடும்பத்தைச் சேர்ந்த பார்சியான பாபாவுக்கு எதிர்காலம் பிரகாசமாகவே இருந்தது. சி.எஸ்.ஐ.ஆரும் பாபாவிடம் கரிசனத்தோடு நடந்துகொண்டது. எல்லாவற்றிற்கும் மேலாக வருங்கால இந்தியப் பிரதமரான நேருவின் அன்பும் ஆதரவும் பாபாவுக்கு நிறையவே இருந்தது. அதே சமயத்தில் கல்கத்தாவில் சாகாவின் ஆய்வு நிறுவனம் நிதிப் பற்றாக்குறையோடு உருவாகி வந்தது. ஜகதீஸ் சந்திர போஸின் ‘போஸ் ஆய்வு நிறுவனம்’ டி.எம்.போஸ் தலைமையில் கல்கத்தாவில் இயங்கிக் கொண்டிருந்தது.

அணு ஆராய்ச்சிக் குழுவில் தொடக்கம் முதலே அரசியல் இருந்தது. அதன் தலைவர் பாபா, செயலாளர் பட்னாகர். சாகா ஓர் உறுப்பினர் மட்டுமே. பெரிய அளவிலான அணு ஆராய்ச்சிக்கான இடமாக ஒரே ஒரு மையத்தைத் தேர்வு செய்வது என முடிவு செய்யப்பட்டதுடன் அந்த மையம் பாபாவின் பாம்பே மையம் எனவும் முடிவு செய்யப்பட்டது. 1938இல் இருந்தே சைக்ளோட்ரான் அமைக்கவும், அணுக்கரு ஆய்வு நிறுவனம் உருவாக்கவும் முயற்சி செய்து தன் நிறுவனத்தை உருவாக்கி வந்த சாகா அந்தத் தகுதி தன் நிறுவனத்திற்கு இருப்பதாகக் கருதியதில் வியப்பில்லை. மேலும் பாம்பே அணு ஆராய்ச்சி மையத்திற்கான இட அமைவு குறித்து சாகாவுக்கு விமர்சனம் இருந்தது. எனவே அவர் கூட்டக் குறிப்பில் கையெழுத்திட மறுத்தார். எனினும் இந்திய அணு ஆராய்ச்சியின் எதிர்காலத்தை யார் தீர்மானிக்க வேண்டும் என்பதில் அன்றைய அணு ஆராய்ச்சிக் குழு தெளிவாக இருந்தது. அவர் பாபாதான் சாகா அல்ல என்பதே அந்தத் தெளிவு.

இந்திய அணு ஆராய்ச்சியின் முன்னோடியான சாகா அறிவியல் ஆராய்ச்சி மக்களுக்கானது என்பதில் உறுதியாக இருந்தார். அவரைப் பொறுத்தவரை அறிவியல் ஆராய்ச்சி ஜனநாயகத்திற்கு உட்பட்டதாகவும் வெளிப்படைத்தன்மை கொண்டதாகவும் இருக்க வேண்டும். ஆராய்ச்சிக்குத் தலைமை தாங்குபவர்கள் அதிகார வர்க்கத் தன்மை கொண்டவர்களாக இருக்கக் கூடாது. சாகாவை உதாசீனம் செய்ய இவை போதுமான காரணங்கள் என்பதை இன்று நம்மால் புரிந்து கொள்ள முடிகிறது. இத்தனைக்கும் சாகா பாபாவின் அணு ஆராய்ச்சி முயற்சிகளை மதித்தவராகவும் ஊக்கப்படுத்துபவராகவும் இருந்தார் என்பது குறிப்பிடத்தக்கது. 1947 ஜனவரியில் பாபாவுக்கு எழுதிய கடிதத்தில் சி.எஸ்.ஐ.ஆர் நிறுவனத்தை அணு ஆராய்ச்சிக்கு கூடுதல் நிதி தருமாறு வலியுறுத்த டெல்லி வருமாறு பாபாவை சாகா அழைத்தார்.[76]

சாகா, இந்திய அறிவியல் தொழில்நுட்பத்திலும் அதற்கான மனித வளத்திலும் தன்னிறைவு பெற்றதாக இருக்கவேண்டும் என்று விரும்பினார். அணு சக்தி ஆராய்ச்சியில் இந்தியா பிற நாடுகளைச் சார்ந்து தன் எதிர்காலத்தை வைத்துக் கொள்ளக்கூடாது என வலியுறுத்தினார். பாபா இந்தியாவில் அணுக்கரு இயற்பியல் மற்றும் காஸ்மிக் கதிர்வீச்சு ஆராய்ச்சிப் பணிகளை முன்னெடுத்துச் செல்ல குறைந்த காலத்திற்காவது அதாவது இரண்டு ஆண்டுகளுக்காவது ஒன்று அல்லது இரண்டு முதல்தரமான ஆட்களை வெளிநாடுகளில் இருந்து வரவழைக்க வேண்டிய தேவை உள்ளது என்று கருதினார். ஆனால் சாகாவோ இத்தகு ஆராய்ச்சித் திட்டங்களைச் செயல்படுத்த

முதலில் நல்ல தொழில்நுட்ப பணியாளர்களும் ஆய்வுக்கூட ஆட்களும் தேவை என்பதைக் கணக்கில் கொள்ள வேண்டும் என்றார். அதே போல் வெற்றிகரமான அணு ஆராய்ச்சிக்குத் தேவையான எந்திர தளவாடங்கள், மின் சாதனங்கள், அறிவியல் கருவிகள், வேதிப்பொருட்கள் ஆகியவற்றை உருவாக்க போதிய பொறியியல் நிறுவனங்களோ தொழிற்சாலைகளோ இந்தியாவில் இல்லை என்பதைக் கருத்தில் கொண்டு முதலில் அதை உருவாக்க வேண்டும் என்றார். தற்சார்பின் அடிப்படையில் கட்டமைக்கப்படுகிற அறிவியல் தொழில்நுட்ப நிறுவனங்களும் அவற்றின் ஆராய்ச்சிகளும் மட்டுமே எதிர்காலத்தில் தேசத்தின் பெருமிதங்களாக விளங்க முடியும் என சாகா நம்பினார்.

சாகா, நியாயமான பகிர்ந்தளிப்பையும் பங்கேற்பு ஜனநாயகத்தையும் வலியுறுத்தியவர். ஜனநாயகத்தின் மாண்புகளை அறிந்தவர். ஒரு ஜனநாயக நாட்டில் மக்களே மாட்சிமை மிக்கவர்கள் என்பதையும் ஆட்சியாளர்கள் அறிவியல் ஆராய்ச்சிகளை மக்களிடம் மறைக்க வேண்டிய தேவை இல்லை என்பதையும் சாகா ஆணித்தரமாக எடுத்துரைத்தார். அணு ஆராய்ச்சித் திட்டங்களில் வெளிப்படையான தன்மை வேண்டும் என்று சாகா தொடக்கம் முதலே வலியுறுத்தினார். சாகா மட்டும் அல்லாமல் பட்னாகர் போன்றவர்களும் தொடக்கத்தில் அறிவியலில் ரகசியத்தன்மை கூடாது என்றே வலியுறுத்தினர். 1945இல் அமெரிக்கா ஜப்பான் மீது அணுகுண்டு வீசி நாசம் விளைவித்த சில மாதங்கள் கழித்து தான் பேசிய வானொலி உரை ஒன்றில் பட்னாகர்,

> "இது போன்ற முக்கியமான (அணு சக்தி மற்றும் அணு ஆயுத) ஆராய்ச்சிகளில் விஞ்ஞானிகள் ரகசியத்தன்மைக்கு அடிபணிய நிர்பந்திக்கப்பட்டால் அவர்களிடம் இருந்து ஒரு கலிலியோ எழுவான். அவன் அறிவுசார் சுதந்திரத்தின் மீதான அரசியல் தலையீட்டை நொறுக்கித் தள்ளுவான்"[77]

என்று வீரவசனம் பேசினார். ஆனால் இந்திய அணுசக்தி ஆராய்ச்சியைச் சுற்றி ரகசியத் தன்மை என்ற கோட்டையை நேருவுடனும் பாபாவுடனும் சேர்ந்து கட்ட தனக்குக் கிடைத்த வாய்ப்பைப் பட்னாகர் தவற விடவில்லை.

நாடு விடுதலையை நோக்கி நகர்ந்து கொண்டிருந்த நிலையில் இந்தியாவை விட்டு வெளியேறுவதற்கான நிர்வாக அரசியல் ரீதியிலான பணிகளில் பிரிட்டன் மும்முரமாக இருந்ததால், அணு ஆராய்ச்சிக் குழுவின் செயல்பாடுகளில் தலையிடாக் கொள்கையைக் கடைப்பிடித்தது. ஏகாதிபத்தியவாதிகளின் காலனிய ஆதிக்கம் அந்திமக் காலத்தில் இருந்த நிலையில் தங்களின் சரியான இந்திய

வாரிசுகளிடம் அதிகாரத்தை மாற்றிவிட்டுப் போகும்போது எதிர்காலத்தில் தங்கள் நலனை இந்தியாவில் பாதுகாக்க நல்லவிதமாக வெளியேறுவது உகந்தது என அவர்கள் நினைத்தனர்.

உலக அளவில் அணுசக்தியானது மின்உற்பத்தி, பாதுகாப்பு (ஆயுத தயாரிப்பு) தொடர்புடைய அதிமுக்கிய கருத்தாக்கமாக ஆகி இருந்த நிலையில் அதற்கான மூலப்பொருட்களான யுரேனியம், தோரியம் போன்றவற்றிற்கான தாதுவளத்தின் மீது வளர்ந்த நாடுகளின் கவனம் குவிந்தது. இந்தியாவின் திருவிதாங்கூர் சமஸ்தானத்தில் தோரியம் தாதுவான மோனசைட் கிடைப்பதை அறிந்த அமெரிக்கா அதில் ஆர்வம் காட்டியது.

திருவிதாங்கூர் சமஸ்தானத்தின் திவான் சி.பி.ராமசாமி ஐயர் அமெரிக்காவைத் தனது சமஸ்தானத்தில் தோரியம் பிரித்தெடுக்கும் தொழிற்சாலை அமைக்க அழைத்ததோடு சி.எஸ்.ஐ.ஆர் அமைப்பு சர்வே செய்ய வந்ததையும் தடுத்தார். இந்த சமஸ்தானம் விடுதலைக்குப் பின் இந்தியாவோடு இணைக்கப்பட்டது. அதன்பிறகு இப்பகுதியின் கதிரியக்க தனிம தாதுவளம் இந்திய அரசின் கட்டுப்பாட்டில் வந்தது.

அக்காலத்தில் அமெரிக்கா, பிரிட்டன், பிரான்ஸ், ஜெர்மனி ஆகிய நாடுகள் இந்தியாவில் இருந்து தோரியம் தாதுவான மோனசைட்டை பெருமளவில் இறக்குமதி செய்தன. மோனசைட்டில் இருந்து பெறப்படும் தோரியம் நைட்ரேட் என்ற சேர்மம் பெட்ரோமாக்ஸ் லைட் என நாம் அழைக்கும் எரிவாயு ஒளிர் விளக்குகளுக்கான ஒளிர் குமிழ் (மேண்டில்) தயாரிக்கப் பயன்படுத்தப்பட்டது. இப்படித் தயாரிக்கப்பட்ட வெளிநாட்டு மேண்டில்களுக்கு இந்தியாதான் அப்போதைய சந்தை. மின்சாரமும் மின்சார விளக்குகளும் பரவாத அக்காலத்தில் இந்தியர்களுக்குப் பெட்ரோமாக்ஸ் லைட்டும் மேண்டிலும் அத்தியாவசியமானவை. ஆனால் அணுசக்தி கண்டுபிடிப்பு தோரியம் உட்பட்ட கதிரியக்க தனிம தாதுவளத்தின் மதிப்பைப் பெருமளவு உயர்த்தியது. இந்தியாவில் ஏராளமாக இருந்த வளத்தை தாம் அடைவதற்கான முயற்சியோடு தத்தம் எதிரிகள் அடைந்துவிடக் கூடாது எனவும் அமெரிக்கா, பிரிட்டன், பிரான்ஸ் போன்ற நாடுகள் முயன்றன. இத்தகு சூழ்நிலையில் இந்தியா விடுதலை பெற்றது.

ஆனால் இந்தியா விடுதலை பெறுவதற்கு முன்பே நேரு பாபாபட்னாகர் கூட்டணி இந்திய அணுசக்தி ஆராய்ச்சியின் திசைவழியைப் பெரும்பாலும் முடிவு செய்துவிட்டிருந்தது. பாபா, சி.எஸ்.ஐ.ஆரின் கட்டுப்பாட்டில் அணுசக்தி ஆராய்ச்சி இருக்கக்கூடாது என முடிவுசெய்தார். அணுஆராய்ச்சி முற்றிலும்

ரகசியத்தன்மை கொண்டதாக இருக்கவேண்டும் என வலியுறுத்திய அவர் அதற்கு சி.எஸ்.ஐ.ஆரின் கட்டுப்பாட்டில் அல்லாத உயர் அதிகாரம் கொண்ட சிறிய எண்ணிக்கையிலான நிர்வாகிகளைக் கொண்ட புதிய அமைப்பு ஒன்றை முன்மொழிந்தார். அதுதான் பிறகு உருவான 'அணு சக்தி ஆணையம்' (Atomic Energy Commission). அதற்கான சட்ட வரைவும் தயாரிக்கப்பட்டது.

விடுதலையும் பிரிவினையும் முடிந்த சில மாதங்களில் 1948இல் இந்திய அரசியல் நிர்ணய அவைக்கான (The Constituent Assembley) தேர்தல் நடந்தது, அவை கூடியது. அரசியல் நிர்ணய சட்டத்தை வடிவமைக்கும் முக்கியப் பணி இருந்தாலும் நேரு பாபா பட்னாகர் கூட்டணி வடிவமைத்த அணுசக்தி சட்ட வரைவு, அவையின் முன் வைக்கப்பட்டு விவாதத்திற்கு எடுத்துக் கொள்ளப்பட்டது. அவையில் இருந்த பெரும்பான்மையோருக்கு அச்சட்ட வரைவு முற்றிலும் அறிவியல் தொழில்நுட்பம் சார்ந்ததாக அதிலும் குறிப்பாக அணுசக்தி தொடர்பானதாக இருந்ததால், அதைப் பற்றி பெரிதாக ஒன்றும் தெரியாத நிலை இருந்தது.

இருநூறு ஆண்டுகளாக அடிமைப்பட்டுக் கிடந்த நாட்டில் அந்நியர்கள் வெளியேறி இருந்த நிலையில் 'சுதேசி' அரசின் மீது இருந்த மிதமிஞ்சிய நம்பிக்கையும் நேருவின் 'நாயக' அந்தஸ்தும் நுட்பமான விவாதத்திற்குத் தடையாக இருந்தன. ஆனாலும் இவற்றை மீறி ஆர்வமூட்டக் கூடிய சில விவாதங்களும் அப்போது நடந்தன.

அரசியல் நிர்ணய அவையில் நடந்த அணுசக்தி தொடர்பான விவாதங்கள் இரண்டு முக்கிய கருத்துகளைச் சுற்றி இருந்தன. ஒன்று சட்டவரைவு முன்வைத்த ரகசியத்தன்மை; மற்றொன்று அணுசக்தியின் மீதான அரசின் முன்னுரிமை. இந்திய அணுசக்தி சட்டவரைவு அடிப்படையில் இங்கிலாந்து அணுசக்தி சட்டத்தை முன்மாதிரியாகக் கொண்டு உருவாக்கப்பட்டிருந்தது. ஆனால் இங்கிலாந்து சட்டத்தை விடவும் அமெரிக்க சட்டத்தை விடவும் அதிகப்படியான ரகசியத்தன்மையை இது முன்மொழிந்தது.

மைசூர் தொகுதியில் இருந்து தேர்ந்தெடுக்கப்பட்டிருந்த எஸ்.வி.கிருஷ்ணமூர்த்தி ராவ் இந்தச் சட்டவரைவு முன்வைத்த அணு ஆராய்ச்சி தொடர்பான ரகசியத்தன்மையைக் கேள்விக்கு உட்படுத்தினார். அமெரிக்க சட்டத்திலும், இங்கிலாந்து சட்டத்திலும், ரகசியம் என்பது அணுசக்தியைப் பாதுகாப்பது, பயன்படுத்துவது தொடர்பாக மட்டுமே உள்ளது என்பதையும் அமைதி நோக்கங்களுக்கு ரகசியம் எனும் உத்தி கடைப்பிடிக்கவில்லை என்பதையும் ராவ் சுட்டிக் காட்டினார். ஆனால் நேரு 'அமைதி நோக்கு, பாதுகாப்பு

நோக்கு என எப்படி இனம் பிரிப்பது என எனக்குத் தெரியவில்லை' எனத் தந்திரமாகப் பதில் அளித்தார். கிருஷ்ணமூர்த்தி ராவ் ரகசியத்தன்மை பற்றி கேள்வி எழுப்பினாலும் அணு சக்தியின் மீதான அரசின் முன்னுரிமையை ஆதரிக்கவே செய்தார்.

சிபன்லால் சக்சேனா என்ற உறுப்பினர் அழிவை விளைவிக்கும் போரில் அணுசக்தியைப் பயன்படுத்தும் தகுதி நமக்கு இல்லாத வரையில் அழிவு வேலைக்கு அணுசக்தியைத் தாங்கள் பயன்படுத்த மாட்டோம் எனச் சொல்வதில் எந்த அர்த்தமும் இருக்காது என்றார்.

உறுப்பினர் கே. சந்தானம் அணுசக்தியை அரசின் கட்டுப்பாட்டில் வைத்திருப்பதை ஆதரித்தும், அது தனியார் கைகளுக்குப் போய்விடக்கூடாது என்று வலியுறுத்தியும் பேச, பட்டாபி சீத்தராமைய்யா அணு சக்தியின் மீது அரசின் கட்டுப்பாடு தேவையற்றது என்று வாதிட்டார்.

ஆனால் ஒருவருமே அணு சக்தியே தேவையில்லை என்றும் அதற்கான சட்டமே தேவையில்லை என்றும் வாதிடவில்லை என்பது குறிப்பிடத்தக்கது.

இன்று சுற்றுச்சூழல் சிந்தனைகள் ஏற்றம் பெற்று வரும் நிலையில் அணு சக்தி அமைதிக்கானதா? ஆயுதத்திற்கானதா? என்ற விவாதத்திற்கு அப்பாற்பட்டு அணு சக்தியே வேண்டாம் என்ற கருத்தும் கவனம் கொள்ளப்படுகிறது. ஆனால் அன்று அத்தகு விவாதங்கள் எதுவும் இல்லை.

இப்படியாக பெரிய எதிர்ப்பு ஏதும் இன்றி அணுசக்தி சட்டம் நிறைவேற்றப்பட்டது.

அணுசக்தி சட்டம் அணுசக்தி ஆணையம் ஒன்றை அமைக்கும் சட்டப் பிரிவுகளைக் கொண்டிருந்தது. பாபாவின் திட்டங்களைப் பற்றிய கடும் விமர்சனங்களைக் கொண்டிருந்த சாகாவிடம் ஆணையம் அமைப்பது குறித்து கேட்கப்பட்ட போது அவர் அணுசக்தி ஆணையத்தைக் கடுமையாக எதிர்த்தார். அணுசக்தி வளர்ச்சியை முன்னெடுத்துச் செல்ல இந்தியாவில் அன்றைய தேதியில் போதுமான எண்ணிக்கையில் பயிற்சி பெற்ற விஞ் ஞானிகளும் பொறியியல் வல்லுநர்களும் இல்லை எனச் சாகா கருதினார். அணுசக்தி துறைக்குத் தேவையான பயிற்சி பெற்ற விஞ் ஞானிகளை நமது பல்கலைக்கழகங்கள் மூலம் உருவாக்க வேண்டும் என்று வலியுறுத்தினார்.

பேராசிரியர் பணி எதுவும் பார்க்காத பாபாவுக்கோ, தேசிய ஆய்வுக் கூடங்களில் முடங்கிவிட்ட பட்னாகருக்கோ பல்கலைக்கழகங்களின் ஆராய்ச்சி துறைகளின் முக்கியத்துவம் பற்றிய அக்கறை ஏதும்

இல்லை என்பதைச் சாகா அறிந்திருந்தார். மேலும் அணுசக்தி மேம்பாட்டுக்கான வேலைகளைத் தொடங்குவதற்கு முன் இந்தியா தனது தொழில் துறை அடித்தளத்தை (Industrial Base) விரிவுபடுத்த வேண்டும் என்று சாகா விரும்பினார்.[78] எல்லாவற்றிற்கும் மேலாக அணுசக்தி ஆணையத்திற்காக முன்மொழியப்பட்ட அதிகார வர்க்க கட்டமைப்பையும் ரகசியத் தன்மையையும் சாகா கடுமையாக எதிர்த்தார்.

அதிமுக்கியமான ஆராய்ச்சித் துறையை இந்திய மக்களிடம் இருந்தும் ஏனைய விஞ்ஞானிகளிடம் இருந்தும் தனிமைப்படுத்தி ஒரு சில விஞ்ஞானிகளின் குறிப்பாகப் பாபாவின் ஏதேச்சதிகாரத்திற்கு உட்பட்ட ரகசிய சாம்ராஜ்ஜியமாக ஆக்க முயலும் நேருவின் எண்ணம், சாகாவிற்கு அதிர்ச்சியையும் கோபத்தையும் ஒருசேர அளித்தது.

நேரு தனிப்பட்ட முறையில் 1948 ஜூன் மாத வாக்கில் தொலைபேசியில் சாகாவை அழைத்து அணுசக்தி ஆணையத்தில் இணையுமாறு அழைத்தார். உருவாகப்போகும் ஆணையத்தில் தான் செயல்படுவதற்கான வெளி எதுவும் இருக்கப் போவதில்லை என்பதை நன்கு உணர்ந்திருந்த சாகா, நேருவின் கோரிக்கையை உடனடியாக மறுத்துவிட்டார்.

சாகா ஆணையத்திற்குள் வருவதைப் பாபா விரும்பவில்லை என நேரு அறிவார். ஆனால் அரசியல்வாதியான அவருக்குச் சாகாவை ஆணையத்திற்குள் கொண்டுவருவதைவிட அழைப்பு விடுப்பது அவசியமானதாக இருந்தது. வங்காளம் மேலும் மேலும் இடதுசாரி அரசியலின் ஆளுகைக்கு ஆட்பட்டுக் கொண்டிருந்தது. நாட்டு விடுதலைக்காக நேதாஜி செய்த தியாகம் வங்காளிகள் மத்தியில் நேருவின் பிம்பத்தை மேலும் ஒளி இழக்கச் செய்திருந்தது.

இடதுசாரிகள் மத்தியில் மேக்நாட் சாகாவின் செல்வாக்கு பற்றி நேரு அறிந்திருந்தார். இடதுசாரி சோசலிச கம்யூனிஸ்ட் விமர்சகர்களுக்கும் காங்கிரசுக்கும் இடையில் இருந்த எதிர்ப்பு எனும் இடைவெளியை இணைக்கும் பாலமாகச் சாகா இருப்பார் என நேரு நினைத்தார்.[79] எனவே சாகாவை ஆணையத்திற்குள் வருமாறு அழைத்தது கூட அரசியல் ரீதியான தந்திரமேயாகும். ஆணையத்திற்குள் வரமாட்டேன் என்று அடம் பிடித்து நேருவின் வயிற்றிலும், பாபாவின் வயிற்றிலும் சாகா பால் வார்த்தார்.

மேற்கண்ட அணுசக்தி சட்டம் 1948இன் அடிப்படையில் 1949ஆம் ஆண்டு டாக்டர் ஹோமி பாபா தலைமையில் மூன்று பேர் கொண்ட அணுசக்தி ஆணையம் (Atomic Energy Commission) அமைக்கப்பட்டது. எஸ்.எஸ் பட்னாகரும் கே.எஸ்.கிருஷ்ணனும்

இதன் உறுப்பினர்கள். பட்னாகர் சி.எஸ்.ஐ.ஆரின் செயலாளர் என்பதும், கிருஷ்ணன் தேசிய இயற்பியல் ஆய்வுக் கூடத்தின் (National Physical Laboratory) இயக்குநர் என்பதும் குறிப்பிடத்தக்கது.

சாகா அணுசக்தி ஆணையத்திற்கு வெளியே வைக்கப்பட்டாலும் ஆணையத்தின் ரகசியத்தன்மையை மீறி தகவல்களைத் திரட்டி கூர்மையான விமர்சனக் கருத்துகளை எழுதவும் பேசவும் மறந்துவிடவில்லை. நேருவின் தலைமையிலான சுதேசி அரசு அணுசக்தி திட்டம், ஆற்றுப் பள்ளத்தாக்கு திட்டங்கள், சுயசார்பு பொருளாதாரக் கொள்கை போன்றவற்றில் நாட்டு நலனுக்கு உகந்த வகையில் செயல்படவில்லை எனச் சாகா கருதினார்.

விடுதலைக்கு முன்பு காங்கிரஸ் தலைவர்கள் சோசலிசம் பற்றி நிறையவே பேசினர். குறிப்பாக நேரு உலகெங்கும் நிகழ்ந்துவந்த கம்யூனிச எழுச்சியின் விளைவாக இந்தியாவிலும் உருவாகிவந்த சோசலிச கம்யூனிச அரசியல் வீச்சைக் கருத்தில் கொண்டு அச்சூழலில் தானும் காங்கிரசும் தனிமைப்பட்டுவிடாமல் இருக்க சோசலிசம் பேசவேண்டியிருந்தது. அதன் பாதிப்பு 1938 திட்டக்குழு அறிக்கையிலும் வெளிப்பட்டது. திட்டக்குழுவின் பரிந்துரைகள் 1947 ஆம் ஆண்டு அச்சிடப்பட்டு வெளியிடப்பட்டன.

நாடு விடுதலை அடைந்த பிறகு நேரு தலைமையிலான சுதேசி அரசு திட்டக்குழு அறிக்கையின்படி செயல்படாததை சாகா கண்டார். முதலாளிகளுக்குச் சாதகமான பாம்பே திட்டம் நேருவின் பொருளாதார மறுகட்டமைப்பு திட்டங்களைத் தீர்மானிப்பதாக ஆனது. காங்கிரஸ் தலைவர்கள் சோசலிசம் பேசிக்கொண்டே முதலாளித்துவத்தையும் அந்நிய சார்பையும் ஆராதித்தனர்.

சாகா என்னும் தேவையில்லாத தொல்லையை ஒரு வகையில் அணுசக்தி ஆணையத்திற்கு வெளியில் வைத்துவிட்ட நிம்மதி நேருவிற்கும் பாபாவிற்கும் நீண்டநாள் நீடிக்கவில்லை. சாகா நேருவின் அரசைத் தனிமனிதனாக ஒரு விஞ்ஞானியாகக் கேள்வி கேட்க வாய்ப்பு இனி இல்லை என்பதை உணர்ந்து மக்கள் சார்பாக மக்கள் பிரதிநிதியாக மக்கள் மன்றத்தில் இருந்து கேள்வி கேட்பது என முடிவுசெய்தார். ஆம்! சாகா 1952 முதல் நாடாளுமன்றத் தேர்தலில் போட்டியிடுவது என முடிவு செய்தார்.

21
நாடாளுமன்ற நுழைவு

சாகா தான் அரசியலுக்கு வந்ததற்கான காரணம் குறித்து கீழ்க்கண்டவாறு கூறினார்.

> "அறிவியலாளன், நடைமுறை உண்மைகளால் தன் மனம் பிரச்சினைக்கு உள்ளாகாத வகையில் உச்சாணிக் கொம்பில் உட்கார்ந்து கொண்டிருக்கிறான் என அடிக்கடி குற்றம் சாட்டப்படுகிறான். இளம்பருவத்தில் அரசியல் இயக்கங்களோடு எனக்கிருந்த தொடர்புகளைத் தவிர்த்துப் பார்த்தால் நானும் 1930 வரை அப்படித்தான் உச்சாணிக் கொம்பில் உட்கார்ந்து கொண்டிருந்தேன். ஆனால் தற்காலத்தில் நாட்டை நிர்வாகம் செய்ய சட்டம் ஒழுங்கு எவ்வளவு முக்கியமோ, அவ்வளவு அறிவியலும் தொழில்நுட்பமும் முக்கியம். நான் உச்சாணிக் கொம்பில் இருந்து இறங்கிப் படிப்படியாக அரசியலுக்கு வந்துள்ளேன். ஏன் என்றால் எனக்கான எளிய வழியில் இந்த நாட்டிற்கு நான் பயனுள்ளவனாக இருக்க விரும்புகிறேன்."[80]

மேற்கண்ட சாகாவின் கருத்தில் நேர்மையும், சுயவிமர்சனமும் வெளிப்படையாக உள்ளதைக் காண முடிகிறது. ஆனால் உண்மையில் இந்த வரிகள் கூட தன்னடக்கத்தோடு தெரிவிக்கப்பட்டவையே. ஏன் எனில் சாகா 12 வயது முதலே நாட்டுப்பற்றோடும் காலனிய ஆட்சி எதிர்ப்பு உணர்வோடும் இருந்தார். வங்கப் பிரிவினையை எதிர்த்து பள்ளியை விட்டு வெளியேற்றப்பட்டார். புரட்சிகர இயங்கங்களோடு தொடர்பில் இருந்தார். வெள்ள நிவாரணப் பணிகளில் தன்னை ஈடுபடுத்திக்கொண்டார். சேட்லர் குழுவிடம் பல்கலைக்கழக மாணவர் விடுதிகளில் நிலவும் சாதிப்பாகுபாடு குறித்து ஜனநாயக வகுப்பினருக்கு அதாவது ஒடுக்கப்பட்டவர்களுக்கு ஆதரவாகக் கருத்து பதிவு செய்தார். தன் முதல் ஐரோப்பிய பயணத்திலும் புரட்சிகர இயக்கங்களின் தகவலாளராகச் செயல்பட்டார். இவை சாகா அரசியலை விட்டு விலகாமல் இருந்துள்ளதையே காட்டுகின்றன. எனினும் அலகாபாத் பல்கலைக்கழகம் வந்த பிறகு இயக்கத் தொடர்புகள் சாகாவிற்குக் குறைந்துவிட்டன.

இற்றுப்போயிருந்த இயற்பியல் துறையைச் சீர்படுத்தி ஆய்வு மாணவர்களை உருவாக்கும் பணிச்சுமை அவரைப் பல ஆண்டுகள் கல்வி மற்றும் ஆய்வுப் பணிகளோடு மட்டுமே இருத்திவிட்டன. லண்டன் ராயல் கழக உறுப்பினராகத் தேர்ந்து எடுக்கப்பட்டதில் ஏற்பட்ட காலதாமதத்திற்கு அவர் தொடர்பான இரகசிய புலனாய்வு அறிக்கை அவரது பிரிட்டிஷ் தேசவிரோத செயல்பாடுகளை உறுதிப்படுத்தியதே காரணம். எனவே 1924 முதல் 1930 வரை மட்டுமே சாகா மக்கள் பிரச்சினைகளில் இருந்து விலகி இருந்துள்ளார். அதற்கான நியாயமான காரணமாக அவரது கல்விசார் பணிச்சுமை இருந்தது.

ஆனாலும் சாகா தன்னைச் சுயபரிசோதனை செய்து கொள்ளத் தயங்கவில்லை. 1930க்குப் பிறகு இந்திய அரசியலில் மக்கள் பிரச்சினைகளுக்கு அறிவியல் மூலம் தீர்வு காணுதல் எனும் தன் கோட்பாட்டைச் செயல்படுத்தும் நோக்கில் சாகா பல அறிவியல் கழகங்களையும் நிறுவனங்களையும் தொடங்கியதைப் பார்த்தோம். மக்கள் பிரச்சினைகளில் இருந்து தனிமைப்பட்டு உச்சாணிக் கொம்பில் உட்கார்ந்து கொண்டிருக்கிறோம் என்ற குற்ற உணர்வு சாகாவை விட்டு இக்காலத்தில் விலகி வந்ததையே மேற்கண்ட அவரது கூற்று உறுதிப்படுத்துகிறது.

சாகாவை அரசியலுக்குக் கொண்டுவரும் கருத்து முதன் முதலில் சரத்சந்திர போஸால் முன்வைக்கப்பட்டது. நேதாஜி சுபாஷ் சந்திர போஸின் மூத்த அண்ணனும் 1946இல் அமைக்கப்பட்ட முதல் தற்காலிக அமைச்சரவையின் உறுப்பினருமான இவர் சாகாவின் சிந்தனைச் செறிவையும், தேசிய கட்டுமானத்தில் சாகாவின் ஈடுபாட்டையும் நன்கு அறிந்தவர். எனவே 1947இல் நடந்த இந்திய அரசியலமைப்பு சாசனத்தை உருவாக்குவதற்கான முதல் அரசியல் நிர்ணய அவைக்கான (The first constituent Legislative Assembly) தேர்தலில் சாகாவைப் போட்டியிடக் கேட்டுக் கொண்டார். சாகாவும் தன் கருத்துகள் ஆக்கப்பூர்வமாக சட்ட வடிவம் பெறச் செய்ய வசதியாக இருக்கும் எனக் கருதி “ஒரு மிக முக்கிய காங்கிரஸ்காரரை” சந்தித்துத் தனக்கு தேர்தலில் நிற்க வாய்ப்பு கோரினார். [81]

காங்கிரஸ்காரருக்கும் சாகாவுக்கும் நடந்த உரையாடல் கீழ்க்கண்டவாறு அமைந்தது.

காங்கிரஸ்காரர்: அரசியலமைப்பு நிர்ணய அவைக்கான தேர்தலில் நிற்க உங்கள் பெயர் ஏன் முன் மொழியப்பட்டுள்ளது?

சாகா : சரத் சந்திரருடைய வேண்டுகோளின்படி நான் இதைச் செய்தேன். அவர் தேசிய திட்டமிடல், தொழில்மயமாக்கம், ஆற்றுப்பள்ளத்தாக்குத் திட்டம் போன்றவற்றில் எனது ஆலோசனைகள் உதவிகரமாக அமையும் எனக் கருதினார்.

காங்கிரஸ்காரர் : உங்கள் பெயருக்கான முன்மொழிவு ஏற்றுக்கொள்ளப்படவில்லை எனத் தெரியுமா?

சாகா : ஏன்?

காங்கிரஸ்காரர் : ஏன் என்றால் நீங்கள் தொடர்ந்து ராட்டையையும் கதரையும் எதிர்த்து பேசி வருகிறீகள். அவை காங்கிரசின் அடிப்படையான கொள்கைகள். உங்கள் கருத்தை மாற்றிக் கொள்ள நீங்கள் தயாரா?

சாகா : உறுதியாகக் கூறுகிறேன் முடியவே முடியாது.

காங்கிரஸ்காரர் : ஏன்?

சாகா : ஏன் என்றால் இந்த அரதப்பழசான தொழில்நுட்பத்தை வலியுறுத்துவது பிற்போக்கானதும், அறிவியிலுக்கு எதிரான மனநிலையுடையதும் ஆகும் என நான் நம்புகிறேன். அதையே கற்பித்தும் வந்துள்ளேன். இத்தகு மனநிலையில் உள்ளவர்கள் அதிகாரத்திற்கு வரும்போது இந்த நாட்டிற்குப் பேரழிவையே கொண்டு வந்து சேர்ப்பார்கள்.

காங்கிரஸ்காரர் : இதுதான் உங்கள் கருத்து எனில், உங்களுக்கு நாமினேஷன் வழங்க முடியாது.

சாகா : இதுதான் உங்கள் நிபந்தனை எனில் எனக்கு இது அவசியமில்லை. உங்கள் முழக்கங்களை விட அறிவியலை நெருக்கமானதாக நான் பார்க்கிறேன்.[82]

ஆக, அரசியலமைப்பு நிர்ணய சபை தேர்தலில் நிற்க சாகாவால் முடியாமல் போனது.

சாகா சோர்ந்துவிடவில்லை. அவர் கல்கத்தாவில் அணுக்கரு இயற்பியல் ஆய்வு நிறுவனத்தை உருவாக்குவதிலும் இந்திய அணுசக்தி விவாதங்களிலும் தன்னை ஆக்கப்பூர்வமாக ஈடுபடுத்திக்கொண்டார். எனினும் இரண்டுமே அவருக்கு வலிமிகுந்த அனுபவங்களாகவே இருந்தன. இச்சமயத்தில் இடைக்கால அரசின் செயல்பாடுகள் சாகாவை மகிழ்ச்சிப்படுத்தவில்லை. குறிப்பாக அணுசக்தி ஆராய்ச்சி, ஆற்றுப்பள்ளத்தாக்குத் திட்டம் போன்றவற்றில் அரசின் போக்கு சாகாவின் கடும் விமர்சனங்களுக்கு உள்ளாயின. விடுதலை வீரரான சாகா ஓரங்கட்டப்பட்டு விடுதலைப் போராட்டங்களின் போது ஒதுங்கியே இருந்த, உச்சாணிக்கொம்பில் இருந்து என்றுமே இறங்கியிராத ஹோமி பாபா, எஸ்.எஸ்.பட்னாகர், கிருஷ்ணன், போன்ற விஞ்ஞானிகள் நேருவின் நெருங்கிய தோழர்களாகி அதிகாரப் பீடங்களில் அமர்ந்தனர். குறிப்பாக இந்திய அணு ஆராய்ச்சித் திட்ட நடவடிக்கைகளில் சாகா ஒதுக்கப்பட்டார். அணுசக்தி ஆராய்ச்சி திட்டத்தில் நேருவும் பாபாவும் முன்வைத்த ரகசியத்தன்மையும் அன்னிய சார்பும் அணுசக்தி ஆணையத்தின் அதிகார கட்டமைப்பும் சாகாவின் கடுமையான விமர்சனத்திற்கு ஆளான நிலையில் அவருக்கும் நேருவுக்குமான உறவு மேலும் மோசமடைந்தது.

இந்திய அணுசக்தி சட்டம் 1948இல் உருவாக்கப்பட்டு அதன் அடிப்படையில் 1949ஆம் ஆண்டு டாக்டர் ஹோமி பாபா தலைமையில் அணுசக்தி ஆணையம் அமைக்கப்பட்டது என்று பார்த்தோம். அதாவது இந்திய அரசியலமைப்புச் சட்டம் உருவாகும் முன்பே அணுசக்தி சட்டமும், அணுசக்தி ஆணையமும் உருவாகிவிட்டன.

இந்திய அரசியலமைப்பு சட்டத்தை வடிவமைப்பதற்கு முன்பாகவே இந்திய அணுசக்தி சட்டத்தை இயற்றிவிடத் துடித்த நேருவின் காங்கிரஸ் கட்சி அரசியலமைப்பு சட்டமியற்று அவையில் சாகா இடம் பெறுவது அணுசக்தி சட்டத்தை விருப்பம் போல உருவாக்கிக் கொள்வதில் பெரும் தடையாக இருக்கும் என எண்ணியிருக்க வாய்ப்பு உள்ளது. நேரு நினைத்திருந்தால் அரசியலமைப்பு சட்டமியற்று அவைக்கான தேர்தலில் நிற்க சாகாவிற்கு வாய்ப்பு அளித்திருக்க முடியும். ஆனால் நேரு தானும் பாபாவும் பட்னாகரும் முடிவு செய்திருந்த அணுசக்தி திட்டத்திற்கும், அதற்கான அணுசக்தி சட்டத்திற்கும் சாகா அரசியலமைப்பு சட்டமியற்று அவையில் ஆதரவு தரமாட்டார் என அறிவார். எனவே திட்டமிட்டு சாகாவுக்கு அதற்கான தேர்தலில் காங்கிரஸ் சார்பாக நிற்க அனுமதி மறுக்கப்பட்டது. அவையில் பெரிய தீவிர விவாதம் ஏதும் இன்றி அணுசக்கி சட்டத்தை நிறைவேற்றவும் முடிந்தது.

ஆனால் சாகா நேருவின் தலைமையிலான அரசின் செயல்பாடுகளைத் தனக்கான கருத்துகளில் நின்று விமர்சிக்க மேலும் வலிமையான தளத்தைத் தேர்ந்தெடுத்தார். நாடாளுமன்றம்தான் அந்த வலிமையான தளம்.

இந்திய அரசியலமைப்புச் சட்டம் நடைமுறைக்கு வந்து 1950 ஜனவரி 26இல் நாடு குடியரசாக அறிவிக்கப்பட்டது. இதைத் தொடர்ந்து 1951இல் முதல் நாடாளுமன்ற பொதுத்தேர்தல் அறிவிக்கப்பட்டது. அரசியல் சட்டமியற்று அவைத் தேர்தலில் சாகாவை நிற்க வலியுறுத்திய சரத் சந்திர போஸ் இச்சமயத்தில் உயிரோடு இல்லை. ஆனால் அவர் மனைவி திருமதி லீலாவதி போஸ் சாகாவை மக்கள் மன்றத்திற்கு அனுப்புவது என்ற தன் கணவரின் விருப்பத்தை நிறைவேற்றும் முகமாக சாகாவைத் தேர்தலில் நிற்கும்படி கேட்டுக் கொண்டார். சாகாவும் சம்மதித்தார். காங்கிரஸ் கட்சியில் தேர்தலில் நிற்க தனக்கு வாய்ப்பு தரமாட்டார்கள் எனச் சாகா நன்கு அறிவார். இந்த நிலையில் சாகா துணிந்து ஒரு முடிவு எடுத்தார். அவர் கல்கத்தா வடமேற்கு தொகுதியில் சுயேச்சை வேட்பாளராகக் களம் இறங்கினார். தான் தேர்தலில் போட்டியிட முக்கிய காரணம் திட்டமிடலில் தனக்கு உள்ள ஆர்வமே எனச் சாகா தெரிவித்தார்.[83]

'சுயேச்சை வேட்பாளர்' என சாகாவை அவரின் வரலாற்று ஆசிரியர்கள் குறிப்பிட்டாலும் சாகா அனுசீலன் சமிதியிலும், ஜூகாந்தர் அமைப்பிலும் செயல்பட்டு பிறகு மார்க்சியர்களாக மாறியவர்களால் தொடங்கப்பட்ட 'புரட்சிகர சோசலிச கட்சி'யின் சார்பாகவே தேர்தலில் நின்றார் என்பது குறிப்பிடத்தக்கது. சாகாவிற்கும் மேற்கண்ட அமைப்புகளுக்குமான தொடர்பு பற்றி ஏற்கெனவே இந்த நூலில் தரப்பட்டுள்ளது. கல்கத்தாவில் இருந்த இடதுசாரி கட்சியினர் அனைவருமே சாகாவை ஆதரித்தனர். இடதுசாரிகள் மட்டும் அல்லாமல் காங்கிரசில் இருந்த முற்போக்கு சக்திகளும் சாகாவை ஆதரித்தனர் என்பது குறிப்பிடத்தக்கது.

இதில் வியப்புக்குரிய விஷயம் என்னவெனில் சாகா காங்கிரஸ் கட்சியிடமும் சீட் கேட்கவில்லை. இந்திய கம்யூனிஸ்ட் கட்சியிடமும் சீட் கேட்கவில்லை. புரட்சிகர சோசலிச கட்சி ஒரு செல்வாக்கு இல்லாத கட்சி. சாகா அக்கட்சி சார்பாக நின்றதால் மட்டுமே அன்றைய தேர்தலில் அது கவனிப்புக்குரிய கட்சியாக இருந்தது. இடதுசாரி கட்சியினர் மட்டும் அல்லாமல் கல்கத்தா நகரின் மாணவர்கள், பேராசிரியர்கள் எனப் படித்த மக்கள் அனைவருமே சாகாவை வெற்றி பெறச் செய்ய தேர்தல் பணிகளில் தங்களை ஈடுபடுத்திக் கொண்டனர்.

பிரிவினையின் காரணமாகக் கிழக்குப் பாகிஸ்தானில் இருந்து வெளியேறிய அகதிகள் ஏராளமானோர் கல்கத்தாவில் குடியேறி இருந்தனர். தங்களைப் போலவே அகதியாக்கப்பட்ட சாகாவுடன் தம்மை அடையாளப்படுத்திக் கொண்ட இம்மக்கள் சாகாவை ஆதரித்தனர். சாகா அகதிகள் மறுவாழ்வுக்காக மிகுந்த அர்ப்பணிப்போடு செயல்பட்டு வந்தார். இவர்களும் இத்தொகுதியில் இருந்த சிறுவணிகர்கள், அரசு ஊழியர்கள், ஒடுக்கப்பட்ட மக்கள் என அனைவரும் சாகாவின் பக்கம் நின்றனர்.

சாகா எதிர்த்து நின்ற காங்கிரஸ் வேட்பாளர் ஹிமத்சின்ஹா பிரபு தயாள் ஒரு பெரும் பணக்காரர். தேர்தல் செலவுகளுக்கான நிதி அவருக்கு ஒரு பொருட்டே அல்ல என்ற நிலை இருந்தது. ஆனால் சாகாவின் நிலை அப்படி இல்லை. அவர் தன் வாழ்வில் என்றுமே பெரிய நிதி வசதிகளோடு இருந்தவரல்லர். தேர்தலில் அவரை ஆதரித்த கட்சிகளும் எளிய மக்களைப் பிரதிநிதித்துவப்படுத்திய கட்சிகளே. எனவே அவை நிதிவசதி உள்ள கட்சிகள் அல்ல. இந்த நிலையில் தேர்தல் செலவுகளுக்காகத் தான் எழுதிய புகழ்பெற்ற பாடநூலான வெப்பவியல் நூலின் பதிப்பாளரிடம் ரூ.5000/த்தைப் பதிப்புரிமைத் தொகையில் இருந்து முன்பணமாக தரும்படி கேட்டு சாகா 1951 நவம்பரில் கடிதம் எழுதியுள்ளார்.

சாகா மற்றவர்களுக்கு உதவி செய்வதை என்றுமே ஒரு வழக்கமாகக் கொண்டிருந்தவர். சுதேசி இயக்கத்தின் நீண்ட காலத் தொடர்பு காரணமாக சுய தொழில் செய்ய உதவியோ ஆலோசனையோ கேட்பவர்களுக்கு அவர் மனமுவந்து உதவினார். அவரால் நன்மை பெற்ற பலரும் தேர்தலில் அவரை ஆதரித்து நின்றனர். எடுத்துக்காட்டாக ஒருவருக்குப் பிஸ்கட் பேக்கரி தொடங்க சாகா பணஉதவி செய்திருந்தார். அந்தப் பேக்கரி, வியாபாரத்தில் வெற்றி பெற்று பெரிதாக வளர்ந்து நின்றது. சாகா உதவி செய்ததை மறந்துவிட்டிருந்தாலும் சாகாவுக்காகத் தேர்தல் பிரச்சாரம் செய்த ஒரு குழுவினர் மதிய உணவுக்குப் போதிய பணம் இல்லாததால் தற்செயலாக அந்தப் பேக்கரியில் பிஸ்கட் வாங்கிப் பசியாறிவிட்டு உரிய பணம் தந்தனர். அந்தப் பேக்கரி உரிமையாளர் தான் இந்த நிலையில் இருக்க பேராசிரியர் சாகாதான் காரணம் எனக் குறிப்பிட்டு சாகாவின் வெற்றிக்குத் தன்னால் ஆன சிறு உதவியாக இருக்கட்டும் எனக் கூறி பணம் வாங்க மறுத்துவிட்டார்.

தேர்தலுக்குச் சற்று முன்பு வங்க மாநிலத்தை ஆண்டுகொண்டிருந்த காங்கிரஸ் அரசுக்கு எதிராக அகதிகளின் பிரச்சினை போன்றவற்றை முன்வைத்து மிகப்பெரும் கடையடைப்பை எதிர்கட்சிகள் நடத்தின. சாகாவும் இதில் கலந்துகொண்டதோடு பொதுக்கூட்டத்தில் காங்கிரஸ் அரசை எதிர்த்து கடுமையாகப் பேசினார்.

அவர் கட்டுரை ஒன்றில் 'தற்போதைய நாடாளுமன்றத் தேர்தலுக்கு முன்பு காங்கிரசுக்கு வெளியில் உள்ள கட்சிகள் இப்படி ஒன்று சேர்ந்து நின்றதைப் பார்த்ததே இல்லை. இந்தக் கடையடைப்பு முற்றிலும் வெற்றிபெற்றுவிட்டது. இந்த அரசு ஆட்டம் கண்டுவிட்டது. இந்தக் கிளர்ச்சி கட்டாயம் தொடரவேண்டும் என நாங்கள் விரும்புகிறோம்' என்று எழுதினார்.

தேர்தல் பரப்புரையில் கிழக்கு வங்காள கிராமிய மணம் கமழும் சாகாவின் பேச்சு மக்களிடையே பெரும் வரவேற்பைப் பெற்றது. தேர்தல் நாளன்று ஒரு வாக்குச்சாவடிக்கு வெளியே சாகாவுக்காக வாக்கு சேகரிக்கும் பணியை அவரது 21 வயது மகள் சித்ரா மேற்கொண்டிருந்தார் என்பது குறிப்பிடத்தக்கது.

தேர்தல் முடிவுகள் அறிவிக்கப்பட்டன. சாகா பெருவாரியான வாக்கு வித்தியாசத்தில் காங்கிரஸ் வேட்பாளர் ஹிமத்சின்காவைத் தோற்கடித்து வெற்றி பெற்றார். செல்லுபடியான 1,39,731 வாக்குகளில் சாகா 74124 வாக்குகளையும் (53.05%) அடுத்ததாக வந்த காங்கிரஸ் வேட்பாளர் 51168 வாக்குகளையும் (36.62%) பெற்றனர். இதில் சுவாரஸ்யமான விஷயம் என்னவென்றால் தேர்தலில் சாகா வெற்றி பெற்றதற்கான முடிவு அறிவிக்கப்பட்டவுடன் காங்கிரஸ் வேட்பாளர் சின்கா நேராகச் சென்று மேக்நாட் சாகாவைச் சந்தித்து வாழ்த்துக் கூறியதுடன் கட்சிக் கட்டுப்பாட்டின் காரணமாகவே சாகாவைப் போன்ற அறிவியல் மேதைக்கு எதிராகத் தேர்தலில் நிற்கவேண்டிய துர்பாக்கியம் ஏற்பட்டதாக வருத்தம் தெரிவித்தார். சாகாவிற்கு மரியாதை செய்து மன்னிப்பும் கேட்டுக்கொண்டார்.

ஓர் அறிவியலாளர் பொதுத்தேர்தல் மூலம் மக்களால் தேர்ந்தெடுக்கப்பட்டு நாடாளுமன்றத்தில் நுழைந்த அதிசயம் சாகாவுக்கு முன்பும் பின்பும் இந்தியாவைப் பொறுத்தவரை நடைபெறவேயில்லை என்பது குறிப்பிடத்தக்கது. உலக அளவில் பார்த்தால் நோபல் பரிசு பெற்ற விஞ்ஞானிகளில் பி.எம். எஸ்.பிளக்கெட் எ.வி.ஹில் ஆகியோர் பிரிட்டன் நாடாளுமன்றத்தின் பொதுமக்கள் அவைக்கு தேர்ந்தெடுக்கப்பட்டுள்ளனர். நோபல் பரிசு பெற்ற கிளீன் சீபோர்க் (Glen Seaborg) அமெரிக்க செனட்டிற்குத் தேர்ந்தெடுக்கப்பட்டுள்ளார். ஆனால் இவர்கள் எல்லோரையும்விட மக்கள் பிரச்சினைகளுக்காக நாடாளுமன்றத்தில் சிறப்பாகச் செயல்பட்ட நாடாளுமன்றவாதி சாகாவே ஆவார்.

முதல் நாடாளுமன்றத்தில் மக்களவையை அலங்கரித்த அறிவியல் மேதை மேக்நாட் சாகா என்றால் மாநிலங்களவையை அலங்கரித்த அறிவியல் மேதையாக அவரது நண்பர் சத்தியேந்திரநாத் போஸ் விளங்கினார். ஆனால் சத்யேந்திரநாத் போஸ் அரசியலிலோ, தன்

மாநிலங்களவை பணியிலோ ஈடுபாடு காட்டிக் கொள்ளவில்லை என்பது குறிப்பிடத்தக்கது.

சாகா உறுதிமொழி ஏற்று மக்களவை உறுப்பினராக ஆன மே 13, 1952 முதல் மாரடைப்பால் திடீர் மரணம் அடைந்திட்ட 1956 பிப்ரவரி 16 வரை ஒரு நாடாளுமன்றவாதியாக அவர் நாடாளுமன்றத்தின் உள்ளும் புறமும் ஆற்றிய பணிகள் மகத்தானவை. ஓர் உண்மையான ஜனநாயகம் வலிமையான எதிர்கட்சிகள் இருக்கும்போதுதான் சாத்தியம் என அரசியல் அறிவு போதிக்கிறது. ஆனால் நாடு சுதந்திரமடைந்த உடன் நடந்த பொதுத்தேர்தலில் பெரும்பான்மை மக்கள் கல்வியறிவு அற்றவர்களாக இருந்த நிலையில் சுதந்திரத்தை 'வாங்கிக் கொடுத்த' கட்சிக்கே பெரிதும் வாக்களித்தனர். எதிர்கட்சிகள் வரிசை பலவீனமாகவே இருந்தது. இந்த நிலையில் சாகாவின் தகவல் சேகரிப்பும் முன்தயாரிப்பும் நிறைந்த தெளிவான நாடாளுமன்ற உரைகள், கேள்விகள் போன்றவை ஆக்கப்பூர்வமானவையும் அடிப்படை முக்கியத்துவம் வாய்ந்தவையும் ஆகும்.

புதிதாக நாடாளுமன்ற அரசியலில் நுழைந்த சாகாவின் ஈடுபாடுமிக்க செயல்பாடு பற்றி அவரது மாணவரும் அவரது வரலாற்று ஆசிரியருமான டாக்டர் சாந்திமயி சட்டர்ஜி,

> "நாடாளுமன்ற கூட்டத்தொடர் அவர்மீது என்ன தாக்கத்தை ஏற்படுத்தியது என்று அவருடைய மாணவர்களான எங்களால் பார்க்கமுடிந்தது. அவர் அங்கிருந்து ஆர்வமும் உற்சாகமும் மேலிட திரும்புவது வழக்கமாக இருந்தது. நாடாளுமன்றத்தில் இருந்த அற்புதமான நூலகத்தால் அவர் மிகவும் ஈர்க்கப்பட்டார். அவருக்குத் தேவையான விவரங்களை அவரால் அங்கிருந்து பெற முடிந்தது. அவரது ஒரே வருத்தம் இந்த அற்புதமான நூலக வசதி நாடாளுமன்ற உறுப்பினர்களால் முறையாகப் பயன்படுத்திக் கொள்ளப்படவில்லை என்பதுதான். ஆனால் பயிற்சி பெற்ற அரசியல்வாதியாக இல்லாதிருந்த அவர் பிரச்சினைகளுக்குள் (issues) உணர்ச்சிவயமாகத் தன்னை ஈடுபடுத்திக்கொண்டார். அகதிகள் மறுவாழ்வு மற்றும் வங்காளம் - பீகார் இணைப்பு விவகாரங்களை இதற்கு உதாரணங்களாகக் கூறலாம். இரண்டாவதாகச் சொன்னது அவரது மரணத்தைத் துரிதப்படுத்திவிட்டதாகத் தோன்றுகிறது. சாகாவின் ஆழமான சமூக அக்கறை, முன்னேற்றத்துக்கான பூர்வாங்க திட்டம் ஒன்றுக்கான அவரது நீண்டகால தயாரிப்புப் பணிகள் ஆகியவற்றைக் கணக்கில் கொண்டு பார்த்தால் அவரது நாடாளுமன்ற அரசியல் நுழைவு அவரது வாழ்க்கைப் பணியில் மிக இயல்பான உச்ச நிலையாகவே தெரிகிறது" [84]

என்று சரியாகவே விவரித்துள்ளார்.

கல்வி, பல்நோக்கு ஆற்றுப்பள்ளத்தாக்கு மற்றும் வெள்ளக்கட்டுப்பாட்டுத் திட்டங்கள், ஐந்தாண்டுத் திட்டங்கள், தொழில்துறை, அணுசக்தி ஆராய்ச்சி போன்றவற்றில் சாகா ஏற்கெனவே நிபுணத்துவம் பெற்றவர் என்பதால் இவை குறித்த விவாதங்களின்போது இவற்றுக்கான அரசுத்துறைகளின் தவறுகளைக் கூர்மையாக விமர்சித்தார். பல நேரங்களில் அமைச்சர்கள் சாகாவின் தெளிந்த ஆழமான புள்ளிவிவரங்களுடன் கூடிய கேள்விகளுக்குப் பதில் அளிக்கமுடியாமல் விரக்தி அடைந்தனர். இதற்குப் பிரதமரான ஜவகர்லால் நேருவும் விதிவிலக்கு அல்லர். குறிப்பாக அணுசக்தி ஆணையத்தின் செயல்பாடுகள் குறித்த சாகாவின் ஆதாரப்பூர்வமான கேள்விகளால் நேரு திணறிப் போனார்.

இனி, சாகா நாடாளுமன்றவாதியாக இருந்த காலத்தில் நாடாளுமன்றத்திற்கு உள்ளேயும் வெளியேயும் அவரது செயல்பாடுகளைத் தலைப்புவாரியாக அறிந்துகொள்வோம்.

22

நாடாளுமன்ற உறுப்பினராகச் சாகாவின் செயல்பாடுகள்

நாடாமன்ற உறுப்பினர் சாகாவும் அணுசக்தி விவகாரங்களும்

1948ஆம் ஆண்டு அணுசக்தி திட்டம் இந்தியாவில் அணு ஆராய்ச்சியை விவாதங்களுக்கு அப்பாற்பட்டதாக ரகசியத்தன்மையானதாக ஆக்கி இருந்தது. நேருவின் நட்பைப் பயன்படுத்தி டாக்டர் ஹோமி பாபா சர்வசுதந்திரமான பொறுப்புக்குட்படுத்தப்பட முடியாத அணு ஆராய்ச்சி அமைப்பை உருவாக்க விரும்பினார். அதில் வெற்றியும் பெற்றார். சாகாவின் கடுமையான எதிர்ப்பையும் மீறி அணுசக்தி ஆணையம் பாபா தலைமையில் உருவாக்கப்பட்டது. இந்தியாவின் ஒட்டுமொத்த அறிவியலாளர்களில் அணுசக்தி குறித்து அறிந்தவர்களில் பெரும்பாலோர் அரசு நடவடிக்கைகளுக்கு ஆதரவாக நின்ற நிலையில் சாகா மட்டும் அணுசக்தி ஆணையத்தைத் தொடக்கத்தில் இருந்தே விமர்சித்து வந்தார். சாகாவின் நாடாளுமன்ற நுழைவு அவர் வைக்கும் விமர்சனங்களுக்கான கவனிப்பைப் பெற்றுத்தர உதவியாக அமைந்தது.

சாகா அணுக்கரு தொடர்பான ஆய்வுகளில் வெளிப்படையான, பல்கலைக்கழக அளவிலான ஆய்வுகளை முன்னெடுக்க வேண்டும் என்று வலியுறுத்தினார். அடிப்படை ஆராய்ச்சிகள் நடத்தப்படுவதற்கான சரியான இடம் பல்கலைக்கழகங்களே என்று சாகா உறுதியாக நம்பினார். எனவே ரகசியம் எனும் பெட்டகத்தில் வைத்து காப்பிடப்பட்ட அணுசக்தி ஆணையத்தை எதிர்த்தார். பல்கலைக்கழகங்களில் அணுசக்தி ஆராய்ச்சிக்கான அடித்தளத்தை அமைக்காமல் இந்தியாவில் அணுசக்தி ஆராய்ச்சியில் எந்தப் பெரிய சாதனைகளையும் செய்துவிட முடியாது என்றார் அவர்.

இன்று இந்திய அளவில் பல்கலைக்கழங்களில் நடைபெறும் ஆராய்ச்சிகளின் லட்சணம் சாகா கொண்டிருந்த நம்பிக்கைக்கு உரம் சேர்ப்பதாக இல்லை எனப் பலரும் கருதுகின்றனர். ஆனால் பல்வந்த் பனேஜா தனது Parlimentary influence on science policy in India (1979) நூலில்,

"இந்தியாவின் அறிவியல் முட்டைகள் அனைத்தையும் அரசாங்கக் கூடையில் வைக்க நேரு எடுத்த முடிவின் வெற்றிக்கு இந்திய அறிவியல் பலிகடாவாக ஆக்கப்பட்டுவிட்டது. இந்தியாவின் நலனுக்கு சாகாவின் கருத்து அநேகமாக உரியதாக இருந்திருக்கும்" [85]

என்று எழுதியுள்ளார்.இன்று உலகின் சிறந்த கல்வி நிறுவனங்களின் பட்டியலில் மதிப்பிற்குரிய இடத்தில் இந்தியப் பல்கலைக் கழகங்களோ கல்வி நிறுவனங்களோ இல்லை என்ற செய்தி நம்மை அதிர்ச்சியடையச் செய்துள்ளது. சாகா போன்ற மேதைகளின் அறிவுரைகளை அகம்பாவமாக மறுத்து உயர்கல்வி நிறுவனங்களை நாசமாக்கியவர்கள், இந்த நாட்டை இதுவரை தங்கள் ஏகபோகமாகக் கருதி அதிகாரத்தில் அமர்ந்து இருக்கும் உயர்சாதி பிரிவினர்தான் என்பது கவனம் கொள்ளத்தக்கது.

சாகா அணுசக்தி ஆணையத்திற்கு வெளியில் வைக்கப்பட்டாலும் அதன் ரகசிய நடவடிக்கைகளைத் தன் மாணவர் விஞ்ஞானி டி.எஸ்.கோத்தாரி, நண்பர் ஜனன் சந்திரகோஷ் போன்றோர் மூலம் சாகாவால் அறிந்து கொள்ள முடிந்ததாக ஆண்டர்சன் தெரிவிக்கிறார். நாடாளுமன்ற நுழைவுக்குப் பிறகு சாகா தீவிரமான தகவல் சேகரிப்பு, தெளிவான கேள்வித் தயாரிப்புகள் மூலம் அணுசக்தி ஆணைய நடவடிக்கைகளை விமர்சித்தபோது அதன் தாக்கம் அதிகமாக இருந்தது.

தாங்கள் முன்மாதிரியாக எடுத்துக்கொண்ட பிரிட்டன் அணுசக்தி சட்டத்தில்கூட இல்லாத அளவுக்கு அணுசக்தி ரகசியத்தை நேருவும் பாபாவும் உருவாக்கியிருந்தனர். மக்களுக்கும் மக்கள் பிரதிநிதிகளுக்கும் மட்டுமல்ல அமைச்சரவைக்கே கூட அது ரகசியம்தான்! 1952இல் நிதி அமைச்சர் சி.டி.தேஷ்முக்குக்கு எழுதிய கடிதத்தில் அணுசக்தி ஆணையம் ரகசியமாகத்தான் இயங்கவேண்டும்; அது தவிர்க்க இயலாதது என்று நேரு குறிப்பிட்டார். அணுசக்தி ஆணையத்திற்குக் கணக்கு வழக்கு இல்லாமல் ஏராளமான பணத்தை அள்ளிக் கொடுக்க வேண்டிய நிர்பந்தம் குறித்து சி.டி.தேஷ்முக், நேருவிடம் முறையிட்டார். அதற்குப் பிரதம மந்திரியும் அணுசக்தி துறை அமைச்சருமான நேரு அளித்த பதில் "ஏ.ஈ.சி.யின் பணிகள் ரகசியத்தால் சூழப்பட்டுள்ளது. நான் அந்த அமைப்புடன் தொடர்பில் இருக்க முயற்சி செய்து அவ்வப்போது அறிக்கைகள் பெற்று வருகிறேன். இந்த விஷயத்தில் இதற்குமேல் எப்படி கொண்டுபோவது என எனக்குத் தெரியவில்லை" என்றார்.[86] ஆனால் நேருவுக்குப் பாபாவும் பட்னாகரும் என்ன செய்து கொண்டு இருந்தார்கள் என்று நன்றாகவே தெரியும். அணுசக்தி

ஆணையத்தின் ஊடுருவவியலாத இத்தகு ரகசியத்தன்மையைச் சாகா எதிர்த்து நின்றார்.

சாகா, 1953 ஆகஸ்டில், 'மண்ணியல், சுரங்கவியல் மற்றும் உலோகவியல் சங்க' 29ஆவது ஆண்டு பொதுக்குழுக் கூட்டத்தில் பேசும்போது,அணுசக்தி ஆணையம் தொடங்கப்பட்ட நாளில் இருந்தே போதிய தகவல்கள் இல்லாத சில பத்திரிகைச் செய்திகளைத் தருவதைத் தவிர்த்து அந்த அமைப்பின் செயல்பாடுகள் அல்லது சாதித்தவைகள் குறித்து ஒரு வரவு செலவு கணக்கும் கிடையாது. ஒரு திட்டமும் கிடையாது. ஒரு தகவலும் கிடையாது எனக் கடுமையாகக் கண்டித்துப் பேசினார். அவர் மேலும் அறிவியலின் பெயரால் இந்த அளவுக்கு ரகசியத்தன்மையைக் கடைப்பிடிக்க வேண்டிய தேவையே இல்லை என்று சுட்டிக் காட்டினார். (அபாசூர், பக்கம் 130)[87] இதில் வேடிக்கை என்னவென்றால் 1954இல் பாபாவின் டாடா அடிப்படை ஆராய்ச்சி நிறுவனத்தின் (TIFR) கட்டடம் ஒன்றைத் திறந்து வைத்துப் பேசிய நேரு

> "உண்மையில் ரகசியத்தன்மையில் அறிவியல் செழித்து வளராது. அறிவியல் ஆராய்ச்சிகளில் அதிகப்படியான ரகசியத்தன்மையைக் கடைப்பிடிப்பது மிக மோசமான ஒன்று"

என்று வேதம் ஓதினார்.

நேரு ஒரு பக்கம் உலக அமைதியின் நாயகராக அணிசேரா நாடுகளின் தலைவராக அணு ஆயுத எதிர்ப்பாளராகத் தன்னை வெளிப்படுத்திக் கொண்டார். மறுபக்கம் அணு ஆயுதத் தயாரிப்பு நாடுகள் கூட கடைப்பிடிக்காத அளவுக்கு அணுசக்தி ஆராய்ச்சியில் ரகசியத்தைக் கட்டமைத்து வைத்தார். சாகா ராணுவ நோக்கத்திற்காக அணு சக்தியை மேம்படுத்தும் திட்டம் இல்லாத பட்சத்தில் அதில் ரகசியத்தன்மை ஏன் என்று கேட்டார். சரியான அணுசக்திக் கொள்கையை நாம் கொண்டிருப்பதை ரகசியத்தன்மை தடுக்கிறது எனச் சரியாகச் சுட்டிக் காட்டினார்.

அணுசக்தி ஆணையம் அமைக்க நேரு அரசு முடிவு செய்ததில் இருந்து சாகா இறக்கும் வரையில் இந்தியாவின் அணுசக்தி திட்ட விவகாரங்கள் சாகா என்கிற தனி மனிதரின் விடாப்பிடியான விமர்சனங்களாலும் கேள்விகளாலும் மட்டுமே முன்னெடுக்கப்பட்டன. நாடாளுமன்றத்தில் நேருவைக் கேள்வி கேட்க எழுந்திருக்கும் ஒரு சிலரில் சாகா முக்கியமானவர். குறிப்பாக அணுசக்தி தொடர்பான கேள்விகளில். இத்தகு சந்தர்ப்பங்களில் நேரு எல்லா நேரமும் சிறப்பான தயாரிப்புகளோடு வந்தது கிடையாது. தான் பொறுப்பு வகிக்கும் அணுசக்தி துறை தொடர்பான தொழில்நுட்ப

விவரங்களை உறுதி இல்லாமலோ அல்லது குழம்பிய வகையிலோ நேரு வெளிப்படுத்திய சந்தர்ப்பங்கள் பல அமைந்தன. அணுசக்தி விஷயங்களையோ அல்லது தொழில்நுட்ப விஷயங்களையோ குறித்து விவாதிக்க வரும்போது நேரு தனது வழக்கமான தன்னம்பிக்கையோடு வந்ததில்லை.[88] மேலும், பல நேரங்களில் வசைமொழியாகவும், வஞ்சப் புகழ்ச்சியாகவும் வரும் சாகாவின் பெரும்பான்மை கேள்விகளுக்குப் பதில் சொல்ல நேரு கடும் சிரமப்பட்டிருந்ததை நாடாளுமன்ற ஆவணங்கள் காட்டுகின்றன. மிக நுணுக்கமாகத் தயாரிக்கப்பட்ட கேள்விகளால் சாகா நேருவைத் தொடர்ந்து ஊசியால் குத்தினார். அதில் வெற்றியும் பெற்றார்.[89]

சாகாவின் தொடர்ச்சியான முயற்சியால் 1954 மே 10ஆம் நாள் அணுசக்தியின் அமைதிப் பயன்பாடு (Peaceful Use of Atomic Energy) குறித்து நாடாளுமன்றத்தில் விவாதம் ஒன்று நடத்தப்பட்டது. இந்த விவாதத்தைச் சாகாவே முன்னெடுத்தார். இந்தியாவின் அணுசக்தி ஆணையத்தின் செயல் திறன் குறித்து சாகா இதில் கடுமையாக விமர்சித்தார்.

> “இந்தியா ஓர் அணுசக்தி ஆணையத்தைப் பெற்றிருக்கிறது. ஐந்து ஆண்டுகளுக்கு முன்பு அடுத்த ஐந்தாண்டுக்குள் ஓர் அணு உலையை அமைக்க இருக்கிறோம் என அறிவித்திருந்தது. இப்போது இது 1954, அணுஉலை இதுவரை அமைக்கப்படவில்லை” [90]

என்ற சாகாவின் விமர்சனத்திற்கு அவையில் நேர்மையாகப் பதில் அளிக்கும் ஆற்றல் ஆட்சியாளர்களுக்கு இல்லை. சாகாவின் மறுக்க இயலாத கேள்விகளுக்குத் தனிப்பட்ட முறையில் அவர் மீது வெறுப்பை மட்டுமே காங்கிரஸ் அரசு பதிலாக அளித்தது. அமைச்சர் கே.டி.மாளவியா சாகாவின் முன்னாள் மாணவர். அவர்,

> “இவர் (சாகா) பிடிவாதக்காரர் என நான் அறிவேன். பிடிவாதம் இல்லாதபோது நல்லவரும் பயனுள்ளவரும் ஆவார். ஆனால் பிடிவாதம் பிடிக்கும் போது நல்ல மனிதர் அல்லர். இவர் அரசியலில் இருப்பது அத்தகு சந்தர்ப்பங்களில் ஒன்று” [91]

எனத் தன் பேராசிரியரைக் கிண்டலடித்தார்.

மேற்கண்ட நாடாளுமன்ற விவாதத்திற்குப் பிறகு சாகாவின் வேண்டுகோளின்படி 1954 செப்டம்பரில் பிரதமர் இல்லத்தில் ஒரு கருத்தரங்கு நடத்தப்பட்டது. அதில் பேசிய சாகா அணுசக்தி முயற்சிகளில் இந்தியா பிற நாடுகளைச் சார்ந்து இருக்கக்கூடாது என்று வலியுறுத்தினார். பிரான்சின் அணுசக்தி திட்ட மாதிரியை முன்னுதாரணமாகக் காட்டிய சாகா அதைப்போல் சுயசார்பு

அணுசக்தி திட்டத்தை முன்னெடுக்க வேண்டும் என்றார். பிரான்சின் அணுசக்தி திட்டத்தை வடிவமைத்தவர் சாகாவின் நண்பரும், இடதுசாரி சிந்தனையாளருமான ஜூலியட் கியூரி. சில வாரங்கள் கழிந்து 1954 நவம்பர் 26, 27 தேதிகளில் டெல்லியில் உள்ள கே.எஸ். கிருஷ்ணனின் தலைமையில் இயங்கிய தேசிய இயற்பியல் ஆய்வுக்கூடத்தில் (என்.பி.எல்) அணுசக்தி ஆணைய மாநாடு நடத்தப்பட்டது. பிரதமர் நேரு, பாபா, அணுசக்தி ஆணைய விஞ்ஞானிகள் குழு என அரசு அணுசக்தி பரிவாரங்கள் அனைத்தும் ஆஜராகி இருந்த கூட்டத்தில் சாகாவும் கலந்து கொண்டார். எனினும் ஏறக்குறைய தனிமைப்படுத்தப்பட்ட நிலையில் அவர் வைக்கப்பட்டார். அங்கு ஒரு கட்டத்தில் முரண்பாடுகள் மோதி சூடாகி வெடிக்கும் நிலை வந்தபோது கிருஷ்ணன் நிலைமையைச் சமாளித்து மாநாட்டை முடித்து வைத்தார். இந்தக் கூட்டத்திலும் சாகாவின் முக்கியமான விமர்சனம் அணுசக்தி ஆணையத்தின் மெதுவான செயல்பாடு குறித்தும், குறைவான செயல்திறன் குறித்தும், ரகசியத்தன்மை குறித்தும், இருந்தது. பரமசிவன் கழுத்தில் இருந்த பாபா அமைதியாக இருந்துவிட்டார். பரமன் இருக்கும்போது பாபாவுக்கு என்ன பயம்.

உண்மையில் அணுஉலை ஒன்றை அமைப்பது தொடர்பாகவும், அணு உலை எரிபொருள் (கதிரியக்க தனிமம் குறிப்பாக யுரேனியம்) தொடர்பாகவும் பிரிட்டன் பிரான்ஸ், கனடா ஆகிய நாடுகளுடன் இந்தச் சமயத்தில் பாபா ரகசிய பேச்சுவார்த்தைகள் நடத்தியிருந்தார். ஆனால் ரகசியத்தன்மையைப் பாதுகாக்க பாபா மாநாட்டில் இதைக் குறித்து வாய்திறக்கவில்லை. மாநாடு மொத்தமாகப் பார்த்தால் மற்ற விஞ்ஞானிகள் மற்றும் அரசு அமைப்புகள் மீதான அணு விஞ்ஞானிகளின் ஆதிக்கத்தை உறுதிப்படுத்த உதவியது.

இதன் பிறகு 1955 பிப்ரவரி 24இல் குடியரசுதலைவர் உரையின் மீதான தீர்மானம் குறித்த விவாதத்திலும் அணுசக்தி திட்டத்தில் நிலவிய அதிகார வர்க்க முறை, ரகசியத்தன்மை போன்றவற்றை எதிர்த்து சாகா பேசினார். ஒரு வாரம் கழித்து நேரு நாடாளுமன்றத்தில் ஆய்வு அணு உலை ஒன்று ட்ராம்பேயில் அமைக்க இருப்பதாகத் தெரிவித்தார். அது தொடர்பான பேச்சுவார்த்தை அமெரிக்கா, பிரிட்டன், பிரான்ஸ், நார்வே ஆகிய நாடுகளுடன் நடைபெற்று வருவாதாகவும் அவர் குறிப்பிட்டார். ஆனால், கனடாவுடன் நடத்திய பேச்சுவார்த்தையை ஏனோ நேரு நாடாளுமன்றத்தில் மறைத்துவிட்டார்.

சாகா 1956 பிப்ரவரி 16இல் மறையும்வரை அணுசக்தி தொடர்பாக நாடாளுமன்றத்திற்கு உள்ளேயும் வெளியேயும் தன் கருத்துகளையும்

விமர்சனங்களையும் கேள்விகளையும் பதிவு செய்து கொண்டேதான் இருந்தார். பாபாவை 'இந்திய அணுசக்தி ஆணையத்தின் இட்லர்' எனக் குறிப்பிடுவது சாகாவின் வழக்கம். ஆனால் சாகாவின் விமர்சனங்கள் இந்திய விடுதலைப் போராட்டத்தை வழிநடத்திய விழுமியங்களில் இருந்து வார்க்கப்பட்டவை. அதனால் அவர் சுயசார்பையும், பொறுப்பு நிர்ணயத்தையும் கோரினார். அணுசக்தி ஆய்வுக்கான கட்டமைப்பில் அதிகார வர்க்க முறையையும் ரகசியத்தையும் எதிர்த்தார். வெளிப்படைத்தன்மையும் விரைவான நிர்வாக அமைப்பையும் அரசின் செயல்பாடுகளில் எதிர்பார்த்தார். ஆனால் இந்திய அணுசக்தி திட்டம் குறித்து எழுத வருபவர்கள் (சாகாவின் வரலாற்று ஆசிரியர்கள் உட்பட) தேசிய அறிவியல் கழகத்தில் 1967இல் மேக்னாட் சாகா நினைவுச் சொற்பொழிவில் டாக்டர் டி.எம்.போஸ் முன்வைத்த கருத்தைத் திரும்பத் திரும்ப சுட்டிக் காட்டி அணுசக்தி திட்டத்தை முன்னெடுக்க சாகாவை விடுத்து பாபாவை நேரு தேர்வு செய்தது சரியே என நிறுவ முயல்கின்றனர். மேற்கண்ட கூட்டத்தில் டி.எம்.போஸ்,

> "அணுசக்தியைப் பயன்படுத்திக்கொள்ளும் இந்தியாவின் திட்டத்தை உருவாக்கும் பணியைப் பிரதமர் நேரு பாபாவிடம் ஒப்படைத்தது சந்தேகத்திற்கிடமில்லாமல் சரியானதே. இந்தியாவின் அணுசக்தியை உருவாக்கும் பணியோடு பாபா முற்றிலும் தன்னை அடையாளப்படுத்திக் கொண்டார். சாகாவின் ஆர்வங்கள் பலவாகவும் வேறு வேறானவையாகவும் இருந்தன."[92]

என்று குறிப்பிட்டார்.

ஆனால் அணுசக்தி திட்டம் உட்பட இந்தியாவின் அறிவியல் வளர்ச்சிக்கான கட்டமைப்பு திட்டங்களில் இருந்தும் நிறுவனங்களில் இருந்தும் சாகா வெளியில் நிறுத்திவைக்கப்பட்டது திட்டமிட்டு நடத்தப்பட்டது என்கிறார் அபாசூர். ஜி.வெங்கடராமன் (ராமனின் வாழ்க்கை வரலாற்று ஆசிரியர்) பாபா இடத்தில் சாகா இருந்திருந்தால் சாகா, பாபா அளவுக்குச் சாதித்திருப்பாரா என்பது சந்தேகமே எனக் குறிப்பிட்டு சாகா இளமைப் பருவத்தில் வறுமையால் இருந்ததால் அவர் பார்வை குறுகியதாக இருந்தது என்று எழுதுகிறார். இட்டி ஆபிரகாம்,

> "வர்க்க சார்பு எண்ணக் கோளாறும் பழைய ஆட்கள் தொடர்பும் இல்லாமல் இருந்திருந்தால் சாகா சுலபமாக இந்திய அணுசக்தி திட்டத்தின் கர்த்தாவாக ஆகி இருப்பார், பாபா ஆகியிருக்கமாட்டார்"

என்கிறார்.

சாகாவின் மாணவரும் அவரது வரலாற்று ஆசிரியர்களில் ஒருவருமான சாந்திமாயி சட்டர்ஜி, சாகாவுக்கும் பாபாவுக்குமான வேறுபாட்டை ஆளுமை மோதலாக (Personality Clash) குறுக்கிப் பார்க்கிறார்.[93] ஆனால் அபாசூர்,

> "இந்தியாவின் அறிவியல் தொழில்நுட்பத்திற்கான திட்டமிடல் மற்றும் நிர்வகித்தலுக்கான அதிகார நிலைகள் அனைத்தில் இருந்தும் சாகா திட்டமிட்டு வெளியில் வைக்கப்பட்டதற்குக் காரணம் வர்க்க அரசியல் மற்றும் வர்க்க நலன்களைப் பொறுத்து அவர் மற்றவர்களிடமிருந்து அடிப்படையிலேயே மாறுபட்டு இருந்ததே காரணம்" [94]

என்கிறார்.

மேலும், அரசை விமர்சிக்கும்போது அவரது நண்பர்கள் தாராளவாதத்துடனும் சமரசத்துடனும் விமர்சித்த நிலையில் சாகாவின் எழுத்துகள் சமரசமற்றதாகவும், தீவிரத் தன்மையதாகவும் (Militant) இருந்ததை அபாசூர் சுட்டிக்காட்டுகிறார். 'பேபியின் சோசலிசத்தை (Fabian socialism) உதட்டளவில் பேசிவந்த நேரு இறுதியில் அறிவியல் அமைப்புகளுக்கு உயர்சாதி அறிவியலாளர்களைத் தலைமைப் பொறுப்பில் அமர வைத்தார். அவர்கள் பெரும்பாலும் அரசியல் ரீதியாக நடுநிலையாளர்களாகவும் அல்லது சோசலிச எதிர்ப்பாளர்களாகவும் நேருவைப் போன்றே மனப்போக்கு கொண்டவர்களாகவும் இருந்தனர்'.[95] 'அவர் (சாகா) இந்தியாவின் அணுசக்தி கட்டமைப்பில் இருந்து ஓரங்கட்டப்பட்டார். அவர் ஜனநாயக வகுப்பைச் சார்ந்தவர் என்பதற்காக மட்டும் அல்ல, அந்த வகுப்பினருக்கு அவர் உண்மையாகவும் இருந்தார் என்பதற்காகவும்'.[96]

நாடாளுமன்ற உறுப்பினர் சாகாவும் ஆற்றுப்பள்ளத்தாக்குத் திட்டமும்

ஆற்றுப்பள்ளத்தாக்குத் திட்டங்களில் சாகாவின் ஈடுபாடு அவரது சொந்த வாழ்வனுபவங்களின் காரணமாக உணர்வுப்பூர்வமான ஒன்று. சாகாவின் முயற்சியும் அறிவுரையும் இத்திட்டங்கள் உருவாகப் பெரும்பங்கு வகித்தன. குறிப்பாகத் தாமோதர் பள்ளத்தாக்குத் திட்டம் சாகா பரிந்துரை செய்த டென்னசி ஆற்றுப் பள்ளத்தாக்கு திட்ட மாதிரியைக் கொண்டு உருவாக்கப்பட்டது. இதைப் பற்றி ஏற்கெனவே குறிப்பிட்டுள்ளோம். தாமோதர் ஆற்றுப்பள்ளத்தாக்குத் திட்டத்தையும் பிற ஆற்றுப்பள்ளத்தாக்குத் திட்டங்களையும் விடுதலை பெற்ற இந்தியாவின் நேரு அரசு நடைமுறைப்படுத்தியபோது சாகாவின் அறிவுரைகள் எதையும் பொருட்படுத்தாததால் பல குளறுபடிகள் நடந்தன.

இன்று சுற்றுச்சூழல் பாதுகாப்பு மற்றும் பழங்குடியினரின் வாழ்வுரிமை, பாதுகாப்பு நோக்கில் பல்நோக்கு அணைத்திட்டங்கள் எதிர்க்கப்படுகின்றன. சிலர் இந்தியாவின் பல்நோக்கு திட்டங்களால் சூழல் பாதிப்பு ஏற்படும்போது சாகாவை நேரடியாக விமர்சிக்காவிட்டாலும் அவரைக் குறிப்பிடத் தவறுவதில்லை. ஆனால் சாகா என்றுமே ஒடுக்கப்பட்ட மக்களின் பிரதிநிதியாகவே தன்னை அடையாளம் கண்டார். அவர் காலத்தில் சுற்றுச்சூழல் விவாதங்கள் இன்று இருந்தது போல் இல்லை என்பதும் குறிப்பிடத்தக்கது. அன்று சாகா போன்றவர்களுக்கு நாட்டின் வளர்ச்சியைத் துரிதப்படுத்துவதன் மூலம் கோடான கோடி மக்களின் வறுமை, வேலையில்லாத் திண்டாட்டம், சுகாதாரக்கேடு, கல்லாமை போன்றவற்றை நீக்கமுடியும் என்ற எண்ணமே மேலோங்கியிருந்தது. வெள்ளப்பெருக்கால் பெரிதும் பாதிக்கப்பட்டவர்கள் கிராமங்களில் பள்ளமான பகுதிகளில் வசித்த தாழ்த்தப்பட்ட மக்களே என்பதைச் சாகா அறிவார். கிராமங்களை மின்மயப்படுத்த அணைத்திட்டங்கள் உதவும் என்றும் அவர் கருதினார். எனினும் திட்டங்களை நடைமுறைப்படுத்தியதில் இருந்த அறிவியலுக்குப் புறம்பான அணுகுமுறைகளை விமர்சிக்க சாகா தவறவில்லை.

சாகா நாடாளுமன்ற உறுப்பினராக இருந்தபோது தாமோதர் பள்ளத்தாக்கு கார்ப்பரேசன் பணிகளை ஆய்வு செய்ய நடாளுமன்ற மதிப்பீட்டுக் குழு ஒன்று அமைக்கப்பட்டது. இதன் அறிக்கை நாடாளுமன்றத்தில் விவாதத்திற்கு வந்தபோது

> "ஆற்றுப்பள்ளத்தாக்குத் திட்டங்கள் குறித்து எனக்குள்ள குறைந்த அறிவில் இருந்து தெரிவது என்னவென்றால் அவர்கள் (திட்ட அதிகாரிகள்) யாருமே அறிவுப்பூர்வமாக எதையும் செய்யவில்லை என்பதுதான். துரதிருஷ்டவசமாக அங்குள்ள பொறியாளர்கள் "நாங்கள் உலகிலேயே உயரமான அணையை உருவாக்கப்போகிறோம்" என்று முழங்கக் கற்றுக் கொடுக்கப்பட்டிருக்கிறார்கள். நல்லது. இது முழக்கம் என்ற வகையில் நல்லதுதான்! ஆனால் அறிவியல் கண்ணோட்டத்தில் பார்த்தால் மிக மோசமானது. இமய மலைகள் மிக சமீபத்தில் தோன்றிய மலைகள். அவற்றின் பாறைகள் மிகவும் பலம் குறைந்தவை. கோடிக்கணக்கான ரூபாயை வீணாக்கிய பிறகு இமயமலையின் பாறை அடித்தளத்தின் மீது ஒரு மிகப்பெரிய அணையை உங்களால் கட்ட முடியாது எனத் தெரிய வந்துள்ளது. பக்ரா நங்கல் திட்டத்திற்கு ஏன் பெருந்தொகை செலவானது என்பதற்கு இதுவும் ஒரு தலையாயக் காரணம் என நான் கருதுகிறேன். கோசி நதி மீது உயரமான அணையைக் கட்டுவது பற்றி பேசிக்கொண்டு இருந்தோம். கடைசியில் அளவில் சுமாரான ஓர் அணையைக் கட்ட

> வேண்டியதானது. இந்தத் திட்டங்களை வகுக்கும்போது பொறியாளர்களின் ஒத்துழைப்பை மட்டும் அல்லாமல் மண்ணியலாளர்களின் (geologists) ஒத்துழைப்பு, பக்கத்திலுள்ள நேபாளம் போன்ற நாடுகளின் ஒத்துழைப்பு ஆகியவையும் நமக்குத் தேவை" என்று பேசினார்.[97]

திட்டங்களைத் தீட்டுவதில் மட்டும் அல்லாமல் திட்டங்களை நடைமுறைப்படுத்துவதிலும் கடைப்பிடிக்கப்பட்ட அதிகார வர்க்க அணுகுமுறை சாகாவால் பலமுறை கண்டிக்கப்பட்டது. குடிமைப் பணி அதிகாரிகள் அறிவியல் தொழில்நுட்பம் மிகுந்த திட்டங்களுக்குத் தலைமைப் பொறுப்பில் இருந்ததால் குளறுபடிகள் பல நேர்ந்ததை சாகா நாடாளுமன்றத்தில் சுட்டிக் காட்டினார். இந்தியாவின் பாசன முறை, நில அமைவு, தட்பவெப்பநிலை பருவ மழை போன்ற எதையும் அறியாத வெளிநாட்டு நிபுணர்களைக் கொண்டும் அவர்களின் ஆலோசனைகளைக் கொண்டும் ஆற்றுப்பள்ளத்தாக்கு திட்டங்கள் நடைமுறைப்படுத்தப்பட்டதையும் சாகா நாடாளுமன்றத்தில் விமர்சித்தார்.

தாமோதர் பள்ளத்தாக்குத் திட்டம் என்பது சிந்திரி உர தொழிற்சாலை திட்டத்தையும் உள்ளடக்கியது. 1943ஆம் ஆண்டு ஏற்பட்ட கடும் பஞ்சத்தின்போது உடனடியாக முடிக்கும் நோக்கில் இந்த உரத்தொழிற்சாலை திட்டம் போடப்பட்டது. ஆனால் 1951இல் தான் அது செயல்படத் தொடங்கியது. சிந்திரி தொழிற்சாலையை உள்ளடக்கிய தாமோதர் திட்டத்தின் நிர்வாகக் குளறுபடிகளால் அரசுப் பணம் பெருமளவு வீணானது. இத்திட்டங்களுக்காக வங்காளிகள் அல்லாத பிற மாநிலத் தொழிலாளர்களைப் பெருமளவில் வேலையில் அமர்த்தினர். இந்தியாவில் முதன்முதல் தொடங்கப்பட்ட பெரிய அரசுத்துறை தொழிற்சாலை இது. ஆனால் இந்திய அரசின் முகவராக ஒரு பிரிட்டிஷ் நிறுவனம் செயல்பட்டு ஒப்பந்தம் பெற அதனிடமிருந்து ஓர் அமெரிக்க நிறுவனம் கட்டுமானத் திட்டத்தை உள் ஒப்பந்தமாகப் பெற இந்த உரத்தொழிற்சாலை கட்டப்பட்டது. சாகா இதுவா சுதேசியம்? சோசலிசம்? என்று கேள்வி எழுப்பினார்.

டெல்லியில் உள்ள மத்திய அரசு, இத்திட்டம் குறித்து நேரடியாகக் கவனம் செலுத்துவதை விட்டுவிட்டு இத்திட்டத்தின் பொதுத்துறை சார்புத் தன்மையைக் கெடுக்கும் வேலையைச் செய்தது. நேரு, கார்ப்பரேஷனின் நிர்வாக குழுவில் தொழில் அதிபர் ஸ்ரீராமையும், டாடா இரும்பு எஃகு தொழிற்சாலையின் மேலாளர் ஜே.ஜே.காண்டியையும் (J.J. Ghandy) கொண்டு வந்தார். இவ்வாறு பொதுத்துறையை மறைமுகமாகத் தனியாரிடம் ஒப்படைத்ததைச்

சாகா எதிர்த்தார். அவர் உரத் தொழிற்சாலையின் நிர்வாகத்தை அதனை உருவாக்குவதில் எந்தப் பங்கும் வகிக்காத தங்கள் சுயநலனுக்காகத் தவறாகப் பயன்படுத்த முயலக்கூடிய தனியார் தொழிலதிபர்களின் குழுவிடம் ஒப்படைப்பது மோசமானது" என்று குறிப்பிட்டார். [98]

இந்தத் தொழிற்சாலையின் விலை மதிப்பீடு ரூ.1கோடி ஆனால் இது. ரூ.2 கோடியே 30 லட்சமாக அதிகரித்தது. வங்க தேசிய உணர்வு உடைய சாகாவுக்கு ஸ்ரீராம், ஜி.டி.பிர்லா போன்ற மார்வாரிகள் வங்காளத்தில் நிறைய தொழிற்சாலைகள் அமைத்து வங்காளத்தின் பொருளாதாரத்தைக் கட்டுப்படுத்திச் சுரண்டியது பெரும் கோபத்தை உருவாக்கியது. ஆனால் நேருவும் பட்னாகரும் இந்த மார்வாரிகள் மேல் பெரும் பாசத்தைப் பொழிந்ததால் சாகாவின் குரல் எடுபடவில்லை. இந்த மார்வாரிகள் இரண்டாம் உலகப் போரின் போது போர்க்கால பொருள் உற்பத்தியில் பெரும் கோடீஸ்வரர்களாக வளர்ந்தவர்கள் என்பது குறிப்பிடத்தக்கது.

நாடாளுமன்ற உறுப்பினர் சாகாவும் தொழில்துறையும்

சாகாவின் தொழில்துறை சார்ந்த சிந்தனைகள் எளிமையானவை தெளிவானவை. அவரைப் பொறுத்தவரை இந்தியா முற்றிலும் தொழில்மயமாக்கப்படவேண்டும் இந்தியத் தொழில்துறை சோசலிச சமூகத்தை உருவாக்கும் விதமாகப் பொதுத்துறை தன்மை கொண்டு கட்டமைக்கப்படவேண்டும். அது அன்னிய சார்பு அற்றதாக தற்சார்பு கொண்டதாக இருக்க வேண்டும். அறிவியல் தொழில்நுட்பத்தைக் கொண்டு சமூகப் பொருளாதார சுரண்டல்களுக்கு ஆளாகிக் கிடக்கும் கோடானு கோடி இந்திய மக்களின் கல்லாமை, ஏழ்மை, நோய்மை ஆகிய மூன்றையும் ஒழிக்கவேண்டும்.தொழில்துறை வளர்ச்சி அதைச் சாதிக்கும். தொழில்துறை சார்ந்த அவரது சிந்தனைகளின் அடித்தளம் இதுவே ஆகும். அவர்,

> "முற்போக்கான உற்பத்திக்கான திட்டமும், அறிவார்ந்த நேர்மையான பகிர்ந்தளிப்புக்கான திட்டமும் இருக்குமேயானால் பசி பட்டினியினாலோ, வறுமையினாலோ ஒருவரும் பாதிக்கப்படமாட்டார்கள். சொல்லப்போனால் வாழ்க்கை வசதிகளை மேலும்கூட செய்துதர முடியும்"

என்று நம்பினார்.

அவரது தொழில்துறை சிந்தனைகளை வெளிப்படுத்துபவையாக அவர் வெளியிட்ட *'நமது எதிர்காலத்தைப் பற்றி மீண்டும் சிந்திப்போம்'* (Rethinking our Future) என்ற துண்டு அறிக்கை அமைந்துள்ளது.[99]

1953இல் இதை அவர் நேருவுக்கு அனுப்பி வைத்ததுடன் நாடாளுமன்ற உறுப்பினர்களிடமும் சுற்றுக்கு அளித்தார். இந்தத் துண்டு அறிக்கையில் இந்தியாவின் தொழில்துறை வளர்ச்சியில் இந்தியர்களே பங்கு வகிக்க வேண்டும் என்று வலியுறுத்தியுள்ள சாகா. அந்நியநாட்டு நிறுவனங்கள் பங்கு பெறும் திட்டங்கள் தற்காலிகமானதாக இருப்பதுடன் அவற்றிலும் பெருமளவு இந்தியர்கள் ஈடுபடுத்தப்பட்டு பயிற்சியும் அறிவும் பெறச் செய்யவேண்டும் என்றார். வெளிநாட்டு உதவியுடன் உருவாக்கப்பட்ட எண்ணெய் சுத்திகரிப்பு ஆலைகள், இரும்பு எஃகு தொழிற்சாலைகள் போன்றவற்றில் இந்தியர்களை அமர்த்த வழிவகைகள் ஒப்பந்தங்களில் இருந்தாலும் இந்தியர்களைப் பணி அமர்த்தினால் திட்டங்களை வேகமாக முடிக்கமுடியாது என்று காரணம் காட்டப்பட்டு இந்தியர்கள் தவிர்க்கப்பட்டதைச் சாகா சுட்டிக் காட்டினார்.

நேருவின் அரசாங்கம் இம்பீரியல் கெமிக்கல் இன்கார்ப்பரேட் (ICL) என்ற பிரிட்டிஷ் நிறுவனத்துக்குத் தொழில்துறை முக்கியத்துவம் வாய்ந்த சோடா சாம்பல் (Soda Ash) எனும் வேதிப்பொருளை வழங்குவதற்கான ஒப்பந்தம் அளித்தது. இதற்குப் பெரும் விலையை நிர்ணயம் செய்து கொடுத்தது. அந்த நிறுவனம் தனது நாட்டு வாடிக்கையாளர்களுக்கு நிர்ணயித்த விலையைவிட இந்தியர்களுக்கு அதிக விலை நிர்ணயித்தது. இதை நேருவின் அரசாங்கம் ஏற்றுக் கொண்டது. பிரிட்டிஷ் நிறுவனமான ஐசிஎல் நிறுவனத்திற்கு சோடா சாம்பல் மீது முன்னுரிமை இல்லாத நிலையில் இந்திய அரசு ஏன் மற்ற நாட்டு நிறுவனங்களிடம் பேச்சுவார்த்தை நடத்திக் கட்டுபடியாகும் விலைக்குக் கொள்முதல் செய்யக்கூடாது என்று கேள்வி எழுப்பினார் சாகா. ஆட்சியாளர்களுக்கு இந்த நிறுவனத்தின் மீது அப்படி என்ன பாசம் என்று கேட்ட சாகா, நேருவின் அரசு குறைந்தபட்சம் சோடா சாம்பல் விஷயத்திலாவது பிரிட்டிஷ் அதிகாரத்தை நிரந்தரமாக்கலாம் எனப் பார்ப்பதாக விமர்சித்தார்.

கண்ணாடித் தகடு உற்பத்தி குறைவாகவும் தேவை மிக அதிகமாகவும் இருந்த நிலையில் அரசு உள்ளூர் உற்பத்தியாளர்களைப் பாதுகாக்க இறக்குமதியின் மீதான சுங்கக் கட்டுப்பாட்டை அதிகமாக்கியது. இதனால் மற்ற நாடுகளை விட இந்தியாவில் கண்ணாடித் தகடு விலை மூன்று மடங்கு அதிகரித்தது. கண்ணாடித் தகடு இறக்குமதிக்கான கட்டுப்பாட்டை இறுக்கிவிட்டு கள்ளச் சந்தையைக் கண்டுகொள்ளாமல் விட்டுவிட்டதால், இடைத்தரகர்கள் கொழுத்த லாபம் ஈட்டினர். இந்திய முதலாளிகள் தரகர்களாகவும்

செயல்பட்டு நுகர்வோரைச் சுரண்டி லாபம் பார்த்ததை சாகா கடுமையாக விமர்சனம் செய்ததோடு கண்ணாடித் தகடு தொழிலைத் தேசியமயமாக்க வேண்டும் என்று வலியுறுத்தினார்.

கங்கைக் கழிமுகத்தில் பெட்ரோலிய எண்ணெய் நிறுவனங்களைக் கண்டுபிடிக்கும் ஒப்பந்தத்தை இந்தியர்களுக்கு வழங்குவதா? அந்நியர்களுக்கு வழங்குவதா? என்பதில் சாகாவும் பட்னாகரும் எதிர் எதிர் நிலைப்பாடுகள் கொண்டிருந்தனர். சாகா தேசிய நிறுவனம் ஒன்றிடம் அதை ஒப்படைக்க வேண்டும் என்றார். அமெரிக்க, பிரிட்டிஷ் எண்ணெய் நிறுவனங்களின் நன்மதிப்பையும் நட்பையும் பெற்றிருந்த பட்னாகர் இப்பணியைப் பன்னாட்டு எண்ணெய் நிறுவனங்களிடம் ஒப்படைக்க விரும்பினார். இறுதியில் 1953இல் பட்னாகர் முயற்சியில் இப்பணிக்கு அமெரிக்க பன்னாட்டு எண்ணைய் நிறுவனங்களிடம் மத்திய அரசு ஒப்பந்தம் போட்டது. சாகா இதை அறிந்தபோது கடும் கோபம் கொண்டார். இப்பணிகளை ஒப்பந்தம் எடுப்பதற்கான அமெரிக்க நிறுவனங்களின் விண்ணப்பங்களை மறுதலிக்கும்படி சாகா நாடாளுமன்றத்தில் வலியுறுத்தினார். அமெரிக்கா இந்திய எண்ணெய் வளத்தைக் கவர்ந்து செல்லவே இங்கு நுழைவதாகச் சாகா குற்றஞ் சாட்டினார்.

சாகா 1942லேயே சயின்ஸ் அண்ட் கல்ச்சர் இதழில் 'எண்ணெயும் கண்ணுக்குத் தெரியாத ஏகாதிபத்தியமும்' (Oil and Invisible Imperialism) என்ற முக்கியமான கட்டுரையை எழுதியிருந்தார். அவர் அதன் முன்னுரையில் தற்போதைய காலம் பெட்ரோலிய எண்ணெயின் காலம் என்று குறிப்பிட்டிருந்தார். அமெரிக்கா மெக்சிகோவில் நுழைந்து அதன் எண்ணெய் வளத்தை எப்படிக் கொள்ளையடித்து மெக்சிகோ மக்களைப் பிச்சைக்காரர்களாக, கொள்ளைக்காரர்களாக மாற்றியது என்பதைச் சாகா அக்கட்டுரையில் விவரித்திருந்தார். இந்தியா மெக்சிகோ அனுபவத்தில் இருந்து பாடம் கற்றுக்கொள்ள வேண்டும் என்று எச்சரித்த சாகா இந்தியாவின் தொழில் வளத்தைப் பெருக்க அமெரிக்காவை நாடினால் இந்தியாவின் எதிர்காலம் இதமானதாக இருக்காது என்று அழுத்தமாகப் பதிவு செய்திருந்தார்.

இச்சூழ்நிலையில் இந்தியா மெக்சிகோவாக ஆகிவிடக்கூடாது என்று சாகா நினைத்தார். மேலும் அமெரிக்காவின் ஆக்டபஸ் கரங்களில் இந்தியா சிக்கிக் கொள்வது மட்டும் அல்லாமல் எண்ணெய் கண்டுபிடிப்புக்கான தொழில்நுட்பத்திலும், சேகரிக்கும் புள்ளிவிவரங்களிலும் அவர்கள் இந்தியர்களை நெருங்கவிடமாட்டார்கள் என்று எச்சரித்தார். அவர் அமெரிக்க எண்ணெய் நிறுவனங்கள் இந்தியாவில் எண்ணெய் கிணறுகள் அமைக்க முயன்றுகொண்டிருப்தைப் பற்றி 1953இல் எழுதுகிறார்.

> "அவர்கள் தங்கள் ஆக்டோபஸ் கரங்களில் இந்தியாவைச் சுற்றி வளைக்கப் பார்க்கிறார்கள். வங்காளத்தின் கழிமுகப் பகுதியில் வான்வழி காந்தக் கணக்கீட்டு சர்வே (Airborne Megnatomertric Survey) நடத்தியபோதே இந்தியாவைப் பற்றிய அமெரிக்க முதலாளிகளின் எண்ணம் என்ன என்பது தெளிவாகிவிட்டது. எந்த ஓர் இந்திய விஞ் ஞானியையும் அவர்களது உபகரணங்களை நெருங்கக்கூட அனுமதிக்கவில்லை. அவர்கள் எப்படி வேலை செய்கிறார்கள் என்று பார்க்க யாரையும் அனுமதிக்கவில்லை. தங்கள் சர்வேயில் கிடைத்த புள்ளிவிவரங்கள் அனைத்தையும் அவர்கள் தங்கள் நாட்டுக்குக் கொண்டுசென்றுவிட்டனர். அவர்கள் வெளியிட்ட சில விவரங்கள், கேள்விப்பட்ட விஷயங்கள் தவிர்த்து இந்த நாட்டிற்கு அவர்கள் எதைக் கண்டுபிடித்தார்கள் என்று தெரியாது. அவர்கள் எண்ணெயைக் கண்டுபிடித்திருந்தால் எண்ணெய்க் கிணறுகள் அமைக்கவும் எண்ணெய் சுத்திகரிப்பு ஆலைகள் அமைக்கவும் தங்கள் சொந்த நாட்டில் இருந்து எல்லாத் தொழில்நுட்ப ஆட்களையும் வரவழைப்பார்கள். ஈரான் ஆனதைப் போல இந்த நாடும் தொழிலை நடத்த வேறு வழியின்றி அவர்களைச் சார்ந்து இருக்கும் நாடாக ஆகப்போகிறது." (ஆண்டர்சன் பக்கம் 234) [100]

மேற்கண்ட சாகாவின் கருத்து அன்று எண்ணெய் நிறுவனங்களின் செல்லப் பிள்ளையாக இருந்த பட்னாகரின் மீதான விமர்சனமாகவும் நேரு அரசாங்கத்தின் மீதான விமர்சனமாகவும் அமைந்தது.

சாகா யதார்த்தத்தைக் கணக்கில் கொள்ளாத வறட்டுவாதியும் அல்லர். எண்ணெய் கிணறுகள் அமைக்கவும் சுத்திகரிப்பு ஆலைகள் அமைக்கவும் இந்தியாவில் போதுமான பொருளாதார வசதியும், தொழில்நுட்ப பலமும் இல்லாததை உணர்ந்து அப்போதைய நிதியமைச்சர் சி.டி.தேஷ்முக்குக்கு 1952 ஜூலையில் எழுதிய கடிதத்தில்,

> "உண்மையில் அதிகமான தனித்தன்மையும் செலவும் மிக்க இப்பணிக்கு நம்மிடம் தொழில்நுட்பத் திறனும் இல்லை நிதி வசதியும் இல்லை. ஆனால் எண்ணெய் வளக் கண்டுபிடிப்பு, சுத்திகரிப்பு இரண்டிலுமே நிர்வாகத்திலும் சரி தொழில்நுட்பப் பிரிவிலும் சரி இந்தியர்கள் அதிகாரம் மிக்க பதவிகளில் இருக்க வேண்டும்" [101]

என்று வலியுறுத்தியுள்ளார்.

இதில் சாகாவின் உள்நோக்கமும் நேரு, பட்னாகர் போன்றோரின் நோக்கமும் முற்றிலும் நேர் எதிரானவை. ஏகாதிபத்தியத்தின் காலனியாக இருந்து சீரழிந்த இந்தியாவைக் கண்ணீரும் செந்நீரும் சிந்தி விடுவித்து மீண்டும் பல்வேறு ஏகாதிபத்தியங்களின்

வேட்டைக் காடாக மாற்றிவிடக் கூடாது என்கிற எச்சரிக்கை உணர்வு சாகாவிடம் வெளிப்படுகிறது. இன்று நாடு விடுதலை அடைந்து அறுபத்து ஏழு ஆண்டுகள் கடந்துவிட்ட நிலையில் உலகமயமாக்கலின் சேவகர்களுக்கு சாகா போன்ற அப்பழுக்கற்ற நாட்டுப்பற்றாளர்களின் சுதேசி சித்தாந்தம் நகைப்புக்கு உரியதாக இருக்கலாம். ஆனால் ஒடுக்கப்பட்ட மக்களைத் திரட்டி அந்நிய பன்னாட்டு நிறுவனங்களின் கொள்ளையில் இருந்து நாட்டை மீட்க நினைக்கும் சக்திகளுக்கு அதுவே ஓர் அறிவாயுதமாக விளங்க முடியும்.

ஓர் அறிவியலாளராக நுண்ணறிவாளரான சாகா அதே நுண்ணறிவோடு பொருளாதாரம் சார்ந்த பிரச்சினைகளில் நாடாளுமன்றத்தில் கேள்விகள் எழுப்பினார். 1952 நவம்பர் 13இல் நாடாளுமன்ற மக்களவையில் இந்திய சுங்கவரி (நான்காவது திருத்த சட்ட வரைவு) தொடர்பான விவாதத்தில் அவரது பேச்சு மக்கள் நலம் சார்ந்து ஓர் உறுப்பினர் எந்த அளவுக்கு நுட்பமான கேள்விகள் எழுப்பமுடியும் என்பதற்குச் சான்று. அவர்,

> "ஒரு டன் அலுமினியத்தை உற்பத்தி செய்ய உங்களுக்கு 120ஆயிரம் யூனிட் மின்சாரம் தேவைப்படுகிறது. மின்சாரத்திற்கான செலவை குறைக்காத பட்சத்தில் மலிவான விலையில் அலுமினியத்தை நாம் உற்பத்தி செய்ய முடியாது. ஆனால் நீங்கள் ஏன் மின்சாரத்தை மலிவான விலையில் உற்பத்தி செய்வதில்லை? அலுமினியம் கார்ப்பரேஷன் நிலக்கரி சுரங்கப்பகுதியில் உள்ளதால் மின்சாரப் பகிர்வு செலவு ஏறக்குறைய இல்லவே இல்லை. ஆனால் அலுமினியம் கார்ப்பரேஷன் ஒரு யூனிட் மின்சார உற்பத்திச் செலவு ¼அளவாக இருக்கும் நிலையில் 1 அளவாகக் காட்டுகிறது. இது மிகப்பெரிய புதிராக உள்ளது. சுரங்க ஆணையம் இந்தக் கேள்விக்குள் ஒருபோதும் போனதில்லை என நான் நினைக்கிறேன். அவர்கள் உற்பத்தியாளர்களின் கைப்பாவையாகச் செயல்பட்டுக் கொண்டிருக்கிறார்கள். இந்த உற்பத்தியாளர்கள் தங்கள் சொந்த நலனுக்காக அரசாங்கத்தின் அறியாமையையும் விஷயத்திற்குள் ஆழமாகச் செல்ல இயலாத கையாலாகாத்தனத்தையும் பயன்படுத்திக் கொள்கிறார்கள்" [102]

என்று பிரச்சினையின் அடித்தளத்தைச் சுட்டிக்காட்டினார்.'

சுட்டிக்காட்டியதோடு நின்றுவிடாமல் சாகா ஆலோசனையையும் வைக்கிறார். தனியார் உற்பத்தி நிறுவனங்களின் உற்பத்திச் செலவைக் கணக்கிடும்போது அந்தத் தொழிலதிபர்கள் சொல்வதை மட்டும் கணக்கில் கொள்ளாமல் இந்தியாவின் தேசிய ஆய்வுக்கூடம், தேசிய வேதியியல் ஆய்வுக்கூடங்கள், தேசிய இயற்பியல் ஆய்வுக்கூடம், கண்ணாடி மற்றும் செராமிக் ஆய்வு நிறுவனம், தேசிய உலோகவியல்

ஆய்வுக்கூடம் போன்றவற்றைச் சேர்ந்த விஞ்ஞானிகளையும் இணைத்துக் கொண்டு உற்பத்திச் செலவைக் கணக்கிட வேண்டும் என்று கூறினார். அறிவியலாளர்களை ஆலோசனை கேட்காமல் தொழிலதிபர்களை மட்டும் கேட்பது ஆபத்தான விஷயம் என்று எச்சரிக்கவும் செய்தார்.[103]

சாகா 1956 பிப்ரவரி 16இல் திடீர் மாரடைப்பால் இறந்து போனார். ஆனால் அதுவரையில் அவர் நாட்டு நலன் சார்ந்து நாடாளுமன்றத்தில் ஏராளமான கேள்விகளை எழுப்பினார். இதில் தொழில்துறை சார்ந்த கேள்விகள் அதிகம். தொழில்மயமாக்கல் அவரது அதிகபட்ச கவனத்தைப் பெற்ற ஒன்று. நாடாளுமன்றத்தில் சாகா நுழைந்ததற்கு இந்தியாவைத் தொழில்மயமாக்குவதில் காங்கிரஸ் அரசு காட்டிய மெத்தனத்தை எதிர்ப்பதும் அதைச் செயல்படுத்தியதில் ஏற்பட்ட குளறுபடிகளைச் சுட்டிக்காட்டுவதும் முக்கிய நோக்கங்களாக இருந்தன. தான் இறப்பதற்குச் சில மாதங்களுக்கு முன்பு 1955 ஆகஸ்ட் முதல் டிசம்பர் வரை மக்களவையில் சாகா கேள்வி எழுப்பிய தலைப்புகள் சிலவற்றை ஆண்டர்சன் தன் நூலில் குறிப்பிட்டுள்ளார் அவற்றில் சில:

ஆகஸ்ட் 25 : கனரக லாரிகளை இறக்குமதி செய்வது தேவையா? அல்லது இந்தியாவிலேயே உற்பத்தி செய்யமுடியுமா?

செப்டம்பர் 15 : அசாமில் பெட்ரோலிய கனிவளம் கண்டுபிடிப்பு தொடர்பாகக் கேள்வி.

செப்டம்பர் 16 : 1948 தொழில் கொள்கைக்குப் புறம்பாக பாபாநகர் பகுதியில் எண்ணெய் சுத்திகரிப்பு தொழிலில் ஒரு வெளிநாட்டு நிறுவனம் ஈடுபடுவதைக் குறித்து நேருவை எதிர்த்து கேள்வி எழுப்புதல். (இதற்கு நேரு நேரடியாக பதில் கூறாமல் தவிர்த்து ,விட்டார்.)

செப்டம்பர் 16 : இந்தியாவில் இரும்பு எஃகு உற்பத்தியாகும் நிலையில் இறக்குமதி தேவையா?

நவம்பர் 21 : சைக்கிளுக்கான இரும்பு டியூப் இந்தியாவில் தயாரிக்கும்போது ரப்பர் டியூப்பை ஏன் வெளிநாட்டில் இருந்து இறக்குமதி செய்கிறீர்கள்? [104]

மேற்கண்ட கேள்விகள் இந்தியா தற்சார்பு உடைய நாடாக

விளங்கவேண்டும் என்ற அவரது ஆர்வத்தையும் இந்தியாவை வெளிநாட்டு நிறுவனங்களின் பிடியில் கொடுத்துவிடக்கூடாது என்ற நோக்கத்தையும் பிரதிபலிக்கின்றன. தன்னளவில் உலகத் தரமான விஞ்ஞானி மட்டும் அல்லர்; முதல் தரமான நாடாளுமன்றவாதியும் கூட என்பதை அவரது நாடாளுமன்ற செயல்பாடுகள் நிரூபிக்கின்றன.

நாள்காட்டி சீர்திருத்தம்

“நவீன நாகரிக வாழ்வின் இன்றியமையாத ஒரு தேவை நாள்காட்டி” என்பது சாகாவின் முடிவு. சாகா நாடாளுமன்றத்தில் மக்கள் பிரதிநிதியாகப் பணியாற்றிய காலத்தின் குறிப்பிடத்தக்க சாதனை அவர் செய்த நாள்காட்டி சீர்திருத்தம் ஆகும். பண்டைய இந்திய வரலாற்றில் சாகாவுக்கு இருந்த பேரார்வம், வானியல் மீதான அவரது காதல் ஆகியவற்றின் ஒத்திசைவான இசைவை இந்திய நாள்காட்டி சீர்திருத்தத்தில் காண முடியும்.[105]

> ‘நாள்காட்டிகள், அவற்றின் வரலாறு, பயன்பாடு மற்றும் சமூகத்துடனான அவற்றின் பிணைப்புகள் ஆகியவற்றைக் குறித்த ஆய்வுகள், ஒரு நாட்டின் முக்கியப் பண்புக்கூறுகளையும், கலாசாரத்தையும் பற்றிய பயனுள்ள புரிதல்களை வழங்கக் கூடியவை’. [106]

எனவே சாகாவின் அறிவுஜீவி ஆளுமைக்கு வேலை கொடுத்த பணிகளில் நாள்காட்டி சீர்திருத்தம் முக்கியமான ஒன்று. சாகா 1939 முதலே இந்திய அளவிலும் உலக அளவிலும் நாள்காட்டி முறை குறித்த ஆய்வு செய்து சயின்ஸ் அண்ட் கல்ச்சர் இதழில் கட்டுரைகள் எழுதி வந்தார். ‘சக சகாப்தத்தின் தோற்றம்’ (The origin of the Saka Era) என்ற தலைப்பில் கல்கத்தா ஆசிய சங்கத்தில் சாகா ஆற்றிய உரை அற்புதமான ஒன்று. அந்த வகையில் 1952ஆம் ஆண்டு சி.எஸ்.ஐ.ஆர் அமைத்த நாள்காட்டி சீர்திருத்தக் குழுவிற்கு சாகா தலைவராக நியமிக்கப்பட்டது தற்செயல் நிகழ்வு அல்ல.

இக்குழுவில் ஏ.சி.பானர்ஜி, கே.கே.தப்தாரி, ஜே.எஸ் கரந்திகார், கோரக் பிரசாத், ஆர்.வி.வைத்யா, என்.சி.லஹிரி ஆகியோர் உறுப்பினர்களாக இருந்தனர். இந்தியாவைப் பொறுத்தவரை நாள்காட்டியை விட பஞ்சாங்கம் மக்களின் சமயம் சார்ந்த வாழ்வில் முக்கியத்துவம் வகிப்பதை நாம் அறிவோம். சமயம் சார்பான பண்டிகைகள், நிகழ்வுகள், பிறப்பு, இறப்பு, திருமணம், பத்திரப் பதிவுகள் போன்ற பலவற்றில் பஞ்சாங்கம் மட்டும் இன்றும் பெரும்செல்வாக்கு செலுத்துகிறது. நாள்காட்டிகள் எல்லாக் காலத்திலும் இந்தியாவில் பஞ்சாங்கக் குறிப்புகளோடுதான் தயாரிக்கப்பட்டு வந்திருக்கின்றன. நாள்காட்டி என்பது அறிவியல் பூர்வமாகவே இருக்க வேண்டும். சாகா காலத்தில் பல்வேறு பண்பாடுகளைக் கொண்ட பகுதிகளில் நடைமுறையில் இருந்த

நாள்காட்டிகளும் பல்வேறாகவே இருந்தன. இந்நாள்காட்டிகள் எதிலுமே அறிவியல்பூர்வ அணுகுமுறை இருக்கவில்லை. குறிப்பாக கி.பி.500இல் இருந்தே ஓர் ஆண்டுக்கான நாள் கணக்கு பெரும் பிழையோடு கடைப்பிடிக்கப்பட்டு வந்தது. இந்திய வானியல் மற்றும் ஜோதிடக் கணக்கீடுகளில் பெரும் செல்வாக்கு செலுத்தி வந்த பண்டைய நூல் ஆரிய சிந்தாந்தம் என்பதாகும். இதன்படி ஓர் ஆண்டு என்பது 365.258756 நாள்கள் கொண்டதாகும். இது உண்மையான ஆண்டுக் கணக்கை விட 0.01656 நாள்கள் நீண்டதாகும். இந்தியாவில் பஞ்சாங்கம் தயார் செய்வோர் கி.பி. 500 முதல் கொண்டே இந்தப் பிழையோடே தயார் செய்து வந்தனர். இந்த வகையில் கி.பி. 500இல் இருந்து ஆண்டுக்கு 0.01656 நாள்கள் அதிகரித்துக் கொண்டே வந்து 1952இல் 23.2 நாள்கள் அதிகரித்துவிட்டது. அதாவது 23.2 நாள்கள் முன்கூட்டி இருந்தது. சூரிய நகர்வின் அடிப்படையிலான சூரிய ஆண்டின் தொடக்க நாள் அதாவது, வேனில் காலத்தில் (கோடையில்) சூரியனின் கதிர்கள் நிலநடுக்கோட்டின் மீது மிகச்சரியாக விழும் நாள் உத்தராயனம் எனப்படும். இது உண்மையில் மார்ச் 22இல் அமைய வேண்டும். ஆனால் அதற்குப் பதிலாக ஏப்ரல் 13 அல்லது 14 தேதிகளில் அமைந்திருந்தது.

மேற்கண்ட சூழ்நிலை ஐரோப்பாவிலும் ஏற்பட்டுள்ளது. ஐரோப்பாவில் ஜூலியஸ் சீசர் காலத்தில் இருந்து ஓர் ஆண்டு என்பது 365.25 நாள்கள் எனக் கணக்கிடப்பட்டு வந்தது. இது ஒரு பிழையான கணக்கு. இதனால் கிபி 1582இல் ஆண்டு கணக்கில் 10 நாள்கள் குறைவு காட்டியது. இதை அறிந்த போப் 13ஆம் கிரிகோரி அக்டோபர் 5ஆம் தேதியை அக்டோபர் 15ஆம் தேதியாகக் கடைப்பிடிக்கும்படி அறிவித்ததோடு லீப் ஆண்டையும் அறிமுகப்படுத்தினார். ஐரோப்பாவில் கத்தோலிக்க மதம் பெரும்பான்மை நாடுகளில் செல்வாக்கு செலுத்தி வந்ததால் கத்தோலிக்க போப் கூறியதை அனைவரும் மதித்து கடைப்பிடித்தனர். வட்டார வேறுபாடுகளும் கலாசார வேறுபாடுகளும் அதிகம் உள்ள இந்தியாவில் பஞ்சாங்கம் பல விதமாக இருந்தது. பகுத்தறிவுக்கும் அறிவியலுக்கும் அவை எதுவும் கட்டுப்படவுமில்லை.

இந்தியாவில் சமய விழாக்கள் நிலவின் நகர்வை அடிப்படையாகக் கொண்ட நாள்காட்டி மூலமே இன்னும் கணக்கிடப்படுகின்றன. திதி, நட்சத்திரம் போன்றவை சந்திர நாள்காட்டியின் அடிப்படையிலானதே. இந்தத் திதிக்கான நாள் நாடு முழுவதும் ஒன்றாக இருக்காது. தமிழ்நாட்டில் ஒரு குறிப்பிட்ட நாளில் ஒரு குறிப்பிட்ட திதி கடைப்பிடிக்கப்பட்டால், உத்தரப்பிரதேசத்தில்

அதே நாளில் அதே திதி இருக்காது. தகவல் தொடர்பு சாதனங்களின் வளர்ச்சியில் உலகம் சுருங்கிவிட்ட நிலையில் இத்தகு வேறுபாடுகள் அறிவியல்பூர்வமாகச் சரி செய்யப்பட வேண்டியவை என்று சாகா கருதினார். நாள்காட்டி சீரமைப்புக் குழு அந்த வகையில் இந்தியாவின் பல்வேறு பகுதிகளில் கடைப்பிடிக்கப்பட்ட வெவ்வேறு வகையான 30 நாள்காட்டிகளைச் சேகரித்து பரிசீலனைக்கு உட்படுத்தியது. இந்தியா முழுமைக்கும் கடைப்பிடிக்கத்தக்க ஒரு பிழையற்ற நாள்காட்டியை உருவாக்குவது இந்தக் குழுவுக்கு ஒப்படைக்கப்பட்ட வேலை. இதில் உள்ளூர் மக்களின் சமயம் சார்ந்த நம்பிக்கைகளை நடைமுறையில் உதாசீனப்படுத்திவிட முடியாத சூழலையும் நாள்காட்டிக் குழு எதிர் கொண்டது. இறுதியில் இறுதி அறிக்கை அறிவியல் பூர்வமாக சாகாவால் தொகுக்கப்பட்டது.

அறிக்கைக்கான முன்னுரையில் ஜவகர்லால் நேரு,

> 'நமது குடிமை வாழ்வு சார்ந்த நோக்கங்கள், சமூக நோக்கங்கள், இன்னபிற நோக்கங்களுக்கான நாள்காட்டி முறையில் ஓர் ஓர்மை இருக்க வேண்டும்'

என்பதை வலியுறுத்தி இருந்தார். அவர் அந்தப் பிரச்சினையை அறிவியல்பூர்வமாக அணுக வேண்டும் என்றும் தெளிவுபடுத்தி யிருந்தார். நமது அறிவியலாளர்கள் தங்கள் அறிவார்ந்த தலைமையை இப்பணிக்கு நல்குவார்கள் என்று நேரு நம்பிக்கையும் தெரிவித்திருந்தார். இறுதியாக 1955ஆம் ஆண்டு நாள்காட்டி சீரமைப்புக் குழு அறிக்கை வெளியிடப்பட்டது. இதில் குடிமையியல் நோக்கத்திற்கான நாள்காட்டிக்குக் கீழ்க்கண்ட சீர்திருத்தங்கள் பரிந்துரை செய்யப்பட்டிருந்தன.

1. ஒருங்கிணைந்த தேசிய நாள்காட்டிக்கு சக சகாப்தம் பயன்படுத்தப்பட வேண்டும். (சக சகாப்தத்தின் தொடக்கம் கிபி.78-79 ஆகும். இந்த வகையில் 2014ஆம் ஆண்டில் இருந்து இதைக் கழிக்க 2015ஆம் ஆண்டுக்கான சக ஆண்டு 1936-37 ஆகும்).
2. நில நடுக்கோட்டின் மீது வேனில் காலத்தில் (கோடையில்) சூரிய கதிர்கள் விழும் உத்தராயன நாளில் (சித்திரை விசு) இருந்து ஆண்டு தொடங்க வேண்டும்.
3. சாதாரண ஆண்டு 365 நாள்கள் கொண்டிருக்கும். லீப் ஆண்டு 366 நாள்களைக் கொண்டிருக்கும். சக ஆண்டோடு 78யைக் கூட்டி வரும் எண் 4 ஆல் வகுபட்டால் அது லீப் ஆண்டு. கூட்டுத் தொகை 100இன் மடங்காக அமையும் பட்சத்தில் 400இல் வகுபட்டால் அது லீப் ஆண்டு. வகுபடாவிட்டால் அது சாதாரண ஆண்டு.

4. ஆண்டின் முதல் மாதம் சைத்ரா ஆகும். சைத்ரா, வைசாகா, ஜ்யேஷ்டா, ஆஷாதா, சிராவணா பத்ரபாதா ஆகிய 6 மாதங்கள் 31 நாள்கள் கொண்டவை. மற்ற அஸ்வினா, கார்த்திகா, அக்ரஹாயானா, பௌஷா, மாகா, பல்குனா ஆகிய 6 மாதங்களும் 30 நாள்கள் கொண்டவை.

நில நடுக்கோட்டுப் பகுதியில் சூரியனின் வெப்பக் கதிரும் வெப்பம் குறைந்த கதிரும் புவியின் ஈர்ப்பு விசையில் பாதிக்கப்பட்டு முன்கூட்டியே சூரியக் கதிர் நிலநடுக் கோட்டின் மீது விழுவதைப் பூர்வாயனம் அல்லது அயணமைய முந்து நிகழ்வு (Procession of Equinoxes) என்பர். இந்த முந்து நிகழ்வை 1400 ஆண்டுகளாகப் பஞ்சாங்க தயாரிப்பாளர்கள் கணக்கில் கொள்ளாததால் இந்து பண்டிகை நாள்கள் உரிய பருவங்களை விட்டு ஏற்கெனவே 23 நாள்கள் தள்ளி அமைந்துள்ளதை இந்த அறிக்கை சுட்டிக் காட்டியது. ஆனால் பல நூறு ஆண்டுகளாகக் கடைப்பிடிக்கப்பட்டு வரும் இந்தத் தவறை ஒரே அடியாக மாற்றுவது குறித்து இந்த அறிக்கை தயக்கம் காட்டியது. எனவே இந்த 23 நாள் வேறுபாட்டை நிலையான வேறுபாடாக வைத்துக் கொண்டு கணக்கீடுகளைச் செய்து கொள்ளவும், மேலும் எதிர்காலத்தில் வேறுபாடுகள் உருவாகாமல் சீர்திருத்தப்பட்ட நாள்காட்டி முறையைக் கைக்கொள்ளவும் இந்த அறிக்கை பரிந்துரை செய்தது. அதாவது சமயம் சார்பான பண்டிகை நாள்களை உள்ளது உள்ளபடியேயும் குடிமையியல் நாள்களைச் சீர்திருத்த நாள்காட்டி முறையிலும் வைத்துக் கொள்ள இது பரிந்துரைத்தது.

அரசுக் கோப்புகள் ஆவணங்கள், நடவடிக்கைகள், சட்ட செயல்பாடுகள் போன்றவற்றைப் பஞ்சாங்கங்களில் இருந்து விடுவிக்க இந்தப் பரிந்துரைகள் வழிவகுத்த வகையில் முற்போக்கான நடவடிக்கையே என்பதில் சந்தேகமில்லை. எனினும் பழம் பஞ்சாங்கங்களைத் திருத்த முடியாமல் போனது வருத்தமான ஒன்றே.

இந்த அறிக்கை, 82½^0 கிழக்கு தீர்க்க ரேகை மற்றும் 23^0.11' வடக்கு அட்ச ரேகையில் அமைந்த மைய நிலையத்தில் (ஊரில்) நடு இரவு தொடங்கி அடுத்த நடு இரவு வரையிலான நேரத்தை நாளாகக் கொள்ளலாம் என்றும் சமயம் தொடர்பான கணக்கில் சூரியன் உதிப்பதில் இருந்து அடுத்த நாள் சூரியன் உதிப்பது வரையிலான நேரத்தை நாளாகக் கொள்ளலாம் என்றும் கருத்து தெரிவித்தது.

நாள்காட்டி சீரமைப்புக் குழுவின் பரிந்துரைகளை ஏற்று 1957 மார்ச் 22 முதல் தேசிய நாள்காட்டி இந்திய அரசின் உத்தரவின் மூலம் நடைமுறைக்கு வந்தது. சக சம்வாட் எனப்படும் இந்த நாள்காட்டியின்படி சாதவாகன மன்னன் சாலிவாகனனை உஜ்ஜயினி

மன்னன் விக்கிரமாதித்தன் வெற்றி கொண்ட கிபி.78இல் இருந்து சக ஆண்டு தொடங்குகிறது. இந்தியாவின் பன்முகத் தன்மைக்கு இந்த மையப்படுத்தப்பட்ட ஒற்றை நாள்காட்டி முறை உரம் சேர்க்குமா என்பது விவாதத்திற்கு உரியது. ஆனால் வைதீகத்தின் ஆதரவோடு அறிவியலையும் நம்பிக்கையையும் கலந்து செய்த குழப்பக் குவியலாக இருந்த பழைமையான இந்திய பஞ்சாங்க முறையை மாற்ற இந்திய அரசு முன்வந்ததே ஒரு தைரியமான முடிவுதான் என்கின்றனர் அறிஞர்கள். சாகாவின் தொடர்ச்சியான வற்புறுத்தல் காரணமாகவே இந்திய அரசு நாள்காட்டி சீர்திருத்தத்திற்கு ஒப்புக்கொண்டது என்பது மறுக்க முடியாத உண்மை.

சாகா இந்தியாவின் பஞ்சாங்க நாள்காட்டி மீது மட்டும் அல்லாது மேலை உலகின் கிரிகோரிய நாள்காட்டி மீதும் கடும் விமர்சனங்கள் கொண்டிருந்தார். அவரது விமர்சனங்கள் அறிவியல் பூர்வமானவை என்பதை அறிவிக்கத் தேவையில்லை. சாகா உலக அளவில் கடைப்பிடிக்கப்படும் கிரிகோரிய நாள்காட்டிக்கு மாற்றாக முற்போக்கான புதிய உலக நாள்காட்டி ஒன்றை ஐக்கிய நாடுகள் அவைக்குப் பரிந்துரை செய்தார். ஆனால் அப்பரிந்துரை ஐ.நா.வால் ஏற்கப்படவில்லை.

சாகா அடிப்படையில் ஒரு பொருள் முதல்வாதி. அவர் வைதீகம், கடவுள், சாதி, சடங்குகள் எதிலும் நம்பிக்கை இல்லாதவர் அவர் அறிவியல்பூர்வமான அணுகுமுறையை நடைமுறை வாழ்வின் எல்லாத் தளங்களிலும் கடைப்பிடிக்கக் கோரியவர். ஆனாலும் மக்களின் கலாசார வாழ்வோடு தொடர்புடைய நாள்காட்டியைச் சீரமைக்க விரும்பினார். அவர் மக்களின் பிரச்சினைகளிலிருந்து என்றுமே விலகி இருக்க விரும்பாதவர். அவர் செய்த நாள்காட்டி சீர்திருத்தமும் அதற்குச் சாட்சிதான்.

அகதிகள் மறுவாழ்வு [107]

சாகா அடிப்படையில் கிழக்கு வங்காளத்தைச் சேர்ந்தவர். அவர் தன் வாழ்நாள் முழுவதும் தன் கிராமத்தோடும், கிராம மக்களோடும் நேசம் பாராட்டி வந்தவர். அவரது வீடு, கிராமத்தில் இருந்து வரும் உறவுகளால் எப்போதும் நிரம்பியே இருந்தது.

நாடு பிரிவினை அடைந்தபோது அவரது தாய்மண் பாகிஸ்தானுடன் இணைக்கப்பட்டது. கிழக்கு வங்காளம் கிழக்கு பாகிஸ்தான் ஆனது. இலட்சக்கணக்கானோர் இருபுறமும் அகதிகள் ஆயினர். சாகாவும் அகதியாக்கப்பட்டார். சாகாவின் சொந்த பந்துங்கள் கிழக்கு வங்காளத்தை விட்டு இந்தியப் பகுதிக்கு அகதிகளாக ஓடி வந்தனர். அவரது கல்கத்தா வீடு அவரது அகதி சொந்தங்களால்

நிரம்பியது. 1947 ஆகஸ்ட் 15 சாகாவைப் பொறுத்தவரை அவருக்கும் அவரது மக்களுக்கும் துயரத்தையே பரிசாகத் தந்தது. மகிழ்ச்சியை அல்ல. இப்படி இந்தியாவிற்குள் வந்த அகதிகள் மறுவாழ்வு, பெரும் பிரச்சினையாக உருவெடுத்தது. அரசு இம்மக்களின் மறுவாழ்வுக்கான நடவடிக்கைகளை எடுத்தது. ஆனால் சில ஆண்டுகள் கழித்து அப்படி எடுக்கப்பட்ட நடவடிக்கைகள் போதுமானதல்ல என்பதும், பல இடங்களில் அகதிகள் மறுவாழ்வுக்காக ஒதுக்கப்பட்ட நிவாரண நிதி உரியவர்களுக்குப் போய்ச் சேரவில்லை என்பதும் தெரியவந்தது. சாகாவைப் பொறுத்தவரை கிழக்கு வங்காளத்தில் இருந்து ஓடிவந்த அகதிகளின் பிரச்சினை அவரது தனிப்பட்ட வலி. அகதிகள் பிரச்சினையை முன்வைத்து போராட்டங்கள் வெடித்தன. சாகா அப்போராட்டங்களில் முதல் வரிசையில் நின்றார். அவரது நாடாளுமன்ற நுழைவு அகதிகள் பிரச்சினையின் மீது முக்கியத்துவத்தைக் கொண்டுவர உதவியது. அவர் நாடாளுமன்ற மக்கள் அவையில் 'நான் ஓர் அகதிதான். நான் அகதிகளைப் பிரதிநிதித்துவப்படுத்துகிறேன்' என்று அறிவித்தார்.

நாடு பிரிவினை அடைவதற்கு முன்னும் பின்னுமான கிழக்கு வங்காளத்தின் கிராமப்புற வாழ்க்கையை சாகா நேரடியாக அறிந்தவர். எனவே அவர் கிழக்கு வங்காள அகதிகள் நிவாரணக் குழுவின் தலைவராக நியமிக்கப்பட்டார். அவர் மேற்கு வங்காளத்தில் அமைக்கப்பட்டிருந்த அகதி முகாம்களுக்குச் சென்று ஆய்வு செய்தார். அசாமின் மலைப் பகுதியில் அமைந்திருந்த அகதி முகாம்களைப் பல மைல்தூரம் சென்று ஆய்வு செய்தார். முகாம்களில் தங்கி இருந்த மக்களை விசாரித்து நிலைமைகளைக் குறிப்பெடுத்தார். அகதிகள் மறுவாழ்வுக்காகச் செலவிடப்பட்டதாகச் சொல்லப்பட்ட பணம் அவர்களிடம் சென்று சேரவில்லை என்பதைக் கண்டு பிடித்தார். அசாமில் உள்ள டியுபிலியா (Dubuliya) காலனி என்ற இடத்தில் 1100 அகதிக் குடும்பங்கள் காட்டுப் பகுதியில் காட்டு யானைகளுக்கும் புலிகளுக்கும் இடையில் குடியமர்த்தப்பட்டிருந்த அவலத்தைக் கண்டு கொதித்தார். அங்கு உள்ள மக்கள் புற உலகத்தோடு தொடர்பு கொள்ள சாலை வசதிகள்கூட இல்லாமல் சிறை வைக்கப்பட்ட நிலையில் இருந்தனர். அசாமில் உள்ள கச்சார் (Cachar) பகுதியில் மூன்று லட்சம் அகதிகள் இருந்தனர்.

கச்சார் பகுதிக்குப் பக்கத்தில் உள்ள சில்ஹிட் (Sylhet) என்ற இந்துக்கள் அதிகம் இருந்த இடம் கிழக்கு பாகீஸ்தானுடன் இணைக்கப்பட்டதால் அங்கிருந்து ஓடிவந்தவர்கள் இந்த அகதிகள் என்பது சாகாவின் முடிவு. இந்தக் கச்சார் பகுதியில் நில உரிமை மூன்று வகையாக இருந்தது. முதலாவது தேயிலைத் தோட்ட

அதிபர்களுடையது. இரண்டாவது அசாம் அரசுக்குச் சொந்தமானது, மூன்றாவது ஜமீன்தார்களுடையது. அசாம் அரசு தேயிலை தோட்டப் பகுதி இடங்கள் தேயிலைத் தோட்ட தொழிலாளர்களுக்கு மட்டுமே என உத்தரவிட்டது. அரசுக்குச் சொந்தமான நிலங்களையும் அகதிகளுக்குத் தர அசாம் அரசு மறுத்துவிட்டது. இந்த நிலையில் ஜமீன்தார்கள் தங்களிடம் இருந்த நிலங்களை அகதிகளுக்கு மிகப் பெரும் தொகைக்குக் குத்தகைக்கு விட்டனர். இதனால் அகதிகள் வாழ்வு மேலும் அவல நிலைக்குச் சென்றது. அந்த ஜமீன்தார்களின் உண்மை முகம் பற்றி சாகா நாடாளுமன்றத்தில் 1955 மார்ச் 24இல் கீழ்க்கண்டவாறு தெரிவித்தார்.

> "இந்தப் பெரும்பான்மை ஜமீன்தார்கள் பிரிட்டிஷ் காலத்தில் அவர்களின் விசுவாசியாக இருந்தவர்கள். இப்பகுதி பாகிஸ்தானில் இருந்தபோது இவர்கள் பாகிஸ்தானுடன் இருந்தனர். தற்போது காந்தி குல்லாய் அணிந்து கொண்டு காங்கிரஸ்காரர்கள் ஆகிவிட்டனர். எனவே நிலத்தின் மீது யூதர்கள் கணக்காக விலை வைப்பதை நீங்கள் காணமுடியும். ஓர் ஆண்டுக்கு ரூ.300 குத்தகை கேட்பதாக எங்களிடம் (அகதிகள் நிவாரண குழுவிடம்) தெரிவிக்கப்பட்டது. இத்தகு கொள்ளை இதுவரை கேள்விப்படாத ஒன்று. காங்கிரஸ் அரசாங்கத்தில் இதுதான் நடந்து கொண்டிருக்கிறது. [108]

அகதிகள் மறுவாழ்வுக்கான அரசின் அணுகுமுறையில் அடிப்படை தவறுகளை சாகா கண்டுபிடித்தார். மறுவாழ்வுத் திட்டங்களை ஒட்டுமொத்தமாக செயல்படுத்தாமல் துண்டுதுண்டாகச் செய்ய முனைந்ததும், ஊழலும், மெத்தனமுமே அந்தத் தவறுகள்.

அகதிகளை முகாம்களில் அடைத்து வைத்து சில நிவாரணங்கள் அதையும் ஊழல் செய்தது போக மிஞ்சியவற்றை அளித்த அரசு அவர்களைச் சமூக வாழ்வில் இணைத்து ஓர் எதிர்காலத்தை உருவாக்கித் தர முன்வரவில்லை என்று சாகா குற்றம் சாட்டினார். அவரும் மற்றொரு இடதுசாரி மக்களவை உறுப்பினருமான திரிதிப் சௌதிரியும் கூட்டாக வெளியிட்ட பத்திரிகைச் செய்தியில் அரசாங்கத்தின் திட்டத் துறையையும் (Department of planning) அகதிகள் மறுவாழ்வுத் துறையையும் (Refugee Rehabilitation) ஒருங்கிணைத்து அதன் பொறுப்பைப் பிரதமரே ஏற்க வேண்டும் என்று கோரினார்.

ஓர் அரசு மக்கள் பிரச்சினையைத் தீர்க்க வேண்டும் என்று உண்மையாகவும் நேர்மையாகவும் நம்பி செயல்பட்டால் முடியாத காரியம் என்று எதுவும் இல்லை என்று சாகா நம்பினார். அகதிகள் பிரச்சினை பற்றிய விவாதம் நடந்தபோது நாடாளுமன்றத்தில் பேசிய சாகா,

"கிழக்கில் நாம் சந்திக்கும் அகதிகள் பிரச்சினை கடினமானதல்ல என்றே நான் கருதுகிறேன்... உலகம் இதுவரை காணாத ஒரு பிரச்சினையை நாம் தீர்க்கவேண்டி இருப்பதுபோல் பலரும் சொல்லி வருகிறார்கள். அது சரி அல்ல. ஜெர்மனியில் அகதிகள் இருக்கிறார்கள் அங்கு அகதிகள் எண்ணிக்கை ஒரு கோடியே நாற்பது லட்சமாக இருந்தது. மேற்கு ஜெர்மனியின் மூன்றில் ஒருவர் அகதியாக இருக்கிறார். முதல் இரண்டு ஆண்டுகள் குழப்பம் நிலவினாலும் 25 லட்சம் பேர் இறந்து போனாலும் அரசின் 7 ஆண்டு கடும் முயற்சிக்குப் பிறகு மீதி இருந்த அகதிகள் அனைவருமே தங்கள் தலைக்கு மேல் ஒரு கூரையையும் வேலைவாய்ப்பையும் பெற்றுள்ளனர் என ஜெர்மன் அரசாங்கம் பெருமையோடு தெரிவிக்கிறது. இந்த அரசு பெருமையோடு காட்ட என்ன இருக்கிறது? இவர்கள் சோசலிசம் பேசிக் கொண்டிருப்பார்கள். பஞ்சசீலக் கொள்கை பற்றிப் பேசிக் கொண்டிருப்பார்கள். தர்மம் செய்வதை முதலில் நம் வீட்டில் இருந்துதான் தொடங்க வேண்டும்" [109]

என்று குறிப்பிட்டார்.

சாகா கிழக்கு வங்காளத்தில் இருந்து வந்த அகதிகளின் மறுவாழ்வுக்கு நிரந்தர தீர்வாக மேற்கு வங்காளத்தில் தேவையான நிலத்தைக் கையகப்படுத்தி பிரித்து வழங்கும்படி வற்புறுத்தினார். மேற்கு வங்க அரசும், இந்திய அரசும் அகதிகளாக, ஏதிலிகளாக வந்து சேர்ந்த அப்பாவி மக்களின் மறுவாழ்வுப் பணிகளை மெத்தனத்தோடு அணுகியதைக் கண்டித்தார். அவர் 1952 மே 23இல் நாடாளுமன்றத்தில் பேசியபோது அகதிகளுக்கு ஒதுக்கப்பட்ட பணம் அவர்களிடம் சென்று சேரவில்லை என்பதைக் கீழ்க்கண்டவாறு சுட்டிக் காட்டினார்.

"என் எதிர் வரிசையில் அமர்ந்திருக்கும் என் மதிப்பிற்குரிய நண்பர்களுக்கும், கருவூல அதிகாரத்தில் இருப்பவர்களுக்கும் ஒன்று சொல்ல முடியும். பெரும்பாலான தொகை அகதிகள் சட்டைப் பைக்கு சென்று சேரவில்லை. மாறாகப் பேராசைக்கார ஜமீன்தார்கள், அதிகாரிகள் போன்றோரின் சட்டைப் பைக்குத்தான் போனதே ஒழிய அகதிகளின் நிவாரணத்திற்கு அல்ல." [110]

சாகா அகதிகள் பிரச்சினை குறித்து மாநில அரசையும் மத்திய அரசையும் உலுக்கி எடுக்கும் வகையில் பல்வேறு பொதுக்கூட்டங்களில் பேசினார். பத்திரிகைச் செய்திகளை நாளிதழ்களில் வரச் செய்தார், துண்டு பிரசுரங்கள் வெளியிட்டார். நாடாளுமன்றத்தில் முழங்கவும் செய்தார்.

மாநிலங்கள் மறுசீரமைப்பு [111]

சாகாவின் வாழ்நாளை வேகமாக முடிவுக்குக் கொண்டுவந்த பிரச்சினையாக மாநிலங்கள் மறுசீரமைப்பு பிரச்சினையை சட்டர்ஜி & சட்டர்ஜி குறிப்பிடுகின்றனர். சாகா தனது தாய்மொழியான வங்காளி மொழியின்மீதும் வங்காளி இலக்கிய ஆளுமைகளான கவி.ரவீந்திரநாத் தாகூர், கவி.மைக்கேல் மதுசூதன் தத்தா போன்றோர் மீதும் பெரும் பற்று வைத்திருந்தார். இளமைப் பருவத்தில் சாகா தன் தாய்மொழியில் கவிபுனையவும் செய்தார். அறிவியல் பாடமொழியாக அவரவர் தாய்மொழியே இருக்கவேண்டும் என்று வலியுறுத்தியவர் சாகா. பிரச்சினைகளை அறிவியல் பூர்வமாக அணுகுவதை எப்பொழுதும் வலியுறுத்தி வந்த சாகா மாநிலங்களை மொழிவாரியாகப் பிரிப்பதே அறிவியலுக்கும் அறிவுக்கும் உகந்தது என்ற முடிவுக்கு வந்தார். அவர் இந்தியாவின் மொழி அடிப்படையிலான பன்மைத்தன்மையைப் புரிந்துகொள்ளாத காங்கிரஸ் ஆட்சியைக் கடுமையாக விமர்சித்தார்.

சாகா அலகாபாத்தில் இருந்த காலத்தில் இருந்தே இந்தியாவின் மொழிவாரி மாநிலப் பிரச்சினை குறித்து சிந்தித்து வந்தார். கல்கத்தாவிற்கு 1938இல் வந்தவுடன் இந்துஸ்தான் ஸ்டேண்டர்டு பத்திரிகைக்கு அளித்த பேட்டியில் (நாள் ஆகஸ்ட் 9, 1938) வங்காளி பிகாரி முரண்பாடு பற்றிய கேள்விக்கு,

> "இதேபோன்ற பிரச்சினை உங்களுக்கு இந்தியா முழுவதும் உள்ளது. ஒரிய மொழியினருக்கும் ஆந்திர மக்களுக்கும் இடையில், ஆந்திரர்களுக்கும் தமிழர்களுக்கும் இடையில், தமிழர்களுக்கும் கன்னடர்களுக்கும் இடையில், கன்னடர்களுக்கும் மராட்டியர்களுக்கும் இடையில், மராட்டியர்களுக்கும் குஜராத்திகளுக்கும் இடையில், வேறுபாடுகள் உள்ளன. மத்திய மாகாணத்தில் உள்ள மொத்த பிரச்சினைக்கும் மராட்டியர்களுக்கும் இந்துஸ்தானி பேசும் மக்களுக்கும் இடையிலான மோதலே காரணம் என அனைவரும் அறிவர். எனவே வங்காளி பிகாரி வேறுபாடு தனிப்பட்ட ஒன்று அல்ல. இந்தியத் தலைவர்கள் முன் உள்ள பிரச்சினை என்னவெனில் இந்தியா ஒன்றுபட்ட இந்திய தேசமாக இருக்க வேண்டுமா அல்லது இருபது வேறுபட்ட தேசங்களாக இந்த நாடு ஆக வேண்டுமா என்பதுதான். காங்கிரஸ் தலைமை இதை எல்லாம் முதலில் முடிவு செய்ய வேண்டும்." [112]

மேற்கண்ட நேர்காணல் அளித்த காலத்தில் இந்தியா பல்வேறு மாகாணங்களாக இருந்தது. சுதேசி சமஸ்தானங்களும் இருந்தன. மொழி அடிப்படையில் அல்லாத அறிவியலுக்குப் புறம்பான

அமைப்புகள் அவற்றில் வாழ்ந்த மொழி ரீதியிலான பெரும்பான்மை மக்களுக்கும் சிறுபான்மை மக்களுக்கும் மோதல் போக்கை விளைவித்திருந்தன. சீனாவில் டாக்டர் சன் யாட் சென் தலைமையில் ஒன்றுபட்ட வலிமையான சீனா உருவாகி வந்ததைச் சாகா ஆர்வத்தோடு கவனித்து வந்தார். எனினும் அன்றைய சோவியத் ஒன்றியத்தின் மொழிக்கொள்கையும் தேசிய சுய நிர்ணய உரிமைக் கோட்பாடும் சாகாவை மிகவும் கவர்ந்தன. மொழியோ இனமோ மதமோ, பெரும்பான்மை மக்கள் சிறுபான்மை மக்கள் மீது ஆதிக்கம் செலுத்தக்கூடாது என்ற அடிப்படை கருத்தில் சாகா தொடக்கத்தில் இருந்தே உறுதியாக இருந்தார். மேற்கண்ட நேர்காணலில் சாகா,

> "தற்போது இந்தியாவில் உள்ள மாகாணங்கள் பன்மைத்தன்மை (Hectrogeneous) கொண்டவையாக உள்ளன. அதாவது அந்த மாகாணத்தின் மொழியை அங்குள்ள மக்கள் அனைவருமே பேசவில்லை. எல்லா மாகாணங்களும் தமக்குரிய சிறுபான்மையினரைப் பெற்றுள்ளன. ஒரு மாகாணத்தின் சிறுபான்மையினர் அவர்தம் மொழியைத் தக்க வைத்துக்கொள்ள அனுமதிக்கப்படவில்லை என்றால் மற்ற மாகாணங்கள் பதிலடி கொடுக்கும். உதாரணமாகப் பிகாரிலோ மற்ற மாகாணங்களிலோ உள்ள வங்காளிகள் தங்கள் கலாசாரத்தையும் மொழியையும் தக்க வைத்துக்கொள்ள அனுமதிக்கப்படவில்லை எனில் வங்காள மாகாண அரசு வங்காளத்தில் குடியேறியுள்ள மற்ற மாகாண மக்களுக்கு எதிராக அதே போன்ற பாரபட்சமான நடவடிக்கைகளை எடுப்பது சட்டப்படி சரியானதாகப் படும். இத்தகு பாரபட்சம் பெரிய அளவு வெறுப்பை வளர்ப்பதோடு இறுதியில் இந்தியா பல மாகாணங்களாகப் பிளவுபடும்...." [113]

என்று தெரிவித்திருந்தார்.

> "சிறுபான்மையினருக்கு எதிராக மாகாண அரசுகள் நடவடிக்கைகள் எடுப்பதை அனுமதித்தால் அவர்கள் சுதந்திரமான ஒன்றுபட்ட நாட்டின் குடிமக்களாகக் குடிமை உரிமைகள் பெற்று வாழ்வதைத் தடுத்தால் எதிர்காலம் உண்மையில் இருண்டதாகிவிடும்" [114]

என்று அவர் எச்சரித்தார்.

விடுதலைக்கு முன் பல்வேறு மொழி பேசும் மாகாணங்களாக இந்தியா பிரிக்கப்பட்டு இருந்த போது மாகாணங்களின் பெரும்பான்மை மக்களுக்காக அல்லாமல் சிறுபான்மை மக்களுக்காக சரியாக குரல் கொடுத்த சாகா, விடுதலைக்குப் பின் அதே நேர்மையோடு மொழிவாரி மாநிலங்கள் அமைவதற்காகக் குரல் கொடுத்தார். இரண்டுமே அரசியல் ரீதியாகவும், தார்மீக

ரீதியாகவும் ஒரே அடிப்படையைக் கொண்டிருப்பதை நம்மால் உணர முடிகிறது.

சாகா வலிமையான ஒன்றுபட்ட இந்தியா என்ற கருத்தை முன்வைத்தாலும் அது அன்றைய காங்கிரஸ் ஆளும் வர்க்கத்தின் கருத்தில் இருந்து மாறுபட்ட ஒன்று. அவர் சோவியத் நாட்டில் இருந்ததைப் போல் தேசிய சுயநிர்ணய உரிமைகள் அடிப்படையிலான மொழிவாரி மாநிலங்களின் விருப்பப்பூர்வமான இணைவின் அடிப்படையில் அமைந்த இந்திய ஒன்றியத்தை உருவாக்க வலியுறுத்தினார். இத்தாலி, பிரான்ஸ் போன்ற மொழி அடிப்படையில் அமைந்த தேசங்களே அறிவியல் பூர்வமானவை என்றார் அவர். இந்தியாவின் தனித்துவமான நிலைமையில் சோவியத் ஒன்றியத்தைப் போன்ற மொழிவாரி தேசங்களாகப் பிரிக்கப்பட்ட மொழி சிறுபான்மையினரின் மீது மொழி பெரும்பான்மையினரின் ஆதிக்கம் செலுத்தாத ஓர் இந்திய ஒன்றியத்தை முன்மொழிந்தார். மாநிலங்கள் மறு சீரமைப்பை மேற்கொள்ள மொழி மட்டுமே அடிப்படையாக இருக்க வேண்டும் என்று சாகா வலியுறுத்தினார். விடுதலைக்கு முன்பு மொழிவாரி மாநிலங்களை அமைக்க ஆதரவு காட்டிய காங்கிரஸ் விடுதலைக்குப் பின் அதில் மெத்தனம் காட்டியதை எதிர்த்தார். இதில் அவரது உணர்ச்சிவசப்பட்ட அணுகுமுறை அவரது உடல்நிலையையும் வெகுவாகப் பாதித்தது.

பொதுவாகத் தேசிய சுயநிர்ணய உரிமை குறித்துப் பேசும், எழுதும், தமிழ்த் தேசியவாதிகள், இடதுசாரிகள் போன்றோர் தேசம் குறித்த வரையறைக்கு சோவியத் தலைவர் ஸ்டாலினின் வரையைறையை எடுத்துக் காட்டுவர். வியக்கத்தக்க வகையில் லெனின், ஸ்டாலின் போன்றோரின் தேசிய சுயநிர்ணய உரிமை குறித்த எழுத்துகளைச் சாகாவும் படித்துள்ளார் என்பதை அவரது கட்டுரைகளும் நாடாளுமன்ற உரைகளும் காட்டுகின்றன.

சோவியத் நாட்டில் தேசிய இனப்பிரச்சினையை லெனினும் ஸ்டாலினும் அணுகியதைப்போல் இந்தியாவும் அணுக வேண்டும் எனச் சாகா வலியுறுத்தினார். வெவ்வேறு மொழி பேசும் 60 தேசங்களை உள்ளடக்கிய சோவியத் நாடு ஜார் மன்னன் காலத்தில் கடைப்பிடித்த ருஷ்யமயமாக்கும் கொள்கையைக் கைவிட்டதோடு அனைத்து மொழிகளுக்கும் சம உரிமையை வழங்கியதையும் சாகா இந்தியாவுக்கும் முன்னுதாரணமாகக் காட்டினார். இரண்டு அல்லது மூன்று மொழிகள் கற்பது மேல்நாட்டில் உள்ள சிலருக்கு வேண்டுமானால் சாத்தியப்படலாம். பெரும்பான்மை சாதாரண மக்களுக்குச் சாத்தியம் இல்லை என்று அழுத்தமாகக் கூறிய சாகா கீழ்க்கண்ட கேள்வியை முன்வைத்து அதற்கானப் பதிலையும் கூறுகிறார்.

"நம் மக்கள் தமது தாய்மொழி அல்லது மேலும் இரண்டு அல்லது மூன்று மொழிகளைக் கற்றுக்கொள்ள வேண்டும் என்பவர்கள் தயவு செய்து கூறுங்கள்; இங்கிலாந்திலோ அல்லது பிரான்சிலோ உள்ளவர்களில் எத்தனை பேருக்கு இரண்டு மொழிகள் தெரியும்? அநேகமாக 500 இல் ஒருத்தருக்குத் தெரியும். இரண்டு மொழிகளைத் தவறு இல்லாமல் பயன்படுத்த தெரிந்தவர்களின் விகிதாச்சாரம்? அநேகமாக ஆயிரத்தில் ஒருத்தர். அநேகமாக ஐரோப்பியாவில் நல்ல மொழித்திறன் உள்ளவர்கள் நெதர்லாந்துக்காரர்களாக இருப்பார்கள். ஆனால் இந்த எழுத்தாளர் (சாகா) (அக்காலத்தில் நான் எனத் தன்மையில் எழுத வேண்டியதை 'இந்த எழுத்தாளன்' எனப் படர்க்கையில் எழுதுவது ஒரு வழக்கம் - நூலாசிரியர்) ஹாலந்தின் கிராமப்புறங்களுக்கும் பயணம் செய்து பார்த்துள்ளார். அப்படிப் பார்த்ததில் 500இல் ஒருத்தர் கூட டச் மொழி தவிர வேறு மொழியைப் புரிந்து கொண்டவர்களாக இல்லை. எனவே சாமானியனுக்குக் கல்வி அவனது சொந்த தாய்மொழியிலேயே வழங்கப்படவேண்டும். மேலும் சாதாரண கருத்துப் பரிமாற்றம், தகவல் தொடர்பு போன்றவை தாய் மொழியிலேயே நடை பெறவேண்டும். இந்தியா இதற்கு விதிவிலக்கை உருவாக்க முடியாது.[115]

வங்காள மொழி பேசிய மக்களை 1905ஆம் ஆண்டு மதத்தின் அடிப்படையில் பிரித்த வங்கப் பிரிவினை நிகழ்வுதான் 12 வயது சாகாவை அரசியல் கிளர்ச்சியில் முதன்முதலில் பங்கேற்க வைத்தது. அறிவியலுக்குப் புறம்பான அத்தகு செயற்கையான பிரிவினை நிரந்தரமாகித் தம் மக்கள் இரண்டு நாட்டு மக்களாக ஆகிப்போனதும் தான் இறுதியில் அகதியாக ஆனதும் சாகாவின் மனத்தில் வாழ்நாள் வலியாக நிலைத்துவிட்டது.

வங்காளத்தில் ஒரு கிராமத்தில் தாழ்த்தப்பட்ட சாதியில் எளிய பொருளாதாரப் பின்னணியில் பிறந்து வளர்ந்த சாகா ஒடுக்கப்பட்ட மக்களின் உரிமைகளில் முக்கியமானதாகத் தாய்மொழியையும் பார்த்தார். சமதர்மத்திற்கும், மொழிவழி தேசிய உரிமைக்குமான உறவை அவர் புரிந்து கொண்டது அவர் ஓர் அறிவுஜீவியாக இருந்ததால் மட்டும் அல்ல, அது அவரது வாழ்வியல் அனுபவத்தோடு தொடர்புடைய உணர்ச்சிபூர்வமான ஒன்றாக இருந்ததனாலும் கூட. அவர் நாடாளுமன்றத்தில் 1955ஆம் ஆண்டு டிசம்பர் 18 முதல் 21 வரை நடந்த மாநிலங்கள் மறுசீரமைப்பு தொடர்பான விவாதத்தில் கலந்து கொண்டு பேசிய போது,

"எந்தப் பகுதி மக்களையும் அவர்தம் தாய்மொழியைப் பயன்படுத்துவதில் இருந்து தடுக்கும் வகையில் நீங்கள் ஒரு முடிவை எடுத்தால் அந்த முடிவு சோசலிச கொள்கைக்கு எதிரான மாபெரும் குற்றமாக அமையும்" [116]

என்று ஆட்சியாளர்களை எச்சரித்தார்.

விடுதலைக்கு முன் சோசலிசம் பேசிய காங்கிரஸ் கட்சி விடுதலைக்குப் பின் ஆட்சி அதிகாரம் கைக்குக் கிடைத்ததும் பார்ப்பன - பனியா - பார்சி பெருமுதலாளிகளின் நலன்களைப் பிரதிநித்துவப்படுத்தும் வகையில் தன் சமூக பொருளாதார மொழிக்கொள்கைகளை அமைத்துக் கொண்டது 1920 நாக்பூர் காங்கிரஸ் மாநாட்டின் போதே மாகாணங்களை மொழி அடிப்படையில் பிரிப்பதைத் தன் அரசியல் நோக்கமாகக் காங்கிரஸ் கட்சி அறிவித்தது. அதன் பின் 1928இல் அமைக்கப்பட்ட மோதிலால் நேரு குழுவும் மொழிவாரி மாகாணங்களை (அன்று மாநிலங்கள் என்ற சொல்லுக்குப் பதில் மாகாணங்கள் என்ற சொல்லே பயன்படுத்தபட்டது) அமைப்பதையே பரிந்துரைத்தது. 1937 கல்கத்தா காங்கிரசிலும் இதே கருத்து வலியுறுத்தப்பட்டதுடன் ஆந்திரம் மற்றும் கர்நாடகா மாகாணங்கள் அமைப்பதுள்ளிட்ட பரிந்துரைகள் செய்யப்பட்டன. 1938 வார்தா தீர்மானத்தில் ஆந்திரம், கர்நாடகம், கேரளம் ஆகிய மாநிலங்கள் அமைக்க காங்கிரஸ் உறுதி மொழி அளித்தது. 1945-46 தேர்தல் அறிக்கையிலும் மொழிவாரி மாநிலங்கள் அமைக்கப்படும் எனக் காங்கிரஸ் உறுதிமொழி அளித்திருந்தது. ஆனால் விடுதலைக்குப் பிறகு காங்கிரசின் போக்கு வேறாக இருந்தது.

விடுதலைக்குப் பின் அரசியலமைப்பு அவை நியமித்த தார் ஆணையம் (Dar Commision) மாநிலங்கள் மறுசீரமைப்பில் மொழியின் முக்கியத்துவத்தைப் பின்னுக்குத் தள்ளியதை சாகா கவனித்தார். அதன் பின் அமைக்கப்பட்ட ஜே.வி.பி குழு (ஜவகர்லால் நேரு, வல்லபாய் பட்டேல், பட்டாபி சீத்தாராமய்யா குழு) மாநிலங்கள் மறுசீரமைப்பைப் பொறுத்தவரை முதன்மை முக்கியத்துவம் பாதுகாப்பு, ஒற்றுமை, பொருளாதார நலம் ஆகிய மூன்றுக்குத்தான் என்று அறிவித்தது. அதாவது மொழியின் முக்கியத்துவத்தை மறுத்து இக்குழு முற்றிலும் புறந்தள்ளியது. ஒரு படி மேலே போய் மொழி என்பது இணைப்பிற்கான சக்தி அல்ல என்றும் அது பிரிவினைக்கான சக்தி என்றும் இக்குழு விளக்கம் அளித்தது. மாநிலங்கள் மறுசீரமைப்பு பிரச்சினையை மக்கள் நலனில் இருந்து அணுகாமல் இந்தியப் பெருமுதலாளிகளின் நலனில் இருந்து அணுகிய காங்கிரஸ் தலைமையின் ஆதிக்க மனோபாவம் இதில் வெளிப்படுவதைச் சாகா கவனித்தார்.

வணிக நோக்கில் இந்தியாவை ஒட்டுமொத்த சந்தையாக, பிளவுபடாத சந்தையாக வைத்திருக்க பெருமுதலாளிகள் விரும்பினர். அவர்களின் பெருவிருப்பத்தை அவர்களின் கட்சியான காங்கிரசும் பிரதிநிதித்துவப்படுத்தியது. ஆனால் மக்களின் எண்ணம் வேறாக

இருந்தது. ஆந்திரா, மகாராஷ்டிரா, வங்காளம் ஆகிய பகுதிகளில் மக்கள் போர்க்கொடி தூக்கினர். ஆந்திராவைத் தனியாக பிரிக்கக்கோரி பொட்டி ஸ்ரீராமுலு உண்ணாவிரதம் இருந்து இறந்துபோக காங்கிரஸ் அரசு எஃப்.கே.பி குழுவை (ஃபசல் அலி, குன்ஸ்ரூ, பணிக்கர் குழு) அமைத்து மாநிலங்கள் மறுசீரமைப்பை ஆய்வு செய்யக் கோரியது. ஏற்கெனவே பெருந்தலைகளின் ஜே.வி.பி குழு அளித்திருந்த கருத்துகளுக்கு முரண்படாத வகையில் இந்த எஃப்.கே.பி குழு அறிக்கை அமைந்திருந்தது. இதிலும் இந்தியாவின் ஒற்றுமை மற்றும் பாதுகாப்பு, பொருளாதார வளர்ச்சிக்கு சாதகமாக இருத்தல் ஆகிய கடப்பாடுகளே முக்கியத்துவம் பெற்றிருந்தன. எனினும் மொழி மற்றும் கலாசாரத்தில் ஒத்த தன்மை கொண்டிருத்தல் என்ற பண்பையும் ஓர் அளவுகோலாக இந்த அறிக்கை ஏற்றுக் கொண்டது.

சாகா பாதுகாப்பு, பொருளாதார வளர்ச்சி, நிர்வாக ரீதியிலான வசதிப்பாடுகள் ஆகியவற்றைவிட மொழியே மாநிலங்களை மறுசீரமைப்பு செய்ய அறிவியல்பூர்வ அளவுகோல் என்று வாதாடினார். விடுதலைக்குப் பின் பொருளாதாரத் திட்டமிடல் அணுசக்தி ஆராய்ச்சி, தொழில் வளர்ச்சி, என அனைத்திலும் காங்கிரஸ் மக்கள் விரோதப் போக்கைக் கடைப்பிடிப்பதாகக் குற்றம் சாட்டிய சாகா மொழிவாரி மாநிலங்கள் அமைப்பதைத் தடுப்பதிலும் தள்ளிப்போடுவதிலும் கூட மக்கள்விரோதப் போக்கையே காங்கிரஸ் வெளிப்படுத்துவதாகக் குற்றம் சாட்டினார். தேசப் பாதுகாப்பு, தேச ஒற்றுமை என்ற முழக்கங்களால் காங்கிரஸ் ஜனநாயக சக்திகளை கருத்து ரீதியாக மிரட்டி தேசவிரோதிகளாக ஆக்க முயன்றபோது சாகா தேசம் என்பதற்கான வரையறையைக் கேள்விக்கு உட்படுத்தத் தயங்கவில்லை. அவர் 1955 டிசம்பர் மாத நாடாளுமன்றக் கூட்டத்தில் பேசும்போது,

> "இந்தியா ஒரே தேசமாக இருக்க வேண்டும் என்றால் இந்தியாவின் ஒற்றுமை உறுதியான அடித்தளத்தைக் கொண்டிருக்கவேண்டும். இந்தியா ஒரு தேசமா? இந்தக் கேள்வியை ஒருவர் தனக்குத் தானே கேட்க வேண்டும். ஒரு தேசத்தை உருவாக்கும் கூறுகள் எவை? அவை ஒரே மொழி, மதம், கலாசாரம், இனம், புவியியல் மற்றும் பொருளாதார ஒருங்கிணைப்பு போன்றவை. இந்தக் கூறுகளின்படி பார்த்தால் அவை இந்தியாவில் இல்லை என்பதை நீங்கள் அறியமுடியும். எனவே பிரான்ஸ் அல்லது இத்தாலியைக் குறிப்பதைப் போன்ற பொருளில் இந்தியா ஒரு தேசம் கிடையாது. உண்மையில் நமது அரசியல் அமைப்புச் சட்டம் மூலம் மதப் பிரச்சினை இனப் பிரச்சினை போன்ற சில பிரச்சினைகளைத்

> தீர்க்க நாம் முயன்றுள்ளோம். ஆனால் மொழிப் பிரச்சினை தீர்க்கப்படவில்லை" [117]

எனத் தெளிவாகக் குறிப்பிட்டார்.

சாகாவின் கருத்தின்படி ஜாம்ஷெட்பூர் போன்ற பீகாரின் பகுதிகள் மேற்கு வங்காளத்துடன் இணைக்கப்படவேண்டியவை. ஆனால் அவ்வாறு இணைக்கப்படவில்லை. இது சாகாவை நிறையவே பாதித்தது. காங்கிரஸ் ஆட்சி வங்காள-பீகார் எல்லைப் பிரிவினையில் வங்காளிக்கு எதிராக இருப்பதாகச் சாகா குற்றம் சாட்டினார். ஒரு கட்டத்தில் வங்காளத்தையும் பீகாரையும் இணைத்து ஒரு மாநிலமாக்கும் கருத்து முன்வைக்கப்பட்டபோது சாகா உணர்ச்சிப் பிழம்பாய் மாறி எதிர்த்தார். தாய்மொழியைப் பயன்படுத்துவது என்பது ஒவ்வொரு குடிமகனின் அடிப்படை உரிமை என்பதையும் அதை மறுப்பது என்பது ஜனநாயகக் கோட்பாட்டின் அடிப்படைக்கு எதிரானது என்பதையும் சாகா வற்புறுத்தினார். உண்மையில் இப்பிரச்சினையில் சாகா நிறையவே பாதிக்கப்பட்டார். அது அவரது மரணத்தை விரைவுபடுத்தியது. நாடாளுமன்றத்தில் சாகா இறுதியாகப் பேசிய முக்கிய விவாதம் இப்பிரச்சினை தொடர்பானதுதான் என்பது குறிப்பிடத்தக்கது.

சாகா இயல்பாகவே தனது நேரத்தை வீணடிக்காமல் இறுக்கமான ஒரு வேலைப்பட்டியலை வைத்துக்கொண்டு செயல்படக்கூடியவர். அவர் ஒரே நேரத்தில் பல பொறுப்புகளையும் பல வேலைகளையும் செய்வதை வழக்கமாகக் கொண்டிருந்தார். தனது இறுதி ஆண்டுகளில் சாகா நாடாளுமன்ற உறுப்பினர், ஐஏசிஎஸ் முழுநேர இயக்குநர், அணுக்கரு இயற்பியல் நிறுவனத்தின் மதிப்புறு இயக்குநர் என மிகப் பெரும் பொறுப்புகளை வகித்ததோடு அப்பொறுப்புகளைச் செவ்வனே நிறைவேற்ற தன் முழு ஆற்றலையும் செலவிடவும் செய்தார்.

காலை 5 மணிக்கு தூங்கி எழுந்து படிப்பது, ஆய்வு செய்வது பிறகு உடற்பயிற்சி, நடைப்பயிற்சி செய்வது, 9 மணிக்கு ஐஏசிஎஸ் அலுவலகம் வந்து பணிகள் மேற்கொள்வது, 12.30 அல்லது 1 மணிக்கு அணுக்கரு இயற்பியல் நிறுவனத்திற்குச் செல்வது, அங்கு 5 மணி வரை அப்பணிகளைப் பார்ப்பது, பின் 5 மணிக்கு நாடாளுமன்ற உறுப்பினராக மக்களைச் சந்திப்பது, தூங்குமுன் நாடாளுமன்ற விவாதங்களுக்குப் படித்து தயார் செய்வது என அவரது வாழ்வு விரைந்தோடிய காலம் அது. சோசலிசத்திற்கும் மக்களாட்சிக் கோட்பாடுகளுக்கும் எதிரான காங்கிரஸ் அரசின் போக்கு சாகாவின் மனத்தில் பெரும் கோபக்கனலை உருவாக்கியது. குறிப்பாக அகதிகள் மறுவாழ்வு, மொழிவாரி மாநிலங்கள் அமைத்தல், அந்நிய சார்பு ஆகிய பிரச்சினைகள் சாகாவை உணர்ச்சிவசப்பட வைத்தன. அவரது

ரத்தக் கொதிப்பு இதனால் அதிகரித்தது. எனினும் அவர் தன் உடல் நலம் குறித்து பெரிய அக்கறை எடுத்துக் கொள்ளவில்லை. அவரது இறுதிக் காலத்தை அவை விரைவுபடுத்திவிட்டன.

1956 பிப்ரவரி 16ஆம் நாள் டெல்லியில் உள்ள திட்ட ஆணைய அலுவலகத்துக்கு சாகா செல்லவேண்டி இருந்தது. ஐஏசிஎஸ், அணுக்கரு இயற்பியல் நிறுவனம் போன்ற தான் வகித்த பொறுப்புகளுக்கு உட்பட்டு பல திட்டங்களைத் திட்ட ஆணையத்தில் முக்கிய பொறுப்பில் இருந்த தன் நண்பர் ஜனன் சந்திர கோஷிடம் சாகா விவாதிக்க வேண்டியிருந்தது. டெல்லியில் குடியரசு தலைவர் மாளிகை பகுதியில் திட்ட ஆணைய அலுவலகமும் அமைந்திருந்தது. சாகா கோப்புகளுடன் ஒரு வாடகைக் காரில் ஏறி திட்ட ஆணைய அலுவலகத்திற்கு அருகில் இறங்கி ஓட்டுநரிடம் உரிய கட்டணத்தைக் கொடுத்துவிட்டு கோப்புகளை மார்பில் அணைத்தபடி நடக்கத் தொடங்கினார். சிறிது நேரத்தில் நினைவிழந்து கீழே சரிந்தார். சாகாவை அடையாளம் கண்டு கொண்ட சிலர் அவரை அருகில் உள்ள வெலிங்டன் மருத்துவ மனைக்கு உடனடியாகக் கொண்டு சென்றனர். சாகாவை ஆய்வு செய்த மருத்துவர்கள் அவர் ஏற்கெனவே மாரடைப்பால் இறந்து விட்டதாக அறிவித்தனர். ஒடுக்கப்பட்டவர்களில் ஒருவராகப் பிறந்து அவர்களுக்கு உண்மையாகவும் வாழ்ந்த ஒரு தியாகச்சுடர் காற்றில் கரைந்து போய்விட்டிருந்தது.

சாகாவின் உடல் தனி விமானம் ஒன்றின் மூலம் கல்கத்தா கொண்டு செல்லப்பட்டு பெருந்திரளான மக்கள் பங்கேற்புடன் ஊர்வலமாகக் கொண்டு செல்லப்பட்டு அடக்கம் செய்யப்பட்டது.

1954ஆம் ஆண்டு டிசம்பர் 20 மற்றும் 21ஆம் தேதிகளில் நாடாளுமன்றத்தில் இந்தியாவின் பொருளாதார நிலைமை குறித்த விவாதத்தில் பேசிய சாகா "இறுதியாக சியாங்கே ஷேக் அரசாங்கம் சென்றுள்ள அதே பாதையில்தான் இந்த அரசாங்கமும் போகும், போய்விட்டது என்பதில் எனக்கு எந்தச் சந்தேகமும் இல்லை" என்று கூறி முடித்தார். தனது அரசாங்கத்தை அரசியல் ரீதியாக இப்படி கடுமையாக விமர்சனம் செய்ததைச் சகித்துக் கொள்ளமுடியாத நேரு தனிப்பட்ட தாக்குதலை சாகா மீது தொடுத்தார். நேரு அதே அவையில்

> "இவர் பெரிய விஞ்ஞானியாக அறியப்படுகிறவர். இவர் ஒரு பெரிய விஞ்ஞானி. ஆனால் அறிவியலை விட்டு விலகி வந்து விட்ட இவர் இதுவரை வேறு எங்கும் கால் ஊன்ற இடம் கிடைக்காததால் அதிஷ்டவசமாக இந்த அவைக்கு வந்து விட்டார்"

என்று சாகாவை அவமானப்படுத்தினார். ஆனால் சாகா நேரு மீது எந்த வகையிலும் எதிர்த் தாக்குதல் செலுத்தாமல் அவையினரைப் பார்த்து

> "நான் அறிவியலுக்கு ஆற்றியது குறைவுதான். ஆனால் என் பெயர் சில நூற்றாண்டு காலத்திற்கு நினைவுகூரப்படும். அதே சமயம் சில அரசியல்வாதிகள் எந்த வருத்தமும் இல்லாமல் மறக்கப்பட்டு விடுவார்கள்"

என்று கூறினார்.

இந்தியாவின் அரசியல் வரலாற்றில் இருந்து சாகாவை வெற்றிகரமாகவும், வசதியாகவும் மறைத்துவிட்டது ஆளும்வர்க்கம். ஆனால் அறிவியல் வரலாற்றில் சாகாவின் இடத்தை யாரால் மறைக்க முடியும்? அவர் அறிவியல் வானில் தன்னொளி வீசும் தாரகையாக, நவீன வானியற்பியலின் தந்தையாக என்றும் ஒளிவீசிக்கொண்டிருப்பார்.

23

சாகாவின் வாழ்வியல்

எளிய மக்களின் வாழ்வைச் சூழ்ந்திருந்த கல்லாமை, ஏழ்மை, நோய்மை ஆகிய இடர்பாடுகளை நீக்க தனக்கான வழியில் அறிவியலை ஆயுதமாக ஏந்தி நின்றவர் மேக்நாட் சாகா. அந்த வகையில் ஒரு போர்ப்படைத் தளபதிபோல் முன்நின்று சுபாஷ் சந்திர போஸ், ஜவகர்லால் நேரு, இந்திய அறிவியலாளர்கள் அனைவருக்கும் அறிவியல் தொழில்நுட்பத்தின் சமூக செயல்பாட்டை விளக்கிப் பொருளாதாரத் திட்டமிடலைக் கற்றுக் கொடுத்தார். ஆனால் விடுதலை பெற்ற இந்தியா, அதிகாரம் உயர்சாதியினர் கையிலும் இந்திய முதலாளிகளின் கையிலும் இருக்க வேண்டும் என்று விரும்பியது. சாகா போன்றவர்கள் முறையாக ஓரங்கட்டப்பட்டனர். சாகா மறைந்து 59 ஆண்டுகள் கடந்து விட்டன. ஆனால் அவரைப் போல் சமூகத்திற்கான அறிவியலையும் ஒடுக்கப்பட்ட மக்களுக்கான அரசியலையும் தூக்கிப்பிடிக்கும் அறிவியலாளர் ஒருவரும் உருவாகவில்லை. இந்திய ஐஐடிக்கள், எய்ம்ஸ்கள் போன்றவை ஏன் எளிய மக்களுக்கு எட்டாக் கனியாக உள்ளன? ஏன் அவை சாதிப் பண்டாரங்களின் தினவெடுத்த சதைப் பிதுக்கல்களாக மட்டுமே நீடிக்கின்றன? இந்த நிலை மாற என்ன செய்யவேண்டும்? சாகா போன்ற அறிவியல் போராளிகளின் வாழ்க்கையை மீண்டும் மறுவாசிப்பு செய்ய வேண்டும். அவரது தொடர்ச்சியாகப் பல்லாயிரக்கணக்கான சாகாக்கள் ஒடுக்கப்பட்ட மாணவர்களில் இருந்து உருவாகவேண்டும். மகாத்மா ஜோதிபா பூலே, அண்ணல் அம்பேத்கர், தந்தை பெரியார், மேக்நாட் சாகா போன்றோரின் மானுடநேயம் ததும்பும் வாழ்க்கைக் கதைகளை எளிய மக்களின் புதல்வர்களிடம் விளக்கிக் கூறவேண்டும். சாகாவின் வாழ்வியல் இளம் தலைமுறையினருக்கான வழிகாட்டியாக விளங்கும் தகுதி பெற்றது.

சாகா எப்படிபட்டவர்? சாகாவின் அன்பு மாணவரும் அற்புதமான அறிவிலாளருமான டி.எஸ்.கோத்தாரியின் சாகா பற்றிய விவரிப்பு கீழ்வருமாறு,

> "கருத்துகள் மீதும் மனிதர்கள் மீதும் சாகா வைக்கும் விமர்சனங்கள் அச்சமற்றவை, கூர்மையானவை, குற்றம் குறை காணுமிடத்து குற்றம் குற்றமே என்று விடாப்பிடியாக அவர் நின்றுவிடுவார் என்ற போதிலும் விளையாட்டுத் தன்மையற்ற மெய்யார்வம், அக்கறை ஆகியவற்றால் உந்தப்பட்டவர் அவர். அவரது நினைவாற்றலும், பல்துறை ஆற்றலும் அதிசயிக்கதக்கவையாக விளங்கின. தனது சொந்த தேவைகளைப் பொறுத்தவரை சாகா அதீத எளிமையையும், ஏறக்குறைய துறவிபோன்ற மனநிலையையும் கொண்டிருந்தவர். அவரை வெளியில் இருந்து பார்க்கும் போது அந்நியமானவர், கடுமையானவர் என்ற தோற்றத்தைத் தருவார். அந்த வெளிக்கூடு உடைக்கப்பட்டுவிட்ட தருணத்தில் மிகுந்த வாஞ்சை, ஆழமான மனிதநேயம், இரக்கம், புரிதல், ஆகியவற்றைக் கொண்ட மனிதராக அவர் இருப்பதை எல்லாருமே புரிந்து கொண்டனர். தனது சொந்த வசதிகள் குறித்துப் பெரும்பாலும் மொத்தத்தில் கவலைப்படாதவராக அவர் இருந்தார். ஆனால் மற்றவர்கள் விஷயத்தில் மிகுந்த அக்கறையோடு அவர் நடந்துகொண்டார். மற்றவர்களைச் சமாதானப்படுத்துவது அவரது இயல்பிலேயே இருந்தது கிடையாது. உறுதிகொண்ட நெஞ்சம், ஒருபோதும் பின்வாங்காத தீர்மானகரமான முடிவு, உள்ளத் தளர்ச்சி இல்லாத ஆற்றல், அர்ப்பணிப்பு ஆகியவற்றைக் கொண்ட மனிதராக அவர் விளங்கினார்." [118]

சாகாவின் மாணவராக மட்டும் அல்லாமல் அவரோடு பல ஆண்டுகள் நட்பு கொண்டு பழகியவர் என்ற வகையிலும் சாகாவின் தனிப்பட்ட நேசத்துக்குரியவராக விளங்கியவர் என்ற வகையிலும் டி.எஸ்.கோத்தாரியின் சாகா பற்றிய இந்த விவரிப்பு சரியானதாக நிச்சயம் இருக்கும் என நம்பலாம். ஆனால் சாகாவின் வாழ்க்கை நிகழ்வுகள், செயல்பாடுகள், எழுத்துகள் போன்றவற்றைக் கூர்ந்து நோக்கும்போது சாகாவின் ஆளுமை இந்த விவரிப்பை மீறிய பிரம்மாண்டம் காட்டி நிற்கிறது. சாகாவின் வாழ்வியல் காட்சிகள் அவரைப் புரிந்துகொள்ள மேலும் உதவக்கூடியவை. வாழ்வியல் அனுபவங்களில் இருந்து உணர்ச்சிவயப்பட்டு உருவாக்கிக் கொண்ட கொள்கைகள் அல்ல அவை. தீவிரமான வாசிப்பு , சமூக அக்கறை, ஆராய்ச்சி செயல்பாடுகளின் வழி சாகா தன் சிந்தனைகளைச் செழுமைப்படுத்திக் கொண்டதன் விளைவாக உருவானவை அவை.

சாதி ரீதியான தீண்டாமையை அவர் தன் ஊரில் மிகச் சிறுவயதிலேயே எதிர்கொள்ள வேண்டி இருந்தது. தீண்டாமைக்கான அங்கீகாரத்தை மதமும் கடவுளும்தான் வழங்குகின்றன என்பதைப் புரிந்து கொள்ள அவருக்கு நீண்ட காலம் பிடிக்கவில்லை.

பிள்ளைப் பருவ அனுபவத்தின் தொடர்ச்சியாகக் கல்கத்தா கல்லூரி விடுதி, அலகாபாத் பல்கலைக்கழகப் பணி எனச் சாகா பல இடங்களில் சாதியத்தின் கோர முகத்தை நேரடியாக சந்தித்திருந்தார். இந்த அனுபவங்களும், அவர் கற்ற அறிவியலும் இந்து மதத்தின் ஜனநாயகமற்ற தன்மையை அவருக்குப் புரியவைத்தன. வைதீகம், சமத்துவத்தை மறுப்பதோடல்லாமல் அறிவையும், அறிவியலையும் கேள்வி கேட்காத நம்பிக்கையைக் கொண்டு இடப்பெயர்ச்சி செய்ய வலியுறுத்துவதைச் சாகா புரிந்து கொண்டார். ஒரு வைணவக் குடும்பத்தில் பிறந்தவர் எனினும் அவருக்கு ராமனைவிட ராவணன் மகன் மேக்நாட் (இந்திரஜித்) நாயகனாகத் தெரிந்தான். அவர் தன் பெயரை எதிர் அரசியலின் குறியீடாக மேக்நாட் (Meghnad) என மாற்றிக்கொள்ளும் முடிவைத் தன்னிச்சையாக எடுக்கவும் தயங்கவில்லை. இந்த மனநிலை இதிகாச ராமன்களையும், இயற்பியல் ராமன்களையும் எதிர்த்துநிற்கும் வலிமையை அவருக்குத் தந்தது.

சாகா மக்கள் பிரச்சினையில் கவனம் செலுத்திய அதே காலக் கட்டத்தில் அண்ணல் அம்பேத்கர் தலைமையில் ஒடுக்கப்பட்ட மக்கள் தனித் தொகுதிக்காகவும் இரட்டை வாக்குரிமைக்காகவும் போராடிக் கொண்டிருந்தனர். எனினும் சாகா சயின்ஸ் அண்ட் கல்ச்சர் இதழிலோ பிற இதழ்களிலோ இப்பிரச்சினைகள் பற்றி கருத்து கூறாமல் இருந்துள்ளதை அபாசூர் சுட்டிக்காட்டுகிறார். ஆனால் இந்து சமூக அமைப்பின் சாதிய முறை குறித்து கருத்து கூறும் நிர்ப்பந்தம் ஒன்று வந்த போது சாகா தெளிவான கருத்துகள் முன்வைத்ததையும் அபாசூர் சுட்டிக் காட்டுகிறார். 1939ஆம் ஆண்டு சாந்தி நிகேதனில் ‘வாழ்க்கை பற்றிய புதிய தத்துவம்’ (A New Philosophy of Life) என்ற தலைப்பில் சாகா உரை நிகழ்த்தினார். சாகா தெளிவான முறையில் இந்து மதத்தை அதில் விமர்சித்திருந்தார். (இது குறித்து பின்வரும் பக்கங்களில் பார்ப்போம்)

சாகா வெறும் வாழ்க்கை அனுபவங்கள் தரும் அறிதலையும் புரிதலையும் கொண்டு மட்டுமே வைதீகத்தை எதிர்த்துவிட முடியும் என்று நம்பவில்லை. ஒரு சிறுபான்மைக் கூட்டம் பெரும்பான்மை உழைக்கும் மக்களைப் பல்லாயிரம் ஆண்டுகளாகச் சுரண்டிக் கொழுக்க அதிகாரத்தை வழங்கிக் கொண்டிருக்கும் வேதங்கள், இதிகாசங்கள், முதலியவற்றைச் சாகா மிக ஆழமாகக் கற்றுத் தெளிந்தவர். அவர் அவற்றைக் கற்றுத் தெளிவதற்கான தேவையைக் கூட இந்து அடிப்படைவாதி ஒருவருடன் அறிவியலைப் பற்றி விவாதிக்க நேர்ந்த நிகழ்வு ஒன்றே உருவாக்கியது.

1922இல் அந்த நிகழ்ச்சி நடந்தது. கல்கத்தா பல்கலைக்கழகத்தின் இளம் விரிவுரையாளராக வெப்ப அயனியாக்க கோட்பாட்டின்

கண்டுபிடிப்பாளராக ஐரோப்பிய சுற்றுப்பயணத்தை முடித்துவிட்டு அப்போதுதான் இந்தியா திரும்பி இருந்தார். அவரது கண்டுபிடிப்பு ஒரு விஞ்ஞானியாக, அறிவியல் உலகில் அவரை அறிமுகப்படுத்தியிருந்தது. இந்தியா திரும்பிய அவர் கல்கத்தா பல்கலைக்கழக கைரா பேராசிரியர் பதவியையும் ஏற்று இருந்தார். அவர் இச்சமயத்தில் தனது சொந்த நகரமான டாக்கா செல்ல நேர்ந்தது. இந்து மத அடிப்படைவாத சிந்தனையுள்ள வழக்கறிஞர் ஒருவர் அவரைச் சந்தித்தார். சாகாவின் சமீபகால கண்டுபிடிப்பு பற்றி விசாரிக்கத் தொடங்கினார் அந்த வழக்கறிஞர். ஓர் இளம் விஞ்ஞானிக்கேயுரிய பெருமிதமும் உற்சாகமும் கலந்த மனநிலையில் சாகாவும் சூரியன், விண்மீன்கள் போன்றவற்றின் இயற்பியல் பண்புகளை அறிய தன் வெப்ப அயனியாக்க கோட்பாடு எப்படி உதவுகிறது என்பது பற்றிக் கூற ஆரம்பித்தார். சாகாவை அவ்வப்போது இடைமறித்து அந்த வழக்கறிஞர் “ஆனால் இது ஒன்றும் புதியது இல்லையே. இவை அனைத்தும் வேதங்களில் உள்ளதே” எனச் சொல்லிக் கொண்டிருந்தார். சாகா எரிச்சல் அடைந்து இரண்டு முறை அந்த வழக்கறிஞரின் அணுகுமுறையை எதிர்த்தார். பிறகு வழக்கறிஞரைப் பார்த்து, “அய்யா இந்த வெப்ப அயனியாக்கக் கோட்பாடு வேதங்களில் எந்த இடத்தில் உள்ளது எனக் காட்ட முடியுமா?” எனக் கேட்டார். அதற்கு அந்த வழக்கறிஞர் “நான் ஒருபோதும் வேதத்தைப் படித்ததில்லை. ஆனால் நவீன அறிவியல் தனது சாதனைகளாக எதைக் கொண்டாடினாலும் அவை அனைத்தும் வேதங்களில் உள்ளன என நான் நம்புகிறேன்” என்று கூறினார். “எல்லாம் வேதத்தில் உள்ளன” என்கிற இந்த முட்டாள்தனமும், அகம்பாவம் மிக்க மனோபாவமும் சாகாவை நிறையவே சிந்திக்கத் தூண்டின. அதன் பிறகு நடந்ததைச் சாகா சொல்கிறார்.

> “கடந்த இருபது ஆண்டுகளில் வேதங்கள், உபநிடதங்கள், புராணங்கள், இந்து ஜோசியம் போன்ற அனைத்து இந்து நூல்களையும் அறிவியல் குறித்த பல பண்டைய நூல்களையும் நான் கற்று வந்துள்ளேன் என்பதைச் சொல்லத் தேவையில்லை. ஆனால் நவீன அறிவியலின் கோட்பாடுகளை அவற்றில் இதுவரை நான் கண்டுபிடிக்கவே இல்லை.”

பண்டைய நூல்களில் அறிவியல் கருத்துத் தெறிப்புகள் அங்கொன்றும் இங்கொன்றும் இருப்பதையோ சில கருத்துகள் அறிவுக் கூர்மையோடு சொல்லப்பட்டிருப்பதையோ சாகா மறுக்கவில்லை. அவற்றை நவீன அறிவியலோடு சமப்படுத்திவிட முடியாது என்பது சாகாவின் கருத்து. நவீன அறிவியல் என்பது கடந்த மூன்று நூற்றாண்டுகளில் (சாகா காலத்தில்) ஐரோப்பிய

அறிவியலாளர்களின் ஆராய்ச்சிகள் பரிசோதனைகள், கடும் உழைப்பு ஆகியவற்றால் உருவான ஒன்று. பண்டைய இந்திய அறிவியல் சிந்தனையாளர் பாஸ்கரா கோள்களின் புவியீர்ப்பு விசை பற்றிக் குறிப்பிட்டாலும், நியூட்டனின் நுட்பமான ஈர்ப்புவிசைக் கோட்பாடு, மேதைமை மிக்க வானியல் கோட்பாடுகள் போன்றவற்றை பாஸ்கராவின் அறிவுக்கூர்மை மிக்க அனுமானக் கருத்துகள் பதிலீடு செய்துவிட முடியாது என்பதைச் சாகா சுட்டிக் காட்டுகிறார். எனவே ‘அனைத்தும் வேதத்தில் உள்ளது’ என அரற்றுவதை விட்டுவிட்டு அறிவியலின் புதிய பரிமாணங்களைப் புரிந்து கொண்டு அதை வளர்த்தெடுக்க வேண்டும் என்பதே சாகாவின் கருத்து.

வைதீகத்தின் மீது சாகா கொண்டிருந்த அறிவியல் பூர்வமான விமர்சனத்தை அவருக்கும் பாண்டிச்சேரி அரவிந்தர் ஆசிரமத்தைச் சேர்ந்த அனில் பரன் ராய் என்பவருக்கும் நடந்த விவாதத்தின் மூலம் அறிந்து கொள்ளலாம். 1937இல் சாகா அலகாபாத் பல்கலைக்கழகத்தில் இருந்து வெளியேறி கல்கத்தா பல்கலைக்கழக பாலிட் பேராசிரியர் பதவியில் சேர்ந்தார். கல்கத்தா வந்தவுடனே காங்கிரஸின் ஆற்றல் மிக்க தலைவர் நேதாஜியைக் கொண்டு திட்டக்குழுவை அமைக்கச் செய்ததுடன் அதன் பணிகளில் தன்னைத் தீவிரமாக ஈடுபடுத்திக் கொண்டார். அடுத்த ஆண்டும் காங்கிரஸ் தலைவராக நேதாஜியே தேர்ந்தெடுக்கப்பட வேண்டும் என்று விரும்பிய சாகா சாந்திநிகேதனுக்குச் சென்று தாகூரை அதற்கான முயற்சிகளில் ஈடுபட வேண்டினார். இச்சமயத்தில் தாகூரின் வேண்டுகோளின்படி முன்தயாரிப்பு எதுவும் இல்லாமலே சாந்திநிகேதன் மாணவர்கள் இடையில் ‘வாழ்க்கைக்கான புதிய தத்துவம்’ (A new philosophy of life) என்ற தலைப்பில் சாகா உரை நிகழ்த்தினார். நவீன அறிவியல் தொழில்நுட்பத்தின் முக்கியத்துவம் இந்த உரையின் மையப் பொருளாக இருந்தாலும் சாதிமுறையையும் இந்து மதத்தையும் இதில் கண்டித்தார். அவர்,

> “பண்டைய சீனர்கள் இந்த உலகைப் படைத்தவனை ஒரு கருமானாகவும், அவன் சம்மட்டி உளி ஆகியவற்றைக் கொண்டு இந்த உலகை உருவாக்கியதாகவும் கற்பனை செய்தனர். எனவே சீனா மகத்தான கைவினைஞர்களையும் சிற்பிகளையும் உருவாக்கியதும் அவர்கள் பிற சமுதாயங்களில் உள்ளதை விட உயர்ந்த அந்தஸ்தை சீன சமூகத்தில் பெற்றிருந்ததும் வியப்புக்குரிய விஷயம் அல்ல.... இந்துக்களின் நம்பிக்கைப்படி உலகைப் படைத்த கடவுள் ஒரு தத்துவஞானி. அவனது தியானத்தில் இருந்தே பூமி, ஒட்டுமொத்த பிரபஞ்சமும், உயிருள்ளவையும் உயிரற்றவையும், விலங்குகளும், வேதங்களும் உருவாயின. வெற்று ஊகங்களிலும் மக்களை நம்பவைத்து

ஏய்ப்பதிலும் காலத்தை வீணாக்கும் ஊக ஞானிகளுக்கு இந்து சமூகத்தில் ஏன் உயர்ந்த அந்தஸ்து உள்ளது என்பதை இது புரியவைக்கிறது. கைவினைஞர்கள், கலைஞர்கள், கட்டடம் கட்டுபவர்கள் ஆகியோர் பாரம்பரியமாகவே சமூகப் படிநிலையில் கீழாக வைக்கப்பட்டுள்ளனர். இந்து சமூகத்தில் கைகளுக்கும் மூளைக்கும் எந்தத் தொடர்பும் இருக்கவில்லை. எனவே பல்லாயிரம் ஆண்டுகளாக இயற்கையாகவே உற்பத்திக்கான தொழில்நுட்பங்களில் கற்பனை வளம் குன்றியவர்களாக இருந்து வருகின்றனர். முன்னேறிய தொழில்நுட்பத்துடன் வந்த வெளிநாட்டினரிடம் திரும்பத் திரும்பத் தோற்கவும் செய்தனர்."

என்று பேசினார். அவரது முழு பேச்சும் 'பரத் பர்ஷா' என்ற இதழில் வெளிவந்தது.

இந்து மதம் குறித்த மேற்கண்ட கடுமை குறைந்த விமர்சனத்தைக் கூட பாண்டிச்சேரி அரவிந்தர் ஆசிரமவாசி அனில் பரன் ராயால் தாங்கமுடியவில்லை. அந்த நபர் 'இந்து மதம், இந்துத்துவம் ஆகியவற்றைப் பற்றிய நேரடி அறிவு இல்லாமல் இரண்டாம் பட்ச நூல்களைப் படித்துவிட்டு இந்துத்துவம் மீது சாகா அவதூறு கற்பிப்பதாகக் குறிப்பிட்டு அதே பரத் பர்ஷா இதழில் விமர்சனம் எழுதினார். இதைப் படிக்க நேர்ந்த சாகா இப்பிரச்சினையைச் சாதாரணமாக விட்டுவிட முடியாது என முடிவு செய்தார். சாகா தான் 'நேரடியாகவே வேதங்கள் உபநிடதங்கள் போன்ற நூல்களை மூல நூல்கள் வழி நன்கு அறிந்தவன் என்ற தகுதியிலேயே இந்து தத்துவத்தின் மீது தன் விமர்சனங்களை முன்வைப்பதாகக் குறிப்பிட்டு தனது விமர்சனங்களுக்கு ஆதாரமாக மூல நூல்களில் இருந்து பல சமஸ்கிருதத் தொடர்களை எடுத்துக்காட்டி பதில் அளித்தார். இதற்கு அனில் பரன் ராய் பதில் அளிக்க மீண்டும் சாகா பதில் அளிக்க என வளர்ந்த விவாதம் ஒரு கட்டத்தில் முடிவடைந்தது.

இந்த விவாதத்தில் சாகா, அனில் பரன் ராய் என்ற அந்த நபரை 'கடவுள் போதையேறிய மனிதன்' (God-drunkman) என்று குறிப்பிடுகிறார். சாந்திமயி சட்டர்ஜி நடுநிலையான வாசகன் இந்த விவாதத்தைப் படிக்கும்போது அறிவியல் போதை ஏறிய மனிதரைச் சாகாவிடம் காணமுடியும் என்கிறார். [119]

இருக்கட்டுமே! இச்சமூகத்தில் கடவுள் போதையேறிய பெரும்பாலோர் சாதி போதை ஏறியவர்களாகவும் உள்ள நிலையில் 'அறிவியல் போதை ஏறிய' சாகாக்கள்தான் சாதி போதையைத் தெளிய வைக்கும் அக்கறை கொண்டவர்களாக உள்ளனர். அறிவியல் மனநிலை (Scientific Temper) கொண்ட இந்தியர்களை உருவாக்க

வேண்டியதன் அவசியத்தை அரசியல் அமைப்பு சாசனமும் வலியுறுத்துகிறது. கடவுள் போதையும் சாதி போதையும் தலைக்கு ஏறிய மனிதர்களின் மூளையில் இருந்து அத்தகு நோய்க்கூறுகளை நீக்கம் செய்வது என்பதும், அறிவியல் ஏற்றம் செய்வது என்பதும் ஒரே நேரத்திலேதான் நிகழ்த்த முடியும்.

ஒரு வர்க்க சமுதாயத்தில் எல்லா நிறுவனங்களையும் போல அறிவியலும் வர்க்க சார்புடையதுதான் என்பதில் இருவேறு கருத்துக்கு இடமில்லை. அறிவியல் தொழில்நுட்பத்தைக் கோடானு கோடி ஏழை மக்களின் வாழ்வை வளமாக்கும் கருவியாகவே சாகா கருதினார். அவரது அறிவியல் கருத்துகள் சிலவற்றின் மீது விமர்சனங்கள் இருந்தாலும், அடிப்படையில் அவர் எளிய மக்களின் சார்பாகவே அறிவியலை முன்வைத்தார்.

சொல்லுக்கும் செயலுக்கும் வேறுபாடு இன்றி அவர் வைதீகத்தைச் சொந்த வாழ்விலும் புறக்கணிக்கவே செய்தார். தன் பெற்றோர் இறந்தபோது ஒரு மகன் பெற்றோருக்கு ஆற்ற வேண்டிய சிரார்த்தம் கொடுக்கும் கடமையை மறுத்து ஏழை மக்களுக்கு வயிறார உணவளித்து தன் கடமையை முடித்துக் கொண்டார். தீண்டாமையை நேரடியாக அனுபவித்து வாழ்ந்த அவர் தன் பிள்ளைகளிடம் பிறரது குறிப்பாக எளிய மக்களது சுயமரியாதையைப் புரிந்து நடக்க வேணடும் என்று வலியுறுத்தினார். வீட்டுப் பணியாளரை 'வேலைக்காரா' எனக் குடும்ப உறுப்பினர்கள் அழைத்தால் 'ஏன் அவருக்குப் பெயர் இல்லையா?' என்று சாகா சீறி விழுவார்.

கல்லூரி காலத்தில் கல்கத்தா ஈடன் இந்து விடுதியில் உணவருந்தும்போது பார்ப்பன மாணவர்கள் சாதி வெறியோடு நடந்து கொண்டு சாகாவை விடுதியை விட்டு வெளியேறச் செய்தனர். இந்த ரணம் அவரது வாழ்நாள் முழுவதும் நீடித்தது. பிற்காலத்தில் அவர் இந்திய நாடாளுமன்ற உறுப்பினராக இருந்தபோது அந்த விடுதி மாணவர்கள் ஒரு விழாவிற்கு அழைக்கவும், நன்கொடை கேட்கவும் சாகாவை அணுகினர். அப்போது அந்த விடுதியில் தனக்கு ஏற்பட்ட கசப்பான அனுபவங்களை விவரித்து, தற்போது அங்குத் தீண்டாமை குறைந்துவிட்டது என்ற மாணவர்களின் சமாதானக் கருத்தை ஏற்க மறுத்து நன்கொடை எதையும் தராமல் அம்மாணவர்களை அனுப்பி விட்டார். [120] சாகா இந்தச் சமூகத்தைப் பார்த்து,

> "தான் சொல்லும் சமஸ்கிருத மந்திரத்திற்குப் பொருள் தெரியாமலேயே திருமணங்களையும், நீத்தார் கடன்களையும் செய்துவைக்கும் ஒரு முட்டாள் புரோகிதன், ஒரு நெசவாளி அல்லது செருப்பு தைக்கும் தொழிலாளியை விட மேலான இடத்தில் ஏன் வைக்கப்பட வேண்டும்? பாட்டா அல்லது

> லாயிட் ஜார்ஜ் போல ஒரு செருப்பு தைக்கும் தொழிலாளியின் மகன் மரியாதைக்குரிய உயர்ந்த இடத்தில் வைக்கப்பட நிச்சயம் தகுதியுடையவனே" என்கிறார். [121]

வேதங்கள் தவறுபடாதவை என்ற கருத்தையும் 'வேதகால பண்பாடே இந்தியப் பண்பாட்டின் தாய், அதுவே உச்சம்' போன்ற கற்பிதங்களையும் சாகா ஏற்க மறுத்தார். உலக அளவில் செழித்திருந்த பல்வேறு சமகால பண்பாடுகளோடு ஒப்பிடும்போது வேதகாலப் பண்பாடு அப்படி ஒன்றும் சிறந்ததல்ல என்பதைச் சாகா உரிய சான்றுகளோடு நிரூபித்தார். வேதகாலத்தை விடவும் உன்னதமான பண்பாடு மொகஞ்சதரோ, ஹராப்பாவில் வேதகாலத்திற்கு ஆயிரம் ஆண்டுகளுக்கு முன்பாகவே செழித்திருந்ததைச் சாகா எடுத்துக் காட்டினார்.

வேதங்களைக் கொண்டாடும் மனநிலைக்கும், சாதிமுறையைக் கொண்டாடும் மனநிலைக்கும் உள்ள நெருக்கமான உறவை சாகா புரிந்து கொண்டதால் அவரது வேதங்கள் மீதான தாக்குதல் கூர்மையாகவே இருந்தது. எனினும் அவர் தன் கருத்துகளைத் தர்க்க ரீதியாகவும், ஆதாரப்பூர்வமாகவும் முன்வைத்தார். வேதங்களையும் இதிகாசங்களையும் தாக்குவது என்பது ஒடுக்கப்பட்டவர்களின் தளபதியாய் நின்று எதிரியின் கோட்டையைத் தாக்குவது என்பதைச் சாகா அறிந்திருந்தார். ஆனால் அதில் உணர்ச்சிவசத்திற்கு இடம் இல்லை என்ற புரிதல் அவரிடம் இருந்தது. அவர் எழுதுகிறார்,

> "நெசவாளியும் செருப்புத் தைப்பவனும் தங்கள் கடுமையான உழைப்பால் இந்தச் சமுதாயத்திற்கு சேவை செய்கின்றனர். ஆனால் ஒரு முட்டாள் புரோகிதன் ஏமாற்றுவதைத் தவிர நடைமுறையில் வேறு ஒன்றையும் செய்வதில்லை."
>
> "ஒரு சுசாப்பு கடைக்காரன் மகன் ஓரளவு மேதைமையோடு இருந்தால் அவன் ஷேக்ஸ்பியராக ஆவதை ஐரோப்பா தடுக்காது. ஆனால் இந்த நாட்டில் அவன் ஒரு ரவீந்திரநாத் தாகூராகவோ அல்லது காளிதாசனாகவோ ஆகிவிடமுடியாது. அப்படி ஆக அவன் துணிந்தால் சாதி முறையைப் பாதுகாப்பதற்காகக் கடவுளின் மகா அவதாரமான ராமனே அவன் தலையைக் கொய்து விடுவான். பாட்டா அல்லது லாயிட் ஜார்ஜ் போல ஒரு செருப்புத் தைப்பவன் அல்லது அவர் மகன் ஏன் சமூகத்தில் உயர்ந்த நிலையை அடையக்கூடாது என்பதற்கு ஒரு நியாயமும் இல்லை." [122]

இன்றைக்கு ஒடுக்கப்பட்ட சமூகத்தைச் சேர்ந்த இளம் சிறார்களுக்கும் இளைஞர்களுக்கும் முன்னுதாரணமாகக் காட்டுவதற்குத் தகுதியுடைய வைராக்கியமும் உழைப்பும் தன்னம்பிக்கையும் நிறைந்த இளமைக்காலம் சாகாவுடையது. ஒரு பத்து வயது சிறுவனாகத்

தன் தந்தையின் எதிர்ப்பையும் மீறி வெளியூர் சென்று தன் பள்ளிப்படிப்பைத் தொடர்வது என முடிவெடுத்தபோதே சாகாவின் குறிக்கோள் மிக்க வாழ்க்கைப் பயணம் தொடங்கிவிட்டது.

இளமையில் அவர் எதிர்கொண்ட சவால்களோடு ஒப்பிடும்போது அவர் எதிர்கொண்ட பிற்கால சவால்கள் சாதாரணமானவையே என்பது அவரது வரலாற்று ஆசிரியர்கள் சட்டர்ஜி & சட்டர்ஜி ஆகியோரின் கருத்து. செருப்பு அணியாத கால்களுடன் தொடங்கிய அவரது கல்விப் பயணம் நவீன வானியற்பியலின் தந்தையாக அவரை உயர்த்தியது. பன்னிரண்டு வயது மாணவனாக வங்கப் பிரிவினையை எதிர்த்ததன் மூலம் அவர் உள்வாங்கிக் கொண்ட சமூக அக்கறை பிறகு அவரின் கல்லூரிப் பேராசிரியர் பி.சி.ராயால் கூர்தீட்டப்பட்டது. பி.சி.ராய்க்கும் சாகாவுக்குமான உறவு எல்லாக் காலத்திலும் கருத்து வேறுபாடு இல்லாத ஒன்றாகக் கருதிவிட முடியாது. பிற்காலத்தில் காந்தியவாதியாக விளங்கிய பி.சி.ராயுடன் சாகா கருத்து முரண்பாடு கொண்டிருந்தாலும், தன் ஆசிரியருக்கு தன் இதயத்தில் அளித்த உன்னதமான இடத்தை வேறு யாருக்கும் அளிக்கவில்லை.

சாகா தன் அளவில் ஒரு பேராசிரியராக மாணவ சமுதாயத்தின் மீது காட்டிய அக்கறை அதிசயிக்கதக்கதாக இருந்தது. பாடம் நடத்துவதில் அவருக்கு இருந்த ஈடு இணையற்ற திறமை அலகாபாத் பல்கலைக்கழகத்தில் சேர்ந்து இயற்பியல் படிக்கலாம் என்ற ஆர்வத்தை அன்றைய வட இந்திய மாணவர்கள் மத்தியில் உருவாக்கியது. ஆய்வக வசதியோ, நூலக வசதியோ இல்லாத தன் துறையைத் தன் தனிப்பட்ட ஆளுமையால் உழைப்பால் அவர் வெளிச்சத்திற்குக் கொண்டுவந்தார். அவரது மாணவர்கள் பிற்காலத்தில் மிகப் பெரும் பதவிகளைப் பல அறிவியல் நிறுவனங்களிலும் பல்கலைக் கழகங்களிலும் அலங்கரித்தனர். மாணவர்களிடம் அவர் காட்டிய தன்னேரில்லாத அக்கறை உணர்வு ஒரு காவியக் கதை போல் அவருடைய மாணவர்களால் பேசப்பட்டது.

‘சுதந்திரமான சிந்தனை நல்லது. ஆனால் சரியான சிந்தனை அதைவிட நல்லது’ என்பார் அவர். எனவே தன் மாணவர்கள் ஆர்வம் மிகுதியில் வாழ்க்கைப் பணி குறித்து தவறான முடிவுகள் எடுக்க முயன்றபோது அதைத் தடுக்க அவர் தயங்கவில்லை. ஒரு முறை டி.பி.தாஸ் என்ற பெயர் கொண்ட திறமையான ஆராய்ச்சி மாணவர் தன் ஆராய்ச்சியைப் பாதியில் விட்டுவிட்டு தனக்கு கிடைத்த ஒரு கல்லூரி விரிவுரையாளர் பதவியில் சேர நினைத்தார். அவர் தந்தையும் சாகாவிடம் அனுமதிக்குமாறு வேண்டினார். சாகா அவர்களிடம் ஆராய்ச்சியை முடித்து முனைவர் பட்டம்

வாங்கிக்கொண்டு அந்தப் பணியில் சேரட்டும் அதுவரை கால நீட்டிப்பு அளிக்குமாறு சம்பந்தப்பட்ட அதிகாரிகளை நான் கேட்டுக்கொள்கிறேன் என்று கூறிவிட்டார். அந்த மாணவர் முனைவர் பட்டம் முடித்ததோடு பிற்காலத்தில் அமெரிக்காவின் தலைசிறந்த பல்கலைக்கழகம் ஒன்றில் பேராசிரியராகப் பணிபுரிந்து புகழ் பெற்றார்.

தன் மாணவர்கள் இயற்பியலில் தமக்குப் பிடித்தமான ஆய்வுப் பிரிவில் ஆய்வு மேற்கொள்வதைச் சாகா ஊக்கப்படுத்தினார். மாணவர்கள் ஆய்வு செய்வதற்கான வசதிவாய்ப்புகளை எப்பாடு பட்டேனும் உருவாக்கித் தந்தார். ஓர் இளம் விஞ்ஞானியாக ஆய்வு மாணவராக ஆய்வுக்கான நிதிவசதி இல்லாமல் தான் பட்ட துயரங்கள் தன் மாணவர்கள் படக்கூடாது எனச் சாகா கருதினார். பி.டி.நாக் சவுத்திரி, டி.எஸ்.கோத்தாரி, மனோஜ் கே.பானர்ஜி போன்ற மாணவர்களுக்கு வெளிநாடுகளில் உள்ள அறிவியல் நிறுவனங்களிலும், பல்கலைக்கழகங்களிலும் ஆய்வு மேற்கொள்ள அவர் ஏற்பாடு செய்து தந்தார். ஆர்.சி.மஜூம்தார், டி.எஸ்.கோத்தாரி போன்றவர்கள் சாகாவின் துறையில் அல்லாமல் தமக்குப் பிடித்த துறைகளில் தம் ஆய்வுகளைச் செய்து புகழ் பெற்றனர்.

சாகா தன் மாணவர்களுக்கு வேலைவாய்ப்புகளுக்குப் பரிந்துரை செய்யும் பழக்கத்தைக் கொண்டிருந்தார். இச்செயல் விமர்சனத்திற்கு உரியதுதான். ஆனால் அவரால் பரிந்துரை செய்யப்பட்ட மாணவர்கள் யாரும் தகுதி குறைந்தவர்கள் அல்லர். டி.எஸ். கோத்தாரிக்கு டெல்லி பல்கலைக்கழகத்தில் பேராசிரியர் பணி கிடைக்க சாகா ஏற்பாடு செய்தார். கோத்தாரி தனித்துவமான இளம் விஞ்ஞானி என்பதை மறுக்கமுடியாது. பிற்காலத்தில் அவர் இந்தியாவின் பாதுகாப்பு ஆலோசகராவும் விளங்கினார்.

தன் மாணவர்களில் தனித்திறமை மிக்கவர்களை அடையாளம் கண்டு சாகா ஊக்குவித்தார். அவருடைய மாணவர்கள் கல்விப்புலத் தேர்வுகளில் மட்டும் அல்லாமல் வேலைவாய்ப்புக்கான போட்டித் தேர்வுகளிலும் வெற்றியாளர்களாக விளங்கினர். மேற்கொண்டு என்ன படிக்கவேண்டும்? எந்த வேலைக்குப் போகலாம்? என்ன போட்டித் தேர்வு எழுதலாம்? என அவருடைய மாணவர்கள் அவரிடம் ஆலோசனை பெறுவது அடிக்கடி நிகழும் ஒன்று. அவர் தன் மாணவர்களின் தனித்திறமைக்கு ஏற்ப வழிகாட்டினார். கியான் முகர்ஜி என்ற மாணவர் வகுப்பில் சிறந்த மாணவராக விளங்கினார். குடிமைப் பணித் தேர்வில் தோல்வி அடைந்துவிட்டார். கல்விப்புலத்தில் ஆய்வு செய்யவோ, வேலை செய்யவோ விரும்பாத அவரிடம் ஓர் இதழியலாளருக்கான திறமைகள் இருப்பதை சாகா

கண்டுபிடித்து தனது சயின்ஸ் அண்ட் கல்ச்சர் இதழில் உதவி ஆசிரியராக (Assistant Editor) வேலைக்குச் சேர்த்துக் கொண்டார். இந்தக் கியான் முகர்ஜி பிறகு ஒரு திரைப்பட இயக்குநராகவும் ஆனார்.

ஒரு சமயம் ஆத்மசரண் என்ற மாணவர் செய்முறை வகுப்புகளுக்குத் தொடர்ந்து வராததைச் சாகா கவனித்தார். பிறகு அந்த மாணவர் குடிமைப் பணி தேர்வு எழுதுவதில் கவனம் செலுத்தி படித்துக் கொண்டிருந்ததை அறிந்து அவரை வாழ்த்தி முழு மூச்சாக அத்தேர்வுகளுக்குத் தயார் செய்யும்படி ஆலோசனை கூறினார். கூடவே மறக்காமல் ஆய்வு மாணவர் பட்டியலில் இருந்த அம்மாணவர் தன் பெயரை நீக்கிக் கொள்ளவும் கேட்டுக் கொண்டார். அம்மாணவர் பிற்காலத்தில் மகாத்மா காந்தி கொலை வழக்குகளை விசாரித்த நீதிபதிகளில் ஒருவராக விளங்கினார் என்பது குறிப்பிடத்தக்கது.

அவருடைய மாணவர்கள் பலரும் ரயில்வே, குடிமைப்பணி, காவல் பணி, வானிலை ஆய்வு மையப் பணி, அரசு அமைச்சகப் பணிகள் எனப் பல வேலைகளில் இருந்தனர். இவர்கள் மூலம் விடுதலை பெற்ற இந்தியாவின் அரசாங்கத்தின் செயல்பாடுகளைத் தெளிவாக அறிந்து குளறுபடிகளை ஆதாரப்பூர்வமாக சாகா எழுதவும் நாடாளுமன்றத்தில் பேசவும் செய்தார்.

அவர் எந்த நகரத்திற்குச் சென்றாலும் எந்த ஒரு நாட்டிற்குச் சென்றாலும் அவரை வரவேற்று உதவி செய்ய அவருடைய மாணவர்கள் காத்திருந்தனர். 1945இல் சாகா ருஷ்ய அறிவியல் கழக 200ஆம் ஆண்டு விழாவிற்கு ருஷ்யா போக வேண்டியிருந்தது. அதற்கு ஈரான் வழியாகத்தான் போகவேண்டும். கராச்சியில் உள்ள ஈரான் தூதரகத்தில் ஈரான் நாட்டு விசா பெற சிரமம் ஏற்பட்ட போது அந்நகரத்தில் ரயில்வே தலைமை அதிகாரியாக இருந்த அவருடைய மாணவர் எம்.என்.சக்ரபர்த்தி தன் ஆசிரியருக்கு எந்தச் சிரமமும் இல்லாமல் நேர்த்தியாக எல்லா அனுமதிகளையும் பெற்றுத் தந்து வழி அனுப்பி வைத்தார்.

தனது இளமைப்பருவத்தில் தீவிரவாத அமைப்புகளோடு தொடர்பு வைத்திருந்த சாகா பிற்காலத்தில் தனி நபர் சாகசங்களை விட மக்கள் திரள் இயக்கங்களே வெற்றி பெறும் என்ற கருத்திற்கு வந்து சேர்ந்தார். சோவியத் ருஷ்யாவில் லெனின் தலைமையிலான போல்ஷ்விக்குகளின் மக்கள் புரட்சியின் வெற்றி அவரை மிகவும் கவர்ந்திருந்தது. அவர் புரட்சியாளர்களின் தியாகத்தின் மீது மதிப்பும் மரியாதையும் கொண்டிருந்தார். அரசு ஒடுக்குமுறையால் பாதிக்கப்பட்ட புரட்சியாளர்களுக்கு ரகசியமாக பண உதவி

செய்வதை எப்போதும் கடைப்பிடித்தார். ஆனால் மாணவர்கள் அந்தப் பாதையை தேர்ந்தெடுப்பதைச் சாகா விரும்பவில்லை. ஒரு முறை இந்திய விடுதலைக்குப் புரட்சியின் மூலம் தீர்வுகாண முயன்ற புரட்சிக் குழு ஒன்றின் செல்வாக்கில் தனது மாணவர் பி.டி.நாக் சவுத்திரி இருப்பதை அறிந்தார். அம்மாணவனின் செயல்பாட்டைச் சந்தேகித்த காவல்துறை அவரது அறையைச் சோதனையிட்டு அவரையும் அழைத்து விசாரித்தது. இதை அறிந்த சாகா ஒரு காரை அனுப்பி நாக் சவுத்திரியை தன் வீட்டிற்கு அழைத்து வந்து பேசினார். இளம் ரத்தமான நாக் சவுத்திரி தன் கருத்தை வலியுறுத்தி தன் ஆசிரியருக்கு விளக்கம் அளித்தார். சாகா நாக்கிடம் அறிவியல் தான் நாட்டிற்குச் சுபிட்சத்தைக் கொண்டுவந்து சேர்க்கும் நீ அதில் கவனம் செலுத்து என அறிவுரைத்ததோடு தன் வீட்டிலேயே மூன்று மாதங்கள் பாதுகாப்பாக வைத்துக் கொண்டார்.

'கொடிது கொடிது இளமையில் வறுமை' என்பதைச் சாகாவை விட வேறு யாரும் சிறப்பாக அறிந்திருக்க வாய்ப்பு இல்லை அல்லவா? எனவே தன் இளம் மாணவர்களின் படிப்பு பொருளாதாரம் இல்லாததால் பாதிக்கப்படக் கூடாது என அவர் விரும்பினார். முடிந்தவரை கல்வி உதவித்தொகை அவர்களுக்குக் கிடைக்க உதவி செய்தார். கல்கத்தா பல்கலைக்கழக பாலிட் பேராசிரியராகப் பணிபுரிந்தபோது ஒரு முறை ஆய்வகத்தில் உள்ளிருந்த மின் மோட்டார் ஒன்றுக்குத் தானே தன் மாணவர்களின் உதவியோடு கம்பிச்சுருள் (Coil) சுற்றிக்கொண்டிருந்தார். இதைக் கண்ட இன்னொரு பேராசிரியர் இப்பணியை அதற்கு உரிய வேலையாட்களை வரவழைத்து செய்யலாமே, ஏன் நீங்கள் செய்கிறீர்கள்? என்று கேட்டார். அதற்குச் சாகா இதற்கெல்லாம் கூலி கொடுப்பது போன்ற செலவுகளைத் தவிர்த்தால் ஓர் ஆண்டில் மிச்சப்படும் பணத்தில் ஒரு மாணவனுக்கு கல்வி உதவித்தொகை வழங்கிவிடுவேன் என்றாராம்.[123]

சாகா அலகாபாத்தில் பணிபுரிந்த போது தன் மாணவர்கள் வந்து தங்க வசதியாகப் பெரிய வீட்டைக் கட்டி வைத்தார். அவருடைய மாணவர்கள் பலரும் தன் வீட்டை உண்டுறை விடுதிபோல பயன்படுத்திக் கொள்ள சாகா அனுமதித்தார். எ.சி.மஜூம்தார், டி.எஸ்.கோத்தாரி, என்.கே.சாகா போன்ற மாணவர்கள் பல மாதங்கள் அவர் வீட்டில் தங்கி உணவு உண்டு படித்தனர். அவர்களது செலவைக் குறைக்க அது உதவியது. தான் இளம் வயதில் அனந்தகுமார் என்பவர் வீட்டில் தங்கிப் படித்த காலத்தைத் தன் மனைவியிடம் நினைவுகூர்ந்து தன் மாணவர்களை நல்ல முறையில் கவனிக்கச் சொல்வது சாகாவின் வழக்கம்.

ஓர் ஆசிரியராக அன்புக்கும் நேசத்திற்கும் சாகா மாணவர்களிடையே புகழ் பெற்றிருந்ததைப்போல் கண்டிப்புக்கும் புகழ் பெற்றவர். எனினும் அவரது கண்டிப்பு தன்மீது மாணவர்கள் மரியாதை கொண்டிருக்கின்றனரா இல்லையா என்பது பற்றி அல்ல. அவர் மாணவர்களின் நலன் சார்ந்தே தன் கண்டிப்பையும் கடைப்பிடித்தார். மாணவனிடம் ஒரு நல்லாசிரியரின் கண்டிப்பு நல்வழிப்படுத்தவே அன்றி சீர்கெட்டுப் போகச் செய்ய அல்ல.

ஒரு முறை சாகாவின் மாணவர் கர்மொகபத்ரா பல்கலைக் கழக இயற்பியல் துறை நூலகத்தில் இருந்து எடுத்த மதிப்பு மிக்க நூல்களை ஆய்வகத்தின் செய்முறைக் கருவிக்கு முட்டுக் கொடுக்கப் பயன்படுத்திக் கொண்டு இருந்தார். இதைக் கண்ட சாகா நூலகரை அழைத்து கர்மொகபத்ராவின் நூல்கள் கடன் பெறும் உரிமத்தை நிறுத்தச் சொல்லிவிட்டார். கர்மொகபத்ராவுக்குத் தன் துறைத்தலைவர் சாகா மீது பெரும் கோபம். அவர் சாகாவைப் பார்ப்பதை சில நாள்கள் தவிர்த்து வந்தார். ஆனால் அந்த மாணவர் பிறகுதான் தெரிந்துகொண்டார். பேராசிரியர் சாகா அந்த மாணவர் கணக்கில் நூலகத்தில் புத்தகங்களைக் கடன் தரும் உரிமத்தை நிறுத்தி வைக்கச் சொல்லிவிட்டாலும் தனது சொந்தக் கணக்கில் இருந்து புத்தகங்களைக் கடன் பெற்றுச் செல்ல ஏற்பாடு செய்திருந்தார் என்று. ஏற்கெனவே நாம் பார்த்த சாகாவின் இயல்பு குறித்த டி.எஸ்.கோத்தாரியின் விவரிப்பை இங்கு நினைவுபடுத்திக் கொள்வது நல்லது. ஆம் வெளித் தோற்றத்தில்தான் சாகா கடுமையானவர். அந்த வெளிக்கூட்டை உடைத்து உள்ளே பார்த்தால் மானுடம் ததும்பும் மகத்தான மனிதராக அவர் விளங்கினார்.

டி.எஸ்.கோத்தாரியைப் போலவே அவர் மாணவி சோபனா தார் சாகா வெளிப்புறம் கரடுமுரடானவர். ஆழத்தில் கனிவு மிக்கவர் என்கிறார். இந்த மாணவி சாகாவிடம் ஆராய்ச்சி மாணவியாகச் சேர வந்தபோது சாகா அவர் தந்தையிடம் அந்த மாணவியின் ஆராய்ச்சி முடியும்வரை அவருக்குத் திருமணம் செய்யக்கூடாது; அதற்குச் சம்மதம் என்றால் மட்டுமே சேர்த்துக் கொள்வேன் எனக் கண்டிப்போடு கூறிவிட்டார். ஏனெனில் மாணவிகள் திருமணம் காரணமாகப் பாதியில் ஆராய்ச்சியைக் கைவிடுவதால் பெரும் பொருள் இழப்பு ஏற்படுவதை நினைத்து சாகா வருந்தினார். ஆய்வு மாணவிகள் உழைப்பும் ஆசிரியர்களின் உழைப்பும் வீணாவதைச் சாகா விரும்பவில்லை. அந்த மாணவி ஷோபனாவின் தந்தை சாகாவுக்கு உத்தரவாதம் தந்தும் சாகா அம்மாணவிக்குக் கல்வி உதவித்தொகை பெற்றுத்தர முன்வரவில்லை. இத்தனைக்கும் அம்மாணவி பொருளாதாரச் சிரமத்தில் இருந்ததைச் சாகா

அறிவார். ஆனால் அவர் படிப்பை முடித்ததும் கல்கத்தாவில் ஒரு பெண்கள் கல்லூரியில் மனமுவந்து உதவிப் பேராசிரியர் வேலையை வாங்கித் தந்தார். அதன் பிறகு கூட அந்த இளம் பெண் விஞ்ஞானிக்குப் பல்வேறு உதவிகள் செய்தார். [124]

தனது சொந்த வாழ்வில் மாணவப் பருவத்தில் கடும் உழைப்பின் மூலம் அனைவரது கவனமும் தன் மீது திரும்பும் வகையில் சாதித்துக் காட்டியவர் சாகா. எனவே அவர் முயன்றால் முடியாதது எதுவும் இல்லை என்பதைத் தாரக மந்திரம் போல் மாணவர்களிடமும் போதித்தார். சாகாவின் மாணவர்கள் உயர்சாதியைச் சேர்ந்தவர்கள். அம்மாணவர்கள் சந்தித்த சிரமங்கள் பின்தங்கிய சமூகப் பொருளாதார பின்னணியைக் கொண்ட தான் சந்தித்த சிரமங்களை விட பெரும்பாலும் கடுமை குறைந்தவை என்பதைச் சாகா அறிவார். அவர் தன் மாணவர்களைப் பார்த்து “நீ உன் வேலையைச் சிறப்பாகச் செய். உனக்கான அங்கீகாரம் உன்னைத் தேடி வரும்” எனச் சொல்வது வழக்கம். ஆய்ந்தறிந்து மெய்ப்பொருள் காணும் மனநிலை முக்கியம் என்பதை வலியுறுத்திய சாகா வெற்று நம்பிக்கைகள் உதவாது என்பதை உணர்த்த ’எல்லாம் வேதத்தில் உள்ளது’ என்ற வறட்டு நம்பிக்கை கொண்ட மனநிலை வேண்டாம் எனக் கூறுவார். சாகாவைப் பின்பற்றி சத்தியன் போஸ் போன்ற பேராசிரியர்களும் ‘எல்லாம் வேதத்தில் உள்ளது’ என்ற சொற்றொடரைக் கூறி அத்தகு மனநிலை வேண்டாம் என மாணவர்களை அறிவுறுத்துவதை வழக்கமாகக் கொண்டிருந்தனர்.

சாகா ஆங்கில ஏகாதிபத்தியத்தின் மீது கடும் வெறுப்பு கொண்டிருந்தவர் என்பதை நாம் அறிவோம். அந்த வெறுப்பு ஏகாதிபத்திய விளையாட்டான கிரிக்கெட்டின் மீதும் அவருக்கு இருந்தது. அதிலும் குறிப்பாக அந்த விளையாட்டை வேடிக்கை பார்க்கப் போவது அவரைப் பொறுத்தவரை சகித்துக் கொள்ள முடியாத ஒன்று. ஒரு முறை சில மாணவர்கள் கல்கத்தாவில் நடந்த முக்கியமான கிரிக்கெட் போட்டியைப் பார்க்க செய்முறை வகுப்புக்கு வராமல் சென்றுவிட்டனர். சாகா அவர்களை விடுவதாக இல்லை. மைதானத்தில் விளையாட்டை ரசித்துக் கொண்டிருந்த அவர்களை அங்கிருந்த ஒலிபெருக்கி மூலம் பெயர் சொல்லி அழைத்து வரச் செய்தார். பிறகு அம்மாணவர்களைப் பார்த்து ‘அந்த விளையாட்டை நீங்கள் விளையாடினால் கூட உங்களை என்னால் புரிந்து கொள்ள முடியும். போயும் போயும் வேடிக்கை பார்க்கச் செல்கிறீர்களே. இது முட்டாள்தனமாக உங்களுக்குத் தெரியவில்லையா?’ என்று கடிந்து கொண்டார். பாவம் சாகா இன்று உயிரோடு இருந்திருந்தால் பன்னாட்டுப் பன்னாடை நிறுவனங்களின் ஸ்பான்ஸர்களாலும்

இந்நாட்டு ஊழல் கிரிக்கெட் கவுன்சில்களாலும் ஊடகக் கிரிமினல்களாலும் அந்த விளையாட்டின் மீதான மோகம் லட்சோப லட்சம் மாணவர்களின் மூளையை மேலும் மேலும் மழுங்கடித்து வருவதைக் கண்டு வெதும்பிப் போயிருப்பார்.

சாகா ஓட்டப் பயிற்சி, நடைப் பயிற்சி, நீச்சல் போன்ற உடல் ஆரோக்கியத்திற்கான பயிற்சிகளை முக்கியமானவைகளாகக் கருதினார். தன் சொந்த வாழ்விலும் அதைத் தவறாமல் செய்தார். அவரும் தன் மனைவியுடன் நீண்ட தூரம் நடைப் பயிற்சி செய்வது, யமுனையில் நன்றாக நீந்தி மகிழ்வது என உடல் ஆரோக்கியத்திற்கான பயிற்சிகளைத் தொடர்ந்து செய்தார். அவர் தன் ஊரில் நடக்க கற்றுக்கொள்ளும் முன் நீந்தக் கற்றுக் கொண்ட குழந்தை என்பது குறிப்பிடத்தக்கது.

சாகாவிற்குத் திரைப்படம் குறித்து வெறுப்பு இல்லை எனினும் அவரது கடும் அறிவியல் பணிகள் காரணமாகவோ என்னவோ அதன் மீது ஆர்வமும் இல்லை. அவர் திரைப்படங்களே பார்த்ததில்லை என்கிறார் அவர் மாணவர் சாந்திமயி சட்டர்ஜி. தன் மகன்களையும் மகள்களையும் சோம்பேறித்தனத்திற்காகக் கண்டிக்கும் போது இசையும் சினிமாவும்தான் சோம்பேறித்தனத்திற்குக் காரணம் எனச் சாகா சுட்டிக்காட்டுவது வழக்கம் என அவர் மகள் சித்ரா ஒரு கடிதத்தில் ஆண்டர்சனிடம் தெரிவித்துள்ளார். ஆனாலும் சித்ரா தன் தந்தை ஒரு குறிப்பிட்ட திரைப்பட பாடலை வாலிப வயதில் எப்போதாவது முணுமுணுப்பார் எனத் தன் தாயார் தன்னிடம் தெரிவித்ததாகக் கூறுகிறார். ஒரு முறை சாகா ரஷ்யாவுக்குச் சென்றிருந்தபோது அங்குள்ள ஒவ்வொருவரும் சாகாவிடம் நடிகை நர்கீஸ் பற்றி விசாரித்தனர். சாகாவுக்கு அவரைப் பற்றி ஒன்றும் தெரியவில்லை. அப்போது நர்கீஸ் நடித்த 'ஆவாரா' இந்திப் படம் ரஷ்யாவில் உள்ள திரையரங்குகளில் சக்கைபோடு போட்டுக்கொண்டிருந்தது. ரஷ்யாவில் இருந்து கல்கத்தா திரும்பிய சாகா தன் மாணவர்களிடம் நர்கீஸ் பற்றி உங்களில் யாருக்காவது தெரியுமா என்று பரிதாபமாகக் கேட்டுள்ளார்.

சாகா தன் மாணவர்களுக்காக நேரம் ஒதுக்குவதைச் சிரமமாகக் கருதியதே இல்லை. அவர் தன் மாணவர்களுடன் தொடர்ந்து கடிதம் முதலான வழிகளில் தொடர்பில் இருந்தார். அவர்களின் ஆராய்ச்சிகளுக்கும் வேலை வாய்ப்புகளுக்கும் அவர் உதவி செய்தார். அந்த மாணவர்கள் தங்கள் பேராசிரியரின் ஆராய்ச்சிகளுக்குத் தேவையான தகவல்களைப் பெற்று வழங்குவது, அவர் பங்கு வகித்த திட்டக்குழு, விசாரணைக்குழுக்கள் போன்றவற்றிற்கான அறிக்கை தயாரிக்க அவருக்கு உரிய உதவிகள் செய்வது எனத் துணையாக இருந்தனர்.

அவருடைய மாணவர்கள் பலரும் அவரது சயின்ஸ் அண்ட் கல்ச்சர் இதழில் தொடர்ந்து கட்டுரைகள் எழுதினர். அம்மாணவர்கள் தம் பேராசிரியருக்குக் கடிதம் எழுதும் போது 'மதிப்பிற்குரிய அய்யா' (Respected Sir) என்று எழுதாமல் 'என் அன்புள்ள அய்யா' (My dear Sir) என்றே எழுதினர். இது சாகா ஒரு பேராசிரியராக மட்டும் இல்லாமல் நெருங்கிய உறவினராக அம்மாணவர்கள் மனத்தில் இடம் பெற்றிருந்ததையே காட்டுகிறது.

இவையெல்லாம் ஒரு புறம் இருந்தாலும் சாதியம் சார்ந்த அணுகுமுறை நுட்பமான முறையில் வங்காள கல்விப் புலத்திலும், மாணவர்கள் மத்தியிலும் சாகாவை நோக்கி கடைப்பிடிக்கப்பட்டதை அபாசூர் சுட்டிக்காட்டுகிறார். பொதுவாக வங்காளத்தில் பேராசிரியர்களை ஆச்சார்யா என்று குறிப்பிட்டு எழுதுவது வழக்கம். இந்த அடைமொழி வங்க மேதைகள் பி.சி.ராய், ஜகதீஷ் சந்திர போஸ், சத்தியன் போஸ், பிரசாந்த மகலோனாபிஸ் போன்ற பலருக்கும் பயன்படுத்தப்பட்டிருந்ததைச் சுட்டிக்காட்டும் அபாசூர் மேக்நாட் சாகாவிற்கு மட்டும் அவர் மாணவர்கள் ஆச்சார்யா மேக்நாட் சாகா என்று குறிப்பிடாமல் 'புரஃபசர் சாகா' அல்லது 'டாக்டர் சாகா' என்றே குறிப்பிட்டனர் என்கிறார். [125]

சாகா எளிமையானவர் மட்டும் அல்லாது தன் தோற்றப் பொலிவு பற்றி சிறிதும் கவலைப்படாதவரும் கூட. அவர் நன்கு உடை உடுத்தும் உணர்வு இல்லாதவராக இருந்ததை சாந்திமயி சட்டர்ஜி குறிப்பிடுகிறார். எனினும் அவரது பெருமை அவர் போட்டுக் கழற்றிய கச்சிதமற்ற கோட்டிலும் பேண்டிலும் இல்லை. அவர் சக மனிதர்களிடம் காட்டிய அக்கறையிலும் மனித உணர்விலுமே அடங்கி இருந்தது.

நன்றி உணர்வு அவரது தனிச்சிறப்பான பண்பாக இருந்தது. அவர் தனக்கு சிறுவயதில் உதவிய அனந்தகுமார் தாஸ் என்பவரின் வயதான மனைவிக்குத் தொடர்ந்து உதவித்தொகை அனுப்பினார். அவர் மாணவப் பருவத்தில் தான் படிக்க உதவிய தன் மூத்த அண்ணனுக்கும், அவர்தம் குடும்பத்திற்கும் தொடர்ந்து உதவி செய்தார். கைவளையல்களை அடகு வைத்து தன் படிப்புக்குப் பணம் கட்டிய தன் தாயின் நினைவாகச் சொந்த ஊரான சியரத்தாலியில் மகளிர் பள்ளி ஒன்றைக் கட்டி நடத்தினார். அவர் ஏராளமான பணவிடைகளைப் பலருக்கும் அனுப்பியதாகவும், அவை யாருக்கு அனுப்பப்பட்டன என்பது கடவுளுக்கு மட்டுமே தெரியும் என்றும் சாந்திமயி சட்டர்ஜி எழுதுகிறார்.

சாகா யாரையும் தன் சொல்லால் செயலால் திருப்திப்படுத்த வேண்டும் என நினைத்தது கிடையாது. பிறரது மனத்தில்

இடம் பிடிக்க வேண்டும். பிரபலமானவராக விளங்க வேண்டும் என்பதெல்லாம் அவர் லட்சியங்களாக எப்போதும் இருந்ததில்லை. அவரைப் பொறுத்தவரை போலித்தனம் பெரும் குற்றம். நடிப்பு சுதேசிகள் இயல்பாகவே அவரை வெறுக்கவே செய்தனர். அவர் மக்கள் சார்பாக நின்று ஆட்சியாளர்களைக் கேள்வி கேட்டார். அவர்கள் திக்கித் திணறும் வகையில் ஆதாரப்பூர்வமாக நாடாளுமன்ற அவையில் தவறுகளைச் சுட்டிக் காட்டினார். நேருவையும் பாபாவையும் கடுமையாக விமர்சித்துக் கொண்டே தனது அணுக்கரு இயற்பியல் நிறுவனத்திற்கான நிதி வசதிகளையும் அவர் கேட்கத்தான் செய்தார். காரியம் நடக்கவேண்டும் கொஞ்சம் அனுசரணையாக நடப்போம் என்று அவரால் சிந்திக்க முடிந்ததே இல்லை.

விடுதலைப் போராட்ட காலத்தில் அந்தப் போராட்டங்களுக்கும் நமக்கும் தொடர்பில்லை என்பதைப் போல விலகி உச்சாணிக் கொம்புகளில் இருந்து கொண்டு இறங்கிவராத சில அறிவியலாளர்கள் நாடு விடுதலை பெற்றதும் இந்தியாவில் அதிகாரத்தைப் பிடித்த நேருவுக்கும் காங்கிரசுக்கும் நெருக்கமாக்கிக் கொண்டு இந்திய அறிவியலின் அதிகார பீடங்களைத் தமதாக்கிக் கொண்டனர். உண்மையான தேசபக்தரான சாகா ஓரங்கட்டப்பட்டார். அவர் அதிகாரத்தில் உள்ளவர்களோடு அனுசரணையாக நடந்து கொள்ளத் தெரியாதவராக இருந்தார். அவர் விடுதலை பெற்ற இந்தியா எளிய மக்களுக்கானதாக இருக்க வேண்டும் என்று வலியுறுத்தினார். சாகா வலியுறுத்திய சுயசார்பு அன்றைய அரசியல்வாதிகளுக்குத் தொல்லையாகப் பட்டது. ஆனால் இன்று அந்தச் சொல் குற்றமாகவே ஆகிவிட்டது.

சாகாவின் எளிமையைப் போலவே அவரது நேர்மையும் அன்றைய இந்திய அறிவிலாளர் வட்டத்தில் புகழ் பெற்ற ஒன்றாக இருந்தது. லஞ்சம் ஊழல் ஆகிய இரண்டும் இந்திய வாழ்வின் பிரிக்கமுடியாத அம்சங்களாகி வெகுகாலம் ஆகிவிட்டது. எத்தனை சுழிகள் என்று எண்ண முடியாத கோடிகளில் ஊழல்கள் இன்று நிகழ்ந்தேறிவருகின்றன. இந்த நிலையில் கயமையும் ஊழலும் அண்ட முடியாத சூரியச் சுடர்களாக வாழ்ந்த கடந்த காலத்து மாந்தர்களைப் பற்றிய அறிதலே கூட ஒருவித ஆசுவாசத்தை அளிக்கத்தான் செய்கிறது. அந்த வகையில் சாகாவின் தெளிந்த நேர்மை (Sea Green incorruptibility) என்றென்றும் முன்னுதாரணமாய் நிற்கும் தகுதி படைத்தது.

இந்திய அறிவியல் நிறுவனங்களின் செயல்பாடுகள் பற்றி விரிவாக ஆய்வு செய்துள்ள ராபர்ட் ஆண்டர்சன் பொதுவாகவே இந்திய

அறிவியலாளர்களிடம் ஊழல்தன்மை பெரிதாக இல்லாததைப் பதிவு செய்கிறார். மேக்நாட் சாகா, எஸ்.எஸ்.பட்னாகர், ஹோமி பாபா, விக்ரம் சாராபாய் போன்ற மூத்த அறிவியலாளர்களும் அவர்களைச் சுற்றி இருந்த அறிவியலாளர்களும் நடுவண் அரசு, மாநில அரசு, டாடா போன்ற தனியார் அமைப்புகள் எனப் பலவகையான நிதி மூலங்களில் இருந்து நிதியைப் பெற்று தத்தம் அறிவியல் நிறுவனங்களை உருவாக்கி வளர்த்தனர். அந்த வகையில் கோடிக்கணக்கான பணத்தை அவர்கள் கையாள வாய்ப்பு பெற்றிருந்தனர். மிகப் பெரும் ஒப்பந்தங்கள் சட்டப்பூர்வ கட்டுமானங்கள், வேலைவாய்ப்பு வழங்குதல், பெரும் தொகையை உள்ளடக்கிய அந்நிய நாடுகளின் திட்டங்களை அங்கீகாரம் செய்தல் என இந்த அறிவியலாளர்கள் பெற்றிருந்த அதிகாரங்களும் பொறுப்புகளும் அதிகம். இவை அல்லாமல் அந்நியச் செலாவணியைக் கையாளுதல், பணப்புழக்கம் நிறைந்த ஆணையங்களில் பொறுப்பு வகித்தல் என இவர்களது வாழ்க்கைப் பணி அமைந்திருந்தது. ஆனாலும் ஊழல் நடவடிக்கைகள் எதிலும் இவர்கள் ஈடுபட்டதில்லை என ஆண்டர்சன் குறிப்பிடுகிறார். [126]

சாகா தீண்டாமைக்கு உட்படுத்தப்பட்ட ஒடுக்கப்பட்ட ஏழை குடும்பத்தில் இருந்து வந்தவர். பட்னாகர் ஏழை பார்ப்பன குடும்பத்தைச் சேர்ந்தவர். பாபாவும் விக்ரம் சாராபாயும் பணக்கார குடும்பங்களில் இருந்து வந்தவர்கள். சி.வி.ராமன் கல்லூரி விரிவுரையாளரின் மகன். அவரது குடும்பம் இசை முதலான கலைகளில் பழக்கம் உடைய தஞ்சாவூர் பகுதி பார்ப்பனக் குடும்பம். இந்த அறிவியலாளர்கள் யாருமே ஊழல் குற்றச்சாட்டுக்கு உள்ளாகாதவர்கள். எனினும் சாகாவோடு ஒப்பிடும்போது மற்றவர்கள் 'விவரமானவர்'களாக இருந்தனர் என்பது குறிப்பிடத்தக்கது. சாகாவைத் தவிர மற்றவர்கள் அதிகார பீடங்களுக்கு அனுசரணையாகவும் நெருக்கமாகவும் தங்கள் வாழ்க்கைப் பணியை அமைத்துக் கொண்டவர்கள். பட்னாகர் ஏழைக் குடும்பத்தில் இருந்து வந்தாலும் சி.எஸ்.ஐ.ஆர் நிறுவனத்தின் தலைவர் என்ற வகையில் முக்கிய வேதியியல் விஞ்ஞானி என்ற வகையிலும் வேதித் தொழில் துறையோடு நெருக்கமாக இருந்தார். குறிப்பாக அந்நிய நாட்டு பெட்ரோலிய நிறுவனங்களின் அன்பும் ஆதரவும் அவருக்கு இருந்தது.

பாபா புகழ்பெற்ற டாடா குடும்பத்தைச் சேர்ந்த பார்சி. அவர் ஆக்ஸ்போர்டில் கல்வி கற்றவர். பட்னாகர், பாபா இருவருமே இந்திய பிரதமர் நேருவின் செல்லங்கள். அதிலும் பாபாவின் 'நவநாகரிக பார்ட்டி கல்ச்சர் பேச்சுலர் வாழ்க்கை' நேருவோடு நெருக்கமாக இருக்க உதவிகரமாக இருந்தது.

சி.வி.ராமன் மிகப்பெரும் ஊதியம் உடைய தலைமைக் கணக்கு அலுவலகப் பதவியைத் தூக்கி எறிந்துவிட்டு அறிவியல் மீது கொண்ட காதலால் குறைந்த சம்பளத்திற்காக கல்கத்தா பல்கலைக்கழக பேராசிரியர் பணிக்கு வந்தவர். எனினும் பிற்காலத்தில் பெங்களூரில் தனக்கான அறிவியல் ராஜ்ஜியத்தைச் சுலபமாக அவர் அமைத்துக் கொண்டார். அவரது நோபல் பரிசு புகழ் அதற்குப் பெரிதும் உதவிகரமாக இருந்தது. அது மட்டும் அல்லாமல் சுதேசி தொழில் துறையை முன்னேற்ற எரிவாயு விளக்கு (பெட்ரோமாக்ஸ் விளக்கு) மேண்டில்கள் தயாரிக்கும் நிறுவனம் ஒன்றை மிக லாபகரமாக நடத்தி வந்தார். மின்சாரம் மிகக் குறைந்த மக்களைச் சென்றடைந்திருந்த அக்காலத்தில் பெட்ரோமாக்ஸ் விளக்கும் அதற்கான மேண்டிலும் பெரும் சந்தையைக் கொண்டிருந்தது குறிப்பிடத்தக்கது.

ஆனால் சாகாவின் ஆர்வம் இயல்பாகவே வேறாக இருந்தது. அவர் அதிகார வர்க்கத்தினரிடமும் ஆட்சியாளர்களிடமும் முரண்பட்டு நின்றார். அப்படி முரண்படுவதற்கான நியாயமான காரணங்களையும் அவர் கொண்டிருந்தார். சமூகப் பொருளாதார சமத்துவத்தோடு மக்கள் வாழ்வதற்கான சமதர்ம இந்தியாவைப் பற்றிய கனவுகளைத் தன் இறுதிகாலம் வரை அவர் கண்டு கொண்டிருந்தார். ஒரு பேராசிரியராகப் பல்கலைக்கழக இயற்பியல் துறைத் தலைவராகப் பல்வேறு ஆணையங்களின் உறுப்பினராக விளங்கிய அவர் அப்பணிகளுக்காகக் கிடைத்த ஊதியத்தில் ஓரளவு நிறைவான வாழ்க்கையை வாழ்ந்தார் என்பது உண்மையே. அதே சமயம் அரசியல் ரீதியாகப் பாதிக்கப்பட்ட புரட்சிக்காரர்களுக்கு, தன் ஏழை உறவினர்களுக்கு, இளம் வயதில் தனக்கு உதவி செய்தவர்களுக்கு, தன் மாணவர்களுக்கு என அவர் நிதி உதவி செய்தவண்ணம் இருந்தார்.

அவர் பணிபுரிந்த கல்கத்தா பல்கலைக்கழக இயற்பியல் துறை வளர்ச்சித் திட்டங்கள், ஐஏசிஎஸ் வளர்ச்சிப் பணிகள், அணுக்கரு இயற்பியல் நிறுவன வளர்ச்சிப் பணிகள் ஆகியவற்றிற்காகப் பல்வேறு கட்டடங்கள் கட்டுதல், கருவிகளை வாங்குதல் நிறுவுதல் போன்ற செயல்பாடுகளைச் சாகாவும், கொண்டிருந்தார். இந்த வகையில் பெரும் பெரும் தொகைகள் சாகாவால் நிர்வகிக்கப்பட்டது. பொதுவாக ஒப்பந்ததாரர்கள் தங்களுக்குக் கிடைக்கும் நல்ல லாபத்தில் சிறு தொகையை 'அன்பளிப்பாக' ஒப்பந்தம் தருபவர்க்கு வழங்கும் வழக்கம் அந்தக் காலத்திலும் இருக்கத்தான் செய்தது. ஆனால் சாகாவின் ஒப்பந்தங்களில் ஒப்பந்தக்காரர்கள் அதிக லாபம் பார்க்க முடிந்ததில்லை. அதாவது சாகா திட்டங்களை நிறைவேற்றுவதில் பற்றாக்குறை நிதியைக் கருத்தில் கொண்டு

மிகுந்த கறார் தன்மையைக் கடைப்பிடிப்பவர். செங்கல்லைக் கூட உடைத்து சோதித்து கலப்படம் இருக்கிறதா எனப் பார்க்கும் விழிப்புணர்வு கொண்டவர். வெளிநாடுகளோடு ஒப்பிடுகையில் கலப்படம், தொழில்நுட்ப குறைபாடு போன்றவற்றால் தரமற்ற கட்டுமானப் பொருள்கள் இந்தியாவில் பயன்படுத்துவது குறித்து தன் மாணவர் ஒருவரிடம் சாகா வேதனைப்பட்டுள்ளார். இத்தகு மனநிலையில் இருந்த சாகாவிடம் எந்தத் தாராள அணுகுமுறையும் ஓர் ஒப்பந்ததாரர் எதிர்பார்த்திருந்திருக்க முடியாது.

நாற்பதுகளிலும் ஐம்பதுகளிலும் அறிவியல் வளர்ச்சித் திட்டங்களுக்கு நிதி கிடைப்பது அவ்வளவு எளிதாக இருக்கவில்லை. அதிலும் சாகாவின் திட்டங்களுக்கு இருபதுகளில் ராமனும் ஐம்பதுகளில் பாபாவும் நிதி கிடைக்காமல் சதி செய்வதில் பெரும் ஆர்வம் காட்டியுள்ளனர். இச்சூழ்நிலையில் சாகா தன் கட்டுமானத் திட்டங்களில் பணிபுரியும் கட்டடத் தொழிலாளர்களுக்கு தான் ஒரு சோசலிஸ்ட்டாக இருந்தாலும் கூட பெரிய வசதிகள் செய்துதர முடியாமல் இருந்ததை ஆண்டர்சன் குறிப்பிடுகிறார். எனினும் அப்போது மற்ற இடங்களைவிட சாகாவிடம் பணிபுரிந்தவர்களின் நிலை நன்றாகவே இருந்துள்ளது என்றும் ஆண்டர்சன் தெரிவிக்கிறார். தன் கட்டுப்பாட்டில் பெரிய அளவு நிதி இருந்தும் பொதுநிதியைத் தவறாகப் பயன்படுத்தக்கூடாது என வேலை நடைபெறும் இடங்களுக்குப் பேருந்தில் மட்டுமே பயணம் செய்து மேற்பார்வை செய்துள்ளார் சாகா.

சாகா, அன்றைய இளம் அறிவியலாளர்கள் மத்தியில் ஊழலற்ற வாழ்க்கைக்கான எடுத்துக்காட்டாகப் பேசப்பட்டார் என்பதைப் பல்வேறு ஆய்வாளர்கள் பதிவு செய்கின்றனர். ராபர்ட் ஆண்டர்சன் அபாசூர், சாந்திமயி சட்டர்ஜி, ஜகஜித் சிங் எனப் பலரும் அவரது incorruptibility பற்றிக் குறிப்பிடத் தவறவில்லை. ஜகஜித் சிங்,

> "அவரது (சாகாவுடைய) தெளிந்த நேர்மையும் (Sea Green incorruptibility) பலதுறை அறிவாற்றலும் கல்கத்தாவின் சாதாரண ஆண்கள் பெண்கள் அனைவரின் நெருக்கத்தையும் பெற்றுத் தந்தது"

என்கிறார்.

சாகா 1952இல் நாடாளுமன்றத் தேர்தலில் கல்கத்தா வடமேற்கு தொகுதியில் போட்டியிட்டபோது தேர்தல் செலவுகளுக்குப் பணம் இல்லாததால் தனக்கு நல்ல வருவாயை வழங்கிவந்த வெப்பவியல் (Treatise on Heat) நூலின் ராயல்டி உரிமத்தைத் தன் பதிப்பாளரிடமே அடகுவைத்து 5000 ரூபாய் பெற்று செலவிட்டார் என்பதை ஏற்கெனவே பார்த்தோம். சாகா அத்தேர்தலில் பெருவாரியான

வாக்கு வித்தியாசத்தில் காங்கிரஸ் வேட்பாளரைத் தோற்கடித்து மக்களவை உறுப்பினர் ஆனபிறகும்கூட அவர் தன் பொருளாதார நிலையைப் பற்றி கவலைப்பட்டதில்லை. கல்கத்தாவில் ஒரு சொந்த வீடு கட்டுவதற்காக 1954இல் கல்கத்தா பல்கலைக்கழக துணைவேந்தரும் நண்பருமான ஜனன் சந்திர கோஷிடம் இருந்து கடன் பெற்றதோடு தன் நூலின் ராயல்டி உரிமையை மீண்டும் அடகு வைத்துள்ளார். சாகா நாடாளுமன்ற உறுப்பினர் ஆகியிருந்த நிலையில் தனக்கு உடல்நலம் சரியில்லாமல் போக தனது பதிப்பாளரின் சகோதரர் எச்.கே.தாஸ் என்பவரின் பரிந்துரையில் 1954 டிசம்பர் மாதத்தில் புகழ் பெற்ற கல்கத்தா வெப்ப மண்டல மருத்துவப் பள்ளி மருத்துவமனையில் (School of Tropical Medical Hospital) ஒரு வார காலம் சிகிச்சை பெற்றுள்ளார். ஒரு சாதாரண வார்டு கவுன்சிலர் இன்று வாழும் வாழ்க்கையை நினைத்துப் பாருங்கள் சாகா போன்றவர்களின் மாட்சிமை புரியும்!

சாகாவின் நேர்மையும் ஒளிவுமறைவு இல்லாத பேச்சும் பலரின் வெறுப்பைப் பெற்றுத் தந்ததாக அவர் மாணவர் சாந்திமயி சட்டர்ஜி குறிப்பிடுகிறார். எனினும் அதே நேர்மையும் எளிமையும் அவருக்கு அறிமுகம் இல்லாத மனிதர்களின் அன்பையும் மதிப்பையும் பெற்றுத் தந்ததை அறியமுடிகிறது.

1954இல் கல்கத்தாவில் உள்ள கார்டன் ரீச் பணிமனை என்ற நிறுவனத்திடம் தனது அணுக்கரு ஆய்வு மையத்திற்குத் தேவையான நிறை நிறமானி (Mass Spectrometer) அமைக்கத் தேவையான இரண்டு டன் காந்தம் ஒன்றை வாங்க ஏற்பாடு செய்திருந்தார். அந்த நிறுவனம் எந்திர தயாரிப்பு தொகையாக (Machine Cost) பத்தாயிரம் ரூபாய் கோரியது. பெரும் நிதி நெருக்கடியில் அணுக்கரு ஆய்வு நிறுவனம் இருந்த நிலையில் சாகா கார்டன் ரீச் பணிமனைக்குத் தானே நேரடியாகத் தொலைபேசியில் தொடர்பு கொண்டார். தொலைபேசியில் சாகாவிடம் பேசியவர் அந்நிறுவனத்தின் துணைப் பொது மேலாளரான லெதார்ட் என்ற ஆங்கிலேயர். சாகா அவரிடம் நிதி நெருக்கடியைக் கூறி ரூ.10000ஐ ரூ5000 ஆக பாதியாகக் குறைக்குமாறு கேட்டார். உண்மையில் பாதித் தொகையைக் குறைக்க எந்த நிறுவனமும் முன்வராது, ஆனால் என்ன வியப்பு, லெத்தார்ட் சாகாவிடம் சரி என்று சொல்லிவிட்டார். அதன் பிறகு லெத்தார்ட் அணுக்கரு இயற்பியல் நிறுவன ஆய்வாளர் ஒருவரிடம் 'எனக்கும் பேராசிரியர் சாகாவுக்கும் தனிப்பட்ட முறையில் பழக்கம் கிடையாது. ஆனால் அவரை நான் அறிவேன். அவர் மீது பெருமதிப்பு வைத்திருக்கிறேன். உண்மையில் சாகா கேட்டிருந்தால் ஒரு ரூபாயும் வாங்காமல் இலவசமாகச்

செய்து கொடுத்திருப்போம். நான் விரைவில் நாடு திரும்புவேன் ஹார்வர்டு ஆய்வுக்கூடத்தைப் போன்ற ஓர் ஆய்வுக்கூடத்தைச் சாகாவால் உருவாக்க முடியும் என நம்புகிறேன். அவருக்கு என் வாழ்த்துகளைத் தெரிவியுங்கள்' என்று நெகிழ்ச்சியோடு கூறினார்.[127] சாகாவின் உதவியால் பேக்கரி தொடங்கிய நபர் சாகாவின் தேர்தல் பிரச்சாரத்தின்போது தொண்டர்களுக்கு அளித்த ரொட்டிகளுக்கு காசு வாங்க மறுத்துவிட்டதை ஏற்கெனவே நாம் பார்த்தோம்.

சாகா தன் வாழ்வில் விருந்தோம்பலை முக்கியமான அறமாகப் போற்றினார். இதை அவருடைய மாணவர்களும் வரலாற்று ஆசிரியர்களும் பதிவு செய்துள்ளனர். அலகாபாத் பல்கலைக் கழகத்தில் பேராசிரியராக இருந்த போது அவரது வீட்டு அடுப்பு அவர் உறவினர்களுக்காகவும் மாணவர்களுக்காகவும் நண்பர்களுக்காகவும், எரிந்த வண்ணம் இருந்தது. பேராசிரியர் பி.சி.ராய் விரும்பி வந்து விருந்தினராகத் தங்கும் வீடு சாகாவுடையது. எடிங்டன், சாமர்ஃபீல்ட், சந்திரசேகர் எனப் பல அறிவியலாளர்கள், நேரு முதலான தலைவர்கள் சாகாவின் விருந்தினராக அவர் வீட்டில் உணவருந்தி மகிழ்ந்திருக்கிறார்கள். சாகாவின் துணைவியார் ராதாராணி அம்மையாரின் தாய்மை ததும்பிய உபசரிப்பை அவருடைய மாணவர் டி.எஸ்.கோத்தாரி, விஞ்ஞானி சந்திரசேகர் போன்றவர்கள் குறிப்பிட்டுள்ளனர். சாகாவின் மாணவர்கள் பலரும் வந்து தங்கவும் உணவருந்தவும் தடையில்லாத அந்த வீட்டில் ராதாராணி அம்மையாரின் ஒரே ஒரு வருத்தம் எல்லா மாணவர்களின் பெயரையும் நினைவில் வைத்துக் கொள்ள முடியவில்லையே என்பது மட்டும்தான். சாகாவின் மூன்றாம் மகள் சித்ரா, 'கணவன் மீது பக்தி கொண்ட பெண்ணாகவே தன் தாயார் இருந்தார்' என்று குறிப்பிடுகிறார். சாகாவின் கடுமையான பணிகளுக்கு இடையில் குழந்தைகளின் வளர்ச்சியில் கவனம் செலுத்த முடியவில்லை. எனவே ராதாராணி அம்மையாரின் குடும்பப் பொறுப்புகள் சாகாவால் பங்கு போட்டுக் கொள்ளப்பட இயலாத நிலை இருந்தது. நாட்டுப் பிரிவினையின் போது சாகாவின் தாயகமான கிழக்கு வங்காளத்தில் இருந்த பல உறவினர்கள் அகதிகளாக வந்து சாகாவின் வீட்டில் தங்கியிருந்தபோது அவர்கள் அனைவரையும் பராமரிக்கும் சுமை இந்த அம்மையாரை அழுத்தின. அந்த ஒரே சந்தர்ப்பத்தில் மட்டுமே தன் தாயார் முதுகு ஒடிந்துபோகும் அளவுக்கான வீட்டு வேலைகளில் விரக்தியை வெளிப்படுத்தினார் என்கிறார் சித்ரா. அவர் சொல்கிறார்,

> "அவர் (ராதாராணி அம்மையார்) கருத்துக் கூறக் கூடாது என்பதை விதியாக வைத்திருந்தார். அவர் என் தந்தையின்

நம்பிக்கைக்குரியவராக இருந்தார். தந்தையார் வீடு வந்த பிறகு அந்த நாளின் நிகழ்வுகளைப் பொறுமையாக அவர் கவனித்துக் கொண்டிருப்பார். அவருக்கு (சகாவுக்கு) அவர் (ராதா ராணி) தேவையாக இருந்தார். அவர் பழைய பாணியிலான ஒத்துப்போகும் மனைவியாகவும், பாசமுள்ள தாயாகவும் இருந்தார். தன் கணவரின் சாதனைகள் குறித்து அவருக்கு அளவற்ற பெருமை இருந்தது...," [128]

சாகா தன் மனைவி மரபான குடும்பத் தலைவியாக இருக்கவே அனுமதித்திருந்தார் அல்லது ராதாராணி அம்மையார் அப்படி இருக்கவே விரும்பினார்.

சாகாவின் அறிவியல் வாழ்விலும் அரசியல் வாழ்விலும், எந்த ஒரு நிகழ்வு அல்லது பிரச்சினை குறித்தும் ராதாராணி அம்மையார் கருத்துக் கூறியதே இல்லை. அவர் வெறும் பார்வையாளர் மட்டுமே. ஆனால் தன் மகள் சித்ரா, தனக்கான தேர்தல் பரப்புரையில் ஈடுபட சாகா அனுமதித்துள்ளார். மகள்கள் மார்க்சிய நூல்களை வாங்கி படித்துள்ளனர். பிற்காலத்தில் கம்யூனிஸ்டுகளுடனான தொடர்பு வலுப்பெற்ற போது தன் தந்தை பெண் உரிமை போன்றவற்றில் முற்போக்காகச் சிந்திக்கத் தொடங்கியதாக ஆய்வாளர் அபாசூரிடம் சித்ரா தெரிவித்துள்ளார்.

சாகா தன் பிள்ளைகளுக்கு உடற்பயிற்சியை வலியுறுத்தினார். மகன்கள் மகள்கள் மனைவி அனைவரையுமே நடைப் பயிற்சி, நீச்சல் பயிற்சி போன்றவற்றில் ஈடுபடுத்தினார். மாலையில் தவறாமல் குழந்தைகளுடன் பூங்காக்களுக்குச் செல்வது அங்கு குழந்தைகளை விளையாட விட்டுவிட்டு மனைவியுடன் நீண்ட நடைப் பயிற்சி மேற்கொள்வது எனச் சாகாவின் அன்றாட வாழ்க்கை ஆரோக்கியமானதாக இருந்தது. யமுனையில் மனைவி குழந்தைகளுடன் நீந்தி நீராடி மகிழ்வது சாகாவுக்குப் பிடித்த விஷயம். சாகா கடவுள் நம்பிக்கை இல்லாதவர். எனவே அவரைப் பொறுத்தவரை யமுனை ஓர் உற்சாகமான பொழுதுபோக்கு இடம் மட்டுமே. 1938இல் சாகா கல்கத்தா வந்த பிறகு தெற்கு நிழற்சாலை பகுதியில் ரவீந்திர ஏரிக்கு அருகில் குடியேறினார். அப்பகுதியில் செயல்பட்ட ஆண்டர்சன் கிளப் என்னும் நீச்சல் கிளப்பில் குடும்பத்தோடு உறுப்பினரானார்.

சாகா ராதாராணி தம்பதியினருக்கு ஏழு குழந்தைகள். மூன்று மகன்கள், நான்கு மகள்கள். மூத்த மகன் அஜித்குமார் 1922இல் பிறந்தார். அடுத்து பிறந்த மற்ற குழந்தைகளை விட அஜித் தந்தையின் விருப்பமானவராக விளங்கியதாகச் சாகாவின் மகள் சித்ரா தெரிவித்துள்ளார். தந்தையைப் போல இவரும்

பி.எஸ்சி.யில் கணிதம் பயின்றார். பின் எம்.எஸ்சியில் இயற்பியல் படித்து முடித்து பீட்டா செயல்பாடு (Beta Activity) என்ற இயற்பியல் பிரிவில் ஆய்வு மேற்கொண்டு முனைவர் பட்டம் பெற்றார். இவரது ஆய்வு ஏடு ஜூலியட் கியூரி மாக்ஸ் போர்ன் எல்லீஸ் போன்ற அறிவியல் மேதைகளால் பரிசீலிக்கப்பட்டு பட்டம் வழங்கப்பட்டது என்பது குறிப்பிடத்தக்கது. அஜித் சாகா அணுக்கரு நிறுவனத்தில் பேராசிரியராக இருந்து 1991இல் இறந்துவிட்டார்.

இரண்டாவது மகன் ரஞ்சித் 1923ல் பிறந்தார். பொறியியல் படிப்பில் பட்டம் பெற்ற இவர் மும்பையில் உள்ள டாடா நீர்மின் உற்பத்தி நிறுவனத்தில் (Tata Hydro-electric plant) உயர் பதவிகளில் இருந்து ஓய்வு பெற்று 1993ல் இறந்துவிட்டார்.

மூன்றாவதாக பிறந்தவர் மூத்த மகள் உஷா. பி.எஸ்சி இயற்பியல் படித்த இவர் பத்தொன்பது வயதில் திருமணம் செய்து கொள்ள நேர்ந்தது. எனினும் திருமணத்திற்குப் பிறகும் தன் கல்வி ஆர்வத்தை விட்டுவிடாமல் எம்.எஸ்சி படித்து முடித்தார். இவர் 1997இல் மரணமடைந்தார்.

அடுத்ததாகப் பிறந்தவர் இரண்டாவது மகள் கிருஷ்ணா. இருபது வயதில் திருமணம் செய்து கொள்ள நேர்ந்த இவரும் மன உறுதியோடு மருத்துவக் கல்வி பயின்று எம்.பி.பி.எஸ் முடித்தார். மருத்துவராகப் புகழ் பெற்றார் இவர்.

கிருஷ்ணாவிற்கு அடுத்து மூன்றாவது மகள் சித்ரா பிறந்தார். இவர் ஆங்கில இலக்கியத்தில் முதுகலைப் பட்டமும் முனைவர் பட்டமும் பெற்று கல்கத்தாவில் ஓர் அரசுக் கல்லூரியில் பேராசிரியராகப் பணி புரிந்து ஓய்வு பெற்றார். இவர் காதல் மணம் புரிந்தவர் என்பது குறிப்பிடத்தக்கது.

குடும்பத்தில் ஆறாவது குழந்தை பிரசேனாஜித். ஜியாலஜியில் (மண்ணியல்) முனைவர் பட்டம் பெற்ற இவர் மத்திய கண்ணாடி மற்றும் செராமிக் ஆய்வு நிறுவனத்தில் (Central Glass and Ceramic Research Institute) உயர் பதவியில் இருந்து ஓய்வு பெற்றார். அக்காள் சித்ராவைப் போல் இவரும் தனக்கானத் துணையைத் தானே தேர்வு செய்துகொண்டார்.

கடைக்குட்டியாக மகள் சங்கமித்ரா பிறந்தார். சாகா இறந்த போது இவருக்கு பதினோரு வயது. வரலாறு படித்த இவர் டெல்லியில் கல்லூரி ஒன்றில் வரலாற்றுப் பேராசிரியராகப் பணிபுரிந்து ஓய்வு பெற்றார்.

சாகா மாலை நேரத்தில் குழந்தைகளுடன் உலாவப்போவது தவிர்த்து வீட்டிலும் நேரம் கிடைக்கும்போது குழந்தைகளுடன்

உரையாடுவது உண்டு. தன் மகள்கள் மார்க்சிய இலக்கியங்கள், பெர்னாட்ஷாவின் நூல்கள் என முற்போக்கான இலக்கியங்கள் படிப்பதை சாகா ஊக்குவித்தார்.

ஆணோ பெண்ணோ அதிகபட்ச கல்வித் தகுதி பெற வேண்டும். நிறைய நூல்களை வாசிக்க வேண்டும் என்பது சாகாவின் கருத்து. ஆனால் பெண்களுக்குக் காலாகாலத்தில் திருமணம் செய்துவிட வேண்டும் என்ற மரபான சிந்தனை அவருக்கும் இருந்தது.

தன் பிள்ளைகளைப் பரந்த மனப்பான்மை கொண்டவர்களாக அவர் வளர்த்ததை சாந்திமயி&ஏனாக்ஷி சட்டர்ஜி பதிவு செய்கின்றனர். அவர் மகள் சித்ரா பிள்ளைகள் கூறும் புதிய கருத்துகளைக் கவனத்துடன் கேட்கும் பக்குவம் தன் தந்தையிடம் இருந்ததாகத் தெரிவிக்கிறார்.

சமூக அரசியல் கருத்துகளில் சமரசமற்றவராகவும் கடுமையானவராகவும் பிறரிடம் நடந்துகொண்ட சாகா தனிப்பட்ட உறவுகளைப் பொறுத்தவரை நண்பர்கள், மாணவர்கள், குடும்ப உறுப்பினர்கள் யாராக இருந்தாலும் சரி எப்போதும் சமரசத்தை நாடுபவராக இருந்தார். மனைவி மகன்கள், மகள்கள் பேரக்குழந்தைகள் எனச் சுற்றம்சூழ வாழும் மகிழ்ச்சியான குடும்ப வாழ்க்கையை அவர் மிகவும் நேசித்ததாக சித்ரா பதிவு செய்கிறார். [129]

சாகாவின் பார்வைக்கும் எல்லைகள் இருந்தன என்கின்றனர் சட்டர்ஜி & சட்டர்ஜி. அவருடைய பார்வைகள் அவர் கொண்டிருந்த சமூக பொருளாதார அரசியல் சிந்தனைகளில் இருந்து உருப்பெற்றன. தடைகளையும், துன்பங்களையும், தடைகளாகவோ துன்பங்களாகவோ அவர் அங்கீகரிக்க மறுத்தார். அவரது மிகப்பெரிய குறைபாடு அவரது பொறுமையின்மை என்கின்றனர் சட்டர்ஜி & சட்டர்ஜி.[130] விடுதலைக்குப்பின் நாட்டில் தேனும் பாலும் ஓடும் எனக் கதையளந்து சோசலிசம் பேசியவர்கள் அதிகாரம் கிடைத்தவுடன் அந்நிய நாட்டு முதலாளிகளுக்கும் உள்நாட்டு முதலாளிகளுக்கும் அனுசரணையாக நடந்துகொண்டதைச் சாகாவால் சகித்துக் கொள்ள முடியவில்லை. நாடாளுமன்றத்திலும் வெளியிலும் இந்த நடிப்பு சுதேசிகளை அவர் கிழிக்கத் தவறவில்லை. ஒரு வர்க்க பேதமற்ற சமூகத்திற்கான ஏக்கத்தோடு அவர் வாழ்க்கை வடிந்துபோனது. அவர் இன்றுவரை புறக்கணிப்புக்கு உரியவராக உள்ளார். காரணம் அவர் ஒடுக்கப்பட்டவராகப் பிறந்ததால் மட்டும் அல்ல. அவர் இறுதிவரை ஒடுக்கப்பட்டவர்கள் பக்கம் நின்றார் என்பதால்தான்.

முற்றும்

அடிக்குறிப்புகள்

1. Abha Sur, Dispensed Radiance (Caste, Gender, and Modern Science in India), navayana, New Delhi, பக்கம் 70
2. மேற்கண்ட நூல், அதே பக்கம்
3. சட்டர்ஜி&சட்டர்ஜி. Santhimay Chatterjee & Enakshi Chatterjee, MEGHNAD SAHA (Scientist with Vision), National Book Trust, India, Delhi , 1984, பக்கம் 2
4. மேற்கண்ட நூல், பக்கம் 3
5. நிகில் ரஞ்சன் சென் பிற்காலத்தில் கல்கத்தா கல்வி புலத்தில் புகழ்பெற்ற பயன்பாட்டுக் கணித நிபுணராகவும், கல்கத்தா பல்கலைக்கழகத்தில் பயன்பாட்டுக் கணிதப் பேராசிரியராகவும் விளங்கினார். இவர் கல்கத்தாவை மையமாகக் கொண்ட இந்திய வானியல் கழகத்தை (Indian Astronomical Society) 1959இல் உருவாக்கினார். இக்கழகத்தில் சத்தியேந்திரநாத் போஸ் போன்றவர்கள் உறுப்பினர்களாக இருந்தனர். சுரேந்திரகுமார் ராய் பிற்காலத்தில் மின்னணுவியல் துறைப் பேராசிரியராக விளங்கினார். இப்பள்ளியில் சாகாவின் வகுப்புத் தோழர்களாக விளங்கிய இன்னும் பலரும் பிற்காலத்தில் குறிப்பிடத்தக்க சாதனையாளர்களாக விளங்கினர்.
6. Abha Sur ,Dispersed Radiance (Caste, Gender, and Modern Science in India), navayana, New Delhi, பக்கம் 72
7. சட்டர்ஜி&சட்டர்ஜி. Santhimay Chatterjee &Enakshi Chatterjee, MEGHNAD SAHA (Scientist with Vision), National Book Trust, India, Delhi ,1984, பக்கம் 5
8. மேற்கண்ட நூல் ,பக்கம் 6
9. பிற்காலத்தில் ஐன்ஸ்டீன் சார்பியல் கோட்பாட்டை மொழி பெயர்த்ததிலும், வெப்ப அயனியாக்க கோட்பாட்டை உருவாக்கியதிலும் ஜெர்மன் மொழி அறிவு சாகாவிற்குப் பெரிதும் உதவியது. அவர் ஜெர்மன் மொழியைப் படிக்கத் தேர்வு செய்தது தேவையை ஒட்டி புதிய திறன்களை வளர்த்துக் கொள்ள மாணவர்கள் தயங்கக்கூடாது என்பதற்கான எடுத்துக்காட்டு.
10. Jyotirmoy Gupta (தொகுப்பாளர்), M. N. Saha in Historical Perspective, Thema, Kolkata பக்கம் 52
11. Jyotirmoy Gupta (தொகுப்பாளர்), M. N. Saha in Historical Perspective, Thema, Kolkata பக்கம் 48

12. சட்டர்ஜி&சட்டர்ஜி .Santhimay Chatterjee &Enakshi Chatterjee, MEGHNAD SAHA (Scientist with Vision), National Book Trust, India , Delhi, 1984, பக்கம் 9

13. Abha Sur ,Dispersed Radiance (Caste, Gender, and Modern Science in India), navayana, New Delhi, பக்கம் 71

14. மேற்கண்ட நூல், பக்கம் 72

15. Anderson Robert .S ,Nucleus and Nation: Scientists, International Networks, and Power in India, University of Chicago Press; 1 Indian Edition (2011),பக்கம் 37

16. Santimay Chatterjee, Meghnad Saha - THE Scientist and The Institution Builder, Indian Journal of History of Science 29(1), 1994 பக்கம் 108

17. S.B.Karmohapatro , Meghnad Saha, Publications Division , Ministry of Information and Broadcasting, Government of India, New Delhi பக்கம் 118

18. சட்டர்ஜி & சட்டர்ஜி. Santhimay Chatterjee & Enakshi Chatterjee, MEGHNAD SAHA (Scientist with Vision), National Book Trust, India, Delhi , 1984, பக்கம் 16

19. Abha Sur ,Dispersed Radiance (Caste, Gender, and Modern Science in India), navayana, New Delhi, பக்கம் 96 & 97

20. Abha Sur ,Dispersed Radiance (Caste, Gender, and Modern Science in India), navayana, New Delhi, பக்கம் 99

21. Rajinder Singh, Arnold Sommerfeld - The supporter of Indian physics in Germany, Historical Notes, Current Science ,vol. 81, NO. 11, 10 December 2001

22. Anderson Robert .S ,Nucleus and Nation: Scientists, International Networks, and Power in India, University of Chicago Press; 1 Indian Edition (2011), பக்கம் 228, 229

23. John Hearnshaw, Augest gomte's blunder, Journal of Astronomical History and Heritage, பக்கம் 90

24. மேற்கண்ட நூல், அதே பக்கம்

25. இரா. நடராஜன், இயற்பியலின் கதை, பாரதி புத்தகாலயம், பக்கம் 48

26. S.B.Karmohapatro , Meghnad Saha , Publications Division , Ministry of Information and Broadcasting, Government of India, New Delhi பக்கம் 50

27. G.Venkataraman, Saha and His Formula, Universities Press, Hyderabad (2012)

28. சட்டர்ஜி&சட்டர்ஜி .Santhimay Chatterjee &Enakshi Chatterjee, MEGHNAD SAHA (Scientist with Vision), National Book Trust, India, Delhi , 1984, பக்கம் 25

29. DeVORKIN DAVID H, QUANTUM PHYSICS AND THE STARS (IV): MEGHNAD SAHA'S FATE ,Journal for the History of Astronomy August 1994 25: 155188 பக்கம் 157

30. மேற்கண்ட கட்டுரை, பக்கம் 160

31. Anderson Robert .S ,Nucleus and Nation: Scientists, International Networks, and Power in India, University of Chicago Press; 1 Indian Edition (2011), பக்கம் 39

32. DeVORKIN DAVID H, QUANTUM PHYSICS AND THE STARS (IV): MEGHNAD SAHA'S FATE ,Journal for the History of Astronomy August 1994 25: 155188 பக்கம் 161

33. Abha Sur ,Dispersed Radiance (Caste, Gender, and Modern Science in India), navayana, New Delhi, பக்கம் 86

34. மேற்கண்ட நூல், பக்கம் 87

35. DeVORKIN DAVID H, QUANTUM PHYSICS AND THE STARS (IV): MEGHNAD SAHA'S FATE ,Journal for the History of Astronomy August 1994 25: 155-188 பக்கம் 162

36. மேற்கண்ட கட்டுரை, பக்கம் 163

37. Rajinder Singh and Falk Riess, 'C.V.RAMAN, M.N.SAHA AND THE NOBEL PRIZE FOR THE YEAR 1930' , Indian Journal of History of Sciencc, 34(1), 1999

38. Abha Sur ,Dispersed Radiance (Caste, Gender, and Modern Science in India), navayana, New Delhi, பக்கம் 94

39. Santhimay Chatterjey & Enakshi Chatterjey, The Other Side of Genius, Illustrated weekly of India, Sept. 24, 1984 பக்கம் 46

40. Abha Sur ,Dispersed Radiance (Caste, Gender, and Modern Science in India), navayana, New Delhi, பக்கம் 235

41. மேற்கண்ட நூல், பக்கம் 236

42. மேற்கண்ட நூல், அதே பக்கம்

43. மேற்கண்ட நூல், அதே பக்கம்

44. Anderson Robert .S, Nucleus and Nation: Scientists, International Networks, and Power in India, University of Chicago Press; 1 Indian Edition (2011), பக்கம் 70

45. மேற்கண்ட நூல், பக்கம் 72

46. Abha Sur ,Dispersed Radiance (Caste, Gender, and Modern Science in India), navayana, New Delhi, பக்கம் 243
47. Santhimay Chatterjee&Enakshi Chatterjee,The Other Side of Genius, Illustratted Weekly Of India. Sep 24, 1999 பக்கம் 45
48. வெ.சாமிநாத சர்மா, இந்திய அறிவியல் அறிஞர்கள், இளையோர் வரிசை7, மாணவர் பதிப்பகம் (2006), சென்னை பக்கம் 24, 25
49. Abha Sur , Dispersed Radiance (Caste, Gender, and Modern Science in India), navayana, New Delhi, பக்கம் 245
50. Santhimay Chatterjee ,Meghnad Saha - The Scientist and the Institution Builder,Indian Journal of History of Science, 29(1), 1994 பக்கம் 104
51. Collected works of Meghnad Saha, Collected works of Meghnad Saha, , Edited by Santimoy Chatterjee, , Saha Institute of Nuclear Physics, Kolkata, volume 2, முன்னுரை, பக்கம் 7
52. மேற்கண்ட நூல், பக்கம் 242
53. Santimay Chatterjee, Meghnad Saha - THE Scientist and The Institution Builder, Indian Journal of History of Science 29(1), 1994 பக்கம் 104
54. Abha Sur, Dispersed Radiance (Caste, Gender, and Modern Science in India), navayana, New Delhi, பக்கம் 124
55. DeVORKIN DAVID H, QUANTUM PHYSICS AND THE STARS (IV): MEGHNAD SAHA'S FATE, Journal for the History of Astronomy August 1994 25: 155188 பக்கம் 171
56. மேற்கண்ட கட்டுரை, அதே பக்கம்
57. Abha Sur, Dispersed Radiance (Caste, Gender, and Modern Science in India), navayana, New Delhi, பக்கம் 83
58. DeVORKIN DAVID H, QUANTUM PHYSICS AND THE STARS (IV): MEGHNAD SAHA'S FATE, Journal for the History of Astronomy August 1994 25: 155188 பக்கம் 171
59. சட்டர்ஜி&சட்டர்ஜி. Santhimay Chatterjee &Enakshi Chatterjee, MEGHNAD SAHA (Scientist with Vision), National Book Trust, India, Delhi, 1984, பக்கம் 48
60. G.VENKATARAMAN , SAHA AND HIS FORMULA, Universities Press, reprint 2012, பக்கம் 175
61. Anderson Robert .S ,Nucleus and Nation: Scientists, International Networks, and Power in India, University of Chicago Press; 1 Indian Edition (2011), பக்கம் 84

62. ஜவகர்லால் நேரு, கண்டுணர்ந்த இந்தியா, தமிழில்: ஜெயரதன், பூரம் பதிப்பகம், சென்னை33, பக்கம் 356&357
63. சட்டர்ஜி&சட்டர்ஜி. Santhimay Chatterjee & Enakshi Chatterjee, MEGHNAD SAHA (Scientist with Vision), National Book Trust, India, Delhi, 1984, பக்கம் 66&67
64. G.VENKATARAMAN , SAHA AND HIS FORMULA, Universities Press,reprint 2012, பக்கம் 174
65. Anderson Robert .S ,Nucleus and Nation: Scientists, International Networks, and Power in India, University of Chicago Press; 1 Indian Edition (2011), பக்கம் 89
66. Abha Sur ,Dispersed Radiance (Caste, Gender, and Modern Science in India), navayana, New Delhi, பக்கம் 119
67. மேற்கண்ட கட்டுரை, பக்கம் 90
68. மேற்கண்ட கட்டுரை, பக்கம் 91
69. DeVORKIN DAVID H, QUANTUM PHYSICS AND THE STARS (IV): MEGHNAD SAHA'S FATE, Journal for the History of Astronomy August 1994 25: 155188 பக்கம் 174
70. M.N.Saha in Historical Prespective,Edited by Jyotirmoy Gupta,Thema,kolkatta 1994, page 13
71. சட்டர்ஜி&சட்டர்ஜி. Santhimay Chatterjee &Enakshi Chatterjee, MEGHNAD SAHA (Scientist with Vision), National Book Trust, India, Delhi , 1984, பக்கம் 53
72. Anderson Robert .S ,Nucleus and Nation: Scientists, International Networks, and Power in India, University of Chicago Press; 1 Indian Edition (2011), பக்கம் 608
73. Santhimay Chatterjee ,Meghnad Saha-Scientist and The Institution Builder, Indian Journal of History of Science, பக்கம்107
74. எம்.வி.ரமணா, The Power of Promise, PENGUIN/VIKING,(2012), பக்கம் 1
75. மேற்கண்ட நூல், பக்கம் 2
76. Abha Sur ,Dispersed Radiance (Caste, Gender, and Modern Science in India), navayana, New Delhi, பக்கம் 128
77. Anderson Robert .S, Nucleus and Nation: Scientists, International Networks, and Power in India, University of Chicago Press; 1 Indian Edition (2011), பக்கம் 187

78. Abha Sur, Dispersed Radiance (Caste, Gender, and Modern Science in India), navayana, New Delhi, பக்கம் 129

79. Anderson Robert .S ,Nucleus and Nation: Scientists, International Networks, and Power in India, University of Chicago Press; 1 Indian Edition (2011), பக்கம் 194

80. Meghnad Saha in Parliament, Edited by Santimoy Chatterjee and Jyotirmoy Gupta , The Asiatic Society, Kolkata 1993, முன்னுரை, பக்கம் 9

81. Anderson Robert .S ,Nucleus and Nation: Scientists, International Networks, and Power in India, University of Chicago Press; 1 Indian Edition (2011), பக்கம் 227

82. G.VENKATARAMAN , SAHA AND HIS FORMULA, Universities Press, reprint 2012, பக்கம் 182

83. Anderson Robert .S, Nucleus and Nation: Scientists, International Networks, and Power in India, University of Chicago Press; 1 Indian Edition (2011), பக்கம் 227

84. Meghnad Saha in Parliament, Edited by Santimoy Chatterjee and Jyotirmoy Gupta, The Asiatic Society, Kolkata 1993, முன்னுரை, பக்கம் 11

85. சட்டர்ஜி & சட்டர்ஜி .Santhimay Chatterjee & Enakshi Chatterjee, MEGHNAD SAHA (Scientist with Vision), National Book Trust, India, Delhi, 1984, பக்கம் 73

86. Anderson Robert .S , Nucleus and Nation: Scientists, International Networks, and Power in India, University of Chicago Press; 1 Indian Edition (2011), பக்கம் 200

87. Abha Sur, Dispersed Radiance (Caste, Gender, and Modern Science in India), navayana, New Delhi, பக்கம் 187

88. Anderson Robert .S, Nucleus and Nation: Scientists, International Networks, and Power in India, University of Chicago Press; 1 Indian Edition (2011), பக்கம் 230

89. மேற்கண்ட நூல், அதே பக்கம்

90. Meghnad Saha in Parliament, Edited by Santimoy Chatterjee and Jyotirmoy Gupta, The Asiatic Society, Kolkata 1993, பக்கம்175

91. சட்டர்ஜி & சட்டர்ஜி .Santhimay Chatterjee &Enakshi Chatterjee, MEGHNAD SAHA (Scientist with Vision), National Book Trust, India , Delhi ,1984, பக்கம் 71

92. D. M. Bose, Meghnad Saha Memorial Lecture, Proceedings of the National Institute of Science of India, VOL 33, A, Nos 3&4பக்கம் 117

93. சட்டர்ஜி & சட்டர்ஜி Santhimay Chatterjee &Enakshi Chatterjee, MEGHNAD SAHA (Scientist with Vision), National Book Trust, India , Delhi , 1984, பக்கம் 71

94. Abha Sur ,Dispensed Radiance (Caste, Gender, and Modern Science in India), navayana, New Delhi, பக்கம் 137

95. மேற்கண்ட நூல், அதே பக்கம்

96. மேற்கண்ட நூல், பக்கம் 138

97. Meghnad Saha in Parliament, Edited by Santimoy Chatterjee and Jyotirmoy Gupta , The Asiatic Society, Kolkata 1993, பக்கம்57

98. Anderson Robert .S ,Nucleus and Nation: Scientists, International Networks, and Power in India, University of Chicago Press; 1 Indian Edition (2011), பக்கம் 232

99. Collected Works of Meghnad Saha, Edited by Santimoy Chatterjee, , Saha Institute of Nuclear Physics , Kolkata, volume 2, பக்கம் 532 முதல் 637வரை

100. Anderson Robert .S ,Nucleus and Nation: Scientists, International Networks, and Power in India, University of Chicago Press; 1 Indian Edition (2011), பக்கம் 234

101. மேற்கண்ட நூல், அதே பக்கம்

102. Meghnad Saha in Parliament, Edited by Santimoy Chatterjee and Jyotirmoy Gupta, The Asiatic Society, Kolkata 1993, பக்கம் 138

103. மேற்கண்ட நூல், பக்கம் 139

104. Anderson Robert .S ,Nucleus and Nation: Scientists, International Networks, and Power in India, University of Chicago Press; 1 Indian Edition (2011), பக்கம் 235

105. சட்டர்ஜி&சட்டர்ஜி. Santhimay Chatterjee &Enakshi Chatterjee, MEGHNAD SAHA (Scientist with Vision), National Book Trust, India, Delhi ,1984, பக்கம் 76

106. அமர்த்தியா சென், India Through its Calendars <http://www.littlemag.com/2000/sen.htm>

107. இப்பிரச்சினை குறித்த சாகாவின் நாடாளுமன்ற உரைகள் சாந்திமாயி சட்டர்ஜியும், ஜோதிர்மயி குப்தாவும் தொகுத்த Maganath Saha on Parliament நூலில் இடம் பெற்றுள்ளன. அவரது பத்திரிகை செய்திகள் துண்டு பிரசுரங்கள் போன்றவை சாந்திமயி சட்டர்ஜி தொகுத்த Collected Works of Meghnad Saha , தொகுதி 3இல் இடம் பெற்றுள்ளன.

108. Meghnad Saha in Parliament, Edited by Santimoy Chatterjee and Jyotirmoy Gupta , The Asiatic Society, Kolkata 1993, பக்கம் 228&229

109. மேற்கண்ட நூல், பக்கம் 229

110. மேற்கண்ட நூல், பக்கம் 217

111. சாகாவின் மொழி சிந்தனைகள் மொழிவாரி மாநிலங்கள் அமைத்தல் பற்றிய கருத்துகள் ஆகியவற்றை சாந்திமயி சட்டர்ஜி தொகுத்த Collected Works of Meghnad Saha நூலில் தொகுதி 3 மற்றும் சாந்திமாய் சட்டர்ஜியும் ஜோதிர்மயி குப்தாவும் தொகுத்த 'Meghnad Saha in Parliament' நூலிலும் காண முடியும்.

112. Collected Works of Meghnad Saha, Edited by Santimoy Chatterjee, Saha Institute of Nuclear Physics , Kolkata, volume 3, பக்கம் 524

113. மேற்கண்ட நூல், பக்கம் 526

114. மேற்கண்ட நூல், பக்கம் 527

115. மேற்கண்ட நூல், பக்கம் 531

116. Meghnad Saha in Parliament, Edited by Santimoy Chatterjee and Jyotirmoy Gupta , The Asiatic Society, Kolkata 1993,பக்கம் 306

117. மேற்கண்ட நூல் , பக்கம் 305,306

118. Meghnad Saha by D. S. Kothari, Biographical Memoirs of Fellows of the Royal Society 5 (1959) 217236, பக்கம் 217

119. The Scientist in Society, THEMA, KOLKATA (2010), பக்கம் 92

120. M.N.Saha in Historical Prespective, Edited by Jyotirmoy Gupta,Thema,Kolkata 1994, பக்கம் 228

121. சட்டர்ஜி&சட்டர்ஜி. Santhimay Chatterjee &Enakshi Chatterjee, MEGHNAD SAHA (Scientist with Vision), National Book Trust, India , Delhi , 1984, பக்கம் 93

122. Abha Sur, Dispersed Radiance (Caste, Gender, and Modern Science in India), navayana, New Delhi, பக்கம் 100

123. திருமதி.ஏனாக்ஷி சட்டர்ஜி என்னிடம் தொலைபேசியில் கூறியது.

124. Abha Sur ,Dispesed Radiance (Caste, Gender, and Modern Science in India), navayana, New Delhi, பக்கம் 84

125. இது குறித்து சாகாவின் வாழ்க்கை வரலாற்று ஆசிரியர்களில் ஒருவரான திருமதி ஏனாக்ஷி சட்டர்ஜியிடம் (டாக்டர் சாந்திமயி சட்டர்ஜியின் மனைவி) நான் தொலைபேசியில் கேட்டேன்.

ஏனாக்ஷி சற்றும் தயங்காமல் 'ஆம், இது தவறுதான். சாகாவை 'ஆச்சார்யா' என்று குறிப்பிடத் தவறிவிட்டோம் என்று ஒப்புக் கொண்டதோடு 'இது எப்படி நேர்ந்தது?' என்று வருத்தப்படவும் செய்தார்.

126. Anderson Robert .S ,Nucleus and Nation: Scientists, International Networks, and Power in India, University of Chicago Press; 1 Indian Edition (2011), பக்கம் 561

127. S.B.Karmohapatro , Meghnad Saha , Publications Division , Ministry of Information and Broadcasting, Government of India ,New Delhi பக்கம் 110

128. Life with Father, சித்ரா ராய் ஆண்டர்சனுக்கு 1999இல் அனுப்பிய மின்னஞ்சல்கள். 'தி சண்டே ஸ்டேட்ஸ்மேன்' இதழ், அக்டோபர் 21, 2007

129. மேற்கண்ட மின்னஞ்சல்கள்

130. சட்டர்ஜி & சட்டர்ஜி T .Santhimay Chatterjee &Enakshi Chatterjee, MEGHNAD SAHA (Scientist with Vision), National Book Trust, India, Delhi, 1984, பக்கம் 97

துணை நூற்பட்டியல்

1. MEGHNAD SAHA (Scientist with Vision), Santhimay Chatterjee &Enakshi Chatterjee, National Book Trust, India, Delhi,1984.
2. Meghnad Saha, S.B.Karmohapatro , Publications Division , Ministry of Information and Broadcasting, Government of India, New Delhi 1997
3. Meghnad Saha by D. S. Kothari, Biographical Memoirs of Fellows of the Royal Society 5 (1959) 217-236.
4. Meghnad Saha: An Indian Astrophysicist. by Jashbhai Patel ,private circulation only , published by Jashbhai Patel, Vadodara
5. Meghnad Saha Scientist with a Social Mission (Hardcover) by Dilip m salvi.2010
6. COLLECTED SCIENTIFIC PAPERS 0F MEGI-INAD SAHA,Edited by Santimoy Chatterjee, , Saha Institute of Nuclear Physics, Kolkata,1969
7. Collected works of Meghnad Saha , Edited by Santimoy Chatterjee, Saha Institute of Nuclear Physics, Kolkata, Volume 1(1982),Volume 2(1986), Volume 3(1993), Volume 4(1993),Orient Longman, India
8. Meghnad Saha in Parliament, Edited by Santimoy Chatterjee and Jyotirmoy Gupta, The Asiatic Society, Kolkata 1993
9. M.N.Saha in Historical Prespective, Edited by Jyotirmoy Gupta,Thema,Kolkata 1994

10. The Making of the Indian Atomic Bomb: Science, Secrecy and the Postcolonial state, Itty Abraham, Orient Longman, 1999
11. The Scientist in Society, THEMA, KOLKATA (2010)
12. Meghnad Saha Scientist with a Social Mission (Hardcover) by Dilip m salvi.2010
13. Anderson Robert .S, Nucleus and Nation: Scientists, International Networks, and Power in India, University of Chicago Press; 1 Indian Edition (2011).
14. Abha Sur, Dispersed Radiance (Caste, Gender, and Modern Science in India), navayana, New Delhi, 2012
15. G. Venkataraman, Saha and His Formula, Universities Press, Hyderabad (2012)
16. M.V. Ramana, The Power of Promise, PENGUIN/VIKING,(2012)
17. Nehru & Bose: Parallel Lives, Rudrangshu Mukherjee, Penguin / Viking,2014
18. Some Eminent Indian Scientists, Jagjit Singh Publications Division, Ministry of Information and Broadcasting, Government of India, First 1966, Reprint 2012
19. Western Science in Modern India: Metropolitan Methods, Colonial Practices,by Pratik Chakrabarti, Permanent black, Delhi (2004)
20. Indian Fellows of The Royal Society and Others, Jatish Charan Chaudhuri, Academic Publishers, Kolkata ,1992
21. Raman and his Effect, G.Venkataraman,Universities press, Hydrabad, Reprint 2014
22. Bhabha and his Megnificent Obsessions,G.Venkataraman, Universities press, Hydrabad, Reprint -2009
23. Homi Jehangir Bhabha,Chintamani Deshmukh,National Book Trust,India-2013
24. S. Chandrasekhar Man of Science, Edited by Radhika Ramnath, Harper Collins with India Today, New Delhi(2011)
25. Prafulla Chandra Ray, J. Sen Gupta, National Book Trust, India-2013, Revised Edition 2012
26. Satyendra Nath Bose, Santhimay Chatterjee &Enakshi Chatterjee, National Book Trust, India , Delhi , (Rvised 1987).
27. Shanthi Swarup Bhatnagar,Subodh Mahanti, Publications Division , Ministry of Information and Broadcasting, Government of India, New Delhi (2008)
28. Bhagha Jatin ,Life and Times of Jatindranath Mukherjee ,Prithwindra Mukherjee, National Book Trust, India, Delhi (2010)
29. Founders of Modern aAstronomy, Subodh Mahanti,Vigyan Prasar
30. SCIENCE, STATE-FORMATION AND DEVELOPMENT: THE

ORGANISATION OF NUCLEAR RESEARCH IN INDIA 1938-1959, A Thesis Presented to The Academic Faculty By Jahnavi Phalkey , Georgia Institute of Technology , December 2007

31. வெ.சாமிநாத சர்மா, இந்திய அறிவியல் அறிஞர்கள், இளையோர் வரிசை 7, மாணவர் பதிப்பகம் (2006), சென்னை

32. விடுதலை வேள்வியில் வங்காள வீரர்கள், சு.கிருஷ்ணமூர்த்தி, திருக்குறள் பதிப்பகம், சென்னை(2011)

33. கண்டுணர்ந்த இந்தியா, ஜவகர்லால் நேரு, தமிழில் ஜெயரதன், பூரம் பதிப்பகம், சென்னை(2011)

34. ஹிக்ஸ்போஸான் வரை இயற்பியலின் கதை, ஆயிஷா இரா. நடராஜன்

35. வங்கக் கவி மைக்கேல் மதுசூதன் தத்தா, சு.கிருஷ்ணமூர்த்தி, நியூ செஞ்சுரி புக் ஹவுஸ் (பி)லிட், சென்னை(2013)

36. அணுசக்தி அரசியல், எம்.பி. பரமேசுவரன், காலச்சுவடு பதிப்பகம், நாகர்கோவில்(2012)

37. நேதாஜி சுபாஷ் சந்திர போஸ் ,சிசிர் குமார் போஸ், தமிழாக்கம்: ஏ.ஆர்.ராஜாமணி, நேஷனல் புக் டிரஸ்ட், இந்தியா (2010)

38. பாரதிதாசன் கவிதைகள்,சுவாமிமலை பதிப்பகம், சென்னை(2010)

துணைநின்ற கட்டுரைகள்

1. Santimay Chatterjee, Meghnad Saha - THE Scientist and The Institution Builder, Indian Journal of History of Science 29(1), 1994

2. Rajinder Singh, Arnold Sommerfeld - The supporter of Indian physics in Germany, Historical Notes, Current Science, vol. 81, NO. 11, 10 December 2001

3. John Hearnshaw, Augest gomte's blunder, Journal of Astronomical History and Heritage, பக்கம் 90

4. DeVORKIN DAVID H, QUANTUM PHYSICS AND THE STARS (IV): MEGHNAD SAHA'S FATE, Journal for the History of Astronomy August 1994 25: 155-188 பக்கம் 157

5. Rajinder Singh and Falk Riess,'C.V.RAMAN, M.N.SAHA AND THE NOBEL PRIZE FOR THE YEAR 1930', Indian Journal of History of Science, 34(1),1999

6. Santhimay Chatterjey & Enakshi Chatterjey, The Other Side of Genius, Illustrated weekly of India, Sept. 24, 1984 பக்கம் 46

7. D. M. Bose, Meghnad Saha Memorial Lecture, Proceedings of the National Institute of Science of India, VOL 33, A, Nos 3&4 *பக்கம் 117*

8. *அமர்த்தியா சென்,* India Through its Calendars <http://www.littlemag.com/2000/sen.htm>

9. Life with Father, *சித்ரா ராய் ஆண்டர்சனுக்கு* 1999*இல் அனுப்பிய மின்னஞ்சல்கள். 'தி சண்டே ஸ்டேட்ஸ்மேன்' இதழ், அக்டோபர்* 21, 2007

10. Election Commission of India - General Election, 1951 (1 st. LOK SABHA). STATISTICAL REPORT - Volume I (National and State Abstracts & Detailed Results).

11. Astrophysics Contribution of Indian Scientists, M.S.Vardya, Defence Science Journal , Vol 44,no 3, july 1994, *பக்கம் 207213*

12. Saha and the Dyon,A.P.Balachandran, Department of Physics, Syracuse University, Syracuse, NY 13244-1130, March 1993

13. Bhadralok Physics and the Making of Modern Science in Colonial India, Somaditya Banerjee, 2013

14. meghnad Saha Influence in Astrophysics, Devid De Vorkin, 1995

15. Indian National Calendar, Indian Journal of History of Science, 41.1 (2006) *பக்கம் 29 52*

16. What will it take for a resident Indian to win a Nobel price? R .A .Mashelkar, Business Today, jan15, 2006,

17. Rajinder Singh, The Nobel Laureate CV Raman and his contacts with the European men of science in political context, 2006

18. A Centenary tribute to Meghnad Saha, A.A.Kamal, Bulletin of the Astronomical Society of India V. 22, P. 105-110, 1994

19. Nehru, Science and Secrecy, M. V. Ramana <http://www.reocities.com/m_v_ramana/nucleararticles/Nehru.pdf>

20. The Power of Promise, M V Ramana in conversation with Nityanand Jayaraman, Published on Youtube Mar 3, 2013. Date: February 18, 2013. Location: Asian College of Journalism. English transcript by Chai Kadai, Published on Mar 6, 2013.

21. Civil Liability For Nuclear Damage Bill, 2010: An Ideological Twin Of Indian Atomic Energy Establishment By Yash Thomas Mannully &V.N. Haridas, 25 August, 2010,Countercurrents.org

22. The HINDU, Editorial, The Saha equation, January 20, 2000

23. Meghnad Saha and CV Raman: fact ans fiction, santimay chatterjee, Indian physical society diamond jubilee volume, 1995 *பக்கம் 4347*

துணைநின்ற இணைய (கூகுல்) நூல்கள்
(GOOGLE BOOKS)

1. The Story of Helium and the Birth of Astrophysics, By Biman B. Nath, Springer, New York ,2013
2. Henry Norris Russell: Dean of American Astronomers By David H. DeVorkin, Princeton University Press, 2000
3. International Development and the Social Sciences: Essays on the History and Politics of Knowledge, Frederick Cooper, Randall M. Packard,University of California Press, 1997
4. Another Reason: Science and the Imagination of Modern India, Gyan Prakash, Princeton University Press, 1999
5. Prisoners of the Nuclear Dream, M. V. Ramana, C. Rammanohar Reddy, Orient Blackswan, 01-Jan-2003 - India
6. India's Nuclear Bomb: The Impact on Global Proliferation, George Perkovich, University of California Press, 2001
7. History of Science, Philosophy and Culture in Indian Civilization: pt. 1. Science, technology, imperialism and war,Debi Prasad Chattopadhyaya, Pearson Education India, 1999 - India
8. Perspectives,Vasudevan, S. A. & Sathya Babu, M. (eds.), Orient Blackswan, 01-Jan-1990
9. Environment, Development and Society in Contemporary India:An Introduction, Prasad, Macmillan, 01-Feb-2008
10. Caste, Culture and Hegemony: Social Dominance in Colonial Bengal (Google eBook), Sekhar Bandyopadhyay, SAGE Publications India, 01-Jul-2004
11. Science, Technology, Imperialism, and War, Jyoti Bhusan Das Gupta,Pearson Education India, 2007
12. A Concise History of Solar and Stellar Physics, Jean Louis Tassoul, Monique Tassoul, Princeton University Press, 2004
13. Netaji Subhas Chandra Bose and Indian Freedom Struggle (Set in 2 Vols.), Volume 1, Ratna Ghosh, Deep and Deep Publications, 01-Jan-2006
14. Masterminds,Chatterjee, Enakshi, Enakshi, Orient Blackswan-1990
15. Coping with Natural Hazards: Indian Context, Khadg Singh Valdiya, Orient Blackswan, 2004
16. Nuclear Power in India: A Critical History (Google eBook), B. Banerjee, N. Sarma, Rupa Publications, 2008

பின்னிணைப்பு 1

சாகாவின் வெளியீடுகள்

(அ) அறிவியல் ஆய்வுக் கட்டுரைகள் (CSIR) *வெளியிட்டான* 'Scientific Papers of Meghnad Saha' *நூலில் உள்ளவை கால வரிசைப்படி தரப்பட்டுள்ளன.*

1. On Maxwell's Stresses: Phil..Mag., Sr. VI, 33, 256, 1917.
2. On the Limit of Interference in the Fabry-Perot Interferometer: Phys.Rev., to, 782, 1917.
3. On a 'New Theorem in Elasticity: Jour Asia , Soc Bengal, New Sr. l4, 421, 1918.
4. On the Pressure of Light (with S. Chakraborty): Jour Asia , Soc Bengal, New Sr. 14,425, 1918.
5. On thc Dynamics of the Election: Phi.Mag, Sr. VI, 36, 76, 1918.
6. On the Influence of the Finite Volume of Molecules on the Equation of State (with S.N. Bose) Phil. Mag, Sr. VI,36, 199, 1918. .
7. On the Mechanical and Electro-dynamical Properties of the Electron: Phys. Rev., 13,34, 1919 Phys Rev, 13, 238, 1919.
8. On Radiation Pressure and the Quantum Theory, A Preliminary Note, Astro Phys Jour, 50, 220, 1919.
9. On the Fundamental Law of Electrical Action: Phil. Mag, Sr. VI, 37, 347, 1919.
10. On Selective Radiation Pressure and the Radiative Equilibrium of the Solar Atmosphere, Jour Dept Science, Calcutta University, 2, (Physics), 51, 1920.
11. Note on the Secondary Spectrum of Hydrogen: Phil.. Mag, Sr. VI,40, 159,1920.
12. Ionisation in the Solar Chromosphere: Phil.. Mag, Sr. VI 40,472,1920.
13. Elements in the Sun: Phil. Mag, Sr. VI, 40, 809, 1920.
14. On the Problem of Nova Aquila III: Jour Astr Soc Ind., 10, 36, 1920.
15. On, the problems of Temperature Radiation of Gases (Paper C): Phil. Mag, Sr. VI, 41,267, 1921.
16. The Atomic Radius and the Ionization Potential: Nature, 107, 682, 1921.
17. On a Physical Theory of Stellar Spectra: Proc Roy Soc, Lond, A99, 135,1921.
18. Versuch einer Theorie der physikalischen Erscheinungen bei hohen Tmperaturen mit Anwendungen auf die Astrophysik: Zeit f Phys, 6, 40,1921.

19. On Electron Chemistry and its Application to Problems of Radiation and Astrophysics: Jour Astro Soc, lnd, 10, 72, 1921.
20. The Stationary H and K-Iines of Calcium in Stellar Atmosphere: Nature, 107, 448, 1921.
21. On the Ionization of Gases by Heat (with P. Gunther): Jour Dept Sci, Cal. Univ. 1 4, 97, 1922.
22. On the Temperature Ionization of Elements of the Higher Groups in the Periodic Classification: Phil. Mag, Sr. VI, 44, 1128, 1922.
23. On: the ' Physical Properties of Elements at High Temperatures: Phil.Mag Sr. VI, 46, 534, 1923. ,
24. On Continuous Radiation from the Sun: Nature, 112. 282, 1923.
25. On an Experimental Test of Thermal Ionization of Elements (with N.K. Sur): Jour Ind Chern Soc, 1, 9, 1924.
26. Qn an Active Modification of Nitro~en (with N.K. Sur): Phil. Mag, Sr. VI. 48,421, 1924.
27. The Pressure in the Reversing Layer of Stars and Origin of Continuous Radiation from the Sun, Nature, 114, 155, 1924.
28. Ionization in Stellar Atmospheres and Steric Factor: Mon Not Roy Astro Soc, 85, 977,1925.
29. Influence of Radiation on Ionisation Equilibrium (with R.K. Sur): Nature, 115, 371, 1925.
30. The Phase Rule and its Application to Problems of Luminescence and Ionization of Gasses: Jour lnd Chern Soc, 2,49, 1925.
31. The Spectrum of Si+ (once Ionized Silicon): Nature, 116, 644, 1925.
32. On the Absolute Value of Entropy (with R.K. Sur): Phil. Mag, Sr. VII, I, 279, ,1926.
33. On Entropy of Radiation II (~ith R.K. Sur): Phil. Mag, Sr. VII, I, 890,1926.
34. On the Influence of Radiation on Ionization EqUilibrium (with . R.K. Sur): Phil. Mag, Sr. VII,l, 1025, 1926.
35. Nitrogen in the Sun: Nature, 117,268,1926.
36. Uber einen experimentclleq Nachweis der ther;misc4en Ionizierung der Elemente (with N .K. Sur & K. Majumder): Zeit f Phys, 40,648, 1927.
37. Uber das Mainsmith-Stonersche Schema des Aufbaus der Atome (with B.B. Ray): Physik Zeitschr, 28,221, 1927.
38. Uber ein neues Sche:ql~fur den Atomaufbau : Physik Zeitschr, 28, 469, 1927.
39. On the detailed Explanation of.Spectra of the Metals of the Second Group: Phil Mag, Sr. VII. 3,1265,1927.
40. On the Explanation of Spectra of Metals of Group II, Part II (with P.K. Kichlu): Phil Mag, Sr. VII, 4, 193, 1927.

41. A Note on the Spectrum of Neon: Phil Mag, Sr. VII, 4, 223,1927.
42. On the Explanation of Complicated Spectra of Elements: Estratto dagli Atti del congrtsso Internazionale del Fisici Como-Settembre, l927 (Y).
43. Extension of the Irregular Doublet Law to Complex Spectra'(with P.K. Kichlu): (a) Ind Jour Phys, 2, 319, 1928; (b) Nature, 121,224, 1928.
44. The Origin of the Nebulium Spectrum: Nature, 121, 418, 1928.
45. The 'Origin of the Spectrum of the Solar Corona: Nature, 121, 671, 1928.
46. Negatively Modified Scattering (with D.S. Kothari and G.R. Toshniwal): Nature, 122, 398, 1928.
47. On the Method of Horizontal Comparison in the Location of Spectra of Elements (with K. Majumder): Ind Jour Phys, 3, 67, 1929.
48. On New Methods in Statistical Mechanics (with R.C. Majumder): Phil. Mag, Sr. VII,9, 584, 1930.
49. Colours of Inorganic Salt : Nature, 125, 163, 1930.
50. Uber die Verteilung der Intensitat unter die Feinstrukturkomponenten der Serienlineen derWasserstoffs und des ionisierten Heliums,nach der, Diracschen Elektronentheorie (with A.C. Banerji): Zeits f Phys.68, 704, 1931.
51. The spin of the photon (with Y.Bhargava), : Nature,128, 817, 1931.
52. On the Colours of lnorganic Salts (with S.C. Deb): Bull Acad Sci U.P., 1, 1, 1931.
53. On the Absorption Spectra of Saturated Halides of Multivalent Elements, (with A.K. Dutta): Bull Acad Sci, U.P.1, 19, 1931
54. On the Interpretation of X-ray Term Values (with R.,S.'Sharma) ; Bull Acad Sci, U.P., 1, 119, 1931.
55. Complex X-ray Characteristic Spectra (with S. Bhargava and J.B. Mukherjee): Nature, 129, 435,1932.'
56. On the Beta-ray Activity of Radioactive Bodies (with D. S. Kothari) : Bull Acad Sci, Allahabad, 5. 257, 1934.
57. A Suggested Explanation of Beta-ray Activity (with D.S. Ko,~hari) : (a) Nature, 132, 747, 1933; (b) Nature.133. 99, 1934.
58. Inner Conversion in X-ray Spectra (with J.B. Mukherjee): Nature, 133, 377, 1934.
59. The Upper Atmosphere : Proc Nat Inst ,Sci Ind, 1,217, 1935.
60. Spectra of Comets: Sci & Cult, 1, 476, 1936.
61. Can Electrons Enter.the Nucleus: Sci & Cult, 273, 1936.
62. The Origin of Mass in Neutrons and Protons: Ind Jour Phys 10, 141"1936.
63. A Critical Review of the Present Theories of the Active Moqification of Nitrogen (with L.S. Mathur): Proc Nat Acad Sci, Ind, 6, 120, 1936.

64. A New Model Demountable Vacuum Furnace (with A.N. Tandon):Proc Nat Acad Sci, Ind, 6, 212, 1936.

65. A Stratosphere Solar Observatory: Harvard College Observatory Bulletin, 905,1937.

66. Experimental Determination of the Electron Affinity of Chlorine (with A.N. Tandon): Proc Nat inst Sci, Ind, 3, 287, 1937.

67. Molecules in Interstellar Space: Nature, 139, 840, 1937.

68. On Propagation of Electromagnetic Waves through the Atmosphere (with R.N. Rai) : Proc Nat Inst Sci, Ind, 3, 359, 1937.

69. On the Action of Ultraviolet Sunlight-upon 'the Upper Atmosphere: Proc Roy Soc, Lond, A160, 155. 1937.

70. On the Propagation of Electromagnetic Waves through the Earth's Atmosphere (Paper I) (with R.N. Rai & K.B. Mathur) : Proc Nat Inst Sci, Ind, 4, 53, 1938.

71. On the Ionization ,of the Upper Atmosphere (with R.N. Rai): Proc Nat Inst Sci, Ind, 4, 319, 1938.

72. The Propagation and the Total Reflection of Electromagnetic Waves in the Ionosphere (with K .B. Mathur): lnd Jour Phys, 13,251. 1939.

73. On the Structure of Atomic Nuclei (with S.C· Sirkar & K.C. Mukherjee): Proc Nat Inst Sci, Ind, 6,45, 1940.

74. On a Physical ,Theory of the Solar Corona: Proc Nat Inst Sci Ind.8,99. 1942.

75. Capture of Electrons by Positive Ions while passing through Gases (with D. Basu): Ind Jour Phys, 19, 121,1945.

76. Wave Treatment of Propagation of Electromagnetic Waves in the Ionosphere (with B.K. Banerjea): Ind Jour Phys, 19, 159,1945.

77. A Physical Theory of the Solar Corona: Proc Phys Soc, Lond, 57, 271, 1945.

78. On Nuclear Energetics and Beta Activity (with A.K. Saha): Trans Nat Inst Sci, Ind, 2, 193, 1946.

79. On Nuclear Energetics and Beta Activity (with A.K. Saha) : Nature, 158, 6, 1946.

80. Conditions of Escape of Radio-frequency energy from the Sun and the Stars: Nature, 158, 549,1946.

81. Origin of Radio-waves from the Sun and the Stars: Nature 158 717, 1946.

82. Measurement of Geological Time in India: The Age of Rocks and Minerals (with B.D. Nagchaudhuri): Trans Nat Inst Sci,Ind 2,273 1947.

83. On the Propagation of Electromagnetic waves through the Upper Atmosphere (with B.K. Banerjea and U.C. Guha) : Ind Jour Phys, 21, 181, 1947.

84. On the conditions of Escape of Microwaves of Radio-frequency Range from the Sun (with B.K. Banerjea and U.C. Guha) : Ind Jour Phys, 21, 199, 1947.
85. Notes on Dirac's Theory of Magnetic Poles: Phys Rev, 95 1968,1949.
86. Vertical Propagation of Electromagnetic Waves in the Ionosphere (with B.K. Banerjea and U.C. Guha): Proc Nat Inst Sci. Ind, 17, 205 1951.
87. Occurrence of Stripped Nuclei of Neon in Primary Cosmic Rays: Nature, 167,476, 1951.
88. Determination of the Electron Concentration and the Collision Frequency in the Ionsphere Layers of the O and X Waves: Proc Mixed Commission on the Ionosphere, Brussels, 211, 1954.

(ஆ) மற்ற கட்டுரைகள்

(Collected Works of Meghnad Saha *தொகுப்புகளில் உள்ளவை. பொருள் அடிப்படையிலும் கால வரிசைப்படியும் தரப்பட்டுள்ளது).*

அறிவியல்

வானியல் மற்றும் வானியற்பியல் (Astronomy & Asrophysics)

1. Time and Space (The Statesman Nov. 13 & 15, 1919).
2. Physical Observation during a Total Solar Eclipse (Cal Rev, 4,095, 1920).
3. Application of Subatomic Thermodynamics to Astrophysics (Proc Ind Sci Cong, 1926).
4. Plea for an Astronomical Observatory at Benares: Pandit Madan Mohan Malaviya 70th Birthday Commemoration Volume, Edited by A. B. Dhruba, 1932.
5. Fundamental Cosmological Problems (Proc Ind Sci Cong, 1934).
6. Minor Planets (Sci & Cult, 3, 312, 1937).
7. Solar Control of the Atmosphere (Proc Nat Inst Sci, (Ind.), Annual Address, 1939).
8. The Mystery of the Solar Corona Solved (Sci & Cult, 7,247, .1941).
9. Interntional Astronomical Union, 9th Session, Dublin (Sci & Cult, 21, 183, 1955).

நிறமாலையியல் (Spectroscopy)

10. Dissociation Equilibrium: Life and Work of Sir Norman Lockyer. Edited by L. M. Lockyer and W. L. Lockyer; Macmillan; London and Basingstoke, 1928.
11. Six Lectures on Atomic Physics, Monograph, Patna University, 1931).
12. Spectroscopy in the Services of Chemistry (Sir P. C. Ray 70th Birthday Commemoration Volume, Ind Chem Soc, 1933).

அணுக்கரு இயற்பியல் காஸ்மிக் கதிர்கள்அணு சக்தி

(Nuclear Physics-Cosmic Rays-Atomic Energy)

13. Ultimate Constituents of Matter (Sci & Cult, I, 12, 1935).
14. Conference on Nuclear Energy (with P. L. Kapur) (Sci & Cult, 2,133, 1937).
15. Uranium Fission (Sci & Cult, 6, 694.1941).
16. The story or the Atomic Bomb (with B. D. Nag Cbaudhury). (Sci & Cult, 11,111,1945).
17. The Logic of the Atom Bomb (Sci & Cult, 11,212, 1945).
18. Britain's Part in the Evolulion of the Atomic Bomb (Sci & Cult, 11, 214,1945).
19. The Atom Bomb (Sci & Cult., 11, 645, 1946).
20. The Industrial Utilization of Atomic Energy in India (a) Sci & Cult, 13,86, 1947 (b) Sci & Cult, 13, 134, 1947.
21. Release of Atomic Energy (Sci & Cult, 13, 167, 1947).
22. Origin of the Primary Cosmic Rays (Proc Int Conf on Primary Cosmic Rays-TIFR, Bombay, 1951).
23. Peaceful Utilization of Atomic Energy on International Level (Sci & Cult., 19, 363, 1954).
24. Organization of Atomic Energy (Sci & Cult, 19, 368, 1954).
25. Peaceful Uses of Atomic Energy (Lok Sabha Debate, Vol 5, 7006, 10 May 1954).
26. Future of Atomic Energy in India (Sci & Cult, 20, 212, 1954).
27. Atomic Energy in India (Sci & Cult, 20, 208, 1954).
28. On the Choice and Design of Reactors (Trans Bose Inst, 20,109,1955).
29. Atomic Weapons, Disarmament and Use of Atomic Energy (a). Sci & Cult, 21, 70,1955; (b). World Council of Peace 1955).
30. The Atomic Energy Conference at Moscow (Sci, & Cult, 21, 16, 1955).
31. End of an Unscientific Era (Sci & Cult, 21, 117, 1955).

தேசியப் பிரச்சினைகள் (National Problems)

ஆற்று மேலாண்மை (River Management)

32. The Great Flood in Northern Bengal (Mod Rev, 32, 605, 1922).
33. The Catastrophic Flood in Bengal and How They can be Combated (Mod Rev., 51, 163, 1932).
34. Need for a Hydraulic Research Laboratory in Bengal (Sir P.C. Ray's 70th Birthday Comm Vol. Ind Chem Soc, 237,1933).
35. Need for a River Physics Laboratory (From concluding portion of address as General President of 21st Indian Science Congress held at Bombay in 1944).

36.The Damodar Flood of 1933 (Mod Rev, 58,527,1935).

37.Irrigation Research in India (Sci & Cult, 2, 281, 1936).

38.The Problem of Indian Rivers (Proc Nat Inst Sci, Ind, 4, 23, 1938).

39.Flood (Sci. & Cult., 9, 95, 1943).

40.Training of the Tennesses River (with K. Ray): (Sci. & Cult., 9,418, 1944).

41.Planning for the Damodar Valley (with K. Ray): (Sci. & Cult 10, 20, 1944).

42.The Damodar Valley Reclamation Scheme (Sci. & Cult., 11, 513, 1946).

43.Multipurpose Development of Indian Rivers (Sci. & Cult., 13, 3, 1947).

44.Multipurpose River Scheme (Lok Sabha Debate General Budget Vol. 3, +209, 6 April, 1954).

ஆற்றல், எரிபொருள், மின்சாரம் (Power, Fuel and Electricity)

45.Electricity-Its Use for the Public and for Industries (Sci & Cult, 1, 203, 1935).

46.Public Supply of Electricity in India (Sci & Cult, 1, 367, 1935)

47.On National Supply of Electricity (Sci & Cult, 3, 65, 1931).

48.The Intelligent Man's Guide to the Production and Economics of Electric Power (with A.N. Tandon) (Sci & Cult, 3,506 & 574).

49.Symposium on Power Supply-Opening address (Proc Nat Acad Sci Jud., Special No.1 Nov. 1938).

50.Wanted a National Fuel Policy (Sci & Cult, 6, 61, 1940).

51.Oil & Invisible Imperialism (with S.N. Sen): (Sci & Cult, 8, 150,1942).

52.India's Need for Power Development (Sci & Cult, 10,6, 1944).

53.Fuel in India (Nature, 177,923,1956),

வளங்கள் (Resources)

54.Some Constitutional Hindrance to Development of india's National Resources (Sci & Cult, 10, 455, 1945).

55.Development of Resources and Indian Constitution (Sci & Cult. 11, 1, 1945).

56.Address as Chief Guest (Jour Geo Min & Metal. Soc, Ind., 25, No.4 135,1953).

தொழில்மயமாக்கம் (Industrialisation)

57.Problem of Industrial Development in India (Sci & Cult 2, 529, 1937).

58.The Philosophy of Industrialisation (Mod Rev, 64, 145, 1938).

59.Technical Assistance to Indian Industry by the Government of India (Sci & Cult, 4, 147, 1938).

60.Industrial India (Sci & Cult, 4,365,1938).

61.Automobile Industry in India (Sci & Cult, 7. 465,1942).

62.Technological Revolution in Industry - How the Russians did it? (Sci & Cult, 8,398, 1943).

63.Industrial Research & Indian Industry (Sci & Cult, 8,465, 1943).

64.Industrial Research (Sci & Cult, 11, 119, 1945).

65.The Industrial Policy of , the Planning Commission (Sci & Cult, 18, 452, 1953).

66.The Alkali Industries (Sci & Cult, 19, 221, 1953).

திட்டமிடல் (Planning)

67.Indian National Reconstruction and the Soviet Example (Sci & Cult,3, 185, 1937).

68.Congress President in National Reconstruction (Sci & Cult, 4, 137, 1938).

69.National Planning in Sweden (Sci & Cult, 4, 669, 1939).

70.The Four Fold Ruin of India (Sci & Cult, 5,499, 1940).

71.Scientific Research in National Planning (Sci & Cult, 5; 639, 1940).

72.Right Thinking (Sci & Cult, 6, 191, 1940).

73.National Planning in India (Mod Rev, 57, 540, 1940).

74.Department of Planing and Development (Sci & Cult, 10, 7, 1944).

75.Principles of Regional Planning (Sci & Cult, 10, 177, 1944).

76.Planning or Muddling (Sci & Cult, 11,225, 1945).

77.Science in Social and International Planning with Special Reference to India (Nature, 155, 221, 1945).

78.Patterns of Planning in Different Countries (Sci & Cult, 12, 297, 1947).

79.The Development of Soviet Economic System (Sci & Cult,12,301, 1947).

80.Problems of Independent India (a. Sci & Cult, 13, 358, 1947); (b. Sci & Cult, 13, 471, 1948).

81.National Planning Commission (Sci & Cult, 16, 2, 1950).

82.The Five Year Plan (Sci & Cult, 17,51,1951).

83.The Financial Plan (Sci & Cult, 18, 557, 1953).

84.Rethinking of Future (Sci & Cult, 18, pp. 339, 449, 557; 1953.

போரும் பஞ்சமும் (War and Famine)

85.The War Comes (Sci & Cult,,S, 265, 1930).

86.Science in War (Sci & Cult, 6. 489, 1941).

87.Science & War Effort in Great Britain & India (Sci & Cult, 8, 95, 1942).

88.Famines, Royal Commission and Commercial Commission (Sci & Cult, 10, 7, 1944).

கல்வி (Education)

89.Facilities for study in Germany (Mod Rev, 31, 157, 1922).

90.A Common Script for India (Sci & Cult, 1, 117, 1935).

91.On a National Scheme of Education (Sci & Cult, 4, 199, 1938),

92.Science Teaching in Schools (Sci & Cult, 7. 61,1941).

93.A Common Langunge for India (Sci & Cult, 7, 173,]941).

94.Post War ducational Development in rndia (Sci & Cult, 9, 405, 1944).

95.Education in India (Sci & Cult,]8, I, 1952).

96.Higher Education in India (Sci & Cult, 18, 33, 1952)'.

மாநிலங்கள் மறுசீரமைப்பு (States Reorganization)

97. The Problem of Minorities (Hindustan Standard, Calcutta, 9 August 1938).
98. Report of the States Reorganization Commission (Sci & Cult, 21, 223, 1955).
99. States Reorganization (Hindustan Standard, Calcutta, 5 December 1955).
100. Congress Policy after Independence (Hindustan Standard, Calcutta, 6 December 1955).
101. Linguistic Distribution in Eastern Zone (Hindustan Standard, Calcutta. 7 December 1955).
102. West Bengal's. Case Explained (Hindustan Standard, Delhi, 22 December 1955).
103. States Reorganisation (Pamphlet, 1955).
104. Facts and Figures say why Jamshedpur should be Included in West Bengal (Amrita Bazar Patrika, 19 January 1956).

அகதிகள் மறுவாழ்வு (Refugee Rehabilitation)

105. Refugee Rehabilitation in the Eastern Region . (Press statement, 28 May 1954).
106. Rehabilitation of East Bengal Refugees (Statement jointly with T. Chaudhury, Amrita Bazar Patrika, 23 June 1954).
107. Stress on Co-operation of Public in Rehabilitation (Press statement jointly with T. Chaudhury, Amrita Bazar Patrika, 27 June 1954).
108. Pandit Nehru urged to take up Rehabilitation Portfolio (Statement jointly with T. Chaudhury, Amrita Bazar Patrika, 26 November 1954).
109. Rural Refugees must not be sent out of West Bengal (Statement jointly with Charu Chandra Roy, Amrita Bazar Patrika, 25 Apri11955).

கால வரிசையியல் / நாள்காட்டி (Chronology/Calendar)

110. The Age of Mahabharata (Sci & Cult, 4, 482, 1939).
111. Need for Calendar Reform (Sci & Cult,4,601, 1939).

112. The reformed Calendars and the Gregorian Calendar Through Ages (Sci & Cult, 4, 503, 1939).

113. The Reform of the Indian Calendar (Sci & Cult, 18, 57, 1952).

114. Calendar Reform in India-India's Calendars in Confusion (Jour Roy Astro Soc (Canada), 47, 109, 1952.

115. US. Calendar Through Ages: Sir Alladi'Krishnaswami Aiyar Endowment Lecture at University College of Waltair. (Orissa Mission Press, Cuttack, 1952).

116. Different Methods of date recording in ancient and Medieval India and the origin of the Saka Era. (Jour Asia Soc India, 19, 1. 1953).

117. The World Calendar Plan (Sci & Cult, 29, 108. 1954).

118. Indian Proposal for World Calendar Reform (18th Session of UNESCO, Geneva, 1954).

119. History of the Calendar in Different Countries Through the Ages. (with N.C. Lahiri) : Report of the Calendar Reform Committee, Part-C (Council of Scientific and Industrial Research, 1955).

அமைப்புகள், நிறுவனங்கள் (Organizations, Institutions)

120. Indian Institute of Science-A Press Interview (Mod Rev, 49, 726; 1931).

121. The Proposal for an Indian Academy of Science (From concluding portion of address as General President of 21s(Indian Science Congress held at Bombay in 1934).

122. The Carnegie Institution of Washington (Sci & Cult, 1, 130, 1935).

123. The Carnegie Education Trust (Sci & Cult, 1, 215, 1935).

124. The Tndian Institute of Science, Bangalore (Sci & Cult, 1, 523, 1936) .

125. The All India Radio : What are its defects and How 10 Remedy Them (Mod Rev, 62, 683, 1937).

126. The 1ndian Science Congress Association 1914-38 (Sci & Cult, 3. 307, 1931).

127. Fight for Oxford Municipality against Lord Miston and Others (Sci & Cult, 3, 602, 1938).

128. Records of Royal Society of London (Sci & Cult, 4,91,1938).

129. Review of Rockfeller Foundation for 1937 (Sci & Cult, 4, 99, 1938).

130. National Research Councll (Sci & Cult, 5, 571. 1940).

131. Need for School of Glass Technology In India (Sci & Cult, 6, 555, 1941).

132. Proposel for reform of the Government Organisation for Scientific and Industrial Research (Sci & Cult, 9, 1, 1943).

133. University College of Science. Calcutta (Sci & Cult, 9, 19, 1943).

134. The 200th Anniversary of the USSR Academy of Science (Sci & Cult,11. 1945).

135. The Institutions under the USSR Academy of Science (with S. N. Sen) : (Sci & Cult,11, 55, 1945).

136. Royal Asiatic Society of Bengal (Sci & Cult,11,451, 1946).

137. Association of Scientific Workers (India) : (Sci & Cult, 12, 323, 1947).

138. National Research Council (Sci & Cult, 13, 123. 1947).

139. Department of Scientific Research (Sci & Cult, 14, 42 & 85, 1948).

140. Institute of Nuclear Physics (1) : (Report of INP Calcutta. 1948).

141. University Grants Committee (Sci & Cult, 14,215,1948).

142. Need for Central Geophysical Institute (Sci & Cult, 21, 586, 1956).

143. Institute of Nuclear Physics (2): (Sci & Cult, 18. 103, 1952).

அறிவியல் ஆராய்ச்சிகள் குறித்து (On Scientific Research)

144. Industries and Scientific Research (Sci & Cult, 2, 413, 1937).

145. Need for Power Research and Investigation Board (Sci & Cult, 3, 405, 1938).

146. The Next 25 years of Science in India (Sci & Cult, 4, 1, 1948).

147. Progress of Physics in India During Past 25 Years (Ind Sci Cong Assoc, Silver Jubilee No. 1938).

148. On the Use of Science and Scientists (Sci & Cult, 6, 191,1940).

149. Basic Principles of Organisation of Scientific Research (Sci & Cult, 9. 173, 1943).

150. Basic Principles of Organisation of Scientific Research (Proc Nat Inst Sci (Ind.), 10, 9, 1943).

151. Prof. Hill on Principles of Scientific Research (Sci & Cult, 9, 308, 1944)

மனித வாழ்க்கை மற்றும் பிற அம்சங்கள் (Humanism and other aspects)

மனித வாழ்க்கையும் அறிவியலும் (Humanism and Science)

152. Poetry and Science (The Golden Book of Tagore. edited by Ramananda Chatterjee, 1931).

153. The Mission of a Physicist in National Life (Ind Jour Physics, 11, 5, 1937).

154. Science and Religion (The Cultural Heritage of India - Shri Ramakrishna Centenary Memorial Volumes, Belur Math, 3,337,1937).

155. A New Philosophy of Life (Viswabharati News, 7, 44, 1938).

156. Civilisation in Transition (Sci & Cult, 8, 2, 1942).

157. Our National Crisis (Sci & Cult, 12, 253, 1946).

தொல்லியல் மற்றும் வரலாறு (Archaeology & History)

158. Archaeological Excavation in India (Sci & Cult, I, 439, 1936).
159. The Indus Valley 5000 Years Ago (Sci & Cult, 5, 5, 1939).
160. Centenary of Decipherment of the Bramhi and Kharosthi Alphabets (Sci & Cult, 5, 149, 1939).
161. Work of the Archaeological Survey of India (a Sci & Cult, 5, 377; 1940) : (b, Sci & Cult, 5, 1940).
162. Twenty five years of the Soviet Union (Sci & Cult, 8, 145, 1942).
163. The Renaissance of China (Sci & Cult, 8, 195,1942).

ஆளுமைகள் (Personalities)

164. Albert Einstein (Principles of Relativity, Calcutta Univ. 1920).
165. In Memorium-the Late Hirendralal Mitra (with Sushil Kumar Acharya) : Cal. Rev., 1922.
166. The Fiftieth Birthday of Neils Bohr (Sci & Cult, 1,337. 1935).
167. Sir U.N.Brahmachari (Sci & Cult, 1, 407, 1935).
168. Lord Rutherford of Nelson (with D. S. Kothari) : (Sci & Cult, 3, 300, 1937).
169. James Princep (Sci & Cult, 5, 153, 1939).
170. Sir Shah Mohammad Sideiman (Sci & Cult, 6,644, J941).
171. Rabindra Nath Tagore (Sci & Cult, 7,]23, 1941).
172. Sir M. Visvesvarayya (Sci & Cult, 7, 274, 1941).
173. The Late Prof. W. Nerest (Sci & Cult, 7,518,1942).
174. The Late Sir William Henry Bragg (Sci & Cult, 7,544,1952).
175. The Late Rai Bahadur R. Chanda (Sci & Cult, 8, 65,1942).
176. Obituary-Gauripati Chatterjee (Sci & Cult, 8, 163, 1942).
177. Obituary of Sir U.N.Brahmachari (Sci & Cult,11,447, 1946).
178. Albert Einstein (Ind Jour Met & Geography, 6, I, 1955).

பயணம் (Travel)

179. My Experience in Soviet Russia (Bookman, Calcutta 1?46).

அறிவியல் தொடர்பான பத்திரிகைச் செய்திக் கட்டுரைகள் (Science Reporting)

180. Number-the language of Science-Review (Mod Rev 50,669, 1931).
181. V. Raman's Discovery (India and the World, 1933).
182. Science and Culture (Sci & Cult, 1,1, 1935).
183. The great Quetta Earthaquake (Sci & Cult, 1, 65, 1935).
184. The March towards Absolute Zero (Sci & Cult, 1, 132, 1935).
185. The existence of Free Magnetic Pole (Sci & Cult, 1, 156, 1935).

186. Physics in Aid of Medicine (with P. K, Sen Chaudhuri) (Sci & Cult, 6, 49 & 110, 1940).

187. Experience as Member of the Indian Scientific Mission (Roy Asia Soc, Bengal, 1946)

188. The Atomic World (Sci & Cult, 20, 1955).

மொழிபெயர்ப்பு (Translations)

189. Electrodynamics of Moving Bodies - A. Einstein, Ann /der Phys. 1905. (Principles of Relativity, Cal. Univ. 1920).

190. Principles of Relativity by H. Minkowski, 1909. (Principles of Relativity. Cal. Univ. 1920).

(இ) எழுதிய நூல்கள் (List of Books)

1. The principle of Relativity (with S. N. Bose), Calcutta University, 1920.
2. Treatise on Heat (with B.N.Srivastava). Indian Press, Allahabad, 1931.
3. Junior Text Book on Heat (with B. Srivastava), Indian Press. Allababad, 1932.
4. Treatise on Modern Physics Vol. 1,with N.K.Saha), Indian Press, Allahabad, 1934.
5. My Experience in Soviet Russia Bookman Inc. Culcutta, 1947.

பின்னிணைப்பு 2

மேக்நாட் சாகாவின் பெயர் மாற்றம் ஓர் அரசியல் குறிப்புணர்த்தல்

மேக்நாட் சாகாவுக்கு அவர் குடும்பத்தினர் வைத்த பெயர் மேக்நாத் (Meghnath) என்பதாகும். இடியும் மின்னலும் அடை மழையும் அச்சுறுத்திய புயல் வீசிய இரவொன்றில் பிறந்ததால் மேகங்களின் தலைவன் (இந்திரன்) என்ற பொருள்படும் மேக்நாத்(Meghnath) என்ற பெயரைச் சாகாவுக்கு அவர் பாட்டி சூட்டினார். தன் பதின் பருவத்தில் இப்பெயரை மேக்நாட் (Meghnad) எனத் தனக்குத் தானே மாற்றிக் கொண்டார்.

வங்காளத்தில் மேக்நாத் (Meghnath) என்ற பெயர் இந்து கடவுள்களின் வரிசையில் இடம் பெறும் இந்திரனைக் குறிக்கும். அதே சமயம் மேக்நாட் (Meghnad) என்பது “ராமாயணத்தில் ராவணனின் மகனும், ராம லட்சுமணர்களை எதிர்த்து தீரமுடன் சாகும்வரை அவர்களுடன் போரிட்டவனுமான இந்திரஜித்தைக் குறிக்கும். முந்தையது சமய சார்பானது; பிந்தியது சமய சார்பற்றது. முன்னது வேத இலக்கியங்களின் போற்றுதலுக்கு உரியது. பின்னது இதிகாச நாயகர்களை எதிர்த்த எதிர் மரபுக்காரனின் பெயர் என்பதால் தூற்றுதலுக்கு உரியது. பொதுவாக வங்காளத்தில் இளைஞர்கள் தம் குடும்பத்தினர் வைத்த பெயரை மாற்றி வைத்துக்கொள்ளும் நடைமுறை ஏதும் இல்லை. எனவே சாகா தனக்குத் தானே செய்து கொண்ட பெயர் மாற்றம் சாகாவைப் புரிந்து கொள்வதில் முக்கியமான ஒன்று.

சாகா பள்ளி நாள்கள் முதலே தீவிர புத்தக வாசிப்பாளர். கணிதம்தான் அவரது முதன்மை விருப்பம் எனினும் வரலாற்றைப் படிப்பதிலும் அவருக்கு மிகுந்த ஆர்வம் இருந்தது. சாகாவின் வரலாற்று ஆர்வமும் புத்தகங்களைப் படிப்பதற்கான ஆர்வமும் வீரதீரச் சாகசக் கதைகளைப் படிப்பதிலேயே தொடங்கின. அவர் டோட் என்பவர் எழுதிய ராஜஸ்தான் என்ற நூலை விரும்பிப் படித்தார். ரஜபுதன வீரர்களின் கதைகளும் மராட்டிய சிவாஜி போன்றோரின் கதைகளும் அவர்களின் வீர சாகசங்களும் சிறுவன் சாகாவை மிகவும் கவர்ந்தன. ரவீந்திரநாத் தாகூரின் ‘கதா ஓ காகினி’ சாகாவைக் கொள்ளை கொண்ட ஒரு நூல். இதுவும் மேற்சொன்ன ரஜபுதன, மராட்டிய வீரர்களின் சாகசங்களை விவரிக்கும் நூலே. இவை எல்லாவற்றையும்விட சிறுவன் சாகாவின் சிந்தனையில்

பெருந்தாக்கத்தை ஏற்படுத்திய நூல் மைக்கேல் மதுசூதன் தத்தா என்பார் எழுதிய 'மேக்நாட் வத்' (Meghnad Bath) என்ற நூலாகும். 'மேக்நாட் வத்' என்றால் 'மேக்நாட் வதம்' என்பது பொருள். இது ஓர் இதிகாச செய்யுள் நூல். இந்த நூலின் நாயகன் மேக்நாட் பதின்பருவ சாகாவை மிகவும் கவர்ந்தான். மேக்நாத் (Meghnath), மேக்நாட்டாக (Meghnad) மாறினார்.

1861இல் வெளியிடப்பட்ட மேக்நாட் வத் வங்க மொழி இலக்கியங்களில் முக்கியமான ஒன்றாகும். ராவணனின் மகனும் மகா வீரனுமான இந்திரஜித் என்னும் மேக்நாட்டின் வீரத்தையும் தீரத்தையும் போர் நுட்பங்களையும் வியந்து போற்றும் இந்நூல் அவனை ராமனின் இளவல் லட்சுமணன் வதம் செய்தது குறித்து விவரிக்கிறது. கிரேக்கத் தொன்மங்களின் பாதிப்புகளோடு வங்காளி மரபை இணைத்து மசூதன் இதை எழுதி இருக்கிறார். மேகநாட் வத் இதிகாச ராமாயணத்தின் கதை அமைப்பில் இருந்து வழுவாமல் அதே சமயம் நவீனத்தன்மையுடன் சொல் புதிது சுவை புதிது எனச் சொல்லத் தக்க வகையில் எழுதப்பட்ட ஒரு செவ்விலக்கியம் ஆகும்.

மேக்நாட் வத்தில் விவரிக்கப்படும் ராவணன் மகன் மேக்நாட்,

> 'தைரியமான, பெருமிதமான, சாதித்துக் காட்டும் இயல்பு கொண்ட போட்டி மனப்பான்மை நிறைந்த, திறமையான, தொழில்நுட்ப ரீதியாக மேலான வீரன் ஆவான். அதே சமயம் ராமனும் லட்சுமணனும் வீரியம் குறைந்த, செயல் அற்ற வலுச்சண்டைக்கார, பெண்தன்மை கொண்ட வில்லன்கள்' (அபாசூர் பக் 72 பத்தி 2).

மேக்நாட்டின் வீரத்துக்கு ராம, லட்சுமணர்களால் ஈடுகொடுக்க இயலவில்லை. மேக்நாட் இறுதியில் வீழ்ந்தது லட்சுமணனின் வீரத்தால் அல்ல; விபீஷணனின் துரோகத்தால்தான். ராமன் ஒரு பயங்கொள்ளி. மேக்நாட் வத் நூலின் விவரிப்பு இப்படி உள்ளது.

மைக்கேல் மதுசூதன் தம் நண்பர்களுக்கு எழுதிய கடிதத்தில்

> "இந்திரஜித்தின் மரணத்தையும் ராட்சச அரசனின் வீரத்தையும் விவரிக்கும் போது நான் நிறையக் கண்ணீர் விட நேர்ந்தது."
>
> "இந்திரஜித்துக்காக என் மனம் வருந்துகிறது. அவன் ஓர் உண்மையான வீரமகன். அந்தப் போக்கிரி விபீஷணன் இருந்திராவிட்டால், அவன் அந்தக் குரங்குப் படையை உதைத்துக் கடலுக்குள் விரட்டியிருப்பான்..."
>
> "ராவணன் என் ஆர்வத்தைக் கிளர்த்துகிறான். நான் ராமனையும் அவனது கும்பலையும் இகழ்வாகக் கருதுகிறேன்"

என்றெல்லாம் குறிப்பிடுகிறார். (வங்கக் கவி மைகேல் மசூதன் தத்தா சு.கிருஷ்ணமூர்த்தி பக் 43 & 44)

மேக்நாட் சாகாவின் மனத்தில் முகிழ்ந்துவந்த சாதி எதிர்ப்பு, வேத சாஸ்திர எதிர்ப்பு, பார்ப்பன எதிர்ப்பு, போன்ற புரட்சிகர சிந்தனையோட்டங்களோடு மேக்நாட் வத்தின் கதாநாயகன் விளங்கினான். மேக்நாட் வத்தின் நாயகன் மேக்நாட் கடவுள்களை மறுப்பவன், கடவுள்களின் அதிகாரங்களை மறுப்பவன், வேதத்தின் மேன்மையைப் புறந்தள்ளுபவன், அதன் மூலம் அது வலியுறுத்தும் நால்வர்ணத்தை ஏற்காதவன். மேக்நாட் சாகாவும் இதே குணங்களோடு விளங்கினார்.

மேக்நாட் வத் எழுதப்பட்ட அதே காலக்கட்டத்தில் மராட்டிய மாநிலத்தில் சமூகப் புரட்சியை உருவாக்கியவர் மகாத்மா பூலே. மேகநாட் சாகா அறிவியல்பூர்வ கண்ணோட்டத்தில் சாதி வேறுபாட்டை மறுத்தும், வேதத்தின் தலைமையை எதிர்த்தும் எழுதியும் பேசியும் வந்த அதே காலகட்டத்தில் மராட்டியத்தில் அண்ணல் அம்பேத்கரும் தமிழகத்தில் தந்தை பெரியாரும் சமூகப் புரட்சியை முன்னெடுத்துக் கொண்டிருந்தனர். மகாத்மா பூலே, அண்ணல் அம்பேத்கர், தந்தை பெரியார் மூவருமே ராமாயணத்தை எதிர்த்தவர்களே. அம்பேத்கர் எழுதிய 'ராமனும் கிருஷ்ணனும் ஒரு புதிர்' என்ற நூல் ராமனின் மேன்மையைக் கேள்விக்கு உட்படுத்துகிறது.

தமிழ்நாட்டில் இதே காலகட்டத்தில் பெரியார் தலைமையிலான திராவிடர் இயக்கம் ராமாயணத்தைக் கடுமையாக விமர்சனம் செய்ததும், ராமன் படம் கொளுத்தப்பட்டதும், செருப்பால் அடிக்கப்பட்டதும் வரலாற்றில் பதிவாகியுள்ளன. தமிழ்நாட்டில் ராமாயண எதிர்ப்பு, பார்ப்பன எதிர்ப்பாகவும் சாதி எதிர்ப்பாகவும் அடையாளம் காணப்பட்டது. வடநாட்டின் ராமலீலாவுக்கு மாற்றாக இங்கே ராவணலீலா கொண்டாடப்பட்டது. ராமன் லட்சுமணனுக்கு மாற்றாக ராவணனும் அவன் மகன் இந்திரஜித்தும் (மேக்நாட்) திராவிடரின்தமிழர்களின் நாயகர்களாகக் காட்டப்பட்டனர். 'வந்தேறிகளான' ஆரியர்கள் 'பூர்வகுடிகளான' திராவிடர்களைச் சூழ்ச்சியால் வென்ற கதையே ராமாயணம் எனக் கூறி மறுவாசிப்பு செய்யப்பட்டது. வர்ணாசிரமம் அழியக்கூடாது சாதி முறை அழியக்கூடாது என்பதற்காகவே ராமன் அவதாரம் எடுத்ததாக ராமாயணக் கதை அமைந்துள்ளதாகப் பகுத்தறிவாளர்களும், சமூக சீர்திருத்தக்காரர்களும் மேடைகளில் பேசியும், திராவிட இயக்க ஏடுகளில் எழுதியும் பரப்புரை செய்தனர். அண்ணாவின் ஆரியமாயை, கம்ப ரசம் போன்றவை ராமாயணத்தைக் குறிப்பாகக் கம்ப ராமாயணத்தைக் கடுமையாக விமர்சித்த நூல்கள். புரட்சிக் கவிஞர் பாரதிதாசன்

"தென்றிசையைப் பார்க்கின்றேன்; என்சொல்வேன் என்றன்
சிந்தையெலாம் தோள்களெலாம் பூரிக்குதடா!
அன்றந்த லங்கையினை ஆண்ட மறத்தமிழன்

ஐயிரண்டு திசைமுகத்தும் தன்புகழை வைத்தோன்!
குன்றெடுக்கும் பெருந்தோளான் கொடைகொடுக்கும் கையான்!
குள்ளநரிச் செயல்செய்யும் கூட்டத்தின் கூற்றம்!
என்தமிழர் மூதாதை! என்தமிழர் பெருமான்
இராவணன்காண்! அவன்நாமம் இவ்வுலகம் அறியும்!"

என்று எழுதினார். தமிழ் மக்கள் அனைவரையும் ராவணனின் வழித்தோன்றல்களாகவும் தன்னை ராவணன் மகன் இந்திரஜித்தாகவும் கற்பனை செய்து கொண்டு பாரதிதாசன் எழுதியுள்ளதாகக் கொள்ளலாம்.

மேகநாட் சாகாவும், மேகநாட் வத்தின் நாயகன் மேக்நாட் ஆகவே தன்னைக் கருதிக்கொண்ட ஒற்றுமை வியப்பான ஒன்று அல்ல. இந்து மதத்தின் சாதிய படிநிலையைப் புரட்டிப் போடும் ஒன்றாகவும் மேக்நாட் வத்தைப் படிக்க முடியும் என அபாசூர் கூறுகிறார் (அதே நூல்). மேகநாட் வத் காவியத்தின் இத்தன்மை மேக்நாட் சாகாவை மிகவும் கவர்ந்திருக்க வேண்டும். தன் குடும்பத்தில் தனக்கு வைத்த ரிக் வேத கடவுளான இந்திரனைக் குறிக்கும் மேக்நாத் என்ற பெயரின் மதச்சார்புத்தன்மை சாகாவை வேறு பெயரை சூட்டிக் கொள்வதைப் பற்றிச் சிந்திக்கத் தூண்டியது. மேக்நாட் வத் காவியத்தின் கதாநாயகனான மேக்நாட், 'தைரியமான, பெருமிதம் மிக்க, சாதித்துக் காட்டும் இயல்புள்ள, போட்டி மனப்பான்மையுள்ள, திறமையான, தொழில்நுட்ப ரீதியாக உயர்வான வீரனாக' இருந்ததாலும் அவ்வீரனின் வேத எதிர்ப்பு, அதன் வழி சாதி எதிர்ப்பு, கடவுள் எதிர்ப்பு மனோபாவங்கள் பார்ப்பனர் அல்லாத ஒடுக்கப்பட்ட சமூகத்தைச் சேர்ந்த தன் மனோபாவத்தோடு பொருந்தியதாலும் அவ்வீரனின் பெயரையே சாகா தனக்கான பெயராகத் தானே சூட்டிக் கொண்டார். சடங்குபூர்வ மதத்தின் மீதான வெறுப்பு, நவீன அறிவியலின் மீதான ஆழமான மதிப்பு ஆகியவையே மேக்நாட் கதாபாத்திரத்துடன் அவர் தன்னை உறுதியாக அடையாளப்படுத்திக் கொள்ளச் செய்திருக்க வேண்டும்' என அபாசூர் கருதுகிறார்.

மேக்நாட் வத்-இன் கதை சொல்லும் பாணிகூட அதனளவில் ஆர்வத்தை ஊட்டி இருக்க வேண்டும் என்கிறார் அபாசூர். இதில் ராவணன் சபையை கிருஷ்ணன் அவையோடும் மேக்நாட்டை கிருஷ்ணனோடும் ஒப்பீடு செய்து புகழ்கிறார் மதுசூதன் தத்தா. மேக்நாட் சாகா வைணவக் குடும்பத்தில் கிருஷ்ணன் கதை கேட்டு வளர்ந்தவர். கிருஷ்ணன் ஆயர்பாடியில் ஆடு மாடு மேய்த்துச் சுதந்திரமாகத் திரிந்து சாகசங்களைப் புரிந்தவன். மதுசூதன் தத்தா தனது காவிய நாயகன் மேக்நாட்டை கிருஷ்ணனோடு ஒப்பிட்டுப்

போற்றுவது பெரும்பாலும் சாகாவின் உள்மனதில் தோய்ந்திருந்த கிருஷ்ணனைப் பற்றிய நாயகப் பதிவின் காரணமாகக் கவர்ந்திருக்க வேண்டும் என்கிறார் சூர். அது மட்டும் இல்லாமல் சாகாவின் மீது திணிக்கப்பட்ட மிகத் தெளிவான தொடர்ச்சியான சாதி ரீதியிலான தீங்கிழைப்புகள் சாதியப் பாதிப்புகள் மீதான நியாயமான கோபத்தை அவருக்கு முன் விதைத்திருந்தும் அவர் மேக்நாட் வத்தை விரும்பவும் அதன் நாயகன் மேக்நாட் மீது ஆர்வம் கொள்ளவும் அவர் பெயரையே தன் பெயராக ஆக்கிக் கொள்ளவும் காரணம் எனலாம்.

சாகா சிறுவனாக இருந்தபோது மட்டும் அல்ல; பள்ளி வாழ்க்கையிலும் கல்லூரி வாழ்க்கையிலும் சாதிரீதியான தீண்டாமையை அனுபவித்தார். தனது அறிவியல் பங்களிப்புகள் மூலம் உலக அளவில் தலைசிறந்த விஞ்ஞானியாக ஆன பின்பும் தான் அலகாபாத் பல்கலைக்கழகப் பேராசிரியராக இருந்த காலத்திலும் சாதிரீதியான பாகுபாடுகளை எதிர்கொண்டார். பிற்காலத்தில் தேசிய திட்டமிடல், தேசிய அறிவியல் அணுஆராய்சித் திட்டங்கள் ஆகியவற்றில் இருந்து திட்டமிட்டு ஓரங்கட்டப்பட்டதற்கான காரணங்களை, ஆட்சியாளர்களின் முடிவுகளிலும் அறிவுப் புலங்களிலும் அறிவியல் புலங்களிலும் செயல்படும் சாதிய மனோபாவத்தைக் கணக்கில் எடுத்துக் கொள்ளாமல் தேடிக் கண்டடைந்துவிட முடியாது என்கிறார் அபாசூர்.

ஒடுக்கப்பட்ட மக்களிலிருந்து உருவாகும் சாதனையாளர்கள் சாதிய முறையில் தாம் புறக்கணிக்கப்பட்ட அவமானப்படுத்தப்பட்ட சம்பவங்களை உதாரணம் காட்டுவதையும் வெளிப்படுத்துவதையும் தவிர்க்க முயல்வதை இன்றும் பரவலாகக் காணமுடிகிறது. சாதியம் வேரூன்றியுள்ள சமூகத்தில் சமூக வெளியிலும் அறிவியல் துறையிலும் தனிமைப்படுத்தப்படுவோம் என்ற அச்சமே அதற்குக் காரணம். சாகா சாதியத்தின் கொடுமையையும் தீண்டாமையையும் எதிர்த்து தொடர்ந்து எழுதியும் பேசியும் வந்திருந்தாலும், அவர் தன் சொந்த வாழ்வில் சந்தித்த யாதொரு சாதி ஒடுக்குமுறை சம்பவத்தையும் யாதொரு உதாரணத்தையும் எடுத்து வைத்தது இல்லை என்பதை அறியமுடிகிறது. எனினும் தொடர்ந்து சாதிப்பாகுபாட்டையும், உயர் சாதியினருக்கான முன்னுரிமைகளையும் அவர் எதிர்த்தே வந்துள்ளார். சாதி காப்பாற்றும் கடவுள்களை, வேதங்களை, சடங்கு சம்பிரதாயங்களை, புரோகிதர்களை முழுமையாக எதிர்த்தும் மறுத்தும் வந்திருக்கிறார். சமூகம், அரசியல், கல்வி, கலாசாரம் எல்லாவற்றிலும் செயல்படும் சாதிப் படிநிலை அடிப்படையிலான அதிகாரங்களை எதிர்ப்பதற்கான எளிய ஆனால் ஆணித்தரமான

எதிர்ப்பின் குறியீடாக அவர் தன் பெயரை மாற்றிக் கொண்டார் என்றே கருத வேண்டியுள்ளது. ஆய்வாளர் அபாசூர், சாகா தன் பெயரின் முதல் பகுதியை மேக்நாத் என்பதில் இருந்து மேக்நாட் என்று மாற்றியதை ஓர் அரசியல் குறிப்புணர்த்தலாகவே புரிந்து கொள்ள முடியும் என்கிறார். பெயர் மாற்றம் செய்து கொள்வது பெயர் தேர்வு செய்வது என்பது பொதுவாக இளம் வயது வங்காளிகள் செய்யும் காரியம் அல்ல என்கிறார் ஆண்டர்சன். (Nucleus and nation பக். 26).

எனினும் இந்தப் பெயர் மாற்றம் சாகாவின் வாழ்வில் எப்போது நடந்தது எனத் திட்டவட்டமாகத் தெரியவில்லை என்கிறார் சகாவின் வாழ்க்கை வரலாற்று ஆசிரியர்களில் ஒருவரும் சாகாவின் மாணவருமான கர்மொகபத்ரா. தந்தையின் விருப்பத்தை மீறி வெளியூர் சென்று மேற்கொண்டு படிப்பது, பின்விளைவுகள் பற்றிக் கவலைப்படாமல் சுதேசி இயக்கத்தில் பங்கேற்பது போன்ற துணிச்சலான முடிவுகள் எடுக்கும் ஆற்றல் மாணவப் பருவத்திலேயே சாகாவிடம் இருந்ததால் அப்போதே தனக்கு 'மேக்நாட் வத்' நூல் மூலம் அறிமுகமான நாயகன் மேக்நாட் பெயரைத் தன் பெயராக மாற்றிக்கொள்ளும் முடிவையும் உடனே எடுத்திருப்பார் எனக் கருதவேண்டியுள்ளது. மேக்நாட் சாகாவின் எதிர்காலச் செயல்பாடுகள் இந்தப் பெயர் இவருக்கு நிச்சயமாகப் பொருத்தமானது எனக் காட்டுகின்றன. ஒரே வித்தியாசம், ராமாயணத்தில் வரும் மேக்நாட் கடவுள்களுக்கு எதிராக இருந்தான். இந்த மேக்நாட் 'தன் நாட்டில் பின்தங்கிய நிலை, கல்லாமை ஆகியவற்றிற்கு எதிராக நின்று அவற்றைச் சரிப்படுத்துவதில் எந்தவித சமரசமும் இன்றிச் சாகும்வரை போராடியுள்ளார்' என்ற கர்மொகபத்ராவின் விவரிப்பு சாகாவின் புரட்சிகரமான வாழ்க்கைக்கு இந்தப் பெயர் பொருத்தமானதே என்பதை ஒப்புக் கொள்கிறது.

பெயரில் என்ன இருக்கிறது என எளிதாகக் கடந்துவிட முடியாத பெயராக மேக்நாட் சாகாவின் பெயர் அமைந்துவிட்டது.

■

பின்னிணைப்பு 3

மேக்நாட் சாகாவின் அறுபதாவது பிறந்தநாள்

அறுபத்து இரண்டு ஆண்டுகள் மட்டுமே வாழ்ந்த மேக்நாட் சாகாவின் வாழ்க்கை குறித்த செய்திகள், 1954 ஆம் ஆண்டு, அதாவது அவரது அறுபதாவது வயது வரை அவரது நண்பர்களுக்கோ மாணவர்களுக்கோ கூட முழுமையாகத் தெரியாது. பிறந்தநாள் கொண்டாட்டம் போன்றவற்றில் பெரிய ஆர்வமோ, பற்றோ இல்லாத சாகாவின் அறுபதாவது பிறந்தநாளைக் கொண்டாடும் முடிவை அவரது நண்பர்களும் மாணவர்களும் எடுத்து, தயக்கத்துடன் கூடிய அவரது சம்மதத்தைப் பெற்றனர். சாகாவின் அறுபதாவது பிறந்தநாள் விழாக் குழு ஒன்றும் அமைக்கப்பட்டது. அப்போது சாகா விடுதலைப் பெற்ற இந்தியாவின் முதல் நாடாளுமன்ற தேர்தலில் வெற்றிபெற்று மக்களவை உறுப்பினராக இருந்தார்.

1954 ஆம் ஆண்டு,அக்டோபர் ஆறாம் நாள் பெரும் உற்சாகத்துடன் சாகாவின் அறுபதாவது பிறந்தநாள் கொண்டாடப்பட்டது. இப்பிறந்த நாளை முன்னிட்டு சாகாவின் 'தன்வரலாற்றுக் குறிப்புகள்' (Autobiographical Notes) அவரது ஒப்புதல் பெற்று வெளியிடப்பட்டது. அதுவே அவரது வாழ்க்கை குறித்த முதல் தகவல் ஏடு. இந்தச் சமயத்தில் எஸ்.என். சென் தொகுத்த 'Professor Meghnad Saha-His Life,Work and Philosophy என்ற விழா மலர் ஒன்று வெளியிடப்பட்டது.

மேற்கண்ட விழா மலரில் அறிவியல் மேதைகள் பலர் தெரிவித்திருந்த வாழ்த்துச் செய்திகள் இடம் பெற்று இருந்தன. ஜே.பி.எஸ். ஹால்டேன், பி.எம்.எஸ்.பிளாக்கெட், ஃபிரெடெரிக் ஜூலியட் கியூரி,ஜே.டி.பெர்னால் போன்றவர்கள் சாகாவைப் போலவே இடதுசாரி அரசியலின் ஆதரவாளர்கள். ஃபிரெடெரிக் ஜூலியட் கியூரி, ஃபிரஞ்சு கம்யூனிஸ்ட் கட்சி உறுப்பினர். இவர்கள் எல்லாம் பெரும் உற்சாகத்துடன் சாகாவின் சாதனைகளைக் குறிப்பிட்டு வாழ்த்தி இருந்தனர். மேலும் ஏ.எச்.காம்டன், என்ரிகோ ஃபெர்மி, ஈ.ஓ.லாரன்ஸ், ஹரால்ட் யூரே, மாக்ஸ் போர்ன், ஹார்ளோ ஷாப்ளே, டொனால்ட் எச் .மென்சல், ஜேம்ஸ் ஃபிரான்க், வால்டர் ஆடம்ஸ், ஏ.வி. ஹில், ஸ்பென்சர் ஜோன்ஸ் போன்ற

அறிவியலாளர்களும் வாழ்த்துச் செய்தி அனுப்பி இருந்தனர். இவர்களில் சிலரின் வாழ்த்துச் செய்திகளில் சில வரிகள் கீழே :

ஜே.பி.எஸ். ஹால்டேன்

சாகாவின் சமீபத்திய வெற்றிகரமான அரசியல் மறுநுழைவைக் குறித்தும் வாழ்த்துவதற்கு என்னை அனுமதிப்பீர்களா? அரசாங்கத்திற்கு அறிவியல் குறித்தப் புரிதலை கொண்டுவந்து சேர்க்கும் ஆட்கள் இந்தியாவுக்குத் (பிரிட்டனுக்கும்கூட) தேவை.

ஏ.எச்.காம்டன்

தங்கள் அபாரமான சாதனைகளுக்காக குறிப்பாக வெப்ப இயக்கவியல் துறை சாதனைகளுக்காக உங்களை இந்த அறுபதாவது பிறந்தநாள் நிகழ்வில் வாழ்த்துவதற்குக் கிடைத்த வாய்ப்பு மகிழ்ச்சியான ஒன்று. இந்தத் துறை சாதனைக்காக ஒரு சமயம் உங்கள் பெயரை நோபல் பரிசுக்குப் பரிந்துரைத்த பெருமையை நான் பெற்றதை நீங்கள் அறிந்திருக்கலாம்.

ஈ.ஓ.லாரன்ஸ்

அவரை நீண்ட காலமாக அறிந்தும் பாராட்டியும் வந்திருக்கிறேன். ஒரு பட்டப் படிப்பு மாணவனாக என் இளம் வயதில் சாகாவின் அயனியாக்கச் சமன்பாட்டைக் கற்றபோது நான் பெற்ற அறிவுத்திறச் சிலிர்ப்பை (intellectual thrill) ஒருபோதும் மறக்கமாட்டேன்.

என்ரிகோ ஃபெர்மி

வாயுக்களின் (வெப்ப)அயனியாக்கக் கோட்பாட்டிற்குப் பேராசிரியர் சாகாவின் அடிப்படைப் பங்களிப்பை படித்தபோது பெற்ற ஊக்கத்தை இப்போதும் மகிழ்ச்சியாக நினைவில் வைத்திருக்கிறேன்.

பி.எம்.எஸ்.பிளாக்கெட்

பேராசிரியர் சாகா சம கால உலகில் இயங்கும் சமூக சக்திகளைக் குறித்த நுணுக்கமான ஆர்வமும் அவற்றைக் குறித்த ஆழமானப் புரிதலும் கொண்டவர். சமூகப் பொருளாதார முன்னேற்றத்தில் இந்தியா எதிர்கொள்ளும் எண்ணற்ற நடைமுறைச் சிக்கல்களைக் குறித்த ஆற்றல் அர்ப்பணிப்புடன் கூடிய அக்கறை கொண்டவர்.

பொருளடைவு

■